डॉक्टरांकडे जाण्यापूर्वी

डॉ. विकास गोगटे M.B.B.S.

डॉ. विनीता गोगटे M.B.B.S.

मेहता पब्लिशिंग हाऊस

Please contact us at **Mehta Publishing House,** Pune 411030.
Email : production@mehtapublishinghouse.com
Website : www.mehtapublishinghouse.com

- *या पुस्तकातील लेखकाची मते, घटना, वर्णने ही त्या लेखकाची असून त्याच्याशी प्रकाशक सहमत असतीलच असे नाही.*

DOCTORANKADE JANYAPURVI by
Dr. VIKAS GOGATE & Dr.VINITA GOGATE
डॉक्टरांकडे जाण्यापूर्वी / आरोग्यपर
Email : author@mehtapublishinghouse.com

प्रकाशक : सुनील अनिल मेहता, मेहता पब्लिशिंग हाऊस,
१९४१, सदाशिव पेठ, माडीवाले कॉलनी, पुणे ३०.

मुखपृष्ठ : चंद्रमोहन कुलकर्णी
प्रकाशनकाल : जानेवारी, २००४ / फेब्रुवारी, २००५ / डिसेंबर, २००८ /
सुधारित चौथी आवृत्ती : सप्टेंबर, २०१४ /
पुनर्मुद्रण : फेब्रुवारी, २०१८

P Book ISBN 9788177664430
E Book ISBN 9789387789623
E Books available on : play.google.com/store/books
www.amazon.in
https://books.apple.com

नकळत लेखनसंस्कार व
जाणीवपूर्वक वैद्यकीय संस्कार घडवणाऱ्या
कै. डॉ. वि.म. गोगटे
यांस
अर्पण

प्रस्तावना

डॉ. विनीता व डॉ. विकासने लिहिलेले लेख दर आठवड्यात 'गांवकरी'त यायचे. ती माहिती वाचायला मला खूप आवडायची. त्या वेळी मी त्यांना वारंवार म्हटले होते की, हे सर्व लेख एकत्रित करून त्यांचे पुस्तक प्रकाशित करा. कारण अशी संकलित केलेली माहिती असलेले एक पुस्तक लोकांनी घरी ठेवणे महत्त्वाचे आहे. आज हा योग आला आहे व त्या पुस्तकाची प्रस्तावना लिहिताना मला आनंद होत आहे.

वैद्यकशास्त्र झपाट्याने प्रगत होत आहे. सार्ससारखे पूर्वी नसलेले रोग आले आहेत. नवीन निदानपद्धती खूप प्रचलित झाल्या आहेत. दुसऱ्या (alternative) पॅथीपण लोकप्रिय झाल्या आहेत. या सर्व गोष्टी चांगल्या आहेत, पण दुर्दैवाने चांगले फॅमिली डॉक्टर दुर्मीळ झाले आहेत. रोग्यांच्या दृष्टीने खरे पाहिले तर एकच डॉक्टर महत्त्वाचा असावा; तो म्हणजे त्यांचा फॅमिली डॉक्टर. डॉ. गोगटेद्वय गेली कित्येक वर्षे ही जबाबदारी उत्तम रीतीने पार पाडीत आहेत व त्यांच्या लेखनातून जनप्रबोधनाचे काम ते चांगल्या पद्धतीने करत आहेत.

रोगांबद्दल रोग्यांना जितकी जास्त माहिती असते, तितकी डॉक्टरांना रोग्यांकडून साथ चांगली मिळते व महत्त्वाची गोष्ट म्हणजे रोग होऊ नये किंवा झालेला रोग आटोक्यात यावा, दुसऱ्यांमध्ये पसरू नये म्हणून लोक काळजी घेतात. या लेखमालेने हे मोठे काम केले आहे.

हल्ली बऱ्याच वेळा रोगी प्राथमिक उपचार न करता सरळ आमच्यासारख्या स्पेशॅलिस्ट डॉक्टरकडे येतात. त्या वेळी असे वाटते की, असे पुस्तक वाचले असते आणि फॅमिली डॉक्टरची ट्रीटमेंट घेतली असती, तर त्यांचे बरेच पैसे व वेळ वाचला असता.

अशा पुस्तकाची लवकरच दुसरी आवृत्ती निघेल याची मला खात्री आहे. अशी 'ए टू झेड' लेखमाला सर्वांनी जरूर वाचावी. त्याचा खूप उपयोग होईल.

प्रकाश जोशी

M.D; F.A.C.G.

फिजिशियन व गॅस्ट्रोएंट्रोलॉजिस्ट,

नाशिक

आशीर्वाद

काही लोक फार वेगळ्या वर्गात मोडतात. कुठलेही काम असो, ते त्या कामात आपला जीव ओततात, सारी शक्ती, युक्ती, बुद्धी, वेळ, कौशल्य पणाला लावतात आणि उत्कृष्ट कार्य करतात. जे हाती घेतात ते तडीस नेतात. आपल्या प्रत्येक कृतीवर ते आपला ठसा उमटवतात. डॉ. विकास व त्याची सहधर्मचारिणी डॉ. सौ. विनीता हे दोघेही याच वर्गात मोडतात. डॉ. विकासचे वडील कै. डॉ. वि.म. गोगटे हे आमच्या कुटुंबाचे मार्गदर्शक. एक अभ्यासू, कुशल, वैद्यकशास्त्र पारंगत, शिस्तबद्ध आयुष्य जगणारे, अतिशय प्रेमळ, गंभीर तितकेच विनोदी. डॉ. गोगटे यांचे सगळे गुण विकासमध्ये उतरले. भर्तृहरी म्हणतात, 'जो तोषवी स्वजनकास, सुपुत्र तोच.' असा हा सुपुत्र विकास याने वडिलांचे कार्य वर्धिष्णु केले. या पुस्तकाच्या वाचनाच्या निमित्ताने लक्षात आले की, व्यक्तीचे मोठेपण पदाधिकारी होणे, निवडणूक जिंकणे यांवर अवलंबून नसते. व्यक्तीचा स्वभाव व दैनंदिन वागणे, जो व्यवसाय पत्करला आहे तो निष्ठेने, सचोटीने करणे आणि संसार करीत असताना स्वधर्म, स्वराज्य, सार्वजनिक कल्याण ही ध्येये दृष्टीसमोर ठेवून, त्या ध्येयांवर निष्ठा ठेवून, ध्येयच्युत न होता आपापल्या व्यवसायात दैनंदिन व्यवहारातून वेळात वेळ काढून सत्कर्म करणे यांवर त्या व्यक्तीचे मोठेपण अवलंबून असते. नेमके डॉ. विकास व डॉ. विनीता या पतिपत्नींनी हेच केले आहे. सतत काहीतरी विधायक, मार्गदर्शक लिखाण त्यांच्या हातून घडते. आपल्या ज्ञानाचा, शिक्षणाचा सदुपयोग या उभयतांनी केला आहे. थोडी सर्दी, खोकला झाला किंवा खेळताना थोडे खरचटले, स्वयंपाक करताना तेल उडून थोडे भाजले, तर डॉक्टरकडे धावण्याआधी घरच्या घरी काही उपचार करून थोडा आराम पडतो, हे आपल्याला घरातली आजी सांगत असे. पण आज मी, माझी पत्नी व मुले अशा छोट्या सुखी कुटुंबाचे सुख उपभोगताना आजी-आजोबा असतात कुठे? फ्लॅटच्या संस्कृतीत शेजारही बसत नाही. वडीलधाऱ्या मंडळींचा सल्ला एकत्र कुटुंबात मिळत असे, पण आता त्याऐवजी 'डॉक्टरांकडे जाण्यापूर्वी' हे पुस्तक नक्कीच मार्गदर्शक ठरते.

मद्यपानानंतरची डोकेदुखी ही स्वत:च ओढवून घेतलेली असते. पण त्यासाठी मद्यच पिऊ नका हा सल्ला आजची पिढी मानणार नाही. पण मद्य पिण्याआधी 'क' जीवनसत्त्वाच्या गोळ्या व वुडचारकोलच्या गोळ्या घ्याव्या, म्हणजे मद्यातले कॉन्जेनर्स शोषले जाऊन मद्याचा अंमल कमी होतो हा सल्ला मात्र पटेल. त्याचप्रमाणे भरपूर पाणी पिणे व एखादी क्रोसिनची गोळी घेणे हेसुद्धा दुसऱ्या दिवशीची

डोकेदुखी कमी करते ही माहितीही मद्यपींना उपयुक्तच आहे. एकूण १४० लेखांतून अगदी साध्या, सोप्या, सहजसुंदर भाषेत, भावनिक जवळीक जपत मार्गदर्शक सल्ले दिलेले आहेत, हेच या पुस्तकाचे वैशिष्ट्य ठरते. घरात उतारवयातली मंडळी असली, तर त्यांना पक्षाघात (स्ट्रोक) होण्याची शक्यता वाढते, त्याला मेंदू कारणीभूत ठरतो. म्हणून मेंदूला गव्हर्नर म्हटले आहे, ही अगदी सार्थ उपमा दिली आहे. शरीररूपी राज्याचे स्वास्थ्य मेंदू म्हणजे गव्हर्नरच राखू शकतात. श्वासाची दुर्गंधी केवळ दंत आरोग्यावरच अवलंबून नसते, तर दंतपरिसरही स्वच्छ हवा ही महत्त्वाची माहिती देताना हिरड्या, जीभ, नाक आणि घसा हेही स्वच्छ ठेवायला हवे हे कित्येकांना माहीत नसते. केस गळण्याची समस्या तर लहानथोरांना सारखीच सतावते. त्याकरिता डॉक्टरांनी छोटीशी आशाही पल्लवित केली आहे.

या पुस्तकाची एक खासियत आहे, ती म्हणजे प्रत्येक लेखानंतर छोटीशी गंमत आहे. ती गंमत मनोरंजन करते आणि विश्वास वाढवते व हे पुस्तक वेगळ्या विषयात आगळा रस भरते. हे लेखन विकास व विनीता यांनी स्वत:च्या अनुभवावरून व स्वत:च्या आनंदाकरिता केले आहे. वर्तमानपत्रात प्रसिद्ध झालेली उपयुक्त सदरे पटकन काळाच्या ओघात गडप होतात. परंतु पुस्तकाचं आयुष्य वर्तमानपत्राच्या आयुष्याहून दीर्घ असते म्हणून हे आगळ्यावेगळ्या लेखांचे संकलन दीर्घायुषी होऊन उपयुक्त होईल, अशी मला खात्री आहे. लेखन हे कागदावर होत असले तरी ते कागदासाठी नसते, ते असते वाचकांसाठी. मनाजोगते झालेले लेखन, मनापासून झालेले लेखन अष्टमीच्या चंद्रासारखे भासते. ते प्रकाशित झाले की, चार कलांची भर पडते. वाचकांपर्यंत पोचले की, लेखक-वाचक सुसंवाद जुळतो आणि निर्मितीच्या आनंदाची पौर्णिमा होते. ही आनंदाची पौर्णिमा मला साजरी करण्याची संधी मिळाली आणि एका कवितेची आठवण झाली –

हा कागद आहे तुमच्या पुढती कोरा
त्यावरी काहीतरी अक्षरे कोरा
की काळसिंधुच्या वरुनी वाहती लाटा
जातील तयांच्या मुळी न झिजुनी कोरा.

डॉ. विकास व विनीता यांनी ज्ञानविचार आपल्यापर्यंत पोचवून मोठे समाजोपयोगी कार्य केले आहे.

'डॉक्टरांकडे जाण्यापूर्वी' वाचून भर पडली ज्ञानात,
विकास आणि विनीता यांची ज्ञानभरारी पसरो जगतात.
अनेक शुभाशीर्वाद!

– डॉ. सौ. स्नेहलता देशमुख M.S; F.R.C.S.
माजी कुलगुरू, मुंबई विद्यापीठ

मनोगत

गेल्या पंचवीस वर्षांहून अधिक काळ आम्ही नाशिकमध्ये जनरल प्रॅक्टिस करीत आहोत. त्याच्या अनुभवावरून सामान्य माणूस 'डॉक्टरांकडे जाण्यापूर्वी' काय काळजी घेऊ शकतो, याबाबतचे विचार अनेकवार मनात यायचे. रोगांची लक्षणे, ती कशामुळे होतात व त्यांच्यावरील उपचारांची दिशा याची रुग्णाला प्राथमिक माहिती असेल तर त्याचा फायदा डॉक्टरांना तर होतोच; पण रुग्ण बरा होण्याच्या दिशेने त्याचा प्रवास, डॉक्टरांकडे जाण्यापूर्वीच सुरू होतो.

काही वर्षांपूर्वी, तेव्हा 'दै. गांवकरी'त कार्यरत असणाऱ्या अपर्णा वेलणकर 'गांवकरी'साठी आरोग्यविषयक लिखाण 'सदर' स्वरूपात करा म्हणून आमच्या मागे असायच्या. विषय निवडण्याचे स्वातंत्र्यही त्यांनी आम्हास दिले. लोकांच्या प्रश्नांना, शंकांना उत्तरे या स्वरूपात ते सदर लिहिले. एक वर्षानंतर मात्र केस, लैंगिक समस्या, लठ्ठपणा, बद्धकोष्ठ या संबंधातीलच अधिक प्रश्न येऊ लागले. या विषयांबरोबरच नेहमीच्या सामान्य आजारात प्राथमिक काळजी काय घ्यावी याबाबत लिहावे असे वाटले. अशाच धाटणीतील काही इंग्रजीतील पुस्तकेही बघण्यात आली. सामान्य माणसाने ऐकलेली सर्वसाधारण रोगांची नावे वा लक्षणे, हा निकष डोळ्यापुढे ठेवून या लेखांची रचना केली. त्याच लेखमालेचे हे पुस्तक तयार होत आहे.

लेखमालेच्या 'डॉक्टरांकडे जाण्यापूर्वी' या शीर्षकातच त्या लिखाणाच्या मर्यादा अधोरेखित केल्या आहेत – त्याचा वापर डॉक्टरांकडे जाण्याऐवजी असा नाही. अचानक रोग उद्भवल्यास, वेळीअवेळी लक्षण निर्माण झाल्यास, प्रवासात असल्यास, डॉक्टर उपलब्ध नसल्यास काय काळजी घ्यावी याची दिशा येथे मिळेल. अज्ञान, गैरसमजुतींनी केलेले उपाय, उपाय न ठरता अपाय ठरू शकतात. याशिवाय रोगाचे सविस्तर वर्णन वाचल्याने, त्याची पार्श्वभूमी कळल्याने रोगाबाबतची अनाठायी भीती कमी होऊन, असा जाणता रुग्ण लवकर बरा होऊ शकतो.

या पुस्तकातील माहिती अधिक परिपूर्ण, शास्त्रीय असावी असा अट्टाहास ठेवला आहे. उदा. लेखमाला लिहीत असताना कांजिण्यांवरची लस भारतात उपलब्ध नव्हती. पण लेख पुस्तकरूपात येत असताना ती उपलब्ध झाली. त्यामुळे तिचा अंतर्भाव कांजिण्यांवरील लेखात केला. 'तात्पुरत्या' उपचारांची दिशा हे सूत्र सातत्याने डोळ्यांसमोर ठेवले होते. तसेच व्यक्ती तितक्या प्रकृती या न्यायाने सर्वच उपचार सर्वांनाच लागू पडतील, असा दावा नाही. त्यामुळे डॉक्टरांऐवजी पुस्तकातीलच उपचार करत बसणे याला लेखक वा प्रकाशक जबाबदार नसतील हे सांगणे न लगे.

१४० लेखांची ही लेखमाला दर आठवड्यास एक लेख या पद्धतीने प्रसिद्ध झाली. सुट्यांचे काही दिवस सुटल्यामुळे तीन वर्षांहून अधिक काळ ती चालली. या पुस्तकात चित्रे कमी आहेत, पण माहिती खुलाशाने, क्वचित पाल्हाळीक वाटेल, अशी लिहिली आहे. लेख लिहिताना सामान्य वाचक डोळ्यांसमोर ठेवूनच रचना केली आहे. त्यामुळे जाणकारांना काही माहिती खूपच मूलभूत वाटण्याची शक्यता आहे.

लेखनाचे संस्कार वडील कै. वि.म. गोगटे यांच्याकडून आले. लेखमाला वाचणाऱ्या जुन्या पिढीतील लोकांना त्यांची आठवण व्हायची. व्यवसायातील अनुभव, अनेक इंग्रजी व मराठी पुस्तके, कोश, डॉक्टर मित्रांशी चर्चा यांचा आधार लिखाणाला आहे. गेली पंचवीस वर्षे ज्यांच्याबरोबर बॅडमिंटन खेळत होतो, त्यामधील सर्वांचीच, विशेषकरून डॉ. सौ. शैलजा व डॉ. राजेंद्र बेदमुथा, डॉ. सुभाष जुनागडे यांच्याबरोबरील विचार-विनिमयाचा खूप उपयोग या लिखाणासाठी झाला.

आमची पुढची पिढी, डॉ. निखिल व भावी (डॉ.) यशपाल यांची अनुक्रमे पोस्ट ग्रॅज्युएट व अंडर ग्रॅज्युएट वैद्यकीय शिक्षणे चालू आहेत. त्यांच्या सूचना व त्यांच्याबरोबरील चर्चेचा लिखाणाला हातभार लागला. कॅप्टन श्री. पद्माकर शारंगपाणी, पुणे यांचा रेटा नसता तर पुस्तकप्रसिद्धीला अजूनही वेळ लागला असता.

'दै. गांवकरी'ने सुरुवातीस लेखांना प्रसिद्धी दिली व आता पुस्तकरूपाने छापायला परवानगी दिली, त्याबद्दल श्री. वंदनराव पोतनीस यांचे आभारी आहोत. हस्तलिखित तयार करणे, प्रुफे तपासणे यासाठी सौ. राधिका गोडबोले, श्री. पराग वाड, सौ. सुषमा देशपांडे यांची बहुमोल मदत झाली.

प्रकाशक श्री. सुनील मेहता व त्यांचे सहकारी यांनी वेळोवेळी केलेल्या सूचना पुस्तक देखणे करण्यास उपयोगी ठरल्या. पुस्तकास प्रस्तावना लिहिणारे आमचे सुहृद डॉ. सौ. स्नेहलता देशमुख, डॉ. प्रकाश जोशी यांचे आभार मानलेले त्यांना आवडणार नाहीत. लेखमाला चालू असताना अनेक वाचकांनी याचे पुस्तक काढावे असे सुचवले होते. आपल्यासारख्या भावी वाचकांच्या सूचनाही आमच्या पुढील लिखाणास बळ देतील.

– डॉ. सौ. विनीता गोगटे
– डॉ. विकास गोगटे

निमित्त चौथ्या आवृत्तीचे

चौथ्या सुधारित आवृत्तीचे मनोगत लिहिताना हर्ष व खेद अशी संमिश्र भावना आहे. चौथी आवृत्ती प्रसिद्ध होत आहे याचा हर्ष, तर काही अपरिहार्य कारणांमुळे गेली एक-दीड वर्षे, सर्व प्रती संपलेल्या असूनही नवीन आवृत्ती बाजारात उपलब्ध नव्हती याचा खेद. वैद्यकीय क्षेत्रातील सातत्याने होणाऱ्या बदलाचा मागोवा घेत या आवृत्तीत काही बदल, सुधारणा केल्या आहेत. अर्थात सतत होणाऱ्या बदलांमुळे हे उपचार सर्वकालीन आहेत हा दावा नाही. अनेकांनी सूचना केल्या होत्या त्याचा अंतर्भाव करण्याचा प्रयत्न केला आहे. श्री. वसंत बर्वे यांनी अमेरिका मुक्कामी वेळात वेळ काढून भाषा-मांडणी विषयक सूचनांची शंभरी सादर केली त्याबद्दल त्यांचे खास आभार. पुस्तक अनुपलब्ध असताना त्याची विचारणा करणाऱ्या व धीर धरणाऱ्या वाचकांचेही हार्दिक आभार. श्री. सुनील मेहता व सहकाऱ्यांचे मार्गदर्शन सातत्याने मिळाले. सर्वांना धन्यवाद.

– डॉक्टर्स गोगटे

अनुक्रमणिका

१. गर्भपात (ABORTION)

स्त्रियांना दर महिन्याला नियमित रक्तस्राव होतो. त्यालाच आपण पाळी म्हणतो. ही पाळी लांबणे, चुकणे म्हणजेच दर महिन्याला होणारा रक्तस्राव थांबणे हे जवळजवळ सर्व जणांना माहीत असलेले गर्भधारणेचे प्रमुख लक्षण आहे. अशी पाळी चुकून दोन-तीन महिने झाले आहेत, अशा वेळी अचानक जर अंगावरून रक्तस्राव सुरू झाल्यास गर्भपाताची शंका येते. मात्र ज्या स्त्रियांमध्ये पाळीच अनियमित असते त्यांच्या बाबतीत हा गर्भपातच आहे असे खात्रीपूर्वक म्हणता येत नाही. कारण ती उशिरा आलेली पाळीदेखील असू शकते.

सामान्यतः, गर्भवती गर्भास २८० दिवस, म्हणजेच ४० आठवडे सांभाळून पालनपोषण करून नंतर जन्म देते. पण काही वेळा २८ आठवड्यांपूर्वी जेव्हा तिच्या अंगावरून जाऊ लागते व त्यातून गर्भसदृश गाठी फेकल्या गेल्यास त्यास 'गर्भपात' असे म्हणतात.

गर्भपात हा शब्द शास्त्रीय, सामाजिक व आर्थिक कारणांनी 'घडवून' आणलेल्या गर्भपाताबद्दल वापरण्याची पद्धत आहे. त्याला 'एमटीपी' (M.T.P. – Medical Termination of Pregnancy) म्हणतात. जो गर्भपात नैसर्गिकरीत्या होतो त्याला 'धुपावर जाणे' अथवा 'मिसकॅरेज' (Miscarriage) हा शब्द साधारणपणे प्रचलित आहे. सामान्यतः १० टक्के गर्भधारणांची परिणती दोन-तीन महिन्यांत गर्भपातामध्ये होत असते. याला कारणेही बरीच आहेत.

ज्याप्रमाणे फळ सदोष असल्यास पूर्ण वाढ न होताच ते झाडावरून गळून पडते, (आंब्याच्या दिवसात झाडाखाली पडलेल्या अर्ध्या कच्च्या कैऱ्या डोळ्यांसमोर आणा.) त्याप्रमाणेच गर्भ सदोष असला तर तो बऱ्याच वेळा पडून जाणे ही निसर्गाचीच रचना असते. क्वचित खूप भीती वाटून गर्भपात होतो त्या अवस्थेवरूनच 'गर्भगळित होणे' हा वाक्प्रचार आला असावा. काही वेळा स्त्री गर्भवती असूनही पहिल्या एक-दोन महिन्यात तिच्या मासिक पाळीच्या तारखेस मामुली रक्तस्राव होऊ शकतो. त्यात विशेष काळजी करण्यासारखे काही नाही. मात्र वेदनारहित

रक्तस्राव सतत होत राहिल्यास त्याची काळजी घ्या. केवळ किरकोळ पडण्या-झडण्याने गर्भपात होत नाही, कारण गर्भ गर्भाशयात सुरक्षित स्थितीत असतो.

काळजी घ्या स्वतःची

पाळी चुकल्यावर, गर्भधारणेचे निदान पक्के झाल्यावर स्त्रीच्या अंगावरून जर रक्तस्राव होऊ लागला तर तिला पूर्ण विश्रांती द्यावी. त्यासाठी आडवे झोपून राहणे चांगले. पायाकडील बाजू १०-१२ इंच उंच करणे अधिक फायदेशीर ठरते. स्वच्छ सॅनिटरी नॅपकिन वापरावा. अंगावर जात असलेल्या स्रावाचे अथवा गाठ गेल्यास त्याचे 'सॅम्पल' डॉक्टरांना दाखवण्यासाठी जवळ ठेवावे. शरीरसंबंध टाळावा. बद्धकोष्ठता होऊ देऊ नये. यासाठी पालेभाज्यांसारख्या सारक पदार्थांचा वापर अधिक प्रमाणात करावा, रेचक मात्र नको. विश्रांती व वरील उपायांनी बऱ्याच वेळा रक्तस्राव थांबतो.

डॉक्टरांकडे गेल्यानंतर तपासणी व सोनोग्राफी करून डॉक्टर हार्मोन्स, डुवाडिलान इत्यादी औषधांचा वापर करतात. गर्भाची वाढ नीट नसेल तर मात्र डॉक्टर गर्भाशय पिशवी साफ करण्याचा सल्ला देतील. यालाच 'डी अँड सी' (D & C) असे म्हणतात. अतिरक्तस्राव थांबवण्याचा हाच एकमेव इलाज आहे.

☺☺

शेवटी थोडी गंमत. एक कानाचे डॉक्टर व स्त्रीरोगतज्ज्ञ डॉक्टर यांचे दवाखाने शेजारी शेजारी असतात. एक बाई स्त्रीरोगतज्ज्ञ डॉक्टरांकडे जाऊन आपल्या कानाची पाळी ओढून दाखवते. त्यांना वाटते की, बाईंना कानांचे डॉक्टर हवेत. म्हणून ते विचारतात, ''काय कान दुखतो का?'' त्यावर बाई परत कान ओढते व म्हणते, ''पाळी लांबली आहे.''

☺☺

◆

२. खरचटणे (ABRASIONS)

काटेरी कुंपणातून अंग चोरून बाहेर पडताना, अथवा घसरले / घासले गेल्यास कातडीवर खरचटते याचा अनुभव कोणाला नाही? विशेषत: लहान मुलांमध्ये असे ओरखडणे जास्त दिसते. ते खरचटणे फारसे खोल नसते. केवळ कातडीपुरतेच मर्यादित असते. पण मोठ्या जखमेपेक्षाही याच्या वेदना जास्त असतात. कारण खरचटण्यामुळे नसांची टोके उघडी पडलेली असतात. त्यामुळे वेदना होत असतात आणि या वेदना मोठे कापले जाण्यापेक्षाही अधिक असतात.

संरक्षण निसर्गाचे

खरचटण्याच्या या वरवरच्या जखमेमधून रक्त भळाभळा न वाहता 'ठिबक सिंचना'सारखे थोडेथोडे येते. निसर्गत: रक्त जेव्हा शरीरात फिरत असते तेव्हा ते द्रव स्वरूपात असते, पण त्याच रक्ताचा जेव्हा हवेशी संपर्क येतो तेव्हा ते रक्त त्वरित गोठायला लागते. अशा गुठळीलाच आपण 'खपली धरली' असे म्हणतो. या खपलीमुळेच जखमेतून रक्त वाया जात नाही व माश्या, धूळ इत्यादींपासून जखमेचे संरक्षण होते.

काळजी घ्या, काळजी करू नका

किरकोळ खरचटण्याकडे काळजीपूर्वक दुर्लक्ष करा. कारण सहसा अशा खरचटण्यावर ताबडतोब खपली धरली जाऊन नैसर्गिक ड्रेसिंग होत असते. फक्त पू होत नाही याकडे लक्ष ठेवावे. पू झाल्यास डॉक्टरी सल्ल्याने 'अँटिबायोटिक्स'चा वापर करावा लागतो. ओरखडण्यात / खरचटण्यात वाळू, काचेचे तुकडे अथवा काही शल्य गेले असेल, तर चिमट्याच्या साहाय्याने ते काढावे. नुसतीच घाण असल्यास पिण्याच्या पाण्यासारखे स्वच्छ गार पाणी व घरातील अंघोळीचा साबण यांनी जखम स्वच्छ धुवावी. सर्व अंगभर खरचटले असल्यास एक झटपट 'शॉवर' म्हणजेच अंघोळ करणे उत्तम!

खरचटणे मोठे असल्यास कुठलेही अँटिसेप्टिक मलम लावून त्यावर आवरण (ड्रेसिंग) टाकावे. यासाठी लाँड्रीतून धुऊन इस्त्री केलेला रुमाल अथवा स्वच्छ

धुतलेला कापडाचा तुकडा उपयोगी पडतो. रेशमी वस्त्र अधिक निर्जंतुक असल्याचा दावा आहे. श्रीकृष्णाच्या अंगठ्यास जखम झाली असता द्रौपदीने आपला रेशमी शेला फाडून त्याची चिंधी बांधली होती याची वेगळी आठवण द्यायला नकोच.

जखमांच्या कडा लाल होऊ लागणे म्हणजे जखम निरोगीपणे भरत असल्याचा पुरावा आहे. मात्र एक-दोन दिवसात तेथे पू झाला, सूज आली, ताप आला यांसारखी लक्षणे दिसल्यास जखम पिकायला लागल्याचे समजावे. अशा वेळी डॉक्टरांचा सल्ला घेणे आवश्यक ठरते.

जखम खोलवर नसल्यास, फारशी घाण गेलेली नसल्यास नुसते लागले म्हणून दरवेळी धनुर्वाताची लस टोचून घेणे आवश्यक नाही; पण त्याबाबत आपल्या डॉक्टरांचे मत निर्णायक मानावे.

☺☺

वर्तमानपत्रांच्या अतिशयोक्ती करण्यावरून शेवटी थोडी गंमत. अपघात होऊन उपचारासाठी आलेल्या रुग्णास तपासून उपचार करून डॉक्टरांनी सांगितले, ''फारसे काही झालेले नाही. उद्या सकाळी मी तुला डिस्चार्ज देईन.'' दुसऱ्या दिवशी सकाळी राउंडला आल्यावर मात्र डॉक्टर म्हणाले, ''तू अजून दोन-तीन दिवस रहा. कारण आताच मी तुझ्या अपघाताची बातमी वर्तमानपत्रात वाचली आहे.''

☺☺

◆

३. गळू / केसतोडा / पू होणे (ABSCESS)

शरीरात स्पष्ट दिसणाऱ्या अथवा केवळ सूक्ष्मदर्शक यंत्रातून दिसू शकणाऱ्या छिद्रामधून जंतू जेव्हा शरीरात कुठेही शिरतात तेव्हा लगेच शरीरातील संरक्षक फळीतील पांढऱ्या रक्तपेशी त्यांच्याशी लढा देतात. या लढ्यामुळे ज्या मृतपेशी, मृत जंतू व द्रव पदार्थ जखमेच्या ठिकाणी जमतो त्याला 'गळू' किंवा 'ॲबसेस' म्हणतात. प्रतिकारक्षमता चांगली असणाऱ्यांमध्ये किंवा पू अगदी कमी असल्यास, तो शोषला जाऊन त्याचा काहीही त्रास जाणवत नाही.

नांदतात सौख्यभरे

सामान्यत: प्रत्येक कातडीवर लाखो जंतू नांदत असतात. पण जोपर्यंत कातडीस इजा होत नाही तोपर्यंत असे जंतू काहीही उपद्रव करू शकत नाहीत. पण जर कातडीस मामुलीशी जखम झाली, तर हे जंतू घामग्रंथी वा केसग्रंथीद्वारे शरीरात प्रवेश करतात. त्या ठिकाणी प्रथम लाली, गरमपणा व सूज अशी लक्षणे दिसतात. नंतर तेथे पू तयार होतो. ठसठसणारी वेदना हे पू झाल्याचे निदर्शक आहे. शरीरात एके ठिकाणी झालेल्या गळवातील जंतू रक्ताद्वारे पसरून फुप्फुस, किडनीसारख्या ठिकाणीही गळू निर्माण करू शकतो.

उपचार : पिवळी होऊ द्या पुळी

१) पुळी झालेला भाग दिवसातून बऱ्याच वेळा स्वच्छ पाणी व साबणाने धुवावा.

२) पू होत असलेल्या भागास शेक दिल्याने तेथील रक्तप्रवाह वाढून तेथे जाणाऱ्या, संरक्षक फळी असलेल्या पांढऱ्या रक्तपेशींची संख्याही वाढते. त्यामुळे त्या जंतूंचा लवकर पाडाव करू शकतात. असा शेक देण्यासाठी १ लीटर कोमट पाण्यात २ चमचे इप्सम सॉल्ट टाकून त्यात कापूस अथवा रुमाल भिजवून त्याने शेक द्यावा. एका वेळी १५ मिनिटे असा दिवसातून ४-५ वेळा शेक द्यावा.

पोटीस : पाण्याच्या शेकाबरोबरच अंगी उष्णता असणाऱ्या किंवा ठेवणाऱ्या कुठल्याही पदार्थाचे पोटीस करून त्यानेही जखमेला शेक देता येतो. गरम भात

रुमालात घेऊन त्याने १०-१५ मिनिटे शेक दिला तरी चालतो.

३) लहानशी पुळी ठसठसत असल्यास सुई विस्तवावर गरम आणि निर्जंतुक करून तिने पू वाहून जाण्यासाठी पुळीस तोंड करून द्यायलाही हरकत नाही, पण त्यानंतरही २-३ दिवस शेकणे चालूच ठेवावे.

४) शेक दिल्याने पुळीत पिवळेपणा दिसू लागतो. अशी पुळी बऱ्याच वेळा स्वत:हून फुटते अथवा डॉक्टर पुळीस कापून त्यातील पू वाहून जाण्यास मार्ग करून देतात.

५) पुळी फुटल्यानंतर त्यातील पू स्वच्छ ओल्या कापसाने पुसून टाकावा. ती जागा स्वच्छ गॉझ, बँडेज याने झाकून ठेवावी. यासाठी बँडएड वा हँडीप्लास्ट वापरता येते. वरील सर्व गोष्टी करण्याआधी व नंतरही हात साबणाने स्वच्छ धुवावेत.

६) जरुरीप्रमाणे पुळी फोडण्यासाठी डॉक्टर अँटिबायोटिक्स मलम वा गोळ्यांचा वापर करतील. वरचेवर पुळ्या होत असल्यास मधुमेहाची शंका दूर करावी.

पुळीस दाबून पू काढण्याचा प्रयत्न करू नये. त्यामुळे पुळीच्या भोवतालच्या संरक्षक भिंतीचा नाश होऊन पू रक्ताद्वारे शरीरात इतरत्रही पसरू शकतो. विशेषत: नाक व वरच्या ओठाजवळील पुळीच्या बाबतीत वरील काळजी जरूर घ्यावी. अन्यथा तेथील पू रक्तवाहिन्यांद्वारा मेंदूपर्यंत जाऊ शकतो. नाकातील पुळीस 'माळीण' असे गुलाबी छटा असलेले नाव आहे. मात्र ही 'माळीण' सुवासिक फूल हुंगण्याने बरी होते, ही मात्र शुद्ध लोणकढी थापच! काख, जांघा, स्तन या ठिकाणच्या पुळ्यांबाबतही अधिक काळजी घ्यावी लागते.

☺☺

अवयव खराब झाल्यास मृत व्यक्तीतील तो अवयव घेऊन बसवण्याच्या रोपण शस्त्रक्रियांवरून शेवटी थोडी गंमत. हृदय, किडनी, कॉर्निआ बदलण्याप्रमाणे मेंदू बदलण्याची शस्त्रक्रिया सुरू झाल्यावर सर्वांत महागडा मेंदू राजकारणी लोकांचा असेल, कारण जिवंतपणी तो कधीच वापरलेला नसेल!

☺☺

◆

४. तारुण्यपिटिका/मुरुमे/पिंपल्स (ACNE)

त्वचा रोगात सर्वांत जास्त आढळणारा हा रोग आहे. मुलेमुली तरुण होऊ लागतात, त्या वेळी त्यांच्या शरीरात, त्वचेत आणि ग्रंथीत काही बदल होतात. कातडीच्या खाली काही ग्रंथी असतात. त्यातून काही प्रकारचे रस पाझरत असतात. या रसांना 'स्राव' म्हणतात. या ग्रंथींतील बदलांमुळे तेलकट स्राव जास्त प्रमाणात तयार होतो. त्याला 'सीबम' असे नाव आहे. या सीबम व जंतू (बॅक्टेरिया) यांची सांगड झाली की, केसाखाली ग्रंथींची तोंडे बंद होतात व तेथे पुटकुळ्या होतात. या पुटकुळ्यांचे प्रमाण तरुणपणात अधिक असल्यामुळे त्यांना 'तारुण्यपिटिका' किंवा 'पिंपल्स' (Pimples) असे नाव आहे. चेहऱ्याबरोबरच छाती, मान, पाठीवरच्या भागातही त्या होऊ शकतात.

सीबमच्या स्रावामुळे चेहऱ्याचा रूक्षपणा कमी होण्यास मदत होते. मात्र त्याच्या अतिस्रावामुळे पिटिकांचा त्रास होते. मुलींमध्ये पाळीच्या अगोदर अशा पुटकुळ्या झाल्याचे दिसून येते. तसेच उन्हाळ्यात, पावसाळ्यात अथवा मानसिक ताण आल्यानेही त्या वाढू शकतात.

तारुण्य जपण्यासाठी काय कराल?

१) चेहऱ्यावरील तेलकटपणा कमी करण्यासाठी चेहरा रोज २-३ वेळा कोमट पाणी व साबणाने धुवावा. चेहरा कोरडा करताना खसाखसा न पुसता टॉवेलने (ब्लॉटिंग पेपरप्रमाणे) टिपून कोरडा करावा.

२) केसांना तेल न लावणे उत्तम. त्यांचा तेलकटपणा कमी करण्यासाठी केस वरचेवर शाम्पूने धुवावेत.

३) चेहऱ्यासाठी कुठलाही मेकअप वापरू नका. विशेषतः स्नोसारखे चिकट पदार्थ टाळा. त्याने त्वचेवरील भोके बुजतात.

४) आहारात खास बंधने नाहीत. पण तेल, तूप, लोणी, शेंगदाणे यांचा वापर कमी करणे चांगले.

५) नियमित व्यायाम, विशेषतः मैदानी खेळ फायदेशीर ठरतो.

६) नखाने पुटकुळ्या फोडू अथवा दाबू नयेत. रात्री झोपण्यापूर्वी साध्या पाण्याच्या वाफाऱ्याने चेहरा स्वच्छ करावा.

वरील उपायांशिवाय डॉक्टरी सल्ल्याने मलमे व पोटातून घ्यायची औषधे यांचा वापर करता येतो. मात्र हे उपचार दीर्घ काळ म्हणजे कमीत कमी चार आठवडे तरी घ्यावे लागतात. या पुटकुळ्या हमखास बऱ्या होणार ही खात्रीच मनाशी बाळगा.

☺☺

शेवटच्या वर्षात शिकणारा वैद्यकीय कॉलेजचा एक विद्यार्थी सीनिअर डॉक्टरांबरोबर हॉस्पिटल राउंडला निघालेला असतो. प्रत्येक पेशंट बघताना त्याच्या निदानाचा अंदाज चुकत असतो. शेवटी वैतागून डॉक्टर त्याला म्हणतात, "बाबा रे, डॉक्टरी सोडून तू दुसरी एखादी, जिथे अंदाज चुकतातच अशी ब्रँच का नाही निवडत? उदाहरणार्थ.... वेधशाळा."

☺☺

◆

५. एड्स (AIDS)

'एड्स'चा पहिला रोगी १९८१ साली समलिंगी संबंध ठेवणाऱ्यांच्यात सापडला, पण दुर्दैवाने तो तेवढाच मर्यादित न राहता इतरही लोकांत पसरला. Aquired Immuno Deficiency Syndrome या नावाचे संक्षिप्त रूप म्हणजेच 'AIDS' हा सुपरिचित शब्द आहे.

आघात संरक्षण फळीवर

एड्सचा विषाणू पांढऱ्या पेशींमधील लिम्फोसाइट हेल्पर पेशींवर हल्ला करतो. या पेशी संरक्षक फळीत महत्त्वाचे काम करत असतात. संरक्षक फळीवर आघात झाल्याने साध्या जंतूंनी होणारे किरकोळ रोगदेखील अशा व्यक्तीत गंभीर रूप धारण करू शकतात व तो किरकोळ वाटणारा रोग जीवघेणा ठरू शकतो. रेबीजप्रमाणेच (पिसाळलेला कुत्रा चावण्यामुळे होणारा रोग) एड्सवर अजूनतरी इलाज नाही. इलाज नाही या वाक्याचा महत्त्वाचा अर्थ असा की, तो रोग होऊच नये अथवा एखाद्यास झाला तर त्याचा प्रसार इतरांमध्ये होऊ नये हाच महत्त्वाचा 'प्रथमोपचार' ठरतो. एचआयव्ही (HIV) टेस्ट पॉझिटिव्ह येणे, ते त्या रोगाने पूर्ण रूप धारण करणे, यामध्ये ५-१० वर्षांचा कालावधीही जाऊ शकतो.

अवलक्षणी लक्षणे

या रोगाची मुख्य लक्षणे म्हणजे निरुत्साही, थकलेले वाटणे, वजन कमी होणे, बारीक ताप व रात्री घाम येणे, वरचेवर जुलाब होणे, तोंड येणे, कोरडा खोकला, साधी सर्दीदेखील नेहमीच्या उपायांनी आटोक्यात न येणे. खरेतर या लक्षणांशिवाय शरीरावर हल्ला करणाऱ्या जंतूंमुळे रोगनिर्मिती होऊन त्या त्या रोगाची लक्षणे दिसणे, यामागे 'एड्स' हे कारण असू शकते.

कंडोम अगदीच नसते कंडम

जगातील सर्वांत 'जुना म्हटला जाणारा धंदा', 'व्यवसाय' हा त्याच्या वाढीतील महत्त्वाचा घटक आहे. त्याचप्रमाणे व्यभिचार (अनेकांशी संग) टाळणे उत्तम. चांगले निरोध योग्य प्रकारे वापरल्यास बऱ्याच अंशी संरक्षण मिळू शकते. निरोध

अथवा कंडोम हे संपूर्णपणे जरी नाही, तरी काही प्रमाणात संरक्षण देऊ शकते. अजून काही वर्षांनी लग्न ठरवताना पत्रिका, फोटो याबरोबरच एच.आय.व्ही.चा रिपोर्ट मागितला गेला तर आश्चर्य वाटायला नको. ज्यांना गुप्तरोग झालेला आहे त्यांना एड्स अधिक लवकर होऊ शकतो. तसेच विशिष्ट शारीरिक रचनेमुळे स्त्रियांमध्ये तो अधिक प्रमाणात होतो. वेश्याव्यवसाय वा व्यभिचार हा कितीही म्हटले तरी संपणार नाही. त्यामुळे सुरक्षित संबंध अर्थातच निरोध वापरण्याच्या राजमान्य मार्गाचा अवलंब महत्त्वाचा आहे.

कोणत्याही रुग्णाला रक्त देण्यापूर्वी त्याचे एच.आय.व्ही.साठी परीक्षण करणे हा तर कायदाच आहे. याबरोबरच कावीळ, मलेरिया, अन्य गुप्तरोग यांसाठी रक्ताचे परीक्षण करतात. यामुळे एड्सग्रस्त रक्त दिले जाण्याची शक्यता नसते.

ड्रग्ज वापरणाऱ्यांनी एकमेकांच्या सुया, सिरिंजेस वापरणे टाळावे. दाढीचा रेझर, कंगवा, दातांचा ब्रश या गोष्टी एकमेकांच्या कधीही वापरू नयेत. डॉक्टरांकडे गेल्यावर इंजेक्शन द्यायचे झाल्यास डिस्पोझेबल सुई व सिरिंजचा आग्रह धरावा. नवरा-बायकोपैकी कोणालाही एकाला एड्स झालेला असेल तर त्या जोडप्याने अपत्य न होऊ देणे उत्तम. एड्स झालेल्या माणसाला सर्दी, खोकला, जुलाबासारखे किरकोळ आजारही जीवघेणे ठरू शकतात. म्हणून असे रोग होऊ नयेत यासाठी वैयक्तिक स्वच्छता त्यांच्या बाबतीत अधिक महत्त्वाची ठरते. वैयक्तिक स्वच्छता, आहार-विहार सांभाळून अशा व्यक्तीने प्रतिबंधक शक्ती वाढवावी.

एड्स नव्हे, घरातील एड

शरीरातील स्त्रावातून या रोगाचा प्रसार होतो. वीर्य, रक्त, दूध इत्यादी स्त्रावातून त्याचा प्रसार होतो. हवा अथवा हाताळलेल्या वस्तूंमधून त्याचा प्रसार होत नाही. त्यामुळे पूर्वी क्षय झालेल्या माणसाला जसे दूर ठेवायचे तसे एड्सच्या रुग्णाला घराबाहेर ठेवण्याची गरज नसते. तसेच केवळ हस्तांदोलन केल्याने एड्स होतो, हा मात्र मोठा गैरसमज आहे.

☺☺

शेवटी थोडी गंमत. एक अतिविचारी रुग्ण डॉक्टरांना म्हणतो, ''डॉक्टर मला खूप नैराश्य आले आहे हो, असं वाटतं स्वत:लाच मारून टाकावं.'' त्यावर डॉक्टर म्हणतात, ''त्याची काळजी तू करू नकोस. ते तू माझ्यावर सोपव.''

☺☺

◆

६. मद्याधीनता (ALCOHOLISM)

संध्याकाळ झाली, की पाय गुत्त्याकडे वळू लागतात – या अवस्थेची पुढची पायरी म्हणजे पहिल्या घेतलेल्या दारूचा प्रभाव कमी झाल्याबरोबर तेवढीच परत पोटात गेल्यावरच गोष्टी 'सुधरू' (?) शकणे ही असते. अशा लोकांना त्यांच्या रक्तातील मद्याची एक विशिष्ट लेव्हल सतत राहिल्याशिवाय चैन पडत नाही. मद्यपानामुळे जेव्हा त्या माणसाच्या व्यावहारिक कामावर, शरीर-संसार आणि सामाजिक जीवन यांच्यावर विपरीत परिणाम होतो तेव्हा त्याला दारूच्या आहारी जाणे म्हणजेच 'मद्याधीनता' म्हणतात.

शारीरिक घडणीवर विघटनाचा परिणाम

मद्याधीनतेची सुरुवात कधीतरी घेणे, थ्रिल म्हणून घेणे, संगत म्हणून घेणे यानेच होते. अर्थात सगळेच मद्य घेणारे मद्याधीन होतातच असे नाही. याबाबत एक विचार असा आहे की, काही लोकांची मानसिक घडणच व्यसनाधीन होण्याकडे असते. दुसरा विचार असा की, काही जणांची शारीरिक घडण अशी असते की, मद्य पोटात शिरून त्याचे विघटन होताना त्यांच्या शरीरात एन्डार्फिन हा अफूसारखा एक विशिष्ट झिंग आणणारा पदार्थ बनतो. त्या अफूसारख्या पदार्थानेच त्या लोकांना दारूचे व्यसन लागते. बरे, अशी शरीरप्रकृती कोणाची असते हे आधी ओळखता येत नाही. त्यामुळे कोणाला त्याचे व्यसन लागेल याचा अंदाज आधीच करता येत नाही. मद्यपीच्या बाबतीत आनुवंशिकता नियम लागू शकतो. म्हणून ज्यांच्या घराण्यात मद्यपी होते, अशांनी 'एकच प्याला'ला कधीही शिवू नये.

मद्य शरीरातील मज्जासंस्थेवर वाईट परिणाम करून आपले कार्य करते आणि ते मज्जासंस्था उत्तेजित करून नव्हे, तर तिचे कार्य मंद करून करत असते. मात्र जनसामान्यांत मद्य हे उत्तेजन आणते असा गैरसमज प्रचलित आहे. मेंदूतील हालचाली घडवून आणणाऱ्या भागावर मद्याचा अधिक परिणाम दिसत असल्याने चालणे, बोलणे, कुशल कारागिरी करणे यांमध्ये जाणवण्याइतपत दोष निर्माण होतो. अर्थात हे दोष प्यायलेल्या व्यक्तीला जाणवत नाहीत तर आजूबाजूस

असलेल्या 'सोबर' व्यक्तीस जाणवतात.

जुनाट मद्यपी माणसाला कसे ओळखाल?

जुनाट मद्यपी माणसात आढळणारी दोन प्रमुख लक्षणे आहेत. एक म्हणजे, नशा, झिंग येण्यासाठी वाढते माप लागणे व दुसरे, दारूचा अंमल संपल्यानंतर हाताला कापरे सुटणे व तो कंप परत मद्य पिण्याने कमी होणे. आपण खरोखरच मद्यपी झालो की काय, हे ओळखण्यासाठी एक तपासणी आहे. त्यामध्ये मद्यपी व्यक्तीला एक प्रश्नावली देतात.

१) बरोबरीच्या लोकांपेक्षा जास्त घेता का?

२) कालच्या मद्याचा हँगओव्हर घालवण्यासाठी आज पिता का?

३) आपण एकटे पिता का?

४) आपण दु:खाच्या प्रसंगी पिता की आनंदाच्या प्रसंगी?

अशा पद्धतीचे दहा प्रश्न असतात. त्यांपैकी जर ४ उत्तरांना वा अधिकांना आपले उत्तर होकारार्थी असेल तर आपण मद्यपी बनण्याची शक्यता अधिक असते. एकदा दारू सोडलेल्यांनी आता मी 'मर्यादित' घेत राहीन असे न म्हणता, त्या वाटेलाच न गेलेले चांगले! कारण तो 'एकच प्याला' त्या व्यक्तीला पुन्हा मद्याधीनतेकडे नेतो.

जुनाट मद्यपी माणसाला दारू न मिळाल्यास जीव घाबरणे, दचकायला होणे, खूप गळून गेल्यासारखे वाटणे, झोप न येणे अशी लक्षणे दिसतात. पण Delirium Tremens (D.T.) ही रिॲक्शन जोरदार असू शकते. त्यामध्ये फीटही येऊ शकते. वेळीच उपचार न मिळाल्यास मृत्यूही येऊ शकतो. त्यांना डॉक्टरी सल्ल्याने गुंगीचे औषध देणे हाच ताबडतोबीचा इलाज आहे. मद्य परवान्यासाठी देण्याच्या डॉक्टरी प्रमाणपत्रात एक मजेदार वाक्य आहे ते असे, 'यांचे आरोग्य टिकवण्यासाठी यांना दारू आवश्यक आहे.'

दारू सोडा बरोबर, पण दारू आणि 'सोडा' चूक

कोणाला दारूचे व्यसन लागते ते आधी सांगता येत नसल्याने, शहाण्याने त्याच्या वाटेलाच न जाणे चांगले. ज्यांना असे व्यसन लागले आहे ते सोडवण्यासाठी त्यांना मानसिक, सामाजिक बळ देण्यासाठी जवळचे मित्र, नातेवाईक, बायको व फॅमिली डॉक्टर यांचा सहभाग महत्त्वाचा असतो. अतिरिक्त मद्यपानाने शरीराचे कुपोषण झालेले असते. त्यामुळे उपचारात प्रथिने व जीवनसत्त्वे यांचा भरपूर वापर आवश्यक ठरतो. 'मुक्तांगण' सारख्या संस्थेमध्ये रुग्णांना भरती करून इतर मद्यपींच्या बरोबर राहून मानसोपचार करून दारू सोडवता येते. 'अल्कोहोलिक ॲनॉनिमस' (Alcoholics Anoynymous – A.A. - ए.ए.) सारख्या संस्थेत मद्यपान सोडलेले, बरे झालेले मद्यपी एकत्र जमून दारू सोडण्याने आपला काय

फायदा झाला याचे अनुभव सांगतात. त्यामुळेही दारू सोडण्यास उपयोग होतो.

औषध नलगे मजला

नाशिकच्या ए.ए.चे लोक दर बुधवारी व शनिवारी सायंकाळी ७ वाजता आय.एम.ए. हॉल, शालिमार चौक येथे जमतात. असेच प्रत्येक गावी ए.ए. संस्थेच्या सभा भरत असतीलच. बुवाबाजीवर आमचा विश्वास नाही, पण दिंडोरीच्या एका बुवांनी केलेल्या मानसोपचारांमुळे अनेक जणांनी दारू सोडल्याचे आम्हाला माहीत आहे. अँटाबूज थेरपी मात्र केवळ डॉक्टरी सल्ल्यानेच करता येते. वरील सर्व उपचार लागू होण्यासाठी रुग्णांची जबरदस्त मानसिक इच्छा महत्त्वाची असते. तशी मानसिक इच्छा नसल्यास त्याच्याशी प्रेमाने, विश्वासाने वागून ती संबंधित व्यक्ती निर्माण करू शकतात.

☺☺

शेवटी थोडी गंमत. एक रुग्ण डॉक्टरकडे पोट दुखते म्हणून तपासणीसाठी गेला. डॉक्टर त्याला तपासतात. पण त्यांना त्याच्या आजाराचे नक्की कारण सापडत नाही. ते म्हणतात, "हे बघा, मला आताच नक्की काही सांगता येत नाहीये. पण बहुधा दारूचा परिणाम असावा." त्यावर रुग्ण म्हणतो, "ठीक आहे डॉक्टर. आपली 'उतरल्यानंतर' मी परत तपासायला येतो."

☺☺

◆

७. ॲलर्जी : वावडे, असात्म्य (ALLERGY)

'ॲलर्जी' या मराठीत रुळलेल्या शब्दास परभाषेतील शब्द मानून त्यास 'अधिहर्षता', 'वावडे' आदी मराठी पण अनोळखी वाटणारे शब्द का वापरावेत हा प्रश्नच आहे. जी भाषा लवकर समजते ती मातृभाषा या न्यायाने खरेतर ॲलर्जी हा शब्द आपलाच मानला पाहिजे.

अपेक्षा ठेवा अनपेक्षित गोष्टीची

अनेकांना सहन होणारी एखादी गोष्ट एखाद्याच्या शरीरास सहन न झाल्यामुळे शरीरात ज्या अनपेक्षित घडामोडी घडून येतात, त्यास त्या गोष्टीची 'ॲलर्जी' असे म्हणतात. खाण्याचे पदार्थ, औषधे, हवा, कपडे, दागिने, सौंदर्यप्रसाधने, एवढेच काय वातावरणातील बदलानेही ॲलर्जी येऊ शकते.

ॲलर्जी करणाऱ्या पदार्थात सहसा प्रथिन रूपाने 'ॲलर्जन' असतात. अशा पदार्थांचा वारंवार संपर्क झाल्यास शरीरात त्याविरुद्ध ॲंटिबॉडीज तयार होतात. नंतर जेव्हा जेव्हा ॲलर्जी असणारा पदार्थ संपर्कात येतो तेव्हा त्यातील ॲलर्जन व शरीरात तयार झालेल्या ॲंटिबॉडीज यांचा संघर्ष होऊन त्याचे दुष्परिणाम शरीरावर दिसतात. ॲलर्जी विशेष करून नाक, डोळे, त्वचा, श्वासमार्ग व पोटावर आपला प्रभाव दाखवते.

ॲलर्जीमध्ये सर्दीचे प्रमाण बरेच आढळते. नाक चोंदणे, शिंका येणे, पाणी वाहणे अशी लक्षणे त्यात दिसतात. परागकण, धूळ, बुरशी यांची ॲलर्जी हे त्याचे कारण असू शकते. काही जणांना विशिष्ट ऋतूत वा सतत वर्षभरही याचा त्रास होतो. घरातील साफसफाई करताना धुळीनेही अनेकांना 'तात्पुरती' सर्दी होते. धुळीमध्ये डस्टमाइट हा अतिसूक्ष्म किडा असतो. त्याच्या मळाची ॲलर्जी फार प्रमाणात आढळते. खरे म्हणजे आपल्या प्रत्येक गावाचे, शहराचे नाव 'धुळे' ठेवावे असे त्याचे लक्षण असते. त्यामुळे या डस्टमाइटच्या ॲलर्जीचा त्रास खूप जणांना होतो.

ॲलर्जी असलेल्या वस्तूचा त्वचेशी संपर्क आल्यानंतर त्वचा लाल होणे, पुरळ येणे, खाज येणे अशी लक्षणे त्वचेच्या ॲलर्जीत दिसतात. घड्याळाचे पट्टे, नकली

दागिने, अंगठ्या यांनी जास्त प्रमाणात ॲलर्जी होते. या वस्तू बनवताना निकेल या हलक्या धातूचा वापर करतात व बरेच जणांना या निकेलची ॲलर्जी असते. खरे बोलणाऱ्यांना जशी खोटे बोलण्याची 'चीड' असते, तसेच या ॲलर्जीवाल्या लोकांना खोट्या दागिन्यांची 'चीड' असते. (उदा. खोटे निकेलयुक्त डूल घातल्यास त्यांचे कान 'चिडून' वाहू लागतात.) लेदर, हेअरडाय, कुंकू यांतील केमिकल्समुळे कातडीवर ॲलर्जी येऊ शकते.

ॲलर्जी कसलीही येऊ शकते/होऊ शकते याला कशाचाही धरबंध नसतो. असे म्हटले जाते की, Everything under sun, including sun, can cause allergy.

औषधांपैकी पेनिसिलीन हे बऱ्याच जणांना माहीत असलेले औषध आहे. त्याने ॲलर्जी येऊ शकते. टेट्रासायक्लिन, सल्फा, ॲनालजिन या व इतरही औषधांनी ॲलर्जी येऊ शकते. ॲस्पिरिन हे अतिशय गुणकारी औषध आहे. पण काही जणांना मात्र त्याचे वावडे असते. काउंटरवर मिळणाऱ्या ॲस्प्रो, ॲनासिन, सॅरिडॉनसारख्या औषधांत ॲस्पिरिन हा घटक असतो. हे ॲस्पिरिन ॲलर्जीवाल्या लोकांनी लक्षात ठेवावे.

अन्नपदार्थातील घटकांची ॲलर्जी असणे ही गोष्ट दुर्मीळ नाही. दूध, अंडी, खसखस, टोमॅटो, गहू, शेवग्याच्या शेंगा, मका, मासे या व इतरही पदार्थांपैकी कसली ना कसली ॲलर्जी असू शकते. यांच्या सेवनामुळे शरीरावर गाठी येणे, खाज येणे, वांत्या, जुलाब होणे वा इसब होणे अशी कोणतीही लक्षणे दिसतात.

शीतपित्त (गार वस्तूंशी संपर्क आल्याने अंगावर पित्त वा गाठी येणे) तसेच मधमाशी, सुरवंट, किडा चावण्याने अंगावर 'रॅश' येणे हेही ॲलर्जीचेच लक्षण आहे.

'आय'ला वाचवा 'आय'पासून

'कळते, पण वळत नाही' या म्हणीचा प्रत्यय ॲलर्जीच्या उपचारात येतो. बऱ्याच वेळा ॲलर्जीचे कारण शोधून काढले तरी त्याचा उपचार अवघड असतो. उदा. लहान बाळास दुधाची ॲलर्जी असल्यास तो पदार्थ त्याच्या आहारातून वगळणे अवघड जाते. कुठल्या वस्तूची ॲलर्जी आहे हे शोधून त्यापासून शक्यतो दूर राहावे. अशी वस्तू श्वासाने घेणे (Inhalation), पोटात घेणे (Ingestion), सुईद्वारे (Injection), वा कातडीद्वारे (Inunction), अशा ४ 'आय' (I) ने शरीरात प्रवेश करून त्या व्यक्तीला – आय (I) ला त्रास देऊ शकते.

एखाद्या खाद्यपदार्थाची ॲलर्जी असल्याचा संशय आल्यास तो पदार्थ आहारातून कमीत कमी तीन आठवडे वर्ज्य करून लक्षणे कमी होतात का ते पाहावे. नंतर तो पदार्थ परत घेऊन लक्षणे आल्यास त्या पदार्थाची ॲलर्जी समजावी. औषधांची

ॲलर्जी असल्यास त्याची नोंद असलेला कागद सतत जवळ बाळगावा. डॉक्टरांकडे गेल्यानंतर अशा ॲलर्जीची कल्पना प्रथम द्यावी. उपचार चालू केल्यानंतर खाज येणे वा अन्य नवीन लक्षण दिसल्यास डॉक्टरांशी त्वरित संपर्क साधून ही ॲलर्जी तर नाही ना, याची खातरजमा करावी. म्हणजे ते औषध त्या लिस्टमधून काढून टाकतील, असे ॲलर्जी करणारे औषध त्या व्यक्तीसाठी कायमचे बाद करावे लागते.

३ दिवस बाहेरख्याली व्हा

पावसाळ्यातील बुरशीमुळे सर्दीचा त्रास होत असल्यास बुरशीचा नायनाट करण्यासाठी एक उपाय आहे. मात्र त्यासाठी घर बंद करून तीन दिवस बाहेर राहता आले पाहिजे. फॉरमाल्डीहाइडच्या गोळ्या घरात ठेवून घरदार पॅकबंद करून तीन दिवस ठेवावे. तीन दिवसांनंतर दारे, खिडक्या उघडून त्याचा उग्र वास जाऊ दिल्यानंतर घर राहण्यासाठी योग्य होते. यामुळे सहा महिने तरी बुरशीचा बंदोबस्त होतो.

त्वचेवर खाज आल्यास लॅक्टोकॅलामिन, बोरोलीन यासारखे मलम तात्पुरता आराम देऊ शकेल. बर्फाचा शेकही उपयोगी पडतो. ॲलर्जीवरचा तात्पुरता पण परिणामकारक इलाज म्हणजे अँटिहिस्टामिन औषधे. ही गोळ्या, इंजेक्शन स्वरूपात उपलब्ध आहेत. या अँटिहिस्टामिन्सचा सुस्ती येणे हा महत्त्वाचा दुष्परिणाम आहे. त्यामुळे त्याचा वापर वाहन चालवणाऱ्यांनी सांभाळून करावा. डॉक्टरी सल्ल्याने ही औषधे दीर्घकालही वापरता येतात अथवा वापरावी लागतात. सतत ॲलर्जी येणाऱ्या व्यक्तीने इमर्जन्सीसाठी त्या जवळ बाळगणे चांगले.

ॲलर्जी असलेल्या गोष्टी शोधून त्यांची सवय करून घेणे म्हणजेच 'सात्मीकरण' (Desensitisation) करणे हा एक उपचार आहे. या पद्धतीमध्ये सहन न होणारी वस्तू सुरुवातीस अगदी अल्प मात्रेत देऊन हळूहळू त्याचे प्रमाण वाढवून शरीरास त्याची सवय केली जाते. (राजास शत्रूकडून विषबाधा होऊ नये यासाठी त्याच्या अन्नात लहानपणापासूनच अल्प मात्रेत विष देऊन त्याचे प्रमाण वाढवल्याच्या गोष्टी ऐकिवात असतीलच.) मात्र सात्मीकरणाच्या यशस्वितेबाबत खूपच मतभेद आहेत.

☺☺

शेवटी एक विनोद सांगणार होतो. पण वाचकांपैकी कोणाला विनोदाचे 'वावडे' (ॲलर्जी) असले तर?

☺☺

◆

८. पाळी चुकणे (AMENORRHOEA)

नियमित पाळी येणाऱ्या स्त्रीमध्ये पाळी येण्याच्या दिवसानंतर दोन आठवड्यांपर्यंत पाळी न आल्यास पाळी चुकली असे समजावे. पाळी चुकल्याबरोबर दिवस गेले की काय, या शंकेची पाल मनात चुकते. (सॉरी, चुकचुकते!) वयाच्या ११ ते १३ वर्षांपर्यंत सामान्यत: पाळी (पिरियड्स) सुरू होते. मात्र वयाची १५-१६ वर्षे होऊनदेखील मुलीस पाळी आली नाही, तर त्याला पाळी सुरूच झाली नाही असे म्हणतात. पण ज्या पूर्ण वाढ झालेल्या स्त्रीमध्ये पूर्वी पाळी आलेली असून आता पाळी आलेली नसते, त्यास पाळी चुकणे असे म्हणतात.

पाळी आणि शंकेची पाल

मासिक पाळी येण्यासाठी मेंदूतील पिट्युटरी ग्रंथी व तिचे स्राव, स्त्रीबीज, गर्भाशय असे अनेक घटक एका विशिष्ट लयीत काम करतात. त्यामध्ये कुठेही व्यत्यय आल्यास पाळी चुकते. मनावर कुठलाही ताण आला तरी पाळी चुकू शकते. उदा. मध्यंतरी काश्मीर खोऱ्यातील तणावाच्या काळात तिथून पलायन कराव्या लागणाऱ्या अनेक पंडित स्त्रियांमध्ये ताणामुळे पाळी चुकली होती. अंत:स्रावी ग्रंथींच्या दोषामुळे हार्मोन्सचे प्रमाण कमी-अधिक झाल्यामुळे रक्तक्षय, कुपोषण, क्षय, अति स्थौल्य इत्यादी कारणामुळे पाळी चुकते. बाळंतपण झाल्यानंतर दोन महिन्यांपर्यंत पाळी येत नाही. तसेच बाळ अंगावर पीत असल्यास हा काळ आठ-नऊ महिन्यांपर्यंतदेखील लांबू शकतो. गर्भनिरोधक गोळ्या दीर्घ काळ घेऊन मग त्या घेण्याचे थांबवल्यास पाळी लांबली जाते. चाळिशीच्या पुढे पाळी जायची असेल, तरी सुरुवातीस पाळी चुकते. या कारणांशिवाय दिवस गेलेले असणे हे कारण मात्र सर्वांना सुपरिचित आहे.

मिंधे दिवस

बाळंतपणानंतरच्या काळात पाळी येत नसली तरी स्त्री-पुरुष संबंधाबाबत योग्य 'काळजी' न घेतल्यास दिवस राहू शकतात हे लक्षात ठेवावे.

पाळी चुकण्यात वरील कारणांपैकी काही कारण आहे की काय, याचा विचार

करून तसे नसल्यास गर्भ राहिला असण्याची शक्यता निश्चित समजावी.

सुरुवातीचे दिवस तरी 'दिवस गेल्यासारखे' समजावे

गर्भारपणाच्या सुरुवातीच्या तीन महिन्यांमध्ये गर्भाचे महत्त्वाचे अवयव बनत असतात. या काळात चुकीचा आहारविहार व मनानेच घेतलेल्या औषधांचा गर्भावर वाईट परिणाम होऊ शकतो. या काळात कुठलेही औषध डॉक्टरी सल्ल्याशिवाय घेऊ नये. पाळी चुकल्यानंतर त्याचे कारण शोधून काढेपर्यंत दिवस गेलेले आहेत असेच समजून वागावे. केवळ लघवीची तपासणी करून सुरुवातीच्या १०-१५ दिवसांतही गर्भधारणेचे निदान करता येते.

पाळी चुकल्यास पूर्वी इ.पी. फोर्टे नावाच्या गोळ्यांचा वापर केला जाई. परंतु नंतर त्याचा दुरुपयोग झाल्यामुळे त्याच्यावर बंदी आली आहे. गर्भधारणेशिवाय इतर कारणांनी पाळी चुकल्यास त्याचे डॉक्टरी सल्ल्याने निदान करून योग्य औषधोपचार करता येतात.

गर्भपातासाठी आता भारतातही गोळ्या उपलब्ध झाल्या आहेत. त्यांची किंमतही बरीच आहे व त्यांचा वापरही केवळ डॉक्टरी सल्ल्यानेच करावा.

☺☺

शेवटी थोडी गंमत. एका स्त्रीरोगतज्ज्ञ डॉक्टरांच्या वेटिंगरूममध्ये पुढील नोटीस लावलेली होती – 'स्त्री-रुग्णांनी वेटिंगरूममध्ये बसल्या बसल्या आपल्या लक्षणांची देवाणघेवाण करू नये. त्यामुळे तपासताना डॉक्टरांचा गोंधळ होतो.'

☺☺

◆

१. आव (AMOEBIASIS)

'एन्टामॉबिका हिस्टोलायटिक' असे भारदस्त नाव असलेल्या एका एकपेशीय जंतूमुळे हा रोग होतो. अस्वच्छ पाणी व दूषित अन्न यांद्वारे त्याचा प्रसार होतो. खराब पाण्याने पालेभाज्या, सॅलड धुणे; तसेच परिसरात, परसात शौचाला जाण्याने तेथील भाज्या दूषित होतात. पाण्यात बोटे बुचकळून पाणी देण्याची पद्धत, शौचास जाऊन आल्यानंतर हात साबणाने स्वच्छ न धुणे, नखे न कापणे, कच्चे अन्नपदार्थ खाणे यांमुळे या रोगाचा प्रसार होतो. तसेच माश्या, झुरळे वा अन्य कीटकांमार्फतही अमिबाचा प्रसार होऊ शकतो.

जुलाब हे जरी या रोगाचे प्रमुख लक्षण असले, तरी काही जणांमध्ये आलटून पालटून जुलाब व बद्धकोष्ठता अशी लक्षणे दिसतात. पोटात गुबारा असणे, अपचन होणे, पोटदुखी, मळमळ, बारीक ताप, वजन घटणे हा त्रास या आजारात होतो. या रोगाच्या रुग्णाला वरचेवर संडासला जावे लागणे, कधी कुंथून तर कधी पातळ संडास होणे, पोटात मुरडा येणे याबरोबरच रक्तमिश्रित शौचाला होणे हीदेखील या आजाराची महत्त्वाची लक्षणे आहे.

जुनाट पोटदुखीचे रुग्ण

डॉक्टरांकडे तपासायला गेल्यावर आपण आवेचा (ॲमिबियासीस) रुग्ण असल्याचे सांगतात. त्यापैकी अनेकांना अमिबाने छळलेले नसते, तर त्यांच्या स्वभावामुळे त्यांना I.B.S. (Irritable Bowel Syndrome) हा मनोकायिक विकार असतो.

काही जणांना मात्र अनेक वर्षे बाहेरचे वाटेल ते खाऊनही काही त्रास होत नाही. याचे कारण म्हणजे त्यांना जन्मत:च मिळालेली अमिबाविरुद्धची प्रतिकारशक्ती हेच मानावे लागेल. मात्र असे लोक स्वत:ला काही त्रास न घेता त्याची बाधा इतरांना देऊ शकतात.

स्वच्छ पाणी वरचेवर पिणे, पोट दुखत असल्यास हलका शेक देणे (मात्र चोळू नये), विश्रांती, हलका आहार हा त्यासाठी प्रथमोपचार आहे. आवेवरील आत्यायिक (Acute) अवस्था व जीर्णावस्था (Chronic) अशा दोन्हींसाठी उत्तम

औषधे उपलब्ध असून डॉक्टर योग्य औषध सुचवू शकतील. दुर्लक्षित आवेचा प्रसार, पोटातल्या पोटात यकृताकडे होऊ शकतो.

☺☺

शेवटी थोडी गंमत. एक कंजूस माणूस रेचक औषधाचे पैसे वाचवण्यासाठी आपल्या मुलांना भुताखेतांच्या गोष्टी सांगायचा.

☺☺

◆

१०. रक्तक्षय – रक्ताची कमतरता (ANAEMIA)

क्षय याचा अर्थ घट होणे, कमी होणे असा आहे; म्हणून रक्त जेव्हा कमी होते तेव्हा त्याला 'रक्तक्षय' असे म्हणतात. या रोगाचा संबंध क्षयरोगाशी (टीबी) अजिबात नाही, याची प्रथम नोंद घ्यावी. मानवी शरीरात सुमारे ५ लीटर इतके रक्त असते. त्यांपैकी बराच भाग हा लाल रक्तपेशींनी बनलेला असतो. रक्तपेशींमध्ये हिमोग्लोबिन (रक्तरंजक) असते. त्याच्या साहाय्याने प्राणवायू फुप्फुसापासून सर्व शरीरभर पसरवला जातो. आपण श्वास घेतो, त्या वेळी श्वासातून प्राणवायू (ऑक्सिजन) फुप्फुसात जातो, आणि फुप्फुसातल्या रक्तात तो मिसळतो. तेथे प्राणवायू व रक्तातील हिमोग्लोबिन एकजीव होतात व वाहत्या रक्तातून हा प्राणवायू शरीरभर सर्व पेशींपर्यंत पोचवला जातो. प्राणवायू नावाप्रमाणेच, शरीराच्या सर्व प्रकारच्या हालचालींचा 'प्राण' आहे.

एखाद्या रोगात एकूण रक्तपेशींची संख्या व त्यामध्ये असणाऱ्या रक्तरंजकाचे प्रमाण घटणे म्हणजे 'ॲनिमिया' होय. सामान्यतः १ मि.ली. रक्तामध्ये ५० लाखांपर्यंत रक्तपेशी व १०० मि.ली. रक्तात १४-१५ ग्रॅमपर्यंत रक्तरंजक असते. स्त्रियांमध्ये या दोन्हीचे प्रमाण पुरुषांपेक्षा थोडे कमी असते. रक्तपेशी कमी प्रमाणात तयार होणे अथवा त्याचा नाश जास्त प्रमाणात होणे ही रक्तक्षयाची प्रमुख कारणे आहेत.

फॉर्म्युला नंबर १

उत्तम श्रीखंड बनण्यासाठी ज्याप्रमाणे चक्का, साखर, जायफळ, केशर या गोष्टी आवश्यक असतात, त्याचप्रमाणे उत्तम रक्तपेशींच्या निर्मितीसाठी लोह, जीवनसत्त्व क, ब व फॉलिक ॲसिड, प्रथिने आवश्यक असतात. त्यांपैकी सर्वांत महत्त्वाचे म्हणजे लोह होय. वरील सर्व घटक आहारातून मिळाल्यास हाडांमध्ये रक्तपेशींची निर्मिती होते. काही रोगांमध्ये मात्र अशा तयार झालेल्या लाल रक्तपेशी त्यांचे सुमारे १०० दिवसांचे आयुष्य पूर्ण होण्याआधीच नाश पावतात.

कहानी घर घर की

भारतातच काय जगातही स्त्रियांमध्ये ॲनिमियाचे प्रमाण जास्त आढळते. याचे सामाजिक कारण म्हणजे स्त्रियांना कुटुंबात मिळणारी दुय्यम दर्जाची वागणूक, कदान्न सेवन, उपास (अन्नाच्या कमतरतेमुळे घडणारा), उपवास (धार्मिक कारणामुळे उपाशी राहणे) ही होत. 'उपवास' या शब्दाचा खरा अर्थ देवाजवळ वास करणे म्हणजे राहणे असा आहे. म्हणजेच तो दिवस देवाचे नामस्मरण करण्यात घालवावा अशी अपेक्षा असावी. धार्मिक अवडंबरामुळे त्याच्यात निराहार, निर्जळी अशा उपवासांची भर पडली आहे. 'आधी पोटोबा मग विठोबा' या तत्त्वाने वागल्यास स्त्रियांमधील रक्तक्षयाचे प्रमाण कमी होईल. जशी हृदयाची क्रिया जन्मापासून मरेपर्यंत अखंड चालू असते, तसेच पचनाचे कार्यही अखंड चालू असते. उपवास करून आतड्याला विश्रांती देणे वगैरे कल्पनांचा पुनर्विचार होणे गरजेचे आहे. विशेषत: ज्यांना पुरेसे अन्न वेळेवर मिळत नाही त्यांनी तरी उपवासाचे खूळ नक्कीच सोडावे. रक्तक्षयाचे स्त्रियांमधील आणखी एक शारीरिक कारण म्हणजे पाळी व बाळंतपणे होय. पाळीच्या वेळी जास्त प्रमाणात अंगावर जाणे, लवकर लवकर पाळी येणे, वरचेवर होणाऱ्या बाळंतपणामुळे रक्त जाणे यामुळे रक्त नाश पावते.

अर्थात स्त्रियांप्रमाणेच लहान मुले, म्हातारी माणसे यांच्यामध्येही ॲनिमिया आढळू शकतो. पुरुषांमध्ये हुककृमी वा मूळव्याधीद्वारे रक्त जाणे हे रक्तक्षयाचे प्रमुख कारण असते. आनुवंशिकतेने रक्तक्षय होणाऱ्या रोगाला 'थॅलेसेमिया' असे म्हणतात. ॲनिमियाच्या रुग्णात किरकोळ थकवा वाटणे, चिडचिड होणे, अनुत्साही वाटणे या 'मानसिक रोग' वाटणाऱ्या लक्षणापासून थोड्याशा श्रमाने दम लागणे, हातापायाला मुंग्या येणे, भूक कमी होणे, छातीत धडधड होणे, चेहरा व हातापायावर सूज येणे, केस गळणे, तोंडाला अजिबात तिखट सहन न होणे इत्यादी लक्षणे असू शकतात. काहींमध्ये तर माती, खडू खावेसे वाटणे हेही लक्षण दिसते.

रक्तक्षयाचे निदान करण्यासाठी डॉक्टर केवळ तळहात, नखे, डोळे, जीभ बघूनही अंदाज बांधू शकतात. क्वचित रक्तातील हिमोग्लोबिनचे प्रमाण वा अन्य रक्ततपासणी करायला सांगतात.

तेजोनिधी लोहगोल

दूध, ताजी फळे, पालेभाज्या, वालपापडी, मटार, घेवडा, गूळ, काकवी, मटण, कलेजी, अंडी या पदार्थात रक्त बनण्यासाठी लागणारे घटक भरपूर प्रमाणात असतात. त्यांचा वापर करा. 'क' जीवनसत्त्वामुळे अन्नातले लोह अधिक प्रमाणात शोषले जाते. म्हणून जेवणाबरोबर टोमॅटो, पपई यांचे सॅलड घ्यावे. स्वयंपाकघरात लोखंडी कढई, तवा, उलथणे यांचा वापर केल्यास 'सूक्ष्मलोह' अन्नपदार्थांत उतरून तो खाद्यपदार्थ अधिक 'लोहमय' होईल.

डॉक्टरांकडे जाण्यापूर्वी टॉनिक वापरून पाहायचे झाल्यास त्या टॉनिकच्या बाटलीतील घटकामध्ये ‘फेरस’ म्हणजे लोह असल्याची खात्री करा. डॉक्टरांनी सांगितलेल्या लोहाच्या गोळ्या कमीत कमी सहा महिन्यांपर्यंत घ्याव्यात.

मूळव्याध, जंत, विटाळामध्ये रक्त जाणे इत्यादी रक्तक्षयाच्या कारणांचा इलाज डॉक्टर करू शकतील; पण वरचेवर होणारी गर्भारपणे टाळणे आपल्या हातात आहे!

☺☺

शेवटी गर्भधारणेसंबंधी थोडी गंमत. स्त्री गर्भार असताना सभोवतालच्या वातावरणाचा होऊ घातलेल्या मुलावर काही दुष्परिणाम होतो काय, याची चर्चा काही डॉक्टर्स करत होते. एक जण म्हणतो, “भोवतालच्या वातावरणाचा गर्भावर काहीही परिणाम होत नाही. माझेच उदाहरण घ्या ना. मी पोटात असताना माझ्या आईने फोनोच्या अनेक तबकड्या फोडल्या. पण त्याचा माझ्यावर काहीच परिणाम झाला नाही... परिणाम झाला नाही... परिणाम झाला नाही.... परिणाम झाला नाही.”

☺☺

◆

११. हृदयशूल (ANGINA PECTORIS)

छातीत दुखण्याला संस्कृतमध्ये 'हृदयशूल' व इंग्रजीत 'अंजायना पेक्टोरिस' असे म्हणतात. 'अंजायना' याचा अर्थ गुदमरण्याची वेदना व पेक्टोरिस म्हणजे छातीशी संबंधित. म्हणूनच मराठीत याला हृदयशूल असे म्हणतात. छातीत दुखणे व हार्टअ‍ॅटॅक यांचा परस्परसंबंध जनमानसात इतका घट्ट आहे की, छातीत काही इतर कारणाने दुखले तरी त्याचा संबंध हृदयरोगाशी लावला जातो. अंजायनामध्ये हृदयाकडे शुद्ध रक्त नेणाऱ्या वाहिन्या (करोनरी आर्टरीज) जेव्हा आकुंचित पावतात तेव्हा तेथे प्राणवायू व अन्नघटकांचा पुरवठा न झाल्यामुळे हृदयात जी गडबड उडते त्याचे बाह्यरूप छातीत दुखण्याने दिसते. 'पाण्यात राहून कोरडा' या उक्तीप्रमाणे हृदय रक्ताने भरलेले असते. पण त्याला शुद्ध रक्ताच्या पुरवठ्यासाठी 'करोनरी' या शुद्ध रक्तवाहिनीवरच अवलंबून राहावे लागते.

वाढता वाढता वाढे

करोनरीची तुलना कारमधील पेट्रोल पाइपशी करता येईल. जर पेट्रोल पाइपला आतून गंजाचा थर साठला तर गाडी हळू चालली असताना इंजिनाला पुरेसे पेट्रोल मिळेल, पण जर गाडी चढावर वा जोरात चालवायला लागल्यानंतर त्या पेट्रोल पाइपमधून वाढीव प्रमाणात आवश्यक असलेले पेट्रोल न मिळाल्यामुळे गाडी फरफट करत गचके द्यायला लागते. अंजायनामध्ये करोनरीच्या आतील बाजूस चरबीचा थर साचल्यामुळे हळू हालचाल करताना हृदयास पुरेसा रक्तपुरवठा होतो. पण ज्या वेळी तो माणूस घाईघाईने चालणे, बससाठी धावणे, चढावर चढणे असे करू लागल्यास हृदयाची शुद्ध रक्ताची मागणी त्या वेळी करोनरी पुरी करू शकत नाही व छातीत चमका निघू लागतात. अंजायना हे येऊ घातलेल्या हृदयरोगाची भयसूचक घंटा समजायला हरकत नाही.

अंजायना व हार्टअ‍ॅटॅक या दोन वेगवेगळ्या रोगातील फरक येथे लक्षात घ्यावा. अंजायनामध्ये हृदयाकडील रक्तपुरवठा तात्पुरता कमी होतो, तर हार्टअ‍ॅटॅकमध्ये रक्तप्रवाह कुंठित झाल्यामुळे हृदयाचे काही स्नायू मृत होतात. (अंजायनाची तुलना

केवळ आमरण उपोषणास बसलेल्या निषेधाच्या धमक्या देणाऱ्या कामगार गटाशी करता येईल, तर हार्टअ‍ॅटॅकमध्ये अशा एखाद्या कामगाराचा उपोषणाने मृत्यू व्हावा अशी करता येईल.) विश्रांती घेत असतानाही छातीत दुखल्यास डॉक्टरकडे जावे.

फरक लक्षात घ्या

अंजायनामध्ये छातीच्या मध्यभागी आवळल्यासारखी वेदना होते. ही वेदना डाव्या हाताकडे, जबड्याकडे, खांद्याकडे अशी कुठेही पसरू शकते. त्यामुळे माणसाला घाबरल्यासारखे वाटून काही काम करत असेल, चालत असेल तर ते थांबवावे लागते. विश्रांती अथवा नायट्रोग्लिसरिनची गोळी (आयसॉर्डिल, सॉर्बिटेट) यांनी ताबडतोब वेदना थांबते. या चमका काही मिनिटांपर्यंतच राहतात. मात्र त्या १५ मिनिटे वा अधिक राहिल्यास तो अंजायनाचा नसून हार्टअ‍ॅटॅक असण्याची शक्यता असते. अंजायनाच्या निदानासाठी साध्या कार्डिओग्रामपेक्षा व्यायाम करताना काढलेला कार्डिओग्राम उपयोगी असतो.

उपचार

वर सांगितल्याप्रमाणे अंजायनाचा प्रमुख उपचार विश्रांती आहे. चालताना हळू चालावे. जेवणानंतर कुठलेही श्रमाचे काम टाळावे. हृदयशूलासाठी उत्तम औषधे उपलब्ध आहेत. त्याचा योग्य वापर डॉक्टरी सल्ल्याने करावा. करोनरी वाहिनीच्या आतमध्ये चरबीचा संचय अधिक होऊ नये, त्या रक्तवाहिन्या अधिक कठीण होऊ नयेत यासाठी आहारविहारात पुढील काळजी घ्यावी.

त्या तिथे अलीकडे

तंबाखूमधील निकोटीन हा वाईट घटक आहे. त्याने रक्तवाहिन्या कडक होतात. रक्तामधील प्राणवायूची जागा कार्बनडायॉक्साइड घेतो. तंबाखू मग तो कुठल्याही स्वरूपात असो, वा धूम्रपान, १०० टक्के थांबवणे आवश्यक आहे. धूम्रपानात कमी-जास्त अशी काही अवस्था नसते. तुम्ही धूम्रपान करत नाही हा अलीकडचा तट व तुम्ही कमी-अधिक धूम्रपान करता हा पलीकडचा तट असे दोनच तट असतात. अलीकडच्या तटावर राहणे उत्तम. तंबाखूचे सेवन केव्हाही थांबवले तरी त्या क्षणापासून त्याचे फायदे मिळतात.

स्थौल्य

अवाढव्य व अतिस्थूल शरीराला रक्तपुरवठा करणे हा हृदयावरचा वाढीव ताण असतो. जेवढे शरीर सडपातळ तेवढा हृदयावरचा ताण कमी असतो. शिवाय स्थूल शरीर हे उच्च रक्तदाब, कोलेस्टेरॉल, मधुमेह या रोगांचे माहेरघर होऊ शकते. लोणी, तूप, मलई, अंडी, कलेजी, भेजा, साखर व गूळ यांचा वापर कमीत कमी करा. करडईचे तेल चांगले. जेवण एकाच वेळी भरपूर न करता थोडेथोडे वरचेवर करा.

ॲस्पिरिन, काम करते बेहतरीन

हृदयशूल असणाऱ्या रुग्णात रक्तात गुठळी बनू न देण्याचे म्हणजे रक्त पातळ ठेवण्याचे काम करते, एक ॲस्पिरिनची गोळी. स्वस्त आणि मस्त, बाजारात सहजी उपलब्ध असलेले ॲस्पिरिन आखूड शिंगी आणि बहुगुणी कामधेनूसारखी अनेक रोगात उपयोगी पडते. पण त्याचा वापर या रोगात डॉक्टरी सल्ल्याने कायमसाठी करावा लागतो.

झोपताना रुग्णाने डोक्याची बाजू ४ इंच उंच करावी. त्यामुळे रक्त पायाकडे जास्त राहिल्याने हृदयावरील ताण कमी होतो. तसेच रात्रीच्या वेळी असा शूल झाल्यास पलंगाच्या कडेला पाय खाली सोडून बसल्यानेही बरे वाटते.

व्यायाम

व्यायामाने हृदयाला एक प्रकारचे ट्रेनिंग मिळते. अशा ट्रेनिंगमुळे हृदय कमीत कमी प्राणवायू वापरून जास्तीत जास्त काम करायला शिकते. सपाटीला चालणे यासारखा व्यायाम हळूहळू वाढवल्याने निश्चितच फायदा होतो.

मानसिक ताण

कोणतेही ताणतणाव टाळा. मनास उभारी व विश्रांती देईल असा छंद जोपासा. संगीत, वाचन, खेळ यांमुळे मनावरील ताण हलका होतो. रक्तदाब व मधुमेह या दोन्ही विकारांचे अंजायनाशी सख्य असते. त्या दोघांवरही योग्य नियंत्रण ठेवणे चांगले! त्यासाठी तज्ज्ञांचे समयानुसार मार्गदर्शन, औषधे, पथ्यपाणी, शरीर उत्तम व मन आनंदी ठेवावे. आहारविहार औषधाने अंजायना ताब्यात न आल्यास डॉक्टर ॲन्जिओग्राफीचा सल्ला देतील.

☺☺

शेवटी थोडी गंमत. विक्षिप्त बाळासाहेब हार्ट पेशंट असतात. ट्रेनने प्रवास करत असताना येणाऱ्या प्रत्येक स्टेशनवर ते सामानासह उतरायचे व ट्रेन सुरू व्हायच्या आत लगबगीने परत आत शिरायचे. तो तऱ्हेवाईकपणा पाहून शेजारच्या पॅसेंजरनी विचारले, "अहो असं काय करताय?" त्यावर बाळासाहेब म्हणाले, "तुम्हाला नाही समजायचे. मला हृदयविकार आहे."

"मग त्याचा अशा वागण्याशी काय संबंध?" त्यावर बाळासाहेब म्हणाले, "माझ्या डॉक्टरांनी मला एका वेळी फार लांबचा प्रवास करू नका म्हणून सांगितलं आहे."

☺☺

◆

१२. आंत्रपुच्छदाह (APPENDICITIS)

पोट दुखायला लागले, की ॲपेंडिक्सचा आजार नाही ना, ही भीती सामान्यजनांच्या मनात प्रथम येते. कारण ॲपेंडिक्सचे निदान झाल्यावर त्याची शस्त्रक्रिया करून ते काढल्याशिवाय त्याचा उपचार पूर्ण होत नाही हे आहेच; त्याचबरोबर पूर्वीच्या काळी ते अवघड दुखणे होते. सुदैवाने उत्तम औषधे, सुटसुटीत भूल व शस्त्रक्रिया यांमुळे ते पूर्वीइतके कष्टकारक राहिलेले नाही.

शेपूट असते गळून पडण्यासाठी

एखाद्या अवयवाचा दाह/सूज दर्शवायची असेल तर त्या अवयवाच्या इंग्रजी नावानंतर 'इटिस' (Itis)चं शेपूट जोडतात, की झाले त्या अवयवाच्या रोगाचे नाव. जसे, टॉन्सिलायटिस (Tonsilitis) म्हणजे टॉन्सिलचा दाह, नेफ्रायटिस (Nephritis) म्हणजे किडनीची सूज, तसेच ॲपेंडिसायटिस (Appendicitis) म्हणजे ॲपेंडिक्सची सूज.

ॲपेंडिक्सला मराठीत 'आंत्रपुच्छ' म्हणजे मोठ्या आतड्याला चिकटलेले शेपूट अशी संज्ञा आहे. ॲपेंडिक्स या खऱ्या अर्थाने शेपूट असलेल्या शब्दामागे ITISचे शेपूट लावले की, तो शब्द त्याचा दाह किंवा सूज दर्शवतो. हे करंगळीइतपत जाड असून ३ ते ५ इंच लांब असते. सशासारख्या प्राण्यात मात्र ते पचनाच्या कामात मदत करते. मानवी उत्क्रांतीमध्ये जसे शेपटीला काम न राहिल्यामुळे शेपूट गळून पडले, तसेच या आंत्रपुच्छालाही मानवी शरीरात काहीही काम नसल्यामुळे भावी उत्क्रांतीत ते हळूहळू नामशेष झाले तरी आश्चर्य वाटणार नाही. खाण्यापिण्यातील बदल, बद्धकोष्ठ, जंत इत्यादी कारणाने ॲपेंडिक्सचा आजार येऊ शकतो. ॲपेंडिक्सचे तोंड बंद झाल्यामुळे ते सुजते, लाल होते व पुढे फुटूही शकते. हे पोटात घडत असताना रुग्णाला मळमळ, वांत्या, ताप व पोटदुखी अगदी कमी प्रमाणापासून ते 'जन्मदात्रीचा धावा' करायला लावेपर्यंत तीव्र स्वरूपाची असू शकते. पोटदुखीची सुरुवात बेंबीभोवती होऊन नंतर ती पोटाच्या उजव्या व खालच्या बाजूला पसरते. त्या भागात पोटास कडकपणा येतो. या वेळी क्वचित एखादा जुलाब होतो. पण

जास्त करून बद्धकोष्ठताच आढळते. जर अशा वेळी योग्य उपचार झाले नाहीत तर दुर्लक्षित ॲपेंडिक्स फुटून सर्व पोटात पसरून पेरिटोनायटिससारखी गंभीर अवस्था होऊ शकते.

मुतखड्याची जागा ही तीच

पोटात उजव्या व खालच्या बाजूस तीव्रतेने दुखण्याचे दुसरे सर्वसामान्य कारण म्हणजे मुतखडा होय. या विकारात वेदनेबरोबरच लघवीची जळजळ, लालसर व कमी लघवी होणे इत्यादी लक्षणे असू शकतात. लघवीची तपासणी व रक्तातील पांढऱ्या पेशींची संख्या यावरून त्याची शंका फेडता येते.

चार गोष्टी न करण्याच्या

पोटदुखी मग ती ॲपेंडिक्समुळे अथवा इतर कोणत्याही कारणाने असो त्यामध्ये खालील गोष्टी करू नयेत.

१) पोट चोळू नये. कोणी आजीबाई 'नळ भरले असतील' (म्हणजे काय ते आम्हालाही माहिती नाही) या नावाखाली पोटाला मालीश करतात. याने पोटातील रोग पसरण्याची शक्यता असते. त्यामुळे मालीश अजिबात करू नये.

२) कुठलेही जुलाबावरचे औषध घेऊ नये. त्यामुळे आतड्याची हालचाल वाढून ॲपेंडिक्स फुटण्याची शक्यता असते. ज्या वेळी पोटदुखी बद्धकोष्ठतेमुळे असल्याचा संशय असतो व तापही नसतो त्या वेळी ग्लिसरीनची सपोझिटरी ही एक गोळी वापरली तरी चालेल, पण जुलाबाचे औषध पोटातून नक्कीच टाळावे. ग्लिसरीन सपोझिटरी गुदद्वारामार्गे देण्याने तेथील मळ मऊ, सुटा होऊन शौच व वात खाली सरतो.

३) तोंडाने काहीही खायला देऊ नये. त्यामुळे आतड्याला पूर्ण विश्रांती मिळते. घोटघोट पाणी, लिंबू सरबत पिण्यास द्यायला हरकत नाही. जिभेला कोरड पडत असल्यास बर्फ चघळावा अथवा पाण्याच्या गुळण्या वरचेवर कराव्यात.

४) जास्त हालचाल करू नये. यामुळे शरीराबरोबरच ॲपेंडिक्सलाही विश्रांती मिळते. रुग्णास सुखकर वाटेल त्या अवस्थेत पडून राहावे. ॲपेंडिक्सच्या पोटदुखीत 'फाउलर पोझिशन'मध्ये बरे वाटते. पाठीस तक्क्याचा टेकू देऊन तिरके बसवावे. तसेच गुडघ्यांच्या खाली लोड घेऊन गुडघे वाकवून पोटाजवळ ठेवावेत. या स्थितीने दुखणे कमी होतेच. शिवाय ॲपेंडिक्सचे दुखणे सगळीकडे पसरत नाही.

५) पोटास गरम शेक देऊ नये. याबाबत मतभेद आहेत, पण ॲपेंडिक्सच्या दुखण्यात बर्फाच्या गार शेकाने आतड्याची हालचाल कमी होऊन दुःख कमी होते, तर मुतखड्याच्या वेदना मात्र गरम शेकाने कमी होतात.

डॉक्टरी तपासणी हीच खरी महत्त्वाची टेस्ट.

वरील न करण्याच्या गोष्टी लक्षात ठेवून रुग्णास डॉक्टरकडे नेण्याची अथवा डॉक्टरला रुग्णाकडे आणायची व्यवस्था करावी. ॲपेंडिक्ससाठी डॉक्टरांनी केलेली तपासणी हीच महत्त्वाची 'टेस्ट' आहे. रोग्याच्या अगदी सुरुवातीच्या काळात केलेली तपासणी व झटपट निदान यांमुळे ॲपेंडिक्सवर चांगल्या प्रकारे उपचार होऊ शकतात. कारण यामध्ये १०० टक्के निदान करणारी दुसरी कोणतीच टेस्ट नाही. रक्त, एक्स रे, सोनोग्राफी फारशा उपयोगीही पडत नाहीत. वेदनाशामक औषधांचा वापर डॉक्टरी सल्ल्यानुसार करता येतो. ॲपेंडिक्सची शस्त्रक्रिया करायची ठरली, तरी ती आता बरीच सुटसुटीत झाली आहे. एक ते दीड तासात शस्त्रक्रिया होऊन रुग्ण ८-१० दिवसांत पूर्ण बरा होतो. काही वेळा ॲपेंडिक्सभोवती गाठ तयार होते. अशा वेळी रुग्णास जंतुघ्न औषधे व सलाइनवर काही दिवस ठेवून ३-४ आठवड्यांनंतर शस्त्रक्रिया ठरवली जाते.

वळा खेड्याकडे परत

ॲपेंडिक्सचा आजार होऊच नये यासाठी काय? याचे उत्तर अवघड आहे. याला समाजाच्या शहरीकरणाचा रोग म्हणता येईल. शहरीकरणाबरोबर याचे प्रमाण वाढते आहे. आहारात तंतुमय पदार्थांचा वापर वाढवणे फायदेशीर ठरते. कोशिंबीर, कोंडायुक्त पीठ, कमी सडीचा तांदूळ यांचा वापर करावा. फळांचा ज्यूस न घेता फळ चावून खाणे अधिक चांगले.

☺☺

शेवटी थोडी गंमत. एका डॉक्टरला एका माणसाचा फोन येतो की, "डॉक्टर बायकोला ॲपेंडिक्सचा फार त्रास होतो आहे." त्यावर डॉक्टर म्हणतात, "असे शक्यच नाही, कारण तुझ्या बायकोचे ॲपेंडिक्स तर काढलेले आहे व एका व्यक्तीस दुसरे ॲपेंडिक्स नसते." त्यावर तो माणूस म्हणतो, "पण डॉक्टर, एका व्यक्तीस दुसरी बायको तर असू शकते ना!"

☺☺

◆

१३. संधिवात (ARTHRITIS)

संधिवात हा केवळ एकच रोग नसून अनेक प्रकारच्या सांधे दुखण्याच्या रोगांचे एक सामूहिक नाव आहे. अर्थ्र म्हणजे सांधा व आयटिस म्हणजे दाह. म्हणूनच अर्थ्रायटिस म्हणजे सांध्याचा दाह. या समूहात ८० ते १०० वेगवेगळ्या प्रकारचे संधिवात येतात. रुमाटॉइड, ऑस्टिओअर्थ्रायटिस, गाउट, स्पॉन्डिलायटिस हे त्यांपैकी प्रमुख प्रकार आहेत.

छोट्या सांध्यांचा मोठा त्रास

रुमाटॉइड संधिवात हा विशेषकरून स्त्रियांमध्ये त्यांच्या तरुणपणीच सुरू होतो. त्याची सुरुवात हातापायांच्या बोटांचे सांधे दुखण्याने होते. अंगठी घट्ट व्हायला लागते. कपडे पिळताना दुखते, नळ बंद करताना त्रास होतो. अशा प्रकारच्या छोट्या सांध्याच्या तक्रारी असतात. मग हळूहळू मोठ्या सांध्यांनाही त्रास होतो. सूज, लाली व वेदना ही लक्षणे सांध्यात दिसतात. त्याबरोबरच बारीक ताप, थकवा, दम लागणे, भूक कमी होणे अशी सर्व शरीरभरची (सार्वदेहिक) लक्षणेही दिसतात. या रुमाटॉइड संधिवातात चढ-उतारांच्या अवस्था असतात. औषध घेऊन अथवा काही वेळा न घेताही १०-१२ टक्के लोकांत तो कायमचा नाहीसादेखील होतो. काही जणांत मात्र त्याचा जोर वाढतो, कमी होतो. असे वर्षानुवर्षे चालते. या संधिवातास एखाद्या अवखळ नदीची उपमा देता येईल. ज्याप्रमाणे अशी नदी आपला मार्ग बदलत राहते तसाच हा रोग केव्हा काय रूप घेईल हे सांगता येत नाही.

ओए ओए करायला लावतो O. A.

(डॉक्टर्स याचा O. A. असा उल्लेख करतात.)

ऑस्टिओअर्थ्रायटिस हा मात्र एखाद्या सांध्याची जास्त झीज झाल्यामुळे होतो. त्यामुळे हा उतारवयात जास्त आढळतो. झिजेचा संधिवात हा पन्नाशीपुढील बहुतेकांना शरीरातील कुठल्या ना कुठल्या सांध्याला बाधित करतो. गुडघे, मणके या जास्त ताण पडणाऱ्या सांध्यात तो अधिक प्रमाणात होतो. यामध्ये वेदना हे प्रमुख लक्षण असते. त्या सांध्याची हालचाल झाल्यानंतर त्यांच्यात कडकपणा येतो व जास्त

करून विश्रांतीने बरे वाटते.

गाउट प्रकारचा संधिवात पुरुषात अधिक प्रमाणात आढळतो. वजन जास्त असणाऱ्यांत, मद्यपान करणाऱ्यांत याचे प्रमाण अधिक असते. बऱ्याच जणात हा आनुवंशिकही असतो. यामध्ये एखादा सांधा, विशेषकरून अंगठा सुजतो, ठणकतो व लाल होतो. ८-१० दिवसांत सर्व लक्षणे कमी होतात, पण असे ॲटॅक वरचेवर येऊ शकतात.

वात आणतो संधिवात

रुमाटॉइड व ऑस्टिओअर्थ्रायटिस या दोन्ही संधिवाताचे नक्की कारण, लक्षण संबंध प्रस्थापित झालेले नसल्यामुळे त्याला आहारविहारातील पथ्यापथ्ये नक्की सांगता येत नाहीत. अनेक रुग्णांच्या अनुभवातून थंड पदार्थ, थंड वारा, तेलकट-तुपकट पदार्थ, आंबट फळे, अंडी यांचे सेवन केल्यास त्याचा त्रास वाढतो असे वाटते. अशा वेळी त्या रुग्णांना त्या पदार्थाची ॲलर्जी (वावडे) आहे असे समजून त्या पदार्थांचा वापर टाळणे हितावह ठरते. पण या बाबतीत एक नियम म्हणून काही सांगणे अवघड आहे. संधिवाताच्या रुग्णाने त्याला निषिद्ध गोष्टींची यादी बनवून त्यापासून दूर राहणेच उत्तम. लठ्ठपणा (स्थौल्य) असल्यास वजन कमी करावे. गाउट असलेल्या रुग्णाने मद्य, कलेजी, भेजा, गुर्दा, पापडी हे पदार्थ आहारातून वर्ज्य करावे.

आखडूपणा सोडा

निरनिराळे व्यायामप्रकार करून सांध्यांच्या सगळ्या हालचाली पूर्णत्वाने करून सांधे फिरवणे हे महत्त्वाचे ठरते. असे कायमस्वरूपी व दिवसातूनही वरचेवर करावे. गरम शेकानंतर व्यायाम आणखी साहाय्य करतात. मात्र व्यायामाचा अतिरेकही नको. विश्रांतीही घ्या.

तब्येत नरम, शेक करा गरम

गरम पाण्याचा शॉवर, अंघोळ, विशेषत: सकाळी उठल्या उठल्या घेतल्यास सांधे मोकळे होतात. अंघोळ केवळ सकाळीच न करता संध्याकाळीही करणे फायदेशीर ठरते. आखडलेला सांधा सोसवेल इतक्या गरम पाण्यात जरा वेळ बुडवल्यासही लवकर बरे वाटते. औषधे डॉक्टरी सल्ल्यानुसार अनेक दिवस नव्हे अनेक वर्षेदेखील घ्यावी लागतात.

घट असूनही फायदा

खुबा, गुडघा, घोटा या शरीराला तोलणाऱ्या सांध्यांसाठी वाढलेले वजन त्रासदायक असते. जेवढे वजन अधिक तेवढे त्या सांध्याला काम अधिक. (वजन कमी करणाऱ्या युक्त्यांसाठी पाहा स्थौल्यावरील लेख पान नंबर ३०२)

तेच ते अन् तेच ते

एकाच जागी एकाच स्थितीत जास्त वेळ बसल्याने, उदा. कॉम्प्यूटर टेबल, खुर्चीवर लिखाण, एकाच जागी बसून टीव्ही पाहणे यांमुळे सांधे एकाच स्थितीत राहून त्यावर ताण येतो. टीव्ही बघताना प्रोग्राममध्ये कमर्शिअल्स आल्या की, उठून हिंडून-फिरून सांधे मोकळे करून पुन्हा बसावे. व्हिटामिन सी (क जीवनसत्त्व) सांध्यातील कुर्च्यांची झीज कमी करतो. त्याचा वापर करावा.

सर्व सांधे जमतील तेवढे, जमतील तेवढ्या वेळा, त्यांच्याभोवती होतील तेवढ्या हालचालीत फिरवत ठेवणे हे महत्त्वाचे तत्त्व आहे. यामुळे सांधा मोकळा तर राहतोच, त्याचबरोबर त्याच्या भोवतालचे स्नायू बळकट होऊन त्या सांध्यास चांगला आधार देतात. ज्याप्रमाणे चांगले स्पोर्ट्स शूज घोट्यास बाहेरून आधार देऊन त्या सांध्याची शक्ती वाढवतात. त्याचप्रमाणे व्यायामाने बळकट झालेले सांध्याभोवतालचे स्नायू त्या सांध्यास स्थैर्य देतात. सांधा सुजलेला असताना मात्र सहजशक्य असलेलाच व्यायाम करावा. त्यावर दुखेपर्यंत ताण देऊ नये. यासाठी योग वा आयसोमेट्रिक ताण फायदेशीर ठरतो. यामध्ये सांध्यांच्या हळूहळू ताण वाढवणाऱ्या हालचाली सांधा मोकळा ठेवतात.

ऑस्टिओअर्थ्रायटिसच्या वृद्ध रुग्णास त्याच्या वाढदिवशी वॉकिंग स्टीकची भेट द्यावी. संधिवाताच्या काही प्रकारात उपचार दीर्घकालीन असल्यामुळे रुग्णाचा सहयोग महत्त्वाचा असतो. त्यासाठी रुग्णाला संधिवातासंबंधी 'असे' लेख वाचायला द्यावेत अथवा त्यासंबंधीची अधिक माहिती रुग्णाने करून घ्यावी. त्याच्या उपचारातील औषधे तीव्र स्वरूपाचे दुष्परिणाम करू शकतात. अशा वेळी 'भीक नको पण कुत्रा आवर'ची आठवण होते. डॉक्टरांनी दिलेल्या औषधांनी पोटदुखी व अन्य काही त्रास झाल्यास त्यांचा ताबडतोब सल्ला घेऊन दुसऱ्या काही औषधांचा इलाज करावा लागतो.

☺☺

शेवटी थोडी गंमत. एक संधिवाताचा रुग्ण डॉक्टरांकडे जातो व म्हणतो, "डॉक्टर, मला खाली वाकून हात गुडघ्याच्या खाली नेऊन परत कमरेपर्यंत वर आणायला त्रास होतोय." त्यावर डॉक्टर म्हणतात, "अरे, असा त्रास होतो तर ती हालचाल करू नकोस." त्यावर रुग्ण उत्तरतो, "डॉक्टर; पण मला पँट तर घालायलाच हवी ना?"

☺☺

◆

१४. जलोदर (ASCITES)

पोटाच्या आतील बाजूस सर्व अवयवांना गुंडाळणारे असे एक पातळ दुपदरी आवरण असते. या आवरणामुळे अवयवांना 'बफर'सारखे संरक्षण तर मिळतेच शिवाय पचन होत असताना आतड्याची हालचालही व्यवस्थित होते. या दुपदरी आवरणास बुळबुळीतपणा आणण्याइतपत द्रवपदार्थ त्यामध्ये असतो. पण काही आजारांमध्ये या पाण्याचे प्रमाण वाढत राहिल्यास त्याला 'जलोदर' झाला असे म्हणतात.

यकृताचे विकार, हृदयाचे पंपाचे काम बिघडल्यामुळे शरीरात पाणी साठणे, कुपोषण, किडनीचे आजार, दुपदरी आवरणाचा क्षय, कर्करोगासारखे आजार इत्यादी कारणांनी जलोदर होतो. वजन वाढत जाणे, पोटाचा घेर सुटणे, आडवे पडल्यानंतर श्वासास अडथळा होणे, पायावर सूज येणे इत्यादी लक्षणे आढळतात.

'सॅलरी' कमी करा

वरील लक्षणांचा संशय आल्यास डॉक्टरांकडे जाण्यापूर्वी रुग्णाचे वजन, तापमान, पोटाचा घेर यांची नोंद ठेवावी. यकृतामधील विकारामुळे जलोदर असण्याचे प्रमाण जास्त आहे. यकृत व मद्य यांचा छत्तीसचा आकडा असतो. म्हणून मद्यपान निषिद्ध असावे. खाण्यात मिठाचे प्रमाण कमी ठेवावे.

आपल्याला रोज सुमारे दोन चमचे मिठाची आवश्यकता असते. त्याची गरज आहारातील पदार्थांनी सहज भागवली जाते. मात्र आपल्या खाण्यापिण्याच्या सवयींमुळे आपल्या आहारात ६ ते ८ चमचे मीठ जाते. लोणची, पापड, चटण्या, पाव, बिस्किटे, खारवलेले दाणे हे पदार्थ कमी करावेत.

मीठ हे आहारातील अविभाज्य अंग आहे. फार पूर्वी मिठाचा खडा हे पैशाऐवजी विनिमयाचे साधन म्हणून वापरले जाई. (Salary म्हणजे पगार हा शब्द Salaria म्हणजे मीठ या शब्दावरूनच आलेला आहे.) जलोदर वा अंगावर कुठेही सूज आलेल्या व्यक्तीने मीठ कमीच खावे. पिण्याच्या पाण्याचे प्रमाणही कमी करावे.

☺☺

शेवटी थोडी गंमत. एका डॉक्टरांना स्वत:च्या कर्तृत्वाबाबत फारच विश्वास असतो. त्यांचा एक पेशंट वारल्यानंतर त्याच्या डेथ सर्टिफिकेटवरील 'मृत्यूचे कारण' ह्या रकान्यात खुशाल ते स्वत:चे नाव लिहून टाकतात.

☺☺

◆

१५. दमा (ASTHMA)

आपल्या छातीवर १०० किलो तांदळाची गोणी ठेवून श्वासोच्छ्वास करताना कसे वाटेल? बरोबर तशीच किंवा त्याहूनही वाईट अवस्था दमा लागलेल्या माणसाची होत असते. अर्थात दम्याच्याही निरनिराळ्या अवस्था असतात. काही जणांना किरकोळ खोकला, चढावर दम लागणे इतकेच त्रास होतात. काहींना मात्र आडवेदेखील पडता येत नाही. बसूनच श्वास घेता येतो. बसूनदेखील घुसमट होते व सुरुवातीस सांगितल्याप्रमाणे छातीवर मोठे दडपण ठेवल्यासारखे वाटते. पेशंटला स्वत:लाच काय, पण आजूबाजूच्या लोकांनाही बांबूच्या वनातून शीळ घातल्यासारखा कुईकुई असा आवाज येतो. या वेळी जर आपण छातीच्या आतमध्ये डोकावून पाहू शकलो तर काय दिसेल? फुप्फुसातील सर्व श्वासनलिका आकुंचित झालेल्या दिसतील. त्या नलिकांच्या आतील स्तर सुजतो व चिकट स्राव आत जमा होतो. त्यामुळे तर श्वासनळ्या आणखीनच बारीक होतात.

वयाच्या चाळिशीच्या आत सुरू होणारा दमा सहसा ॲलर्जीमुळे असतो. अर्थात सुमारे ५० टक्के जणांत त्यानंतरही तो ॲलर्जीमुळे होऊ शकतो, पण त्याबरोबरच तो फुप्फुसाच्या इतर विकारांनीही होऊ शकतो. सुमारे २ ते ३ टक्के लोकांना दम्याचा त्रास असतो. लहान मुलांमध्ये त्याचे प्रमाण अधिक आढळते. पण पुढे मूल जसे मोठे होते तसे त्यांपैकी काही जणांचा त्रास बराच कमी होतो. काही जणांना लहानपणी काहीही त्रास नसतो, पण मोठेपणी दमा व श्वास उद्‌भवू शकतो. (आमचे एक मित्र गमतीने म्हणतात, अनेक मराठी लेखकांना 'दमा' असेल, पण मिरासदारांच्या 'द.मा.'चा उल्लेख आवर्जून केला जातो.)

मूळ स्वभाव

आनुवंशिक दमा असणाऱ्यांमध्ये त्यांच्या जवळच्या नातेवाइकांना दमा, सर्दी, इसब, ॲलर्जी प्रवृत्ती असल्याचा इतिहास मिळतो. धूर, धूळ, परागकण, विशिष्ट गंध, ढगाळ हवा, प्राण्यांच्या अंगावरची लव या गोष्टींमुळे श्वास लागतो. एवढेच काय मानसिक ताण, व्यायाम यानेही दम्याचा ॲटॅक येऊ शकतो.

उपचार जरा 'दमा'नेच घ्या.

अस्थमा, दमा, श्वास इत्यादी नावांना म्हणजेच लावलेल्या लेबलांना घाबरू नका. निदान पक्के असेल, त्रास वरचेवर होत असेल तर योग्य आहारविहार व औषधांनी आपण त्यावर मात करू शकता. ज्या गोष्टींनी दम्याचा ॲटॅक येतो त्या शोधून त्यापासून दूर राहणे हे दम्याविरुद्धचे पहिले हत्यार आहे. आहारातील दही, केळे, भात, अंडी, मासे इत्यादी वा कुठल्याही पदार्थाची ॲलर्जी असू शकते. तसेच काही जणांना थंड, आंबट पदार्थांनी त्रास होतो तर काही जणांना ॲस्प्रो, ॲनासिनमधील ॲस्पिरिन, संधिवातावरील ब्रुफेन, वोव्हेरानसारख्या गोळ्यांपासून ॲलर्जी येऊ शकते. अशा लोकांनी या सर्व गोष्टी टाळाव्यात.

धुळीचे समास

धुळीमध्ये डस्टमाइट नावाचा सूक्ष्म किडा असतो. त्याच्यामुळे दम्याचा ॲटॅक येण्याचे प्रमाण जास्त असते. त्रास असणाऱ्यांनी जुने कपडे, चादरी झटकणे टाळावे. केर न काढता, लादी कपड्याने पुसून घ्यावी. नाहीतर व्हॅक्यूम क्लीनिंग चांगले. घरातील धुळीपासून बचाव एकवेळ करता येईल, पण रस्त्यावरील धुळीसाठी आपण काही करू शकत नाही. (एक जण आपल्या रस्त्यांचा उल्लेख विनोदाने 'समास सोडलेले' असा करतात. ज्याप्रमाणे दहावीच्या उत्तरपत्रिकेत कागदाच्या दोन्ही बाजूंस 'समास' असतो तसे रस्ते काँक्रीट करताना तो पूर्ण काँक्रीट न करता त्याच्या दोन्ही बाजूंस 'धुळीचे समास' सोडतात.) असा त्रास होणाऱ्यांनी प्लेगच्या साथीमध्ये सुप्रसिद्ध झालेले 'मास्क' नाका-तोंडावर लावून फिरल्यास फायदा होईल.

जर ॲलर्जिक म्हणजे कोणत्यातरी गोष्टीचे वावडे असल्यामुळे दमा असेल आणि विशिष्ट गोष्टींच्या संपर्कात आल्यानंतर त्रास होत असेल, तर त्या गोष्टीचा परिणाम त्याच गोष्टीचा वापर करून कमी करणे यासाठी डिसेन्सीटाइस थेरपीमध्ये त्या विशिष्ट गोष्टीचे चढत्या भाजणीमध्ये इंजेक्शन देऊन त्या गोष्टीची शरीराला सवय जडवणे म्हणजेच सात्मीकरण करता येते.

सुवासापासून करा दूर वास

काही जणांना अत्तरासारख्या सुवासाने वा पेट्रोल, डिझेलच्या वासानेही त्रास होतो. त्यांनी त्या वासाला आपल्यापासून दूर ठेवणे चांगले.

धूर टाळा

धूम्रपानासारख्या धुराचा त्रास ज्यांना होत असेल त्यांनी धूम्रपान करणाऱ्यांच्या आजूबाजूसही उभे राहू नका. त्याने धूम्रपान सहन करणे (पॅसिव्ह स्मोकिंग) टळेल. बंदिस्त जागेत धूम्रपान मनाईचा कायदाच हवा. जर कोणाला धूम्रपान करायचेच असेल तर (हे वाक्य कोणाला नरकात जायचेच असेल तर... या चालीवर वाचावे.) त्याने शहरापासून दूर मोकळ्या जागी जाऊन करावे.

श्वास नेहमी नाकाने घेऊन तोंडाने सोडावा. नाकातील हवा जाण्याचा मार्ग वेडावाकडा असल्याने हवा फुप्फुसापर्यंत जाईपर्यंतच गरम होते. थंडीच्या दिवसांत नाका-तोंडावर स्कार्फ बांधावा. रात्रीचे उशिराचे जेवण टाळा. झोपताना डोक्याकडील बाजू वर ठेवून झोपा.

श्वासोच्छ्वासाचा व्यायाम केल्यास फुप्फुसाच्या पूर्ण पोकळीचा वापर करून जास्तीत जास्त प्राणवायू रक्तात मिसळला जातो. हा व्यायाम ताठ बसून अथवा गुडघ्यात पाय वाकवून उताणे झोपूनही करता येतो. यासाठी एक उशी छातीच्या खालच्या व पोटाच्या वरच्या भागावर धरावी. प्रथम ओठ सैल सोडून ज्याप्रमाणे गाढ झोपलेल्या माणसाच्या तोंडातून हवा बाहेर पडते तशी हवा सोडा. नंतर हळूहळू नाकाने हवा आत ओढा. असे करताना छाती व पोट जणू एकच पोकळी आहे अशी कल्पना करून त्या पोकळीच्या तळाकडे म्हणजे पोटाकडे हवा खेचावी. या वेळी पोटास फुगवटा जाणवला पाहिजे. नंतर हळूहळू तोंडाने हवा सोडावी. ते करत असताना हातांनी उशी पोटावर दाबावी. त्यामुळे पोटाचे दोन भाग करणारा पडदा (द्विभाजक पटल) वरपर्यंत उचलला जातो. या व्यायामाने केवळ छातीनेच श्वसन न होता पोटानेही श्वसन करता येते.

बेभरवशाचे रामभरोसे

काही रामभरोसे उपचार पेपरमध्ये, भिंतीवर जाहिराती लावून गळ टाकून पेशंटरूपी मासे पकडतात. त्याच पेशंटला औषधी (?) मासा गिळायला लावून त्याबरोबरच शेकडो रुपयांची औषधे देऊन दम्यावरचे उपचार करत असतात. तसेच दर महिन्यास हॉटेलवर भेटीस बोलवणारे डॉक्टर, या वा अन्य कुठल्याही उपचाराने दमा 'बरा' झाल्याची माहिती नाही. मात्र जीवनपद्धती सुधारली, ज्या कारणांनी दमा होतो ती टाळली, तरी दमा नक्कीच 'आटोक्यात' राहू शकतो.

एवढे करूनही एखाद्याला दम्याचा त्रास होऊ लागला, तर त्याला मोकळ्या खोलीत न्यावे. सरळ ताठ बसवून किंवा उभे करून पोट फुगवून खोल श्वास घेण्याचा प्रयत्न करायला सांगावे. कपडे सैल करावेत. वरचेवर भरपूर पाणी प्यायला द्यावे. दर तासाला सुमारे १-२ कप पाणी द्यावे. पाणी कोमट असल्यास अधिक चांगले. त्यामुळे श्वासमार्ग रुंदावतो व चिकट स्राव पातळ होऊन खोकल्यातून बाहेर पडण्यास मदत होते. गरम पाण्याचा वाफाराही उपयोगी ठरतो. त्याच वेळी गरम पाण्याच्या पिशवीने छाती शेकावी. त्रास झाल्यावर घ्यायची डॉक्टरांनी दिलेली औषधे अ‍ॅटॅकच्या सुरुवातीच्या काळातच घेतली तर फायदा लवकर होतो. दम्यासाठी गोळ्या, पातळ औषधे व इंजेक्शने उपलब्ध आहेतच, पण फवाऱ्याच्या स्वरूपातील औषधे वापरणे जास्त चांगले.

☺☺

शेवटी थोडी गंमत. डॉक्टर गणपतरावांना म्हणतात, "हे काय? तुम्ही बिलापोटी दिलेला चेक परत आलाय." त्यावर गणपतराव म्हणतात, "त्यात एवढे काय? माझा दमाही परत आलाच आहे."

☺☺

◆

१६. चिखल्या (ATHLET'S FOOT)

सतत मोरीत काम करणाऱ्या माणसाच्या पायाच्या बेचक्यात पाण्याने काय होईल? तसेच २६ मैलांची मॅरेथॉन शर्यत धावून आलेल्या ॲथेलेटच्या पायाच्या बेचक्यांमध्ये घामाने काय होईल? चिखल्या या नावावरून पाण्याशी अतिसंपर्क आल्यामुळे पिचपिचीत झालेली जखम डोळ्यासमोर येते ना? बरोबर तसेच या रोगात होते. पायाच्या बोटांच्या बेचक्यामध्ये सततच्या ओलेपणामुळे बुरशीचा प्रादुर्भाव होतो. तेथील त्वचा फुगून भेगा पडतात व घाण वास येऊ लागतो. पुढे जखम ओली होऊन सर्व पायालाही सूज येऊ शकते. तीव्र वेदना व थंडी वाजून ताप येणे अशी लक्षणेही दिसू लागतात. यालाच बेचक्याचा 'रिंगवर्म' अशीही संज्ञा आहे.

ज्याप्रमाणे टेनिस एल्बो हे दुखणे टेनिस न खेळलेल्या व्यक्तीस होऊ शकते तद्वतच 'ॲथलेट्स फूट' या नावात असणाऱ्या ॲथलेटिक्स वा मैदानी खेळांशी दुरान्वयाने संबंध नसणाऱ्या व्यक्तीलाही हा आजार होऊ शकतो.

जलतरण तलाव, धुणी-भांडी करणाऱ्या, मोऱ्या व सार्वजनिक हमामखाने, हेल्थ क्लबमधील शॉवर, सतत बूट वापरणाऱ्या लोकांना असा बुरशीचा त्रास होऊ शकतो. बुरशीने पोखरलेल्या कातडीवर जंतू हल्ला करून त्या ठिकाणी पू निर्माण करतात.

घामट लोक राहतात दमट

'... है जहाँ तंदुरुस्ती है वहाँ'च्या चालीवर दमटपणा जिथे जिथे, बुरशी तिथे तिथे हा नियम समजावा. पावसाळ्यातील दमट हवेमुळेही वस्तूंवर बुरशी (फंगस) जमते हे सर्वांना माहीत आहेच. म्हणूनच बुरशीविरोधी उपचारात कोरडेपणा महत्त्वाचा असतो. अंघोळीनंतर, पाण्यात काम केल्यानंतर सर्व अंग पूर्ण कोरडे करावे. विशेषत: हातापायांचे बेचके, खाका, जांघा, कानाच्या मागे, पाठ हे सर्वच भाग आठवणीने कोरडे करावेत. कारण बुरशी केवळ बेचक्यातच नाही तर कुठेही प्रादुर्भाव करू शकते.

पायाला बरा तर बुरशीला बुरा

मीठ-पाण्याचा शेक

दोन चमचे मीठ अर्धा लीटर गरम पाण्यात (सहन होईल इतपत) टाकून त्यात पाय बुडवावेत. साधारणपणे दहा मिनिटे म्हणजे पाणी गार होईपर्यंत असे करावे व वरचेवर करत राहावे. असा शेक पायाला बरा वाटतो. पण बुरशीच्या वाढीला मात्र बुरा ठरतो. या शेकाने आणखीन फायदा होतो. तो म्हणजे बुरशीविरुद्ध लावलेले मलम त्या मऊसर त्वचेत अधिक चांगल्या प्रकारे भिनते. शेकानंतर टिपून त्वचा कोरडी करण्याचे मात्र विसरू नका.

ज्या भागात बुरशीसंसर्ग झाला आहे तो भाग कोरडा करण्यासाठी वेगळा टॉवेल वापरावा. पायात बुटाऐवजी चप्पल, सँडल्स वापरल्याने हवा खेळती राहून तेथे कोरडेपणा राहील. वापरलेले घामट बूट कोरडे होण्यासाठी उघड्यावर ठेवावेत. मोजे सुती वापरावेत. त्याने घाम शोषला जातो. घाम येणाऱ्या भागात कुठलीही फेस/टाल्कम पावडर वापरावी. चिखल्यांमध्ये बुरशीचा प्रादुर्भाव झाल्यामुळे त्या हळुवार झालेल्या भागावर जंतूही हल्ला करून तिथे पू निर्माण करतात. त्यामुळे डॉक्टर त्याजागी लावण्यासाठी अँटिफंगल व अँटिबायोटिक मलम देतील. मलम कमीत कमी ३-४ आठवडे तरी लावत राहावे. जरूर पडल्यास पोटातूनही गोळ्या दिल्या जातात.

☺☺

शेवटी थोडी गंमत. एक मित्र डॉक्टरांना विचारतो, ''का रे पेशंटचा इतिहास विचारताना काल कुठे जेवलात, काय जेवलात हे तू नेहमी का विचारतोस?'' त्यावर डॉक्टर म्हणतात, ''त्याच्या जेवणाच्या श्रीमंतीवरून मी माझी बिल आकारणी करत असतो.''

☺☺

◆

१७. कंबरदुखी (BACKACHE)

रिकामा गॅस सिलिंडर भरलेला आहे, असे समजून उचलताना किंवा बरोबर त्याच्या उलट स्थिती असताना, साधी बुटाची नाडी खाली वाकून बांधताना, फर्निचर लोटताना, एवढेच कशाला एकाच अवस्थेत बऱ्याच वेळ बसल्यानंतर झालेल्या कंबरदुखीचा अनुभव कोणाला नाही? मणके व त्याच्या बाजूस असलेल्या स्नायूंना इजा झाल्यास कंबरदुखी, पाठदुखी होतेच. पण त्याबरोबरच पोटातील अवयवांमध्ये काही दोष झाल्यासही, त्याच्या वेदना कमरेकडे येऊ शकतात. उदा. किडनीत मुतखडा झाल्यास, त्याच्या वेदना कंबरदुखीसारख्या होऊ शकतात. या लेखात मुख्यत्वे स्नायू व मणक्यांमुळे होणाऱ्या कंबरदुखीचाच आढावा घेतला आहे.

रचना रक्षणासाठी

मणक्यांच्या रचनेमुळे मज्जासंस्थेच्या शेवटी असलेल्या स्पायनल कॉर्ड या अवयवास संरक्षण मिळते. या मणक्यांमध्ये हिसक्यापासून संरक्षण मिळण्यासाठी कुर्च्यांची गादीसारखी योजना असते. या कुर्च्यांना 'डिस्क' असे म्हणतात. या डिस्क, शरीराचे शॉक ॲबसॉर्बरच असतात.

मणक्यांची साखळी योग्य स्थितीत ठेवायचे काम केवळ पाठीचेच स्नायू नाही, तर पोटाचे स्नायूही करत असतात. जर या सर्व स्नायूंना योग्य व्यायाम नसेल, तर ते ढिले होतात व त्यांची लवचीकता कमी होते. सुरुवातीस सांगितलेल्या कारणांपैकी काही झाले, तरी त्या झटक्याने ते स्नायू ताणले जातात. स्नायू ताणले जाणे हे एक संरक्षक हत्यार आहे. त्यामुळे त्या स्नायूंचे आतील अवयवास संरक्षण मिळते. पण स्नायू दीर्घ काळपर्यंत ताणात राहिल्यास तेथे वेदना निर्माण होतात.

डिस्कबद्दल डिस्कशन अर्थात कुर्चेबद्दल चर्चा

वाढत्या वयानुसार कुर्चेकडे होणारा रक्तपुरवठा कमी होत असतो. त्यामुळे अशा कुर्चेस जर काही इजा झाली, तर ती लवकर भरून येत नाही. कुर्चेवर दाब पडून ती लोंबणे, यालाच 'स्लिप डिस्क' अथवा 'डिस्कचे दुखणे' म्हणतात. अशा डिस्कचा वा झिजलेल्या मणक्याचा दाब 'सायटिका' नसेवर येऊन तिच्यात दाह

निर्माण होऊ शकतो. यालाच 'सायटिका' म्हणतात. या सायटिकेत केवळ कंबरदुखीच नसते, तर त्याबरोबर सायटिक नसेच्या मार्गाने मांड्या, पोटऱ्या ते थेट तळपायापर्यंत चमका निघतात. बऱ्याच काळापासून कंबरदुखी असल्यास पाठीस पोक काढून बसणे, मानसिक ताण, हाडातील कॅल्शियम कमी होणे, खूप लठ्ठपणा, मणक्याचा कर्करोग वा दाह अशी इतर कारणे असू शकतात.

उपचार

काही वेळा अचानक कंबरदुखी उपटते आणि दुखणे खूपच त्रास देते. अशा वेळी ॲस्पिरिनसारख्या वेदनाशामक १-२ गोळ्या भरपूर पाण्याबरोबर काहीतरी खाऊन घ्यावात. वेदना चालूच राहिल्यास, त्या गोळ्या दर ६-६ तासांनी, १-२ दिवसांपर्यंत घेण्यास हरकत नाही. (ज्यांना ॲस्पिरिन चालत नसेल त्यांनी त्याऐवजी पॅरासिटामॉलच्या गोळ्यांचा वापर करावा.) ताठ, कडक व पातळ गादीवर विश्रांती घ्यावी. मणक्यांना जास्तीत जास्त विश्रांती मिळावी यासाठी झोपण्याच्या दोन स्थिती सुचवतो. यांपैकी जसे सोपे वाटेल, तसे झोपावे. एक म्हणजे उताणे झोपून डोक्याखाली पातळ उशी घ्यावी व दुसरी लोडासारखी उशी गुडघ्याखाली (तळपायाखाली नव्हे) घ्यावी. अशा प्रकारे झोपण्यामुळे गुडघे अगदी सरळ न राहता, थोडेसे दुमडलेले राहून मणक्यावरील ताण कमी होतो. दुसरी अवस्था म्हणजे, गर्भ जसा शरीराची वळकटी केलेल्या अवस्थेत आईच्या पोटात असतो, तशी होय. त्यासाठी डाव्या अथवा उजव्या कुशीवर झोपून, गुडघे व खुबे दुमडून, पाय छातीपर्यंत वर घ्यावे. दोन्ही गुडघ्यांच्या मध्ये एक उशी ठेवावी. उठायच्या वेळी लोळत कॉटच्या कडेपर्यंत येऊन दोन्ही हातांवर भार देऊन उठावे.

उताणे झोपताना गुडघ्याखाली उशी घ्यावी.

कमरेच्या दुखऱ्या भागावर सुरुवातीच्या २४ तासांत बर्फाचा शेक द्यावा. त्यामुळे तेथील रक्तवाहिन्या आकुंचित पावतात व तेथे सूज येत नाही. २४ तासांनंतरही वेदना असतील, तर त्यानंतर मात्र गरम पाण्याने तेथे शेक द्यावा. त्यासाठी गरम पाण्याची रबरी थैली वा काचेची बाटली, गरम तवा, गरम पाण्यात बुडवलेला टर्किश टॉवेल वा आजकाल मिळणारी विद्युत् हीटिंग पॅड्स यांपैकी कशाचाही वापर केला तरी चालेल. उष्णतेमुळे त्या भागातील रक्तप्रवाह वाढतो व त्याजागी साठलेले विषारी पदार्थ, ज्यामुळे कंबर दुखते ते रक्तामार्फत चटदिशी तेथून हलवले जातात.

खयाल अपना अपना

जवळच्या माणसाने हलक्या हाताने, दुखऱ्या भागास मालीश करणे म्हणजे

दु:खावर फुंकर घालण्यासारखेच असते. मालीशने केवळ आखडलेला स्नायूच मोकळा होतो असे नाही, तर तेथील रक्तपुरवठाही वाढतो. शिवाय मालीशमधील स्पर्शातील आपलेपणाची जाणीवही रोग्याच्या मनास हिंमत व आराम देते. असे मालीश एका वेळी दहा मिनिटे करावे. यासाठी आयोडेक्स, टायगर बाम इत्यादी मलमांचा वापर केला तरी चालतो. एखादे विशिष्ट मलम अधिक फायदा करते असे नाही. जे एखादे मलम आवडते किंवा सहजी उपलब्ध आहे ते त्याने वापरावे. मलमापेक्षा प्रेमळ हात अधिक उपयोगी पडतो.

कंबरदुखीचा आजार वरील उपायांनी आटोक्यात येतो, पण तो पुन्हा उद्भवू नये यासाठी व ज्यांना जुनाट कंबरदुखी आहे त्यांनी पुढील काळजी घेतल्यास फायदा आहे.

पतली कमर हवी, मोठा कमरा नको

वजन जास्त असल्यास पोटाचा घेर वाढून पाठीला बाक येतो. त्यावर उपचार म्हणून नेमका ठरवलेला आहार व व्यायामाने वजन आटोक्यात आणा. म्हणजे कमरेचा 'कमरा' होऊ देऊ नका.

अमिताभचा 'शान' आणि अमिताभची 'शान'

ताठ उभे राहण्याची, चालण्याची व बसण्याची सवय करा. आपण ताठ व बरोबर उभे राहतो की नाही, हे तपासण्यासाठी एक साधी परीक्षा आहे. आरशासमोर आपण समोरून अनेक वेळा पाहतो; पण तसे उभे न राहता आपली 'बाजू' आरशासमोर येईल, असे उभे रहा. बांधकामात गवंडी सरळ रेषेसाठी ओळंबा धरतो. आरशात पाहताना असाच ओळंबा मनाने ठरवू या. त्याची सुरुवात कानामागून खाली करू. असा ओळंबा कानामागून, मान व पाठीला खेटून, पण गुडघ्याच्या पुढून, तळापर्यंत जातो का? तसे असेल, तर तुमची उभे राहण्याची सवय बरोबर आहे. तसे नसेल, तर तुमची उभे राहण्याची ढब चुकीची आहे असे समजा. त्यात सुधारणा होण्यासाठी छाती पुढे काढून, खांदे किंचित मागे व खाली झुकवून व कमरेचा बाक कमी करून उभे रहा. ही स्थिती उत्तम आहे. रात्री दूरदर्शनवर 'शान' सिनेमा पाहताना असे व्यक्तिमत्त्व डोळ्यासमोर आले, ते म्हणजे अमिताभ बच्चनचे. उभे राहताना, चालताना, बसताना, त्याचा आदर्श डोळ्यासमोर ठेवा. काही जणांना बराच वेळ खुर्चीवर बसणं भाग पडतं. अशा वेळी गुडघे खुब्यापेक्षा अर्धाएक इंच वर उचलावेत. यासाठी पायाखाली

आदर्श 'अमिताभ'चा

चौरंग उंचीएवढे स्टुल ठेवण्याने काम भागेल. अधूनमधून एक पाय दुसऱ्या पायावर ठेवत राहावे. १-२ तासाने उठून थोडे फिरून परत बसावे. उंच टाचांची पादत्राणे टाळा.

थुलथुलीत गाद्या व शरीर, दोन्ही नको

झोपण्यासाठी जास्त जाड, थुलथुलीत गाद्या नको. सपाट पातळ व ताठ गादी बिछान्यासाठी चांगली. मनुष्य झोपेतही तास दोन तासांनी कूस बदलत असतो. त्याने सर्व स्नायू पाळीपाळीने शिथिल होण्यास मदत होते. कधीही पालथे झोपू नये. उभे राहून जमिनीवरील वस्तू उचलताना कमरेत वाकणे टाळा. त्याऐवजी गुडघ्यात वाकून खालील वस्तू उचलावी. योग्य व्यायामाने पाठीच्या व पोटाच्या स्नायूंचा तोल वाढवल्यास कंबरदुखी होणार नाही. सायकल चालवणे, चालणे, पोहणे यांपैकी एक वा शक्य असल्यास तिन्ही व्यायाम करा.

पुढे 'पाठ', मागे सपाट

कुठल्याही आजारपणात बिछान्यात विश्रांती घ्यावी लागल्यास, ती कमीत कमी घ्यावी. कारण जास्त काळ बिछान्यात पडून राहण्याने मणक्यातील कॅल्शियम कमी होऊन मणके ठिसूळ होतात. आजकाल त्यामुळेच कुठल्याही ऑपरेशननंतर रुग्णास लवकर हालचाल करण्यास डॉक्टर प्रवृत्त करतात.

पाण्याने भरलेली बादली एकाच हातात नेण्यापेक्षा, निम्म्या भरलेल्या दोन बादल्या दोन्ही हातांत नेणे कमी त्रासदायक ठरते. पाठीवर लक्ष ठेवून पाठीचे व्यायाम करून ती 'सपाट' ठेवा. त्याचबरोबर पोटाचे व्यायाम करून तेही पाठीसारखेच सपाट ठेवा.

☺☺

शेवटी थोडी गंमत. एक डॉक्टर कमीत कमी वेळ बिछान्यात विश्रांती घ्यावी या विचाराचे पुरस्कर्ते असतात. एका रुग्णावर त्यांना शस्त्रक्रिया करायची असते. ते त्याला म्हणतात, "हे बघा, ऑपरेशन झाल्यानंतर चार तासांनी मी तुम्हाला चहा पिण्यास सांगेन. आठ तासांनी उभे करून चालायला लावेन. १६ तासांनी बागेत फिरायला सांगेन. २० तासांनी..."

त्यावर तो रुग्ण मध्येच म्हणतो, "पण डॉक्टर, माझ्यावर ऑपरेशन करतेवेळी तरी मला आडवे पडू देणार आहात की नाही?"

☺☺

◆

१८. श्वासाची दुर्गंधी (BAD BREATH)

तोंडाचा वास येण्याचे कारण सांगणारी 'सुरक्षा'चक्रवाली जाहिरात संपूर्ण सत्य सांगत नाही! दुर्गंधीचे कारण केवळ दाततच नसून, त्याभोवतालच्या हिरड्या, जीभ, नाक व त्याच्या बाजूची सायनसेस यांचे आजार, घसा व स्वरयंत्र यांचा दाह, जठरात अन्न थबकून ढेकराबरोबर येणारा वास, तंबाखू व धूम्रपानाचे व्यसन हीदेखील आहेत. लिव्हर व किडनीच्या विकारात रक्तात विषारी पदार्थ असल्यास तेही फुप्फुसामार्फत दुर्गंधी श्वास निर्माण करू शकतात. कांदा, मुळा यांचा वापर केल्याने ढेकराबरोबर त्याचा वास येतो. इंग्रजी म्हणीप्रमाणे An apple a day keeps Doctor away पण त्याचे विडंबन केल्यास An onion a day keeps everybody away हेही तितकेच खरे ठरते.

दक्षिणेचे वारे

'कचराकुंडीवरून येणारा वास दुर्गंधीयुक्त असणारच' हे वाक्य एका दंततज्ज्ञाचे आहे. जीभ, हिरड्या व दात यांच्यात दोष असल्यास या तिन्ही अवयवांवरून बाहेर पडणारा उच्छ्‌वास दुर्गंधयुक्त असणार यात आश्चर्य ते कोठले? जीभ रोजच्या रोज साफ न केल्यास तिच्यावर अन्नाचा राप बसतो. दंतक्षयाच्या पोकळीत अन्नपदार्थ राहिल्यास ते कुजून दोष निर्माण करतात. हिरड्या फुगीर व मऊ झाल्यास त्यांच्यात दाह निर्माण होतो.

केवळ दातच नाही, तर दंतपरिसरही स्वच्छ हवा

सकाळी उठल्याबरोबर व रात्री झोपण्यापूर्वी दात, हिरड्यांना ब्रश करणे आवश्यक आहे. दात घासताना ब्रशचे फटकारे हिरडीकडून दाताकडे करावे. दातांच्या आतील बाजूस ब्रश होणेही महत्त्वाचे आहे. आपण दाताची पेस्ट कोणती वापरता याला फारसे महत्त्व नाही. ब्रश मात्र वरचेवर बदलला पाहिजे. ब्रश दर २-३ महिन्यांनी बदलावा. स्वच्छ पाण्याच्या गुळण्या वरचेवर कराव्यात. गुळणी तोंडात सर्व बाजूंनी फिरवावी. म्हणजे कोपऱ्यात जमलेले अन्नकणही बाहेर पडतील. नुसत्या पाण्याऐवजी अर्धा चमचा खायचा सोडा एक कप पाण्यात टाकून त्याचा

वापर गुळण्या करण्यासाठी करता येतो. जीभ बोटांनी घासून वा प्लास्टिकच्या टंग क्लीनरने साफ करावी. सुरुवातीस जीभ साफ करताना उलटी होईलसे वाटते; पण हळूहळू त्याची सवय होते. एका दंततज्ज्ञाच्या मते लोक दात स्वच्छ ठेवतात, पण जीभ व हिरड्या यांच्या स्वच्छतेकडे पुरेसे लक्ष देत नाहीत. माउथ फ्रेशनर/ जर्मिसाइड गार्गल्स यांचा वापर म्हणजे केवळ वरवरची रंगरंगोटी आहे.

मनोलक्षणांकडे लक्ष ठेवा

वरील कारणांशिवाय श्वासमार्गाचे व पोटाचे रोग असल्यास त्यांचे उपचार केल्यास दुर्गंधी कमी होऊ शकेल. मात्र कित्येक वेळा श्वासाची दुर्गंधी केवळ त्या व्यक्तीला स्वत:लाच येत असते व इतरांना तसे वाटत नसते. म्हणजे आपल्या श्वासाला वाईट वास येत आहे, असा गैरसमज त्याने मनानेच करून घेतलेला असतो. असा त्रास होणे हे मानसिक रोगाचे लक्षण आहे.

☺☺

ब्रशचे फटकारे चित्रासारख्या दातांसाठी

‘शब्द शस्त्र आहे, सांभाळून वापरा’ असा दरडावणीचा इशारा देणारे वाक्य पुणेरी रिक्षांवर पाहायला मिळते! तोच उपदेश पुढील गमतीदार छोट्या गोष्टीत आहे. एक आजीबाई नेहमीच ‘चांगले’ बोलायच्या. त्यांची एक नात त्यांना विचारते, “आजी, तू नेहमीच चांगले कसे बोलू शकतेस?” त्यावर आजी म्हणते, “अगं, खालून वर येणारा शब्द प्रथम मी जिभेवर ठेवते. त्याची चव जर गोड लागली तरच त्याला मी बाहेर सोडते.”

☺☺

◆

१९. केस गळण्याची समस्या (BALDNESS)

सुमारे ६५ टक्के पुरुषांना (व १० ते १५ टक्के स्त्रियांना) कधी ना कधी झपाटणारी ही व्याधी आहे. वयानुसार व आनुवंशिकतेनुसार याचे प्रमाण कमी-जास्त असू शकते. प्रत्येक केसास त्याचे स्वत:चे असे 'जीवनमृत्यू चक्र' असते. एका केसास सुमारे ३ ते ५ वर्षांपर्यंत आयुष्य असते. त्यानंतर तो केस गळून पडतो. मात्र त्या केसांचे मूळ सुरक्षित राहून काही वर्षे विश्रांती अवस्थेत जाते. नंतर त्या मुळापासून परत केस उगवतो. केसांचे गळणे, उगवणे सतत चालू असते. डोक्यावरील केसांच्या मुळांपैकी ९० टक्के मुळे जागृत अवस्थेत, तर १० टक्के सुप्तावस्थेत असतात. त्याच्या उलट शरीराच्या इतर भागांवर १० टक्के केसांची मुळे जागृत, तर ९० टक्के सुप्त असतात. या फरकामुळे शरीरापेक्षा डोक्यावरचे केस जास्त प्रमाणात येतात. केसाची दर महिन्याला सुमारे १ ते ३ सेंटिमीटरपर्यंत वाढ होते. वयपरत्वे काही केसांची मुळे कायमची सुप्तावस्थेत गेल्यामुळे केस कमी होतात.

डोक्यावर आजोबांचा हात

तेल लावणे, न लावणे, टोपी वापरणे, बोडके फिरणे, शीर्षासन करणे, अतिविचार अशी केस जाण्याची कारणे सांगितली जातात, पण यांपैकी कुठलेच कारण खरे नसून त्याचे खरे कारण त्या माणसाच्या 'जीन्स'मध्ये (गुणसूत्रात) असते. म्हणजेच आनुवंशिकता हे केस जाण्याचे प्रमुख कारण आहे. नातवास आपल्या उतारवयात शीर्षस्थानी काय अवस्था असेल याची कल्पना करायची असेल, तर त्याने आपल्या आजोबांना डोळ्यासमोर आणावे.

कोंड्यासारखे कातडीचे रोग, टायफाइड, रक्तक्षय, केस गळतायत ही चिंता व इतर मानसिक ताण, कर्करोगविरोधी काही औषधे, कुपोषण इत्यादी कारणांमुळे केस गळण्याचे प्रमाण वाढू शकते. हार्मोन्सच्या प्रभावामुळेही केस गळू वा वाढू शकतात. स्त्री-अंत:स्रावी ग्रंथींच्या वाढीव स्रावामुळे केसांची मुळे उत्तेजित होतात. त्यामुळेच गर्भारपणात केस लांब व सुंदर होतात. पुरुष ग्रंथींच्या अधिक स्रावाने मात्र केस विरळ होतात. तोच प्रकार थायरॉइड ग्रंथींनीही होतो.

इट्स अ गॉन 'केस'

डॉक्टर्स एखाद्या असाध्य रुग्णाबाबत हताश झाल्यानंतर जे उद्गार काढतात तेच आनुवंशिकतेमुळे जाणाऱ्या केसांबद्दल म्हणता येईल. टक्कल पडण्याचे प्रमुख कारण आनुवंशिकता आहे व आपला जन्म आपुल्या हाती नाही. त्यामुळे टकलाकडे पाहण्याचा दृष्टिकोन बदलणे एवढेच आपल्या हाती आहे. 'जो जो जब जब होना है, सो सो तब तब होता है' अशी वृत्ती धारण केल्यास त्याचे दुःख वाटणार नाही.

तेले नुसता वास, बाकी बकवास

पुरुषांमध्ये केस गळल्यानंतर मागून पाहिल्यावर बऱ्याच जणांचा लुक अर्धचंद्र डोकी धारण केल्यासारखा दिसतो. सभेत सर्वांत मागे बसल्यास असे अनेक चंद्रधर आपल्यापुढे बसलेले दिसतात.

दर काही वर्षांनी केसांवरील हमखास उपायांच्या औषधाची 'क्रेझ' येत असते. सिलोन रेडिओवर लोमाटाइम सांगणाऱ्या लोमापासून किओकार्पिन, के फाइव्ह, माक्याचे तेल, व्हिडिओ चित्रपटात दिसणारे ब्राह्मी आवला तेल ते लेटेस्ट अनुप तेल यांच्या जाहिरातींनी आपला माल खपवला. आमच्या मते मात्र या तेलांपेक्षा तेल लावताना बोटांनी होणारे डोक्याचे मालीशच जास्त काम करते. केवळ बोटांनीही डोक्याची त्वचा हळुवार थोपटल्याने केसांची मुळे उत्तेजित होऊन केस वाढीस थोडीफार चालना मिळू शकते.

छोटीशी आशा

केसांना जास्त ताण देऊ नये. स्त्रियांनी केस ताणून, कर्ली बनवून बांधू नयेत. खूप स्ट्राँग शाम्पू वापरू नये. शीर्षासन केल्याने केस गळणे थांबू शकते, यावर आमचा विश्वास नाही. 'मिनॉक्सिडील'सारखी काही महागडी औषधे आहेत. ज्यांचा वापर केवळ डॉक्टरी सल्ल्यानेच करता येतो. पाश्चात्त्य देशात केसांची मुळे शरीराच्या एका भागातून काढून डोक्यावर रोपण करण्याच्या शस्त्रक्रिया यशस्वी झाल्याचे दावे आहेत. जेनेटिक इंजिनिअरिंगच्या शास्त्रात संशोधन होऊन टक्कल पाडणाऱ्या जीन्सच्या रचनेत बदल करता येतील ही 'छोटीसी आशा' मनात ठेवा. तोपर्यंत तिरुपतीच्या विग बनवणाऱ्या कारखानदारीस सुगीचे दिवस राहतील.

☺☺

शेवटी थोडी गंमत. एक बाबाजी नेहमी डोक्याला फेटा बांधायचे. त्यांचे डोक्याचे केस पांढरे, पण दाढीमिशा मात्र कलप लावल्यामुळे काळ्याभोर होत्या. एकदा झाडाखाली झोपताना त्यांनी फेटा काढून ठेवला. बाजूला खेळणाऱ्या मुलाला,

डोक्यावरचे केस पांढरे व दाढीमिशा मात्र काळ्या पाहून आश्चर्य वाटले. त्याने विचारले, "असे कसे?" त्यावर बाबाजी चेष्टेने म्हणाले, "अरे, माझ्या दाढीमिशा डोक्यावरच्या केसांपेक्षा १७-१८ वर्षांनी तरुण आहेत म्हणून काळ्याभोर आहेत."

☺☺

◆

२०. अंथरुणात लघवी होणे (BED WETTING)

एक वर्षाचे मूल चालू लागते व दुसऱ्या वर्षाला बोलू लागते हा सर्वसाधारण नियम आहे; पण यालाही अपवाद असतात. काही मुले त्याहून उशिरा चालू-बोलू लागतात. त्याचप्रमाणे मुलांच्या वाढीत त्यांच्या वयाच्या सुमारे ३ वर्षांपर्यंत त्यांच्या लघवी करण्याच्या क्रियेवर ताबा येतो. परंतु काही मुलांमध्ये (क्वचित मुलींमध्येही) असा ताबा येण्यास वयाची ५-६ वर्षे पूर्ण व्हावी लागतात.

जसा पालक तसा लेक

याचे कारण लघवी साठणाऱ्या ब्लॅडरच्या स्नायूंना शक्ती (टोन) येण्याला वेळ लागणे हे असते. असेच लक्षण पूर्वी त्या मुलाच्या वडिलांमध्ये त्यांच्या लहानपणी असण्याची शक्यता असते.

वयाच्या ६ वर्षानंतरही जर लघवीवर ताबा आला नाही व अंथरुणात लघवी होत असेल, तर लघवीच्या मार्गातील जंतुदोष, मूत्राशयाचा आकार लहान असणे, काही अंतस्रावी ग्रंथींचे आजार इत्यादी कारणे संभवतात. काही वेळा मोठ्या माणसांमध्येही उशिराने हे लक्षण निर्माण होऊ शकते. लघवीची तपासणी व साधी शारीरिक तपासणी यांनी वरील कारणांचे निराकरण करता येते. काही वेळा तपासणीमध्ये काहीही दोष आढळत नाही. अशा वेळी त्याचे मानसिक अस्वास्थ्य हे कारण असू शकते. शाळा बदलली, राहायची जागा बदलली तरी नवीन वातावरणाशी जुळवून घेण्याच्या मानसिक ताणामुळेही क्वचित असे घडते.

गजर करतो बझर

हेच वय असते मुलाला घड्याळ शिकवायचे. ते शिकवताना त्याचबरोबर घड्याळाचा बझर कसा वाजतो हेही शिकवा. रात्री ज्या वेळी त्याचे अंथरूण ओले होते, त्या वेळेआधी अर्धा तास गजर लावून उठून लघवीला जाऊन येण्याचे ट्रेनिंग द्या.

काळजी घ्या जरा

अंथरुणात लघवी होणाऱ्या मुलाला संध्याकाळी ६-७ वाजल्यानंतर पाणी वा

तत्सम पातळ पदार्थ कमी प्रमाणात द्यावेत.

याचाही अभ्यास

केवळ अंकलिपीचा अभ्यास न करता लघवीवर ताबा आणण्याचा अभ्यासही शिकवावा. त्यासाठी मुलास दिवसा मुद्दाम पाणी प्यावयास लावून लघवी लागल्यावर जरा वेळ तशीच रोखून धरण्यास सांगावे. असे रोखण्याने मूत्राशयाला लघवी क्रियेवर ताबा आणण्याचे एक प्रकारचे ट्रेनिंग मिळते. लघवी रोखून धरण्याचा हा काळ हळूहळू वाढवावा.

उपचार पालकांवरही

पालकांनी आपल्या मुलाबाबत धीर धरावा. अशा मुलांचा स्वत:चा खास दोष नसतो. त्यामुळे त्याला रागावणे, शिक्षा करणे, दुसऱ्याच्या देखत त्या दोषांचा उल्लेख करणे असे केल्याने रोग अधिक बळावण्याची शक्यता असते. म्हणून असे करणे टाळावे.

मुलांच्या मानसिक अस्वास्थ्याचे कारण शोधावे, घरात वा शाळेत होणारी दादागिरी याचाही असा परिणाम होऊ शकतो.

वरील उपचारांनी फरक न पडल्यावर डॉक्टर काही औषधे २-३ महिन्यांपर्यंत देतील त्याने फायदा होतो.

☺☺

शेवटी थोडी गंमत. दुसरीत असलेला चक्रम बाळू बाईंकडे गेला व म्हणाला, ''बाई मला खूप जोराची शू लागली आहे.'' त्यावर बाई रागावून म्हणाल्या, ''असे बोलू नये. तुला जावेसे वाटेल तेव्हा फक्त करंगळी वर करायची.'' त्यावर निरागस बाळूने शांतपणे विचारले, ''तसे केल्याने जावे लागणार नाही का?''

☺☺

◆

२१. कुत्रा चावणे/रेबीज/श्वानदंश (BITES-DOG)

पिसाळलेला कुत्रा चावून होणाऱ्या रोगास 'रेबीज' असे इंग्रजी नाव आहे, तर मराठीमध्ये त्यास 'अलर्क' असे लॅटिन वाटणारे नाव आहे. प्रत्येक चावणारा कुत्रा पिसाळलेलाच असतो असे नाही. त्यामुळे प्रत्येक कुत्रा चावण्याने रेबीज होईलच असे समजू नये. ज्या प्राण्यांना रेबीज रोग झालेला असतो, असे प्राणी जर माणसास चावले, तर त्यांच्या लाळेतून या रोगाचे जंतू शरीरात जातात. कुत्र्याप्रमाणेच मांजर, माकड, कोल्हा, वटवाघूळ इत्यादी प्राण्यांच्या चावण्यानेही याचा प्रसार होऊ शकतो. या रोगाच्या शेवटच्या अवस्थेत अशा रुग्णास पाणी प्यावयास दिले अथवा पाण्याचे नाव जरी काढले तरी त्याचे स्नायू आखडतात. त्यावरून त्याला Hydrophobia (जलसंत्रास) हे नावही ठेवले आहे.

डिटर्जंट वापरा अर्जंट

चावल्याची जखम कपडे धुण्याचा म्हणजेच 'डिटर्जंट' साबू, अधिक पाणी यांनी 'अर्जंट' धुवावी. सुमारे ५-१० मिनिटांपर्यंत त्या मिश्रणाने जखम स्वच्छ करून नंतर साध्या स्वच्छ पाण्याने ५ मिनिटांपर्यंत धुवावी. (कुत्र्याच्या लाळेतून शिरलेले जंतू तेथून धुतले जावेत हा त्या मागील उद्देश आहे.) त्यासाठी १/४ चमचा डिटर्जंट पावडर १ मगभर पाण्यात टाकून असे मिश्रण वापरावे.

आयोडिन, काम करते बेहतरीन

जखमेवर टिंक्चर आयोडिन, बेन्झॉइन वा पोटॅशियम परमॅग्नेट लावावे. जखम शक्यतो झाकू नये; उघडीच ठेवावी. त्यावर कुठल्याही अँटिसेप्टिक म्हणजे कीड नष्ट करणाऱ्या मलमाचा पातळ थर लावला तरी चालेल. हात व तोंड यांवरील जखमा मेंदूच्या जवळ असल्यामुळे अधिक धोकादायक ठरू शकतात. त्यांच्या बाबतीत अधिक काळजी घ्यावी.

निरीक्षणाने करा परीक्षण

जो कुत्रा चावला आहे तो पाळलेला असल्यास त्याला १० दिवस निरीक्षणाखाली ठेवा. त्याला मारू नका. त्याच्या वागण्यावरून तो पिसाळलेला आहे किंवा नाही

हे कळू शकते. रेबीज होऊ नये म्हणून त्याला गुरांच्या डॉक्टरांकडून लसीचे इंजेक्शन देतात. त्याचे लसीकरण (Anti Rabies Vaccination) योग्य झाले आहे की नाही हे पाहावे.

असा कुत्रा १० दिवस चांगला राहिला, त्याच्यात पिसाळण्याची कुठलीही लक्षणे दिसली नाहीत, तर योग्य वैद्यकीय सल्ल्यानुसार तुम्ही स्वत:साठी घ्यावयाच्या प्रतिबंधक लसीचा कोर्स टाळू शकता. (या मताबद्दल डॉक्टरांमध्येही दोन गट आहेत.) मात्र कुठला कुत्रा चावला आहे हे कळत नसेल, कुत्रा रस्त्यावरचा, भटका, न पाळलेला असेल तर मात्र प्रतिबंधक लसीचा इलाज आवश्यक ठरतो. कारण रेबीज रोग एकदा झाला की, सजा-ए-मौत जवळपास निश्चितच असते.

त्यामुळेच कुत्रा चावल्यानंतर रेबीज रोग होऊ न देण्याच्या उपचारांना फार महत्त्व आहे. प्रतिबंधकाच्या दोन प्रकारच्या लसी उपलब्ध आहेत. एक म्हणजे पोटावर देण्यात येणारी, सर्व सरकारी दवाखान्यात नाममात्र किमतीस मिळणारी १४ इंजेक्शनचा कोर्स असलेली लस. दुसरी लस दंडावर घेता येते, ५ वा ६ इंजेक्शनचा कोर्स असलेली, परंतु महागडी अशी रेबीपूर/वेरोरेब लस. यांपैकी दुसऱ्या प्रकारातील लसी अधिक चांगल्या आहेत. याशिवाय धनुर्वाताची लसही द्यावी लागते.

☺☺

शेवटी थोडी गंमत. एका उशिरा आलेल्या नेहमीच्या पेशंटला डॉक्टर रागावून म्हणतात, ''का रे, माझी दवाखान्याची वेळ ६ ते ८ आहे हे तुला माहीत नाही का?'' त्यावर तो पेशंट म्हणतो, ''मला माहिती आहे हो; पण जो कुत्रा आताच मला चावला त्याला कुठे माहीत आहे तुमच्या दवाखान्याची वेळ?''

☺☺

◆

२२. मानवीदंश व कीटकदंश
(BITES-HUMAN & INSECT)

पत्रकारितेमध्ये बातमीची व्याख्या सांगताना एक गोष्ट उदाहरण म्हणून नेहमी सांगतात, कुत्रा माणसाला चावला तर ती बातमी नाही. पण माणूस कुत्र्याला अथवा माणूस माणसाला चावला तर मात्र ती 'चौकटीतली' बातमी होते! प्रेमात, भांडणात, अपघातात केव्हाही मानवीदंश झाला तरी तो धोकादायक ठरू शकतो.

माणसाच्या तोंडात अनेक जंतू (Bacteria) असतात. म्हणून चाव्यावाटे होणाऱ्या जखमेत चावणाऱ्याच्या तोंडातील जंतू जाऊ शकतात. चावल्याची जागा, विशेषत: त्यातील लाळ, साबूपाण्याने स्वच्छ धुवावी. त्यावर स्वच्छ कापड हलकेच घडी करून ठेवावे. पण ती जखम बँडेजने पूर्णपणे बांधून बंदिस्त करू नये. नंतर डॉक्टरी सल्ल्याने अँटिबायोटिक्स मलम/गोळ्यांचा वापर करावा.

कीटकदंश

गांधीलमाशी, मधमाशी, मुंग्या, डास, पिसवा, कोळी इ. चावणे म्हणजे कीटकदंश होय. हे किडे त्वचेला चावल्याने तेथे आग, सूज व खाज निर्माण करतात. त्यांचे दंश फारसे त्रास देत नाहीत. मात्र काही जणांना केवळ डास चावण्यानेदेखील तेथे पू होऊ शकतो. या किड्यांच्या दंशामुळे त्वचेवर निर्माण होणारा आम्लीय स्राव नष्ट करण्यासाठी खाण्याच्या सोड्यासारख्या अल्कली वस्तूचा वापर करावा. यासाठी कपभर पाण्यात २ चमचे खाण्याचा सोडा टाकून त्यात रुमाल बुडवून दंश झालेल्या जागी त्याने लेप द्यावा. रुमालात बर्फ घेऊन त्याचा गार शेक दिल्यासही बरे वाटते.

नावात 'गांधी' पण करते दंश

दंशाच्या जागी खाज हे प्रमुख लक्षण असते. पण तेथे नखाने खाजवू नये. नाहीतर जंतूंचा प्रादुर्भाव होऊन जखम चिघळू शकते. खूपच खाज असल्यास हाताच्या तळव्याने हळुवार मालीश करावे. गांधीलमाशी (जिच्या फक्त नावातच

'गांधी' शब्द आहे, तिच्यामुळे दंशाच्या जागी पित्तासारख्या लाल गांधी व चकंदळे येतात.) चावून जर तिची नांगी त्वचेत अडकल्यास चाकू वा नखाच्या टोकाने ती वरचेवर खरवडून काढावी. ती जागा साबूपाण्याने स्वच्छ धुवावी. लॅक्टोकॅलामाइन अथवा बोरोलिन तेथे लावल्यास थंडावा वाटतो.

कीटक, माश्या चावू नयेत यासाठी पुढील काळजी घेता येईल. रानावनात जाताना बुटमोजे वापरा, अंगाला सेंट, अत्तरे लावू नका. फुलाफुलांच्या नक्षीचे वा भडक रंगाचे कपडे घालू नका. त्यामुळेही किडे तुमच्याकडे आकर्षित होतात. अन्नपदार्थ उघडे ठेवू नका. विशेषतः आइसक्रीम, कलिंगड, आंबा या पदार्थांकडे माश्या जास्त आकर्षित होतात. रानात जायचे असल्यास त्या दिवशी एक बी कॉम्प्लेक्सची गोळी सकाळी घ्यावी. त्यातील बी वन जीवनसत्त्व घामातून बाहेर पडताना त्याच्या विशिष्ट वासामुळे किडे त्या शरीरापासून दूर राहतात. हा उपाय लागू पडो वा न पडो, पण त्यात धोका मात्र नक्कीच नाही.

याशिवाय 'मच्छर भगाओ'वाली डासांना मागे परतवणारी (रिपेलंट) मलमे बाजारात उपलब्ध आहेत त्यांचाही वापर करता येतो. गर्द झाडी, सांडपाणी येथे डासांचे साम्राज्य व अंधारी, सूर्यकिरणांपासून दूर जागा हे ढेकणांचे साम्राज्य असते. पूर्वी गावातही काही भागात ढेकूण अधिक तर काही भागात डास अधिक असायचे. आता मात्र डास सगळीकडेच पसरलेले दिसतात आणि त्यांच्यापासून बचाव करणे हे नेहमीचेच काम होऊन बसले आहे!

☺☺

शेवटी थोडी गंमत. गणपतरावांना त्यांचे मित्र म्हणतात, ''समजा तुम्हाला रेबीज झाला तर तुम्ही काय कराल?''

''मी एक कागद-पेन्सील घेईन.''

''मृत्युपत्र करण्यासाठी का?''

''नाही, मला ज्यांना चावा घ्यायचा आहे त्यांची लिस्ट करण्यासाठी.''

☺☺

◆

२३. सर्पदंश व विंचूदंश
(BITES – SNAKE & SCORPION)

'साप चावला' या कल्पनेनेच माणसे गर्भगळित होतात. (खरेतर स्त्री 'गर्भगळित' झाली म्हणणे अधिक सयुक्तिक आहे. परंतु अतिशय घाबरणाऱ्या व्यक्तीला हा शब्द लागू होतो.) भारतात सापडणाऱ्या सापांच्या सुमारे २५० जाती आहेत. त्यांपैकी एकपंचमांश जातीच विषारी आहेत व केवळ ५-६ जातीचे विषारी सापच जास्त प्रमाणात आढळतात. नाग, मण्यार, घोणस व फुरसे हे ते विषारी साप होत. त्यांपैकी काही साप मज्जासंस्थेवर आघात करतात. त्यामुळे पापण्या जडावणे, श्वसनाचे स्नायू निकामी होणे ही लक्षणे दिसतात. तर काही विषे रक्ताभिसरणावर परिणाम करतात. त्यामुळे रक्तस्राव होऊन रुग्ण दगावू शकतो.

उपचार

माणूस हे काही सापाचे भक्ष्य नाही. त्यामुळे साप स्वत:हून माणसाच्या वाटेला जात नाही. नागिणीचा डूख, नागकन्या, जखमी, विरही नागिणीने केलेला पाठलाग या कल्पना म्हणजे अतिरंजन. शेतात, रानात जाताना उंच बूट, काठी, टॉर्च इ. संरक्षक पेहराव वापरणे श्रेयस्कर ठरते.

सर्पदंश झालेल्या व्यक्तीशी धीराने बोलावे. 'अरे, तो साप मी पाहिला, तो काही विषारी नव्हता तरी मी तुला जवळच असलेल्या सुसज्ज हॉस्पिटलमध्ये नेतो. ताबडतोब बरा होशील.' अशा पद्धतीची आश्वासक भाषा वापरावी. अनेकदा बिनविषारी सर्पदंशाचे रुग्ण केवळ भीतीनेच अर्धमेले होतात. त्यांना अशा बोलांनी बरे वाटते, तसेच जरी विषारी सर्पदंश झालेला रुग्ण असला तरी वरील बोलांनी भीती कमी झालेला रुग्ण उपचारास चांगला प्रतिसाद देतो. रुग्णास शांतपणे पडून राहण्यास सांगावे. त्यामुळे रक्ताभिसरणाचा वेग कमी होऊन विष शरीरभर पसरण्यास प्रतिबंध होतो.

हाताला अथवा पायाला दंश असल्यास दंशाच्या वरच्या बाजूस, जवळच

आवळपट्टी बांधावी. यासाठी रुमाल, पट्टा वा दुपट्टा अशी काही वस्तू वापरली तरी चालेल. आवळपट्टी इतपत घट्ट बांधावी की, जेणेकरून दंशातून रक्त ओघळल्यासारखे वाहील. आवळपट्टी बांधताना मध्ये पेन अथवा पेन्सील ठेऊन बांधावी. बांधून झाल्यानंतर पेन/पेन्सील काढावी म्हणजे आवळपट्टी पर्याप्त दाबाने बांधली जाईल. सुमारे १० मिनिटांनी ती पट्टी काही वेळ सैल करून पुन्हा बांधावी म्हणजे पुढील भागाचा शुद्ध रक्तपुरवठा पूर्ण खंडित होणार नाही.

रुग्णास हॉस्पिटलमध्ये नेण्याची सोय करत असताना जर त्याच्यात विषबाधेची लक्षणे आढळली (उदा. दंशाच्या जागी सूज, तीव्र वेदना, रंग काळपट होणे इ.) तर ताबडतोब दंशभागी ३-४ उभ्या चिरा, नव्या कोऱ्या ब्लेडने घ्याव्यात. त्यामुळे तेथून रक्त व त्यात मिसळलेले विष वाहून जाईल. चिरा वरवर कातडी कापण्याइतपतच खोल द्याव्यात. तेथे सक्शन पंपसारख्या वस्तूचा वापर करता येईल. वैदू लोक तुंबड्या लावतात. त्याचाही वापर करता येईल. एवढेच नव्हे तर तुमच्या तोंडात काहीही जखम नसेल तर तोंडानेही त्या जखमेतील रक्त चोखून थुंकता येईल. (हिंदी सिनेमातील नायिकेच्या ओठालाच साप का चावतात हे सुज्ञ वाचकांच्या लक्षात आले असेलच.) सुदैवाने सर्पविष पोटावाटे धोकादायक नसते.

जर सूज आवळपट्टीपर्यंत आली असेल, तर त्या पट्टीच्या वर आणखी एक आवळपट्टी बांधा. पहिली मात्र सोडू नका. जखम साबूपाण्याने स्वच्छ धुवा, कोरडी करून त्यावर स्वच्छ रुमालाचे आवरण द्या. जर साप मारला असेल तर तो विषारी अथवा बिनविषारी आहे हे ठरवण्यासाठी त्याला रुग्णाबरोबर धाडावा. काही ठिकाणी मंत्र टाकणे वा रुग्णास दारू पाजून विषाने विष मारणे (?) असे अघोरी इलाज करतात. त्या दोन्हींना काहीही शास्त्रीय आधार नाही. तसेच अडगळीच्या खोलीत पायास काही टोचल्यास तो कसचा दंश नाही ना याची खातरजमा करावी.

विंचूदंश

'बिछुआने डंख मारा' असे तालात आळवणारी व नाचणारी सिनेमातील नायिका डोळ्यासमोर आणल्यास विंचूदंशाबद्दल गैरसमज होऊ शकेल. काही विंचवाचे विष सापापेक्षा जहाल असते. त्याचे मज्जासंस्था, हृदय व रक्ताभिसरणावर वाईट परिणाम होऊ शकतात. दंशाच्या ठिकाणी तीव्र वेदना हे प्रमुख लक्षण असते. त्या वेदना पुढे सर्व शरीरभर पसरून आचके येऊ शकतात. रक्ताभिसरण व श्वसन थांबल्याने मृत्यूही येऊ शकतो. लहान मुलांत वृश्चिकदंश जास्त त्रासदायक ठरू शकतो. अर्थात सुरुवातीस सांगितल्याप्रमाणे काही विंचू फारसे त्रासदायक नसतात. त्यांच्या दंशामुळे फक्त या भागातच वेदना, सूज अशी लक्षणे दिसतात. बाकी इतर शरीरावर त्यांचा काही परिणाम होत नाही.

उपचार

'मंतर फेरू, कोमल काया, छोडके जारे' असा मांत्रिकाने आदेश दिल्यावर ज्यांचे विष उतरते तो विंचू फारसा धोकादायक नसतो. मांत्रिकाने विष उतरवणे या क्रियेत 'मानसोपचारा'व्यतिरिक्त काही नसते. या ठिकाणी मानसोपचाराचा अर्थ रुग्णास काही उपचार चालू आहे असे वाटणे हा आहे. डॉक्टरी उपचार उपलब्ध होईपर्यंतच टेकू म्हणूनच त्याचा वापर करावा. दंश झालेल्या जागी मार्किंग – पेनने ताबडतोब खूण करावी, कारण पुढे वेदना सगळीकडे पसरल्यावर दंशाची नक्की जागा कळणे अवघड होऊन बसते. त्या जागेवर नव्या कोऱ्या ब्लेडने वरच्यावर उभे छेद द्यावेत. त्यामुळे विषमिश्रित रक्त दंशातून वाहून जाईल. दंश भागी पोटॅशियम परमॅग्नेटचा खडा लावावा. दंशाचा भाग व इतर शरीर यांमध्ये आवळपट्टी बांधावी. आवळपट्टी इतपत घट्ट बांधावी की जेणेकरून दंशाकडून हृदयाकडे जाणारे अशुद्ध रक्त व पर्यायाने विष रोखले जावे, पण दंशाकडे जाणारे शुद्ध रक्त मात्र अडवले जाऊ नये. रुमाल, उपरणे इ. कशानेही गोलाकार वेटोळा हात अथवा पायाभोवती दाब दिल्यास आवळपट्टीचे काम भागू शकेल. या उपचारानंतर रुग्णास डॉक्टरचे दर्शन घडवून त्यांचा उपचार घेणे आवश्यक असते. 'इष्काची इंगळी' डसलेल्या व्यक्तीचे प्रथमोपचार मात्र वेगळेच असतात!

☺☺

शेवटी थोडी गंमत. हॉस्पिटलमध्ये राउंडला गेलेले डॉक्टर पेशंटला धीर देताना म्हणतात, "या उपचारांनी तुला बरे वाटेल. तुझा कायाकल्प होऊन तुझे नवीन माणसात रूपांतर होईल." त्यावर तो पेशंट मिस्कीलपणे म्हणाला, "मग डॉक्टर, बिलही त्या नवीन माणसाकडूनच घ्या."

☺☺

◆

२४. रक्तस्राव (BLEEDING)

रक्त नेहमी रक्तवाहिन्यांच्या पोकळीतून वाहत असते. पण तीच रक्तवाहिनी चिरली, फाटली गेल्यास ते बाहेर वाहू लागते. यालाच 'रक्तस्राव' म्हणतात. इंग्रजी भाषेत याला 'ब्लीडिंग' (Bleeding) असा शब्द आहे. काही आंग्लाळलेले लोक 'आमच्या वाइफला ब्लडिंग होत आहे' असा चुकीचा शब्दप्रयोग करतात.

असा रक्तस्राव जेव्हा शरीराबाहेर होतो तेव्हा त्याला बाह्यरक्तस्राव म्हणतात. क्वचित रक्त अवयवाच्या आतल्या आत वाहते त्याला अंतर्गत रक्तस्राव म्हणतात. उदा. पॅरॅलिसिसच्या रोगात मेंदूमधील धमनी फुटून अंतर्गत रक्तस्राव होऊ शकतो.

नीला निळसर असतात

रक्त जेव्हा झिरपल्यासारखे वाहते ते बहुधा सर्वांत बारीक रक्तवाहिन्यांमधून, ज्याला केशवाहिन्या म्हणतात, तेथून येत असते. संथपणे होणारा काळसर रक्तस्राव नीला – अशुद्ध रक्तवाहिन्यांमधील असतो तर चिळकांडीसारखे, हृदयाच्या स्पंदनाबरोबर उसळणारे लालभडक रक्त रोहिणी उर्फ शुद्ध रक्तवाहिनीतून येणारे असते. रोहिणीस धक्का लागल्यास रक्त जास्त वाहून जास्त धोका होऊ शकतो. सुदैवाने रोहिण्या या शरीरात खोलवर, अवयव व हाडात, सुरक्षितपणे गुंफलेल्या असल्यामुळे त्यांना सहजासहजी इजा होत नाही. प्रत्येकाच्या हातापायावर वरवर दिसणाऱ्या निळसर रंगाच्या रक्तवाहिन्या नीलाच असतात. डॉक्टर शिरेतून इंजेक्शन, सलाइन देताना या नीलांचा वापर करतात.

डॉक्टर नं. १

निसर्ग हा नंबर एकचा प्रथमोपचारक आहे, या वाक्याची प्रचीती रक्तस्रावाइतकी सुस्पष्टपणे कुठल्याच व्याधीत येणार नाही. असे बघा, जे रक्त शरीरात फिरत असताना द्रवरूपात असते, पण जखम होऊन रक्तवाहिन्या फुटून त्यातील रक्त जेव्हा बाहेरील हवेच्या संपर्कात येते तत्क्षणी नैसर्गिक योजनेनुसार ते द्रवरक्त गोठायला लागून त्याची गुठळी बनण्याची प्रक्रिया सुरू होते. ही गुठळी रक्तवाहिनीच्या त्या फुटक्या तोंडावर 'सील' लावल्यासारखी बसून रक्तस्राव थांबवते. त्या गुठळी,

खपलीला धक्का लावू नये. निसर्गाचे हे संरक्षक दान नसते तर कदाचित थोडेफार लागले तरी प्रचंड रक्तस्राव होऊन माणसाला मरणाची भीती राहिली असती. मात्र असे ५०० मिली.पर्यंत रक्त शरीरातून गेले तरी त्या शरीरास धोका संभवत नाही. (येथे लक्षात घेण्यासारखी गोष्ट म्हणजे रक्तदानाकरिता गेल्यास शरीरातील सुमारे ५ लीटर्स रक्तापैकी फक्त ३०० मिली. रक्त घेतले जाते, म्हणून आपल्यासारखे जागरूक वाचक रक्तदानासाठी हिरिरीने पुढे येतील अशी खात्री वाटते.) सुमारे दीड लीटरच्या वर रक्तस्राव झाला तर मात्र माणसास धडधड होणे, तहान लागणे, मूर्च्छा येणे, बेशुद्धी येणे अशी लक्षणे दिसू शकतात. अधिक जास्त रक्त जाण्याने मृत्यूही येऊ शकतो. (माझ्या शरीरातील रक्ताच्या 'शेवटच्या' थेंबापर्यंत मी लढेन हे वाक्य भाषालंकार म्हणूनच वाचायचे, व्यवहारात ते अशक्य आहे.)

साबूपाणी खरे बहुगुणी

कोठे लहानसे कापले गेले तर प्रथम तो भाग साध्या गार पाण्याने धुवावा. त्याच्या सभोवतालचा भाग साबूपाण्याने धुवावा. असे करत असताना कापल्या भागावर थोडे साबूपाणी गेले तरी काळजी नको. त्याने जखम अधिक स्वच्छ होईल.

जखम साबू व वाहत्या गार पाण्याखाली धुवावी.

दाब कमी करा

रक्तस्राव होत असलेल्या भागावर दाब द्यावा. रक्तस्राव लहान-मोठा कसाही असला तरी दाबाने थांबतो. त्यासाठी स्वच्छ जाळीदार कापडाचा निर्जंतुक गॉझ, स्वच्छ रुमाल, सॅनिटरी नॅपकीन यांपैकी काही वापरावे. काहीही उपलब्ध नसल्यास इमर्जन्सीमध्ये आपल्या हाताचा दाब जखमेवर देऊ शकता. असा दाब सुमारे ५ ते १० मिनिटे द्यावा. कारण रक्ताची गुठळी बनण्यास कमीत कमी तीन मिनिटे लागतात. त्यानंतर तेथे स्वच्छ कापडाची घडी ठेवून बँडेजने गोल बांधावे. याला प्रत्यक्ष दाब म्हणतात.

रक्तस्राव न थांबल्यास पुढील पायरी म्हणजे हृदयाकडून त्या भागाकडे जाणाऱ्या रक्तवाहिनीवर दाब दिल्यास पुढील रक्तप्रवाह कुंठित होऊन रक्ताची गुठळी बनण्यास मदत होते. यालाच अप्रत्यक्ष दाब म्हणतात.

एवढे करूनही रक्त वाहणे न थांबल्यास तो भाग हृदयापेक्षा उंच करावा. हृदयाचा पंप सगळीकडे रक्त फिरवत असतो. गुरुत्वाकर्षणाच्या साध्या नियमानुसार ज्या भागातून रक्तस्राव होत आहे तो भाग हृदयापेक्षा (पंपापेक्षा) उंच राहिल्यास तिकडे रक्त कमी जाऊन रक्त वाहणे कमी होईल. उदा. हातातून रक्तस्राव होत असल्यास रुग्णास झोपवून हात उंच उशीवर ठेवावा. पायातून होत असल्यास

रुग्णास झोपवून पायाची बाजू उशीवर उंच करावी.

जखमेत काही शल्य (काचेचा तुकडा, वाळू, हूक, कुसळ इ. आगंतुक वस्तू) गेलेले असल्यास प्रत्यक्ष दाब देऊ नये. नाहीतर ते शल्य अधिकच खोलवर जाण्याची भीती असते. तसेच प्रत्यक्ष दाब देतानाच्या जागेची त्वचा नाजूक हळुवार असेल, तर तिथे गॉझ चिकटून बसेल व काढताना परत रक्तस्राव सुरू करू शकेल, अशा वेळी तिथे आधी निर्जंतुक पेट्रोलियम जेली अथवा अँटिसेप्टिक क्रीम वंगणासारखे माध्यम म्हणून लावून वर गॉझ ठेवावा.

वरील उपायांनी रक्तस्राव न थांबल्यास मात्र दाबपट्टीचा (टूर्निकी) वापर केवळ डॉक्टरी मार्गदर्शनानुसार करावा. अशा जखमांवर ताबडतोब टाके घालण्याचा निर्णयही डॉक्टरच घेतील.

अंतर्गत रक्तस्रावामध्ये मात्र बाहेरून नेहमी रक्त दिसेलच असे नाही. पण काही वेळा मात्र उलटी, खोकला, संडास वा नाका-कानातून रक्त बाहेर पडते. अशा रुग्णाची त्वचा फिकट, पांढरट, गार व ओलसर होते. त्याला अचानक अशक्तपणा व अस्वस्थता वाटू लागते. तहान लागते. नाडी जलद होते. अशा रुग्णास लवकरात लवकर डॉक्टरी मदत आवश्यक असते. डॉक्टरकडे नेईपर्यंत त्याला झोपवून, पायाकडील बाजू उंच करावी. रुग्ण बेशुद्ध असल्यास, त्याला वांत्या होत असल्यास त्याला तोंडाने काहीही देऊ नये. कॉफी, मद्यासारखी उत्तेजक पेये तरी निश्चितच टाळावी. रक्तस्राव, कमी वा अधिक कसाही असला, तरी काळजी करत बसण्यापेक्षा वरील उपायांनी काळजी घेणे श्रेयस्कर असते.

☺☺

शेवटी थोडी गंमत. गणपतराव एका तज्ज्ञ बिझी डॉक्टरांच्या क्लिनिकला अपॉइंटमेंटसाठी फोन करतात. त्यांची रिसेप्शनिस्ट म्हणते, ''लवकरात लवकर तीन आठवड्यांची देऊ शकते.'' त्यावर गणपतराव छद्मीपणाने म्हणतात, ''पण तोपर्यंत मी मरून गेलो तर?'' त्यावर ती शांतपणे म्हणते, ''तसं झालंच तर अपॉइंटमेंट केव्हाही कॅन्सल करू शकता.''

☺☺

◆

२५. घोळणा फुटणे (BLEEDING FROM NOSE)

उन्हाळ्याच्या दिवसात मुलामुलींत नाकातून रक्तस्राव होण्याचे प्रसंग विरळा नसतात. कळत-नकळत नाक कुरतडणे, सर्दी, नाकाला धक्का लागणे, अतिशय गरम हवामान, रक्ताची गुठळी न बनण्याचा रोग ही त्याची कारणे असू शकतात. मोठ्या माणसात मात्र या कारणांशिवाय वाढलेला रक्तदाब हे घोळणा फुटण्याचे महत्त्वाचे कारण असू शकते. काही मुलांमध्ये नाकातील रक्तवाहिन्या अतिशय नाजूक व पातळ असतात. अशांना काही कारणाशिवायही रक्तस्राव होतो.

अशी परिस्थिती, बैठक स्थिती

नाकातून रक्त वाहते आहे हे दृश्य जेवढे भीतिदायक दिसते तेवढा आजार मात्र सहसा गंभीर नसतो. लहानसहान रक्तस्राव तर आपोआपच बंद होतात.

प्रथमोचार करणाऱ्यांची घाबरगुंडी उडालेली पाहून रुग्ण अधिकच घाबरून जातात. म्हणून खूप रक्त वाहत असले तरी घाबरलेले न दाखवता आत्मविश्वासपूर्वक पुढील उपचार करावेत.

रुग्णास बसते ठेवावे. डोके मागे कलते न ठेवता सरळ अथवा थोडे पुढे झुकते ठेवावे. असे केल्याने जे रक्त वाहील ते नाकातून पुढून बाहेर पडेल, पण तेच रुग्णास झोपवून ठेवले तर मात्र रक्त घशातून पोटात व आणखी वाईट म्हणजे फुप्फुसातही जाऊ शकते. सहसा हा रक्तस्राव नीलेमधून (अशुद्ध रक्तवाहिनी) होत असल्याने बसल्या स्थितीत त्यांच्यातील दाब कमी होऊन रक्तस्राव थांबण्यास मदत होते.

नाक दाबा, तोंड उघडा

एकाच नाकपुडीतून रक्तस्राव होत असल्यास एका बोटाने त्या नाकपुडीवर दाब द्यावा. जर दोन्ही नाकपुडीतून रक्तस्राव होत असेल तर तर्जनी व अंगठा यांचे चिमटीत नाकपुड्या दाबाव्यात. अशा वेळी नाक दाबल्यास 'तोंड उघडते' या उक्तीप्रमाणे रुग्ण आपोआपच तोंडाने श्वासोच्छ्‌वास करू लागतो. असा दाब सुमारे ४-५ मिनिटे दिल्यास रक्ताची गुठळी बनते व रक्तस्राव थांबतो. रुमालात बर्फाचा

खडा ठेवून त्याचा शेक नाकावर दिल्यास त्याचाही फायदा होतो.

वरील उपायांनी १५-२० मिनिटांत रक्तस्राव थांबला नाही व रक्त लालभडक येत असेल, तर रुग्णास डॉक्टरांनी तपासणे आवश्यक ठरते. कारण अशा वेळी त्याच्या नाकात बँडेजचा पॅक देण्याची आवश्यकता पडू शकते.

बसल्या स्थितीत डोके पुढे कलते ठेवून, तर्जनी व अंगठा यांनी नाकपुड्यांवर दाब द्यावा.

☺☺

शेवटी थोडी गंमत.

वेटर : अहो महाशय, ते चमचे घेऊन कुठे चाललात?

गिऱ्हाईक : डॉक्टरांची तशी सूचना आहे.

वेटर : म्हणजे काय?

गिऱ्हाईक : डॉक्टरांनीच सांगितले आहे, 'जेवणानंतर २-२ चमचे घेत जा म्हणून.'

☺☺

◆

२६. शौचावाटे रक्तस्राव
(BLEEDING FROM RECTUM)

शौचावाटे रक्त जात आहे, ही कल्पना अनेक जणांना हादरवून टाकते. पण सुदैवाने सर्वच रक्तस्राव फारसे गंभीर नसतात. अनेक जणांना असे रक्त जाते आहे याचीही कल्पना नसते. (आठवा, जुन्या वाड्यातील अंधार कोठडीतले संडास वा आता उच्चभ्रू वर्गात वापरले जाणारे कमोडचे संडास. दोन्हीमध्ये शौचाचा रंग दिसत नाही. परसाकडे अथवा परसदारी प्रातर्विधीसाठी पहाटे पहाटे अंधारात गेल्यावरही संडासचा रंग लालसर आहे किंवा कसे हे कळत नाही. उत्तर प्रदेशी भैया लोक परसाकडे जाण्याला 'मैदान जाना' आणि संडास साफ न झाल्यास 'मैदान साफ नही आता' असे म्हणतात.)

तुम्ही चांगले धट्टेकट्टे असाल, तुम्हाला कसलाही अशक्तपणा वाटत नसेल आणि अचानक संडास लालसर दिसल्यास आपण आदल्या दिवशी काय खाल्ले आठवा. टोमॅटो, बीट, स्ट्रॉबेरी इत्यादीमुळे संडासचा रंग लालसर दिसू शकतो.

मूळव्याध हे मूळ कारण

मूळव्याध, कतरी मूळव्याध ही संडासावाटे रक्तस्राव होण्याची प्रमुख कारणे आहेत. याशिवाय रक्ती हगवण, मोठ्या आतड्यातील गाठी, कर्करोग यांमुळेही असे होते. जठर वा लहान आतड्याच्या सुरुवातीच्या भागात होणाऱ्या व्रणामुळेही (पेप्टिक अल्सर) काळसर रक्तस्राव होऊ शकतो. यावरील प्रथमोपचार म्हणजे जुलाबाचे कुठलेही स्ट्राँग औषध घेऊ नका. मिल्क ऑफ मॅग्नेशियासारखे संडास पातळ ठेवणारे औषध संडास कडक होत असल्यास घ्यायला हरकत नाही. पसरट भांडे (पॉटी) वा टबमध्ये गार पाणी घेऊन त्यात बसण्याने रक्तस्राव थांबण्यास मदत होईल.

☺☺

शेवटी थोडी गंमत. एका डॉक्टरांची प्रॅक्टिस इतकी होती, इतकी होती की, जर पेशंटला काही झालेले नसेल तर चक्क पेशंटला ते तसे सांगायचे.

☺☺

◆

२७. उलटीतून रक्त पडणे (BLOOD IN VOMIT)

उलटीतून रक्त येणे वा थुंकीतून खोकल्यावाटे रक्त येणे यांतील फरक सांगणे रुग्णास काही वेळा अवघड जाते. पण खोकल्याचा त्रास असणे, नंतरही काही दिवस येणारा बेडकाही लालपिंगट असणे, बारीक ताप असणे अशी अनेक लक्षणे एकत्र (लक्षण-समुच्चय) असल्यास ते रक्त फुप्फुसातून येत असण्याची शक्यता असते.

मळमळ वाटणे, पोटात वरच्या भागात दुखणे, भूक कमी होणे, छातीत जळजळ होणे व उलटीमधून रक्त पडणे हा लक्षण समुच्चय पोटाच्या रोगात दिसू शकतो. पेप्टिक अल्सर (जठर वा ड्युओडिनमचा व्रण) जठराचा दाह वा अन्ननलिकेतील रक्तवाहिन्या फुटल्यामुळे उलटीतून रक्त पडू शकते.

लक्षपूर्वक दुर्लक्ष

तुम्हाला जर खूप उलट्या झाल्या असतील अथवा तुम्ही जीभ घासून घासून उलटी होण्यासाठी झटापट केली असेल तर काही वेळा किरकोळ रक्तमिश्रित उलटी होऊ शकते. त्यास फारसे घाबरण्यासारखे काही नाही. अशा वेळी केवळ बर्फ चघळणे व शांत पडून राहणे याने बरे वाटते. गार केलेले दूध घोटघोट घेत राहावे.

अनमान नको अनुपानाला

नेहमी औषधे, गोळ्या घेताना त्या भरपूर पाण्याबरोबर अथवा दुधाबरोबर जसे अनुपान सांगितले असेल तशा घ्याव्यात. काही लोक मात्र गोळ्या पाण्याशिवाय तशाच गिळतात. त्या गोळ्या अन्ननलिका अथवा जठरामध्ये दाह निर्माण करतात. त्यानेही रक्तस्राव होऊ शकतो. औषधी गोळ्या, विशेषत: वेदनाशामक गोळ्या (उदा. ॲस्पिरिन, कॉम्बिफ्लाम) कमीत कमी १ ग्लास पाण्याबरोबर खाण्यानंतर घ्याव्यात.

उलटीतून रक्तस्राव या लक्षणाचे योग्य निदान त्वरित होणे आवश्यक असल्याने लवकर डॉक्टरी सल्ला घेणे चांगले.

खोकल्यातूनही सतत रक्त पडत असेल तर त्यासाठी थुंकीची तपासणी व अन्य तपासण्या डॉक्टरांद्वारा कराव्यात.

☺☺

शेवटी थोडी गंमत. डॉक्टर प्लंबरला म्हणतात, ''एवढ्या प्रेशरखाली तो पाइप नीट काम करेल का?'' त्यावर तो प्लंबर प्रौढीने म्हणतो, ''काय बोलताय डॉक्टर, मी यातला स्पेशालिस्ट आहे.'' त्यावर ते डॉक्टर शांतपणे म्हणतात, ''अरे मीही स्पेशालिस्ट आहे आणि म्हणून तर विचारतोय.''

☺☺

◆

२८. थुंकीतून रक्त पडणे (COUGHING UP BLOOD)

पूर्वी 'हमलोग' ही लोकप्रिय टीव्ही सिरीयल चालू असताना कोण्या पेशंटला जर लालसर रंगाची थुंकी आली, तरी त्याला आपणास क्षय झाल्याची भावना व्हायची, कारण त्या सिरीयलमधील एका नायकास तसे झाल्याचे दाखवले होते. केवळ हिरडीमधून किरकोळ रक्त येण्यासारख्या साध्या कारणापासून फुप्फुसाचा कर्करोग असण्यासारख्या गंभीर आजारातही प्रथम केवळ थुंकीतून रक्त पडणे एवढेच लक्षण असू शकते.

फरकाने फरक ओळखा

बऱ्याच वेळा रक्त थुंकीतून येते आहे का उलटीतून येते आहे, यातील फरक रुग्णास सांगता येत नाही. खोकल्याची ढास येता येता उलटी होऊन त्यामध्येही रक्त पडू शकते. अशा वेळी पोटात दुखणे हे लक्षणही असू शकते. याउलट खोकल्यातून रक्त येत असल्यास पुढे २-३ दिवसांपर्यंत बेडका पिंगट लालसर राहू शकतो. याशिवाय ताप असणे, दम लागणे ही लक्षणे फुप्फुसाच्या आजाराकडे निर्देश करतात.

क्षयाची भावना व क्षय असल्याची भावना

केवळ गुलाबी पिंगट थुंकी येण्यापासून पूर्ण बेडका लालभडक रक्ताचा असण्यापर्यंत याची व्याप्ती असू शकते. रक्त काही थेंबांपासून १/२ कप इतपतही पडू शकते. खोकल्याची ढास थांबल्यास रक्त पडणे थांबते. परत खोकला आल्यास पुन्हा चालू होऊ शकते. सुरुवातीस लिहिल्याप्रमाणे थुंकीतून रक्त पडण्याचा संबंध, सामान्य माणूस त्याच्या माहितीनुसार क्षयरोग होण्याकडे लावत असतो. परंतु श्वासमार्गाच्या, हृदयाच्या, रक्ताच्या काही आजारांतही थुंकीतून रक्त येणे हे लक्षण दिसू शकते. क्षयाची भावना म्हणजे क्षयाची सुरुवात, पण क्षय असल्याची चुकीची भावना (गैरसमजूत) हीच जास्त प्रमाणात आढळून येते.

केवळ विश्रांती घेणे व खोकल्याची ढास कमी करणारे औषध घेणे याने

खोकला कमी होऊन रक्त पडणे थांबू शकते. कोरडा खोकला थांबण्यासाठी तोंडात खडीसाखर, लेमनड्रॉप्स, ज्येष्ठमध चघळणे उपयोगी पडते. कोडोपायरीन ही डॉक्टरी सल्ल्याशिवाय उपलब्ध असणारी वेदनाशामक गोळीदेखील उपयोगी ठरते. त्यातील अफूसारख्या द्रव्याने खोकला कमी होण्यास व पर्यायाने रक्त थांबण्यास मदत होते. ही १-१ गोळी ३ वेळा या प्रमाणात घ्यावी. थुंकीतून रक्त पडण्यामागे काही गंभीर कारणेही संभवत असल्यामुळे डॉक्टरी सल्ला आयुर्विम्याइतकाच आवश्यक ठरतो.

☺☺

शेवटी थोडी गंमत.

एक विसरभोळे प्राध्यापक दोन्ही कानांना भाजण्याच्या जखमा झाल्यामुळे डॉक्टरांकडे जातात.

डॉक्टर विचारतात, "काय हो काय झालं?"

प्राध्यापक म्हणतात, "काही नाही, मी शर्टला इस्त्री करत होतो, तेवढ्यात फोन वाजला अन्..."

"अहो; पण दुसऱ्या कानाचे काय?"

"पहिला कान भाजला म्हणून तुमची अपॉइंटमेंट घ्यावी म्हणून फोन कानाशी लावायला गेलो अन्...."

☺☺

◆

२१. फोड (BLISTER)

फोड (ब्लिस्टर) म्हणजे त्वचेच्या खाली पाणी वा पाण्यासारखा पदार्थ (लसिका) जमा झाल्यामुळे होणारा फुगा असतो. शरीराला ओझरता घसरा बसला, भाजले, पोळले किंवा एखादा किडा चावल्यामुळे त्याची प्रतिक्रिया म्हणून शरीरातील पाण्यासारखा पदार्थ (ज्याला लसिका म्हणतात.) त्वचेखाली जमा होतो. त्या फुग्याच्या आतील त्वचा नाजूक व अर्धी कच्ची असते. ही त्वचा हळूहळू भरून नव्यासारखी होते. त्याच वेळी त्या फुगवट्यातील लसिका शोषली जाते. वरच्या कातडीसही शेवटी सुरकुत्या पडून ती झडून जाते. आजकाल काही औषधी गोळ्याही अशा उठावदार फुगवटा वेष्टनात येतात म्हणूनच त्याला 'ब्लिस्टर पॅक' म्हणतात. भाजल्या-पोळल्यानंतर तो भाग थंड पाण्यात सुमारे १० मिनिटे बुडवल्यास तेथे ब्लिस्टर कमीत कमी येतो.

नैसर्गिक आवरण

ब्लिस्टर (फोड) बनणे हे निसर्गाने केलेले एक प्रकारचे ड्रेसिंगच असते. खालची त्वचा भरून येईपर्यंत हे 'नैसर्गिक ड्रेसिंग' तसेच राहावे अशी योजना असते. म्हणून ब्लिस्टर कधीही फोडू नये. उलट त्यावर स्वच्छ निर्जंतुक जाळीदार स्वच्छ कापडी पट्टी (मेडिकलच्या दुकानात गॉझ या नावाने मिळते) ठेवून त्याचे संरक्षण करावे. ब्लिस्टर फोडण्याने त्यात जंतूंचा प्रादुर्भाव होऊ शकतो.

काही वेळा ब्लिस्टर पायावर वगैरे असल्यास धक्का लागून फुटायची शक्यता असते. अशा वेळी पुढील काळजी घेऊन ते फोडावे.

ब्लिस्टर व त्या भोवतालचा भाग साबू व स्वच्छ पाणी यांनी हळुवारपणे धुवावा.

सुई आगीवर तापवून तशीच बाजूला धरून थंड करून तिने ब्लिस्टरच्या कडेला भोक करावे. हल्ली इंजेक्शन देण्यासाठी वापरानंतर फेकायच्या (डिस्पोझेबल) निर्जंतुक सुया मिळतात, तिचा वापर करता येईल. दुसऱ्या बाजूला हलकेच दाबून सगळ्या पाण्याचा निचरा करावा.

नंतर एका निर्जंतुक गॉझच्या तुकड्याचे आवरण देऊन ती जागा झाकून ठेवावी.

ब्लिस्टर जरी आपोआप फुटले तरी ती जागा साबूपाण्याने स्वच्छ धुऊन त्यावर निर्जंतुक गॉझ ठेवून चिकटपट्टी लावावी. सध्या निर्जंतुक गॉझच्या तयार पट्ट्या औषधी दुकानात मिळतात. त्या न मिळाल्यास पुढील पद्धतीने जवळजवळ निर्जंतुक ड्रेसिंग घरी करता येईल. स्वच्छ धुतलेल्या जाळीदार कापडावर गरम इस्त्री फिरवल्यास ते बऱ्याच अंशी निर्जंतुक होते. अशा कापडाची घडी करून ते ड्रेसिंग म्हणून वापरता येईल.

☺☺

शेवटी थोडी गंमत.

"खूप घट्ट बसणाऱ्या, खुपणाऱ्या बुटांचा एक फायदा मात्र नक्की होतो."

"काय रे?"

"शरीरात अन्यत्र कुठे काही दुखत असले तरी त्याकडे फारसे लक्ष जात नाही."

☺☺

◆

३०. भाजणे आणि पोळणे (BURNS AND SCALDS)

जळणे या अर्थाने मराठी (व इंग्रजीतदेखील) भाजणे (Burns) व पोळणे (Scalds) असे वेगवेगळ्या छटा असलेले शब्द आहेत. भाजणे म्हणजे गरम पण कोरड्या वस्तूने जळणे, तर पोळणे म्हणजे ओल्या शेकाने जळणे. उदा. तव्यावर हात 'भाजतो' तर दुधाने तोंड 'पोळते.'

या दोन्ही जळण्यांमुळे किरकोळ वेदना होणे ते जीव जाणे इथपर्यंत धोके होऊ शकतात. जळण्याची तीव्रता मुख्यत्वे किती खोलवर भाजले आहे, शरीराचा किती टक्के भाग जळला आहे व कोणता भाग जळला आहे यावर अवलंबून आहे.

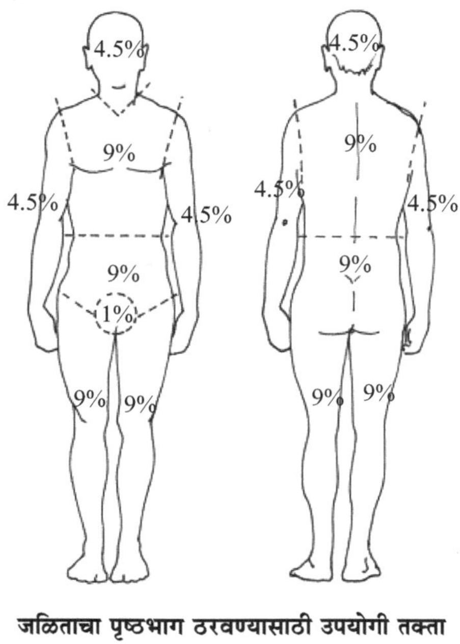

जळिताचा पृष्ठभाग ठरवण्यासाठी उपयोगी तक्ता

टक्केवारी येथेही

त्वचेचा केवळ वरचा भाग भाजला तर त्वचा लाल, कोरडी होऊन तिथे वेदना निर्माण होतात. त्या ठिकाणी कसलाही स्पर्श जाणवत नाही. याला 'वरवरचे' जळणे म्हणता येईल. 'मध्यम' जळण्यात फोड (ब्लिस्टर्स), पाणी सुटणे अशी लक्षणे दिसतात. त्यापेक्षा खोलवर म्हणजे त्वचेखालील स्नायू, चरबी जळणे व तो भाग काळा पडणे होय. जळणे जितके खोलवर तितके बरे होणे अवघड असते. जळिताच्या बाबतीत

आणखी विचारला जाणारा एक प्रश्न म्हणजे 'किती टक्के भाजले आहे?' संपूर्ण शरीराचा पृष्ठभाग १०० टक्के धरला तर त्यांपैकी किती पृष्ठभाग जळाला आहे याचे मापन करण्याच्या एक-दोन साध्या पद्धती आहेत. प्रत्येक व्यक्तीच्या हाताच्या पंजाचा पुढील व मागील पृष्ठभाग हा संपूर्ण शरीराचा १ टक्का असतो. त्या मापावरून शरीराचा किती पृष्ठभाग जळला याचा अंदाज करता येतो. याशिवाय ९च्या पाढ्यानेही शरीराचा किती भाग बाधित आहे याचा अंदाज बांधता येतो. संपूर्ण चेहरा ९ टक्के, प्रत्येक दंड हात पुढून-मागून ९ टक्के, प्रत्येक मांडी पाय पुढून-मागून १८ टक्के, धडाचा पुढील व मागील भाग प्रत्येकी १८ टक्के व गुप्तभाग १ टक्का असा पृष्ठभागाच्या जळण्याचा अंदाज बांधता येतो. (सोबत दिलेले चित्र पहा.) लहान मुलांच्या बाबतीत १० टक्के व मोठ्या माणसांच्या १५ टक्क्यापर्यंतच्या दुखापती सहसा गंभीर रूप घेत नाहीत. ४० टक्के वा त्यावरील जळिताचे प्रमाण असलेले रुग्ण गंभीर असतात. तसेच चेहऱ्याभोवतालचे जळणे थोड्या प्रमाणात असले, तरी धोकादायक ठरू शकते. कारण तेथे सूज येऊन श्वासोच्छ्वासास अडथळा होऊ शकतो.

जले को जलदी जल उपचार

सर्वांत प्रथम म्हणजे भाजलेल्या रुग्णास धीर द्यावा. 'अरे बापरे! किती भाजले हो.' असे अवसानघातकी उद्‍गार टाळावेत.

जळित भाग गार पाण्यात बुडवावा. अथवा त्या भागावर गार पाण्याची संततधार धरावी. दोन्ही शक्य नसल्यास गार पाण्यात बुडवलेल्या रुमालाचा त्या भागास लपेटा द्यावा. असे कमीत कमी १० ते ३० मिनिटे अथवा रुग्णाच्या वेदना कमी होईपर्यंत करावे. गार पाण्याने जळण्याची वेदना, दाह कमी होतातच व जखमाही लवकर भरून येतात, असे आढळून आले आहे. जळण्यावर थंड पाण्याचा उपयोग सुरू झाला त्याच्या मागेही एक दुर्घटना आहे. परदेशात एका पंचतारांकित हॉटेलच्या वरच्या मजल्यास आग लागली. भाजलेल्या लोकांनी वेगवेगळे प्रथमोपचार केले. नंतर त्या घटनेची चौकशी करता असे आढळून आले की, ज्या लोकांनी तेथील स्विमिंग पूलमध्ये उड्या मारल्या त्यांच्या वेदनाही लवकर कमी झाल्या व जखमाही लवकर भरल्या. या वाईट घटनेतून जळितावर थंड पाण्याच्या उपयोगाचा चांगला शोध लागला.

रुग्णाच्या अंगावरील अंगठी, घड्याळ, पायातील बूट त्वरित काढावेत. नाहीतर सूज वाढून ते घट्ट बसतात.

अंगावरील कपडे पेटले असता रुग्णास आडवे झोपवून त्या भागावर गार पाणी टाकावे अथवा तो भाग ब्लँकेट, पडदा, जाड कपडा यांनी गुंडाळावा. यामुळे जळणाऱ्या भागाचा प्राणवायू तोडला जाऊन झळा विझतात. जळत असलेली

व्यक्ती उघड्यावर सैरावैरा धावल्यास वारा लागून आग अधिकच भडकायची शक्यता असते.

जळण्यावर कुठलेही मलम, लोशन, शाई, रंगीत मलम लावू नये. रंगीत मलम लावल्यामुळे नक्की किती भाग भाजला आहे याचा अंदाज डॉक्टरांना घेता येत नाही. त्या भागावर धोब्याकडून आलेल्या कपड्याचे सैलसर आच्छादन द्यावे. त्या कपड्यावर इस्त्री फिरवलेली असल्यामुळे तो बऱ्याच अंशी निर्जंतुक असतो.

काही विशिष्ट भागातच भाजले असल्यास तो भाग हृदयापेक्षा (छाती) उंच ठेवावा. उदा. हात भाजल्यास तो खांद्याच्या दिशेस उंच करावा. पायास दुखापत झाल्यास रुग्णास झोपवून पायाखाली उश्या द्याव्यात. चेहऱ्यास भाजले असेल, तर रुग्णाच्या पाठीशी तक्क्या देऊन त्यास टेकवून बसवावे.

साखर, मीठ, खाण्याचा सोडा, पाणी यांचे मिश्रण तोंडाने वरचेवर देत राहावे. मात्र रुग्ण बेशुद्ध असेल, त्यास वांत्या होत असतील तर तोंडाने काहीही देऊ नये.

सूर्यापासून सुटका

काही जणांची त्वचा हळुवार व नाजूक असल्यामुळे उन्हानेदेखील त्यांची त्वचा भाजते. अशा लोकांनी विशेषत: गोऱ्या कातडीच्या व्यक्तींनी उन्हात जाण्यापूर्वी चेहऱ्यावर पॅरामिनॉल अथवा डर्मकॅलसारख्या मलमाचा लेप द्यावा. (आठवा – ऑस्ट्रेलियन क्रिकेटियर्सचे रंगीबेरंगी चेहरे.)

ॲसिड, अल्कलींनी पोळल्यासही प्रथम भरपूर गार पाण्याने ती जागा धुवावी. डोळ्यांनाही गार पाणी लावावे. त्या रसायनाचा डबा उपलब्ध असल्यास त्यावरील 'उतारा' वाचून त्याप्रमाणे वागा.

मोठ्या भागावर त्वचेइतपत खोल भाजल्यास त्या भागावर त्वचारोपण शस्त्रक्रियेचा सल्ला डॉक्टर देतील.

काय करू नये

त्वचा भाजल्याच्या काही ठिकाणी पाणी भरलेले फोड (ब्लिस्टर्स) येतात. त्यांना फोडू नये. ते फोड म्हणजे एक प्रकारचे नैसर्गिक ड्रेसिंगच असते. त्या फोडांच्या खालची त्वचा जंतुसंसर्ग न होता सुरक्षितपणे भरून येत असते.

उष्णतेमुळे जळण्याच्या जखमा निदान सुरुवातीस तरी निर्जंतुकच असतात. त्याच्यावर कुठलेही अँटिसेप्टिक मलम, लोशन लावू नका. थंडपणासाठी शाई, राळेचे मलम लावण्याऐवजी स्वच्छ पाण्याची धार धरणे उत्तम होय.

घट्ट बसणारे ड्रेसिंग करू नका; पण ती जखम स्वच्छ कपड्याने अलगद झाकावी.

☺☺

शेवटी थोडी गंमत. एका उद्योगपतीच्या मृत्यूनंतर त्यांच्या इस्टेटीची विल्हेवाट लावण्यासाठी एका सॉलिसिटरची नेमणूक केलेली असते. त्यांच्यावर शेवटी उपचार करणारे डॉक्टर आपले बिल वसूल करण्यासाठी त्यांच्याकडे जातात. ''यांच्यावर मी उपचार करत होतो याचा काही पुरावा आपल्याला हवा आहे का?'' त्यावर सॉलिसिटर छद्मीपणाने म्हणतात, ''अहो ते वारले एवढा एकच पुरावा तुम्ही उपचार करत होतात यासाठी पुरेसा आहे.''

☺☺

◆

३१. कर्करोग (CANCER)

शरीरातील काही पेशींच्या अनियंत्रित व असंबद्ध वाढीस कर्करोग म्हणतात. कॅन्सर अथवा कर्करोगाची सुरुवात शरीराच्या एखाद्या अवयवात होते. त्या अवयवातील पेशी बेसुमार वाढू लागतात. त्यांचा एक गोळा (Tumour) तयार होतो. अशा अनियंत्रित वाढलेल्या पेशी त्या अवयवाची तर वाट लावतातच, पण त्याचबरोबर रक्त व लसिकांमार्फत शरीरात दूरवर पसरून कॅन्सरचा फैलाव करतात. म्हणूनच कर्करोग शरीराच्या एका भागात असतानाच लवकरात लवकर त्याचे उच्चाटन केल्यास तो समूळ नष्ट होऊ शकतो. कर्क म्हणजे खेकड्याच्या पावलांनी तो शरीरात घट्ट मुक्काम करून पसरतो या समजुतीमुळे त्याला कर्करोग हे नामाभिधान प्राप्त झाले आहे. कर्करोगाचे कारण अजून नक्की माहिती नाही, त्यामुळेच त्यावर इलाजही तितका प्रभावी नाही. कॅन्सरची शक्यता वाढवणारे काही पदार्थ मात्र नक्कीच टाळता येतील. याचे ठळक उदाहरण म्हणजे तंबाखूमुळे होणारा तोंडाचा कर्करोग. तसेच काही शरीरक्रिया नैसर्गिक नियमाविरुद्ध केल्यासही कॅन्सरची शक्यता वाढते. उदा. मातेने बाळाला स्तनपान करणे नैसर्गिक आहे. त्याविरुद्ध वागल्यास स्तनाच्या कर्करोगाची शक्यता वाढते. भारतात घशाचा व गर्भाशयाचा कर्करोग अधिक आढळतो. पण तो कुठल्याही अवयवात होऊ शकतो.

पाऊलखुणा कर्काच्या

या पुस्तकात कॅन्सरवर काय प्रथमोपचार सांगणार असा प्रश्न वाचकांना पडला असेल. कॅन्सरवरचा प्रथमोपचार म्हणजे एखादे लक्षण हे कॅन्सरमुळे होऊ शकते ही माहिती असणे व तशी जागरूक शंकेखोर वृत्ती ठेवणे हा आहे. कॅन्सरचे निदान अगदी सुरुवातीच्या काळात झाल्यास त्यावर उपचार उपलब्ध आहेत. त्यामुळे कर्करोगाच्या पुढील 'पाऊलखुणा' लक्षात ठेवल्यास वेळीच निदान होण्यास मदत होईल.

१) शरीरावरील न भरणारी जखम

२) आवाज घोगरा होणे अथवा ३-४ आठवड्यांपर्यंत बरा न होणारा खोकला.

३) स्तनात वा शरीरात कुठेही गाठ लागणे
४) शौचाच्या वा लघवीच्या सवयीतील बदल
५) साध्या उपचारांनी बरे न होणारे अपचन वा गिळण्याचा त्रास
६) तीळ वा जन्मखुणेत अचानक होणारा बदल.
७) पाळीच्या अध्येमध्ये वा पाळी गेल्यानंतरही स्त्रीच्या अंगावर लाल वा पांढरे पाणी जाणे.

काळजी करू नका, काळजी घ्या

मेडिकल कॉलेजच्या शेवटच्या वर्षाच्या काही विद्यार्थ्यांना मेडिसिन या विषयाचा अभ्यास करताना रोगांची लक्षणे वाचून त्यांपैकी निदान निम्मी लक्षणे तरी आपल्यात आहेत असा भास होतो. त्याचप्रमाणे वरील पाऊलखुणा वाचून काही वाचक गडबडून जाऊन आपल्याला नक्कीच कसलातरी कर्करोग आहे असे समजतील. येथे हे मुद्दाम लक्षात ठेवा की, वरील लक्षणे काही साध्या आजारातही असतात व साध्यासुध्या इलाजांनीही त्याला बरे वाटते. वरील पाऊलखुणा घाबरून जाण्यासाठी नसून जागरूकता वाढवण्यासाठी आहेत.

मी माझा डॉक्टर

कर्करोग सहसा चाळिशीनंतरचा रोग आहे. चाळिशीनंतर एकदा डॉक्टरी तपासणी जरूर करून घ्यावी. यामध्ये गुदद्वार, घसा, छाती यांच्या तपासणीचा जरूर अंतर्भाव असावा. स्त्रियांच्या बाबतीत जननेंद्रिय तपासणीबरोबरच 'पॅप स्मिअर' नावाची सूक्ष्मदर्शकयंत्राने केली जाणारी पेशींची तपासणी करावी. स्तनात कुठे गाठ आहे काय किंवा स्तनाग्रातून कुठला स्राव येतो आहे काय हे तर स्त्री स्वत:ही पाहू शकते.

कर्करोगाबाबत एक दुर्दैवाची गोष्ट म्हणजे त्यात सुरुवातीच्या काळात वेदना नसते. वेदना नसल्यामुळे अनेक जण त्याच्या इतर लक्षणांकडे दुर्लक्ष करण्याची शक्यता असते. तंबाखू मग ती तपकीर, मिशरी, जर्दा, दाताची पेस्ट, गुटखा, विडी, सिगारेट कुठल्याही स्वरूपात घेतली तरी घातकच आहे हे लक्षात ठेवा.

दुर्मीळ एक-दोन प्रकारचे कर्करोग सोडले तर त्यात आनुवंशिकता नसते. तसेच हे संसर्गजन्य नाहीत. कर्करोग, कुष्ठरोग ही गेल्या जन्मीच्या कुकर्माची फळे आहेत हे वाक्य जमिनीत खोलवर गाडून टाकावे.

टाटा करतात कॅन्सरला कॅन्सल

सर्वांत महत्त्वाचे म्हणजे एकदा कॅन्सर आहे याचे निदान झाल्यानंतर त्याचा उपचार 'शास्त्रीय पद्धती'नेच लवकरात लवकर करावा. कोणाच्या सांगोवांगीवरून बाहेरचे इलाज करत राहिल्यास रोग बळावून योग्य उपचारांची वेळ निघून गेलेली असते. टाटा हॉस्पिटल वा तत्सम हॉस्पिटल्स कॅन्सरला कॅन्सल करण्याची कामे

करत आहेत. मात्र तसे उपचार न केल्यास जीवनास 'टाटा' म्हणण्याची वेळ येते.

☺☺

शेवटी थोडी गंमत.

काही व्यक्ती तशा छंदिष्टच असतात. लहानपणी गोट्या, पतंगी, रंगीत खडे, स्टॅम्प गोळा करतात, तर मध्यम वयात महात्मा गांधींचे चित्र छापलेले ठरावीक आकाराचे कागद (नोटा) आणि उतारवयात गोळा करतात सांधेदुखी, छातीदुखी, अनेक डॉक्टरांचे रिपोर्ट्स आणि वेगवेगळ्या प्रकारच्या औषधी गोळ्या.

☺☺

◆

३२. मोतीबिंदू (CATARACT)

'कर्तबगारीबद्दल ज्या चितळे मास्तरांच्या गळ्यात मोती पडायला हवे होते त्यांच्या डोळ्यात मोतीबिंदू पडले' असे वर्णन पु.ल. देशपांड्यांनी एके ठिकाणी केले आहे. डोळ्यांमधील भिंगाच्या पारदर्शकतेमुळे प्रकाशकिरण डोळ्याच्या आतील भागापर्यंत अचूक जातात. वयोपरत्वे म्हणा अथवा मधुमेहासारख्या काही रोगामुळे त्या भिंगाची पारदर्शकता कमी होते. भिंग भुरकट होते त्याला 'मोतीबिंदू' म्हणतात. अशा भिंगाचा रंग मोतियासारखा होत असल्याने त्यास मोतीबिंदू म्हणत असावे.

डोळ्यातील तेज वाढवण्यासाठी सूर्याकडे उघड्या डोळ्यांनी थोडा वेळ नजर लावा व हळूहळू अशी नजर लावण्याची वेळ वाढवा असे शिकवणारे काही महाभाग आहेत. असे केल्याने सूर्यकिरणातील अतिनील (Ultra Violet) किरणे डोळ्यावर पडल्याने भिंग भुरकट होण्याची क्रिया जलद होते. कृपया असे करू नका. नुकताच ५०वा 'वाढदिवस' (का ऱ्हासदिवस) साजरा केलेल्या हिरोशिमा स्फोटाच्या अणुउत्सर्जनातून वाचलेल्यांपैकी १० टक्के लोकांना मोतीबिंदू झाला. रे बॅन (Ray Ban) या प्रसिद्ध कंपनीचा गॉगल त्याच्या नावाप्रमाणे Infrared व Ultra Violet किरणांना Ban (प्रतिबंध) करतो, पण त्याची किंमत सगळ्यांना परवडू शकेल का?

वाढते वय वाढवते मोतीबिंदू

वाढत्या वयानुसार काहींच्या शरीरातील काही अवयव नादुरुस्त होतात, तसाच डोळ्यात मोतीबिंदू होतो. शिवाय मधुमेह या संपूर्ण शरीरभर पसरणाऱ्या रोगात तसेच कुपोषणामुळेही मोतीबिंदू होतो. गर्भारपणात मातेला जर जर्मन मिझल्स हा गोवराचा आजार झाला, तर होणाऱ्या बालकात मोतीबिंदूंची विकृती जन्मत:च असू शकते.

कमी दिसू लागणे हे मोतीबिंदूंचे प्रमुख लक्षण असते. जसजसा भिंगाचा भुरकटपण वाढत जातो तसे अधिकच अंधूक दिसायला लागते. संपूर्ण भुरी पडली म्हणजे फक्त उजेड येतोय एवढेच समजते. अशा वेळी मोतीबिंदू पिकला असे

म्हणतात.

पूर्वी मोतीबिंदूची शस्त्रक्रिया तो पिकल्यावर करायचे. पण आता मोतीबिंदू न पिकताही अशी शस्त्रक्रिया करता येते. पूर्वीच्या शस्त्रक्रियेचे सोपस्करही फार व वेळही जास्त लागे. त्यानंतर योग्य दृष्टीसाठी डोळ्याला जाड भिंगाचा चश्मा वापरावा लागे.

नवीन प्रकारच्या शस्त्रक्रियेत नैसर्गिक भुरकट भिंग काढून तेथे कृत्रिम पारदर्शक भिंग बसवले जाते. याच्यामुळे बाह्यतः दिसणारा, जाड सोडा वॉटर बाटलीच्या तळासारखा चश्मा टाळता येतो.

एकदा मोतीबिंदू होण्याची क्रिया सुरू झाली की, तो विरघळणारे कुठलेही थेंब अथवा गोळ्या अस्तित्वात नाहीत. मात्र शस्त्रक्रिया करेपर्यंत वाट पाहत असताना काही औषधांचा वापर डॉक्टरी सल्ल्यानेच करावा.

☺☺

शेवटी थोडी गंमत. एका गृहस्थाची दृष्टी अधू होती म्हणून तो डोळ्यांच्या डॉक्टरकडे गेला. डॉक्टरांनी त्याला निरनिराळ्या अक्षरांचे फलक दाखवले, पण त्याला ते वाचता येईना. शेवटी डॉक्टरांनी सहा फुटांवर एक मोठे स्टेनलेसचे ताट धरून विचारले, "हे काय आहे?" त्यावर तो गृहस्थ म्हणाला, "हे नाणे आहे हे नक्की. पण पंचवीस पैशाचे की पन्नास पैशाचे ते सांगता येत नाही."

☺☺

◆

३३. कांजिण्या (CHICKENPOX)

शितळादेवीचा कोप झाल्यामुळे अंगावर कांजिण्या आल्याची कल्पना आता सर्वसामान्य लोकांनाही कविकल्पना वाटू लागली आहे. लहान मुलांमध्ये विषाणूंमुळे (व्हायरस) होणाऱ्या गोवर, गालफुगी, जर्मन मिझल्स व आता कांजिण्या या रोगावरही लसी (व्हॅक्सिन्स) उपलब्ध आहेत. या लसींमुळे या रोगांचे प्रमाणही कमी झाले आहे. शिवाय रोग झालाच तरी त्याची लक्षणे खूपच मवाळ रूपात होतात. कांजिण्या हा मुख्यत्वे कातडीवर दिसणारा, सहसा गंभीर रूप न घेणारा रोग आहे. बहुधा लहानपणीच होणाऱ्या कांजिण्या जर वाढलेल्या वयात आल्या तर त्या अधिक त्रासदायक होतात.

बार येतो बार बार

कांजिण्या झालेल्या रोग्याच्या सहवासात कुणी आला, तर २-३ आठवडे त्या विषाणूंचा त्रास जाणवत नाही. नंतर मात्र बारीक ताप येऊन अंगावर पुरळ दिसू लागते. लाल पुरळ, नंतर फोड होऊन त्यात पाणी भरणे, पाणी पिवळट होऊन त्या ठिकाणी खपली धरणे, शेवटी ५-१० दिवसांत खपली गळून पडणे, असा क्रम असतो. पुरळ येणे ते खपली धरणे असे हप्त्याहप्त्यात होत असते. म्हणजे एक बार उठून खपली धरेपर्यंत दुसऱ्या ठिकाणी आणखी १-२ पुरळ ते खपली असे बार येतात. शेतीच्या एकाच परसात, खरीप व रब्बी अशा दोन्ही पिकांचा हंगाम एका पाठोपाठ घेण्यासारखी जणू स्थिती असते. पुरळाला खाज असते. त्या रोगाच्या कालावधीत पुरळ जरी पुन:पुन्हा येत असली, तरी त्या व्यक्तीपुरते ते शेवटचेच असते; कारण एकदा कांजिण्या होऊन गेल्या की, आयुष्यात त्या परत येत नाही. मात्र कांजिण्या झालेल्या व्यक्तीस पुढील आयुष्यात नागीण हा रोग होऊ शकतो.

मुलांच्या वार्षिक परीक्षांच्या काळात (मार्च-एप्रिल महिन्यात) या रोगाचा जोर असतो. याचे विषाणू श्वासामार्गे शरीरात प्रवेश करतात. अंगावर पुरळ येण्याआधी २-३ दिवस, ते शेवटची खपली धरायच्या आधीच, या कांजिण्यांचे जंतू इतर जवळपास येणाऱ्यांवर हल्ला करून त्यांनाही रोगी बनवू शकतात. परंतु खपली

धरली गेली की, ते आतच राहतात व बाहेर काही करू शकत नाहीत. म्हणून शेवटची खपली धरल्यानंतर शरीर जरी टिकल्या लावल्यासारखे दिसत असले, तरी असा मुलगा दुसऱ्याला रोग देऊ शकत नाही आणि म्हणून त्याला परत शाळेत दाखल करण्यास हरकत नसते.

वर सांगितल्याप्रमाणे कांजिण्या हा स्वत:हून आटोक्यात येणारा रोग आहे. सुरुवातीच्या रोग असेपर्यंतच्या काळात मात्र त्यास इतर मुलांमध्ये मिसळू न देणे चांगले.

पुरळावर खाज येत असल्यास, तेथे स्वच्छ गार पाण्यात भिजवलेल्या कापसाने दाब द्यावा. असे एका वेळी ५ मिनिटांपर्यंत; पण दिवसातून वरचेवर करावे. याने खाज कमी होते. दिवसातून २-३ वेळा स्वच्छ पाणी व साबणाने अंघोळ घालावी. स्वच्छतेमुळे, विषाणूंपासून होणारा त्रास कमी होऊ शकतो वा टळू शकतो. नखे कापून बारीक ठेवावीत. फोड पिकू लागले अथवा खाज खूपच असेल, तर अँटिबायोटिक अथवा अँटिहिस्टामिन्सचा वापर डॉक्टरी सल्ल्याने करावा. तापासाठी पॅरासिटामॉलचा वापर बाटलीवरील सूचनेनुसार करावा. (मात्र लहान मुलांचा ताप उतरवण्यासाठी ॲस्पिरिनचा वापर करू नये.) कांजिण्यांचे डाग नंतरही ६-८ महिन्यांपर्यंत राहू शकतात.

☺☺

शेवटी थोडी गंमत.

बाळूला जोरजोरात उड्या मारताना पाहून आई रागावली. "अरे, तुला बरं नाही, तू आताच औषध घेतलेस अन् अशा उड्या काय मारतोस?" त्यावर चक्रम बाळू म्हणाला, "अगं, औषध घेतल्यानंतर मी बाटलीवरील लेबल वाचले की बाटली हलवून औषध घ्यावे."

☺☺

◆

३४. घास अडकून गुदमरणे (CHOKING ON FOOD)

गोष्ट जुनी आहे. भारताचे एक सरसेनानी जपानमध्ये एका रेस्टॉरंटमध्ये जेवत असताना त्यांच्या घशात माशाचा काटा अडकला. दुर्दैवाने आजूबाजूच्या कुणालाही काय करावे हे न सुचल्यामुळे त्यांना गुदमरून मृत्यू आला. गोष्ट नवी आहे. असेच एकदा ठाण्याला एका लहान मुलाच्या घशात खडू अडकून त्याला मृत्यू आला. मागे दूरदर्शनवर महाभारत चालू असताना धनुष्यबाणाने डोळ्याला इजा झाल्याच्या बातम्या होत्या. सध्या पॉपिन्स अथवा तत्सम खाऊच्या गोळ्या तोंडात फेकण्या-झेलण्याच्या जाहिरातींचा दुष्परिणाम म्हणून गोळी घशात अडकणे अशक्य नाही.

घाईघाईने खाताना, अख्खा लाडू, केळ्याचा मोठा घास, उकडलेले अंडे, ढोकळा खाताना एकदम गुदमरल्यासारखे होण्याचा अनुभव विरळा नाही. घास अन्ननलिकेत शिरत असताना पानासारखा (Epiglottis नावाचा) अवयव श्वासमार्ग बंद ठेवतो. पण त्याच्या कार्यात विसंगती झाल्यास अन्न श्वासमार्गाकडे जाऊ शकते. जर अन्नकण लहान असेल तर ठसका लागून तो अन्नकण बाहेर फेकला जातो. मात्र आकाराने मोठा खाद्यपदार्थ वा कृत्रिम दात, काचेची गोटी यांसारख्या वस्तू स्वरयंत्रावर अडकून श्वासोच्छ्वासच थांबवू शकतात. ही परिस्थिती मात्र खरोखरीच गंभीर असते. अशा वेळी सुमारे ४ मिनिटांत श्वास मार्ग खुला होऊन श्वासोच्छ्वास सुरू न झाल्यास त्या माणसाला मृत्यू येऊ शकतो. म्हणून श्वास अडकून गुदमरणे या अवस्थेचे तत्काळ निदान व उपचार हा फार महत्त्वाचा ठरतो. पार्टीमध्ये, हॉटेलमध्ये जेवत असताना असा मृत्यू आलेल्यांना चुकीने अनेक वेळा हार्टअॅटॅकने मृत म्हणून घोषित केले जाते. विशेषत: मद्यप्राशन केल्यानंतर घास अडकण्याचे अपघात अधिक संभवतात.

घास अडकून गुदमरलेल्या व्यक्तीचे निदान पुढील लक्षणांवरून करता येते –

१) गुदमरलेल्या माणसाचा केवळ श्वासच बंद पडलेला नसतो, तर तो माणूस बोलूही शकत नसतो. कारण त्याच्या स्वरयंत्रामधून हवाच जाऊ शकत नाही. असा माणूस मदतीसाठी हाका मारेल वा आरडाओरडा करेल अशी अपेक्षा करू नका.

या खुणेचा प्रसार व्हावा.

२) प्राणवायूच्या अभावी त्याचे ओठ, नाकाचा शेंडा, हातपाय, नखे निळसर दिसतील.

३) मेंदूकडील प्राणवायूचा पुरवठा थांबल्यामुळे त्याला बेशुद्धीही येऊ शकेल.

गुदमरणाऱ्या व्यक्तीने बेशुद्ध पडण्याआधी जर एका विशिष्ट ठरावीक खुणेची कृती केल्यास आजूबाजूच्या लोकांना त्याला घास अडकण्याचा त्रास होतो आहे हे कळेल. अशा व्यक्तीने हात गळ्याभोवती आवळल्यासारखे दर्शवावे. बाजूच्या व्यक्तीने 'अडकले का?' असे विचारल्यावर होकारार्थी मान हलवल्यास ताबडतोब उपचार सुरू करावा. जाहिरातीद्वारे वरचेवर या खुणेचा प्रसार झाल्यास आम जनतेला या बाबतीत जागृत करता येईल.

प्रथमोपचार

पूर्वी अडकलेली वस्तू काढण्यासाठी तोंडात बोटे घालून काढणे अथवा पाठीवर थापट्या मारण्याच्या पद्धतीचा वापर करायचे, पण यामुळे ती वस्तू अधिक आत ढकलली जाण्याची वा घट्ट अडकण्याची शक्यता असते.

डॉ. हेन्री हेमलीक या डॉक्टरांनी त्याच्यावर एक यशस्वी पद्धती शोधली आहे. त्यांच्या तत्त्वाप्रमाणे ज्या वेळी वस्तू घशात अडकते त्या वेळीसुद्धा काही प्रमाणात हवा फुप्फुसात साठलेली असते. जर ही हवा एका झटक्यात बाहेर पडली तर स्वरयंत्रावर अडकलेला पदार्थ तिथून उडून तोंडातून बाहेर पडेल.

अरुंद तोंडाच्या प्लास्टिकच्या बाटलीच्या तोंडावर पिंगपाँगचा बॉल ठेवून जर बाटली जोरात दाबली, तर तो बॉल तोंडावरून उडून बाजूला पडतो. याच तत्त्वाचा वापर करता येतो. रुग्ण उभा, बसलेला, आडवा पडलेला कसाही असला तरी हा उपचार करता येतो.

१) रुग्ण बसलेला असताना आपण त्याच्या पाठीशी गुडघ्यावर बसावे. उभा असल्यास त्याच्या पाठीशी उभे राहावे (या ठिकाणी 'पाठीशी उभे राहणे' वाच्यार्थाने व वाक्प्रचारार्थाने दोन्ही प्रकारे खरोखर लागू पडते.)
२) प्रथमोपचारकाने त्याचे हात रुग्णाच्या पाठीकडून कमरेभोवती न्यावेत.
३) एका हाताची मूठ वळून मुठीचा अंगठ्याकडील भाग रुग्णाच्या पोटाच्या बेंबीच्या वर, पण छातीच्या खाली ठेवून त्या मुठीवर दुसरा हात पसरवून ठेवा. दोन्ही हातांनी पोटावर छातीच्या दिशेने झटकन दाब द्यावा. जरूर पडल्यास त्यावर पुन:पुन्हा दाब द्यावा व पटपट द्यावा. त्यामुळे फुप्फुसातील हवा एका झटक्यात स्वरयंत्रावरून बाहेर पडेल व तेथे अडकलेला पदार्थ तोंडात वा

तोंडाबाहेर येईल.

रुग्ण जर आडवा पडलेला असेल, तर त्याला उताणा झोपवून प्रथमोपचारकाने त्याच्या दोन्ही मांड्यांवर, घोड्यावर मांड टाकल्यासारखे रुग्णाकडे तोंड करून बसावे. हाताची मूठ वळवून वरीलप्रमाणेच छातीच्या खाली दाब द्यावा.

या प्रकारे पोटावर दाब द्यावा.

अपना हात जगन्नाथ

दुर्दैवाने आपल्या स्वतःवरच जर असा प्रसंग आला तर आपलेच हात आपल्या पोटावर सांगितल्याप्रमाणे ठेवून दाब देता येतो.

बालकांच्या बाबतीत असे घडल्यास व असे घडण्याचे प्रसंग त्यांच्याबाबतीत अधिक असू शकतात, त्याला मांडीवर दत्तक घेतल्यासारख्या स्थितीत म्हणजे आपल्याकडे पाठ करून बसवावे. वरील सारखाच पोटावर दाब द्यावा. दाब देण्यासाठी हाताच्या प्रत्येकी दोन-दोन बोटांचा उपयोग पुरेसा ठरतो. अगदी लहान मुलांना एक क्षणभर उलटे केल्यासही घशात अडकलेली वस्तू बाहेर पडू शकते.

☺☺

शेवटी थोडी गंमत.

"तुम्हाला अमोनिया आणि न्यूमोनियातला फरक माहिती आहे का?"

"हो, एक बाटलीत भरलेला असतो, तर एक छातीत भरलेला असतो."

☺☺

◆

३५. कोलेस्टेरॉल व ट्रायग्लिसराइड्स
(CHOLESTEROL AND TRIGLYCERIDES)

'ट्रायग्लिसराइड्स' आणि 'कोलेस्टेरॉल' हे दोन्ही शब्द कोणत्याही रोगांची नावे नाहीत, तर रक्तात असलेल्या चरबीचे प्रमुख घटक आहेत. कोलेस्टेरॉल पेशी मजबूत बनवण्यासाठी व हार्मोन्सच्या निर्मितीमध्ये, तर ट्रायग्लिसराइड्स ऊर्जेसाठी वापरले जाते. सामान्य शरीरक्रियांसाठी त्यांची सामान्य मात्रांमध्ये आवश्यकता असतेच. मात्र त्यांची वाढीव मात्रा दीर्घ काळपर्यंत राहिल्यास ते रोगाला 'हार्दिक' आमंत्रण असते. (येथे हार्दिक हा शब्द हृदयापासून अशा अर्थाने नाही, तर हृदयाच्या रोगाला आमंत्रण या अर्थी वापरला आहे.) हृदयरोगाबरोबर वाढीव रक्तदाब, आतडी व प्रोस्टेटचा कर्करोग, पक्षाघात, संधिवात, स्थौल्य, मधुमेह या रोगांना चरबीचे वाढलेले प्रमाण कारणीभूत ठरू शकते. लेखात पुढे 'ट्रायग्लिसराइड्स'साठी 'ट्राय' आणि 'कोलेस्टेरॉल'साठी 'कोले' अशी संक्षिप्त नावे वापरली आहेत.

वाढीव कोलेमुळे रक्तवाहिन्यांच्या आतील बाजूस पुटं चढून त्या आकुंचित होतात. कोलेमध्येही एचडीएल (HDL) कोले व एलडीएल (LDL) कोले असे दोन प्रकार असतात. त्यातील एचडीएल चांगला तर एलडीएल वाईट असतो. वाढलेले ट्राय स्वत: काही त्रास देत नाहीत, पण त्यांच्या वाढण्याबरोबर एचडीएल कोले कमी होत असते. त्यामुळे अंशत: ते चरबीची पुटं वाढवण्यास साहाय्य करतातच. वरील विवेचनावरून डोक्याला फारसा शीण न देता लक्षात ठेवायची व्यावहारिक गोष्ट म्हणजे कोले व ट्राय अधिक (अतिरिक्त) प्रमाणात धोकादायकच समजावेत. सामान्यपणे मोठ्या माणसात रक्तात कोले २०० मि. ग्रॅ./प्रति १०० मिली. तर ट्राय १५०मि.ग्रॅ./प्रति १०० मिलीपर्यंत असावे. हे प्रमाण वेगवेगळ्या टेस्ट्सवरून डॉक्टर ठरवतात.

'फॅट' म्हणता ब्रह्महत्या

खाण्यातील गरजेपेक्षा वाढीव स्निग्ध पदार्थ (फॅट्स) एवढेच काय, साखरेसारखे पिष्टमय पदार्थदेखील शरीरातील चरबीत रूपांतरित होत असतात. अशी चरबी पोट, मांडी, कमरेवर साठणे ही आदिमानवाच्या काळी नैसर्गिक सोय, गरज होती. त्या वेळी अन्न, शिकार न मिळाल्यास त्या चरबीचा उपयोग ऊर्जेसाठी व्हायचा. उत्क्रांती झाली तरी चरबी साठवण्याची क्रिया मात्र चालूच राहिली. इतर ठिकाणी चरबी साठत असतानाच रक्तवाहिन्यांच्या आतील बाजूसही तिचे थर जमून अथेरोस्क्लेरॉसिस ही अनेक रोगांसाठी पूर्वस्थिती निर्माण करते. यामुळे रक्तवाहिन्या कडक, अरुंद होऊन हृदयात, मेंदूत गुठळी बनण्याची शक्यता वाढते.

स्निग्धपारखी

थोडे स्निग्धाला पारखे व्हा!

आपल्या रोजच्या आहारात सुमारे २० ते ३० टक्के कॅलरीज स्निग्ध पदार्थातून, ३० ते ३५ टक्के प्रथिनातून व उरलेल्या पिष्टमय पदार्थापासून मिळवाव्यात, असे शास्त्र सांगते. स्निग्ध पदार्थामध्ये एचडीएल हे चांगले कोले वाढवणारे असते. यासाठी कोठले पदार्थ घ्यावेत याचे मार्गदर्शन येथे करीत आहोत. जे स्निग्ध पदार्थ रूम टेम्परेचरला द्रवस्थितीत राहतात, ते घट्ट राहणाऱ्या स्निग्ध पदार्थापेक्षा चांगले समजावेत. म्हणजेच सर्व तेले ही तूप, लोणी, मलई, डालडा वा सर्व मांसाहारी पदार्थांतून मिळणाऱ्या चरबीपेक्षा चांगली असतात. तेलामध्येही उत्तम करडई, सनफ्लॉवर, सरकी, मका, सोया, मोहरी, शेंगदाणे ते खोबऱ्याचे तेल कनिष्ठ असा उतरता क्रम समजावा. आणखी एक सरधोपट नियम असा की, प्रतिमाणशी प्रत्येक महिन्यास एक किलो तेल हे योग्य रेशन समजावे. या माहितीबरोबरच पुढील युक्त्या वापरल्यास ज्यांची चरबी वाढली आहे त्यांची कमी होईल व ज्यांची प्रमाणात आहे ती तशीच राहील.

कोष्टक बोलवा मदतीला

तुमचे वजन, वय-लिंगाच्या कोष्टकानुसार आहे की नाही बघा. जास्त असल्यास ते कमी करा. रोज निदान एक तास चालणे, सायकलिंग, एरोबिक्स, खेळ, पोहणे यांसारखा व्यायाम आठवड्यातून निदान ४-५ दिवस तरी करावा. वजन घटले नाही तरी कोले व ट्रायची पातळी व्यायामाने नक्कीच कमी होते.

पंचामृत नव्हे पंचविषे

दूध, साखर, मीठ, मैदा व अंडे या पाच पांढऱ्या पदार्थांना अमृत (सर्वस्व) समजण्याच्या काळात त्यांना त्यांची जागा दाखवा. दुधामध्ये प्राणीज चरबी असते ती वनस्पती चरबीपेक्षा धोकादायक असते. जादा साखरेचे शरीरात चरबीत रूपांतर होते. अंड्यामधील पिवळ्या बलकात कोले जास्त असते. या पदार्थांचा वापर

सांभाळून करा. मांसाहार घेणाऱ्यांनीही आठवड्यातून दोनच्या वर अंडी खाऊ नयेत. मीठ व मैदा यांचा वापरही इतर कारणासाठी मर्यादित ठेवावा. वरील पाच पांढरे पदार्थ अतिरिक्त प्रमाणात विषेच असतात.

परतण्यापेक्षा पारशांचा पात्रा परवडतो

परतणे-तळण्यापेक्षा भाजणे, उकडणे चांगले. परतायचे झाल्यास निर्लेप तव्यावर परतावे. त्याने तेल कमी लागते. मांसाहार करायचाच झाल्यास पोर्क, मटण (यामध्ये रेड मीट असते) यापेक्षा चिकन (व्हाइट मीट) घ्यावे. त्याहीपेक्षा मत्स्याहार अधिक चांगला. माशामध्ये ओमेगा ३ फॅटी ॲसिड्स असतात. त्याने कोले कमी व्हायला मदत होते. मासाही पारशी लोक बनवतात त्याप्रमाणे 'पात्रा फिश' केवळ पानात उकडवून घ्यावा. तेल वापरू नये.

चातुर्मास्य पाळू नका

कांदा, लसूण हे चातुर्मास्यात न चालणारे पदार्थ, कोले कमी करायला मदत करतात असे भारतीय संशोधकांनी सिद्ध केले आहे. यांचा वापर भरपूर प्रमाणात करावा. कच्चे, उकडून कसेही घेतले तरी त्यांचा फायदा होतोच.

मेनरोडऐवजी शहराबाहेर जा

दूध व दूधजन्य रबडी, पेढे, बर्फी, आइसक्रीम तसेच वडे, भजी, दाणे, काजू, सिगारेट, मद्य या पदार्थांपासून आपला मोर्चा शेतीत मिळणाऱ्या भात, ज्वारी, बाजरी, गहू, नाचणी, भाज्या, उसळ, सर्व फळे, बटाटा, रताळी यांकडे वळवा. त्यांचा वापरही कमीत कमी तेल वापरून करावा. मद्यपान व धूम्रपान दोन्ही केवळ कोले व ट्रायची मात्राच वाढवत नाहीत, तर रक्तवाहिन्यांवरही हल्ला करीत राहतात. याशिवाय काही गोळ्या दीर्घ काळपर्यंत घेतल्यास त्याही कोलेचे प्रमाण कमी करण्यास मदत करतात. अर्थात त्यांचा उपयोग केवळ डॉक्टरी सल्ल्यानेच करावा, हे सांगणे न लगे.

☺☺

शेवटी थोडी गंमत. आनंद रवीला म्हणाला, "आम्हा दोघा नवराबायकोचे कोलेस्टेरॉल वाढले आहे. त्यामुळे डॉक्टरांनी आम्हाला व्यायाम करायला सांगितला आहे. मी लगेच जाऊन माझ्यासाठी टेनिस रॅकेट, शॉर्ट्स व शूज घेऊन आलो." रवी म्हणाला, "अरे, व्यायाम दोघांनाही करायला सांगितला आहे ना? मग बायकोसाठी काय आणलंस?" त्यावर आनंद शांतपणे म्हणाला, "एक केरसुणी, एक खराटा आणि पोछा करायला मोठे फडके."

☺☺

◆

३६. डोळ्यांभोवती काळी वर्तुळे
(CIRCLES AROUND EYES)

डोळ्यांभोवती काळी वर्तुळे पडतात किंवा डोळ्यांखाली काळेपणा येतो. वास्तविक हा दोष शरीरात म्हणजे चेहऱ्यावर उत्पन्न होतो. पण त्यामुळे कित्येक जण ती काळवंडलेली कातडी पाहून मनात खंगत राहतात. आपल्या हातून काही चूक तर घडली नाही ना? असे त्याला तो डोळ्यांभोवतीचा काळपटपणा पाहून वाटत राहते. परंतु हे सारे मनाचे गैरसमज असतात. दुसरे म्हणजे भरपूर मोकळा वेळ असलेले लोक आपला चेहरा आरशात न्याहाळत बसतात व त्यांना किरकोळ काळेपणा 'मोठा दोष' वाटू लागतो.

मुलींच्या पाळी सुरू होण्याच्या, रजोदर्शनाच्या वेळी असा काळेपणा दिसतो, पण नंतर हळूहळू आपोआप कमी होतो. डोळ्याला नंबर असल्यास ताण पडून, जुनाट सर्दी असल्यास नाकाकडे जाणारा रक्तपुरवठा मंद होऊन डोळ्यांखालील कातडीत असा काळेपणा येतो. याशिवाय पुरेशी झोप न मिळणे, शारीरिक अशक्तता, मानसिक ताण यांमुळेही असे होते.

पांढरा बर्फ काळ्या डागांवर

यावरील प्रमुख प्रथमोपचार म्हणजे हे काळे डाग काही गंभीर आजार आहे हा गैरसमज दूर करणे. तरुण वयातील मुले यांचा संबंध हस्तमैथुन वा स्वप्नावस्था यांच्याशीही लावतात. तोही गैरसमजच आहे. दृष्टिदोष आहे की काय, याची तपासणी करावी. काजळ वापरणे थांबवावे. डोळ्यांच्या खालील भागात अगदी हलक्या हाताने वरवर मालीश केल्यास तेथील रक्ताभिसरण सुधारून काळेपणा कमी होईल. भरपूर शारीरिक मेहनत व चौरस आहाराने फायदा होतो. खाण्यात भाज्या, उसळी, कोशिंबिरी, फळे यांचा अधिक वापर करावा. बर्फाचा खडा दिवसातून २-३ वेळा लावल्यास काळेपणा कमी होतो.

☺☺

शेवटी थोडी गंमत. एक 'अतिरेकी' डॉक्टर प्रत्येकाला फळे खायला सांगायचे. एका पेशंटला सल्ला देताना ते म्हणाले, "नुसती फळेच नव्हे तर आवडते फळ सालासकट खावे." त्यावर पेशंट उत्तरला, "पण डॉक्टर, माझे आवडते फळ तर नारळ आहे."

☺☺

◆

३७. सर्दीपडसे (COLD)

सर्दीपडसे हा किरकोळ वाटणारा, पण वरचेवर त्रास देणारा रोग आहे. वैद्यकीय क्षेत्रात अनेक नवनवीन शोध लागले. अनेक रोगांवर उपचार निघाले. मात्र सर्दीपडशावर रामबाण औषध अजून निघालेले नाही. याचा अर्थ सर्दीपडशावर काहीच उपचार करू नयेत असे नाही. कारण काही उपचारांनी सर्दी जरी बरी झाली नाही, तरी सुसह्य होऊ शकते व काही प्रतिबंधक उपायांनी समाजात तिचा वणव्यासारखा होणारा प्रसार रोखता येतो.

निरनिराळे रोग निर्माण करणाऱ्या वेगवेगळ्या विषारी जंतूंना विषाणू म्हणतात. सर्दीचा विकार या विषाणूंच्या प्रसारामुळे होत असतो. या विषाणूंचे सुमारे १०० प्रकार आहेत. एकदा एका विषाणूमुळे सर्दी झाली की, शरीरातील संरक्षण व्यवस्थेत त्याची नोंद होते व त्या विशिष्ट विषाणूशी झुंज देण्यासाठी, झगडण्यासाठी शक्ती निर्माण होते. पुढील आयुष्यात जरी त्या विशिष्ट विषाणूंशी संबंध आला तरी सर्दी होत नाही. परंतु विषाणूंचे असे १०० प्रकार असल्यामुळे दुसऱ्या कुठल्याही प्रकारच्या विषाणूंनी शरीरात शिरकाव केला तरी सर्दी होऊ शकते. याच कारणामुळे लहान मुलांमध्ये विषाणूंविरुद्ध झगडण्याची शक्ती नसल्यामुळे त्यांना वरचेवर सर्दीपडसे होते. पण जसजसे वय वाढते तसे सर्दी होण्याचे प्रमाण कमी होते. गमतीने असे म्हणता येईल की, एका माणसाला आयुष्यात जास्तीत जास्त शंभर वेळाच सर्दीपडसे होऊ शकेल. ॲलर्जीमुळे होणारी सर्दी हे मात्र वेगळेच प्रकरण आहे.

सर्दीची सुरुवात ही दुसऱ्या सर्दी झालेल्या रुग्णाच्या संपर्कात आल्यानंतर सुमारे १-२ दिवसात होऊ शकते. घशात खवखव वाटणे, शिंका येणे, नाकातून पाणी येणे व शरीर आंबून आल्यासारखे वाटणे अशी लक्षणे दिसतात. क्वचितच ताप १०० अंश फॅ. पर्यंत येऊ शकतो. काही जणात किंचित खोकला व नाक चोंदणे असेही होते. अशी लक्षणे सुमारे चार ते सात दिवस राहून नंतर बरे वाटते. अगदी लहान मुले, वृद्ध, प्रतिकार शक्ती कमी असलेले लोक यांच्यात सायनस,

न्यूमोनिया, कानदुखी असे गंभीर रोग सर्दी दुर्लक्षित राहिल्यास होऊ शकतात.

फ्ल्यू, टॉन्सिलसचा आजार एवढेच काय तर गोवर, कांजिण्या, पोलिओ हे रोगही सुरुवातीस सर्दीपडशासारखीच लक्षणे दाखवतात, पण नंतर त्या त्या रोगांची विशिष्ट लक्षणेही प्रकट होतात.

प्रथमोपचार

माणूस जरी चंद्रावर पाय ठेवू शकला तरी सर्दीच्या विषाणूसारख्या छोट्या जिवावर मात करणारे औषध अजून शोधू शकलेला नाही. (काही विषाणूंवर मात करणारी ॲसिक्लोविर (ACYCLOVIR) सारखी काही औषधे मात्र उपलब्ध आहेत.) तसेच फ्ल्यू, कांजिण्या, गोवर या विषाणूंमुळे होणाऱ्या रोगांवरही हमखास औषधे नाहीत. परंतु या विषाणूंचा पाडाव करण्याची शक्ती आपल्या शरीरात असते. त्यामुळे औषधाशिवायही शरीर त्या विषाणूंवर मात करून रोगमुक्त होत असते. यामुळेच सर्दीबाबतीत विनोदाने म्हटले जाते की, सर्दीवर औषध घेतल्यास सर्दी आठ दिवसांत बरी होते व औषध न घेतल्यास 'एका आठवड्यात' बरी होते.

सर्दीवर ॲंटिबायोटिक औषधांचा काहीही उपयोग होत नसतो. त्यामुळे स्वत:च्या डोक्याने दुकानातून तशी औषधे घेऊन वापरू नयेत.

नुसता गरम पाण्याचा वाफारा व मीठपाण्याच्या गुळण्या केल्या तरी बराच आराम मिळतो. नाक शिंकरून हळुवार झाले असल्यास त्यास पेट्रोलियम जेली वा बोरोलिन क्रीमसारखे साधे मलम लावावे. नाक साफ करताना एक एक नाकपुडी दाबून शिंकरावे. दोन्ही नाकपुड्यांवर दाब दिल्यास नाकातील सर्दी कानाकडे जाण्याचा धोका संभवतो.

रम नसते गरम

गरम पाण्यात रम अथवा ब्रँडी घेतल्याने सर्दी बरी होते ही कल्पनाही चुकीचीच आहे. त्याने नाकाघशास शुष्कपणा येतो. पालेभाज्यांचे सूप, गवती चहा, गरम पाणी यांसारखी गरम पेये प्यायल्याने नाकाच्या अंत:त्वचेकडील रक्तपुरवठा वाढतो व तेथील स्थानिक प्रतिकार शक्ती वाढून विषाणूंचा नि:पात होण्यास मदत मिळते.

नोबेल पारितोषिक विजेते डॉ. पॉलिंग यांच्या मते सर्दीच्या अगदी सुरुवातीच्या काळात 'क' जीवनसत्त्वाच्या (Vitamin C) १ ग्रॅमच्या गोळ्या २-३ तासांनी घेतल्यास सर्दी ताबडतोब आटोक्यात येते. या त्यांच्या मताबद्दल सर्वांचेच 'एकमत' नाही. एक मात्र खरे की, असे 'क' जीवनसत्त्व घेण्यात कुठलाच धोका नाही, त्यामुळे तो उपचार, मात्र सर्दीच्या अगदी सुरुवातीच्या अवस्थेत करून बघायला हरकत नाही.

सर्दीचे विषाणू सर्दी झालेल्या व्यक्तीच्या शिंकण्यातून, शिंकरण्यातून, खोकल्यातून पसरतात. त्याचबरोबर तो वापरत असलेल्या रुमाल, पेन, टेबल, उशी, फोन,

कागदपत्रे यांवरही विषाणू असतात. त्यांच्याद्वारेही सर्दीचा प्रसार होतो. नाक कोरणे, नकळत सतत नाकाला हात लावत राहणे या सवयींमुळे सर्दीचा प्रसार वाढतो. सर्दी असलेल्या माणसाला टाळणे (शक्य असल्यास) व त्याच्या नेहमीच्या वापरातल्या वस्तूंपासूनही दूर राहणे शहाणपणाचे आहे.

☺☺

शेवटी थोडी गंमत. गणपतरावांना सर्दी होते. म्हणून ते डॉक्टरांकडे जातात. डॉक्टर त्यांना सांगतात की, गार पाण्याने स्नान करा. त्यावर गणपतराव म्हणतात, "डॉक्टर, त्याने तर मला न्यूमोनिया होईल ना?" त्यावर डॉक्टर म्हणतात, "अगदी बरोबर. अहो न्यूमोनिया हमखास बरा करण्याचे औषध माहीत आहे, पण सर्दीवरचे नाही!"

☺☺

◆

३८. डोळे येणे (CONJUNCTIVITIS)

अनपेक्षितपणे जेव्हा अनेक व्यक्ती गॉगल्स घालून फिरायला लागतात तेव्हा ती फॅशन नसून डोळे येण्याची साथ आल्याची शंका येते. ज्याप्रमाणे तोंड येणे म्हणजे तोंडाच्या अस्तर असलेल्या अंत:त्वचेचा दाह होतो त्याप्रमाणे डोळे येण्यात डोळ्यातील जे लायनिंग (अस्तर) असते त्याला सूज येऊन तेथे दाह निर्माण होतो. हा आजार जास्त करून साथीच्या स्वरूपात येतो. जिवाणू (Bactaria) व विषाणू (Virus) यांच्यामुळे डोळे येतात. त्याचप्रमाणे धूळ, धूर, वादळी वारे, रासायनिक पदार्थ व त्यांची वाफ, ॲलर्जी एवढेच काय वेल्डिंग करताना त्या स्पार्ककडे जास्त वेळ पाहिल्याने त्यातील अतिनील (Ultra Violet) किरणांमुळेही डोळे येऊ शकतात. सर्दी, गोवर यांसारख्या श्वासमार्गाच्या विकारातही डोळे चुरचुरणे व लाल होणे अशी लक्षणे दिसतात.

डोळे लाल होणे, चुरचुरणे, त्यातून पाणी येणे, रात्री झोप झाल्यानंतर सकाळच्या वेळी डोळ्यांशी पांढरट घाण साठून डोळे चिकटणे अशी लक्षणे या रोगात असतात. या रोगाचे एक व्यवच्छेदक लक्षण म्हणजे त्यात दिसण्याच्या क्रियेत काहीही अडथळा नसतो. वरील लक्षणांबरोबरच जर दृष्टिदोष असेल, तर मात्र डोळे येण्यापेक्षा अधिक गंभीर आजाराची शक्यता असते.

'साथी हाथ बढाना'ने साथ वाढते

विषाणू व जिवाणूंमुळे येणारे डोळे हे सर्दीसारखेच स्वत: होऊन बरे होणारे असतात. फक्त याने साथीचे रूप धारण करू नये यासाठी काही स्वच्छतेचे नियम पाळावेत. हातरुमाल, कपडे, टॉवेल, बोटाने डोळे चोळणे यांद्वारे या रोगाचा प्रसार होतो. केवळ डोळे आलेल्या व्यक्तीकडे पाहिल्यानेही डोळे येतात हा मात्र गैरसमजच आहे. डोळे लाल झालेल्या व्यक्तीकडे पाहिल्यास सहानुभूतीपोटी आपल्यालाही डोळे चुरचुरल्यासारखे, पाणी आल्यासारखे वाटते एवढे मात्र खरे!

गरम शेक देतो थंडावा

कोमट पाण्याने डोळे दर २-४ तासांनी धुतल्याने डोळ्यातील चिकट पदार्थ

वाहून जाण्यास मदत होते. त्याचबरोबर 'गरम शेक' मिळाल्याने डोळ्यास 'थंडावा' मिळतो. (येथे थंडावा हा शब्द आराम या अर्थी आहे.)

गांधारी होऊ नका

डोळे बंद करून त्यावर पट्टी वगैरे बांधू नये. त्याने अधिक त्रास होतो. मात्र काळा चश्मा वापरल्याने बरे वाटते. एक डोळा आल्यास त्या डोळ्याचा रुमाल, हात दुसऱ्या चांगल्या डोळ्यास लावू नये. कुशीवर झोपताना आलेला डोळा खालच्या बाजूला, गादीजवळ राहील असे झोपल्यास त्यातील स्राव वाहून चांगल्या डोळ्यास संसर्ग व्हायची शक्यता कमी होते. अर्थात एवढे करूनही दुसरा डोळा येण्याची शक्यता खूप असते.

आले डोळे त्यामुळे 'गेले' डोळे

साथीच्या काळात घरात एखाद्याला डॉक्टरांनी दिलेले थेंब वा मलम सहसा सगळ्यांना उपयोगी पडू शकते. त्याचा वापर दिवसात ५-६ वेळा करावा. मात्र डोळे आल्याशिवाय घरातील इतरांनी त्या थेंबांचा वापर प्रतिबंध उपाय म्हणून करू नये. या औषधात स्टिरॉइड्स नाहीत, याची खात्री करावी. कारण विषाणूंमुळे होणाऱ्या रोगात तसे थेंब रोग अधिक गंभीर करू शकतात.

डोळे येणे ३-४ दिवसांत बरे होते. पण तसे न होता दृष्टिदोष वाटल्यास, प्रकाश सहन होत नाही असे वाटल्यास त्वरित डॉक्टरी सल्ला घ्यावा.

☺☺

शेवटी थोडी गंमत. "डॉक्टर, हा चश्मा बनवून लावल्यानंतर मला वाचता येईल ना?"

"म्हणजे काय? नक्कीच!"

"काय आश्चर्य आहे हो, मी मुळात शिकलेलोच नाही."

☺☺

◆

३९. बद्धकोष्ठ (CONSTIPATION)

वर्तमानपत्रांना औषधांबद्दल जास्तीत जास्त जाहिराती देणाऱ्या कंपन्यांमध्ये संडास साफ ठेवणाऱ्या औषधांचा नंबर बहुधा पहिला असावा (व दुसरा सेक्स टॉनिक्सचा). दोन्ही बाबतीत समाजातील अर्धवट ज्ञानाचा वा चुकीच्या संस्कारांचा फायदा घेऊन ती औषधे खपवली जातात. बद्धकोष्ठतेचे (त्याला 'मलावरोध' असाही शब्द वापरतात.) उदाहरण पाहता लहानपणापासून आपल्या मनावर असा संस्कार केला जातो की, रोज सकाळी शौचास साफ झालीच पाहिजे. (नाहीतर घे एरंडेल!) मात्र हे खरे नाही. शौचाच्या बाबतीत ती रोज झालीच पाहिजे हा आग्रह चुकीचाच आहे. एका दिवसातून २-३ वेळा शौचास जाणे ते २-३ दिवसांतून एक वेळ जाणे ही दोन्ही टोके 'नॉर्मलच' समाजावीत. काही जण तर म्हणतात की, दोन वेळा जेवतो त्यामुळे मला संडासहो दोन वेळाच झाली पाहिजे, हीदेखील गैरसमजूतच आहे.

गतम् न 'शौचम्'

बद्धकोष्ठ म्हणजे अनियमित, अपूर्ण व कडक संडास होणे, २-३ दिवसांतून सहजरीत्या त्रास न होता मध्यम बांधलेल्या स्वरूपात एक वेळ जरी शौच होत असेल तर त्याला बद्धकोष्ठता म्हणू नये.

आहार कमी प्रमाणात घेणे, आहारात तंतुमय (Fibers) पदार्थ कमी असणे, पाणी कमी पिणे, संडासला जाण्याचा निसर्गाचा 'कॉल' आला तरी त्याच्याकडे वरचेवर दुर्लक्ष करणे, बैठे काम, मानसिक नैराश्य, रेचक द्रव्यांचा अतिवापर ही मलवरोधाची कारणे संभवतात. याशिवाय गुदद्वारापाशी कतरी मूळव्याध यांसारखे दुखरे आजार, हायपोथायरॉइड, मधुमेह, आतड्याचे आजार, लोह वा इतर औषधांचा वापर यांमुळे बद्धकोष्ठ होऊ शकते. कुठल्याही तापात बद्धकोष्ठ हे लक्षण असू शकते. या ठिकाणी लक्षात ठेवण्याची महत्त्वाची गोष्ट म्हणजे तापात डॉक्टरी सल्ल्याशिवाय रेचक घेऊ नये. कारण जर आतड्याचा ताप असेल तर रेचकाने गंभीर परिस्थिती निर्माण होऊ शकते.

बद्धकोष्ठामुळे सहसा काही त्रास होत नाही, पण संडास साफ झाली नाही या कल्पनेनेच अनेक माणसांचे लक्ष पोटाकडे लागते व कामावरील लक्ष उडते. अतिजुनाट बद्धकोष्ठामुळे हार्निया, मूळव्याध, गुदद्वार बाहेर पडणे इ. आजार होऊ शकतात.

चांगला पण वाईट

आदिमानवामध्ये (व अजूनही प्राण्यांमध्ये) बद्धकोष्ठता माहिती नव्हती. याचे कारण त्यांच्या आहारातच आहे. हल्ली मात्र आपण सुधारणेच्या नावाखाली तयार केलेले (प्रोसेस्ड) अन्न खातो. त्यामुळे त्यातील तंतुमय पदार्थ काढून टाकले जातात. जास्त पॉलिश केलेला तांदूळ दिसायला जितका चांगला तितका तो आतड्याला वाईट असतो. कमी सडीचा तांदूळ, कोंडा न काढलेली कणीक, हिरव्या पालेभाज्या, कोशिंबिरी, चोथ्यासकट फळे (यंत्रावर काढलेला व पाणी, बर्फ टाकून वाढवलेला बाजारी 'ज्यूस' नव्हे) यांचा वापर करावा. काळ्या मनुका, अंजीर, आंबा, गाजर, कोबी, फ्लॉवर, श्रावणघेवडा यांचा वापर वाढवावा.

पाणी पिणे, दुखणे उणे

रोज कमीत कमी २-३ लीटर पाणी प्यायला हवे. शिवाय सकाळी उठल्यावर पाणी व गरम चहा घेतल्याने आतड्यात हालचाल सुरू होऊन 'कॉल' येतो असे करणेही काही गैर नाही. ३-४ किमी चालणे, सायकलिंग, पोहणे यांपैकी जमेल तसा व्यायाम घ्यावा. याने आतड्याचे चलन वाढतेच. त्याचबरोबर पोटाच्या स्नायूंचे बल वाढून मळ बाहेर येण्याची (मलउत्सर्जन) क्रिया सहज होते.

सोनामुखी, जयपाल यांसारखी कडक रेचके टाळावीत. काही लोकांना रात्री चूर्ण वा फक्की घ्यायची सवय असते. त्या चूर्णात वरील द्रव्ये असण्याची शक्यता असते. त्यांची आतड्याला सवय लागते. ज्याप्रमाणे दारुड्या माणसाला नशा येण्यासाठी दारूचा वाढता डोस लागतो तसेच या लोकांना शौचास साफ (कोठा साफ – हा बद्धकोष्ठी लोकांचा आवडता शब्द आहे) होण्यासाठी या चूर्णाचा वाढता डोस घ्यावा लागतो. अशी चूर्णे टाळावीत. मात्र इसबगोल, आगार-आगारसारखी शुद्ध भुकटी वापरायला हरकत नाही. या भुकटीचा गुणधर्म असा की, पाण्याशी संयोग झाल्यावर त्या फुगतात. त्यामुळेच पोटात गेल्यानंतर त्या शोषल्या न जाता तेथील पाण्याशी संयोग पावून फुगतात व मळास एक प्रकारचा मोठा आकार देतात. गुदद्वारापाशी असा भरपूर मळ आल्यानंतर नैसर्गिक कॉलही सहजतेने येण्यास मदत होते.

तोरा मन दर्पण कहलाये

आतड्यांना मनाचा आरसा म्हणतात. जेवढे मन साफ तेवढी आतडी साफ म्हणूनच मानसिक ताण असल्यास बद्धकोष्ठता उत्पन्न होत असते. निसर्गाच्या

सान्निध्यात मोकळ्या हवेत फिरायला जाणे, योगासने, महत्त्वाकांक्षा कमी करून समाधानी स्वभाव ठेवण्याने मन व पर्यायाने आतडी साफ राहतील.

संडासला जाण्यासाठी पुरेसा वेळ देणेही आवश्यक आहे. रात्रीची जागरणे (हेही बद्धकोष्ठाचे एक कारण आहे.) व सकाळी उशिरा उठल्यामुळे शौचविधीसाठी पुरेसा वेळ न देता कामावर पळणे हेदेखील मलावरोध करते. तसेच शौचासाठी कमोडऐवजी भारतीय बैठकीचा वापर अधिक फायदेशीर आहे. या स्थितीत मांड्यांचा दाब आपोआप पोटावर येण्याने फायदा होतो. सकाळी उठल्यानंतर पोटावर पुढीलप्रमाणे हात फिरवण्याने आतड्यास गती मिळते. हाताने पोटाच्या उजव्या, खालील कोपऱ्यात दाब देऊन तो हात हळूहळू सरळ रेषेत वर आणून छातीच्या खालून आडवा डाव्या बाजूस नेऊन त्याच बाजूस पोटाच्या खालच्या कोपऱ्यापर्यंत न्यावा. त्याने मळास पुढे चाल मिळते.

लिक्विड पॅराफिन, इप्सम सॉल्ट, ग्लिसरिन, एनिमा वा डलकोलॅक्ससारख्या रेचकांचा वापर केवळ डॉक्टरी मार्गदर्शनानेच करावा. अचानक उद्‌भवलेले बद्धकोष्ठ व त्याच्याबरोबर वांती होणे, पोट फुगणे अशी लक्षणे असल्यास ते गंभीर आजार दर्शवते.

☺☺

संडासचे वेळी कुंथू नये, या तत्त्वावरून शेवटी थोडी गंमत.

प्रश्न : चिनी माणसांचे डोळे मिचमिचे का असतात?

उत्तर : त्यांना बद्धकोष्ठ असल्यामुळे कुंथून जोर केल्यामुळे त्यांच्या डोळ्यांची ठेवण तशी होते.

☺☺

◆

४०. कुरूप (CORN)

त्वचेवर एखाद्या ठिकाणी वारंवार घासले गेले, तर घर्षणामुळे तेथील त्वचा कडक बनून तेथे 'घट्टा' तयार होतो. मेहनत मजुरी करणाऱ्याच्या हातावर असे अनेक घट्टे असतात. घट्ट्यामध्ये त्वचेचा वरील थर जाड व मृत असतो. याच्या पुढील अवस्था म्हणजे हा थर खोलवर शंकूसारखा वाढणे ही होय. याला 'कुरूप' असे म्हणतात. भोवऱ्याशी असलेल्या आकारसाधर्म्यामुळे याला 'भोवरी' असेही म्हणतात. रुतलेल्या काट्याच्या बारीक कणाभोवती अथवा रेतीभोवती असा 'कोश' गुंफून त्या रुतलेल्या कणास (शल्यास) तेथेच जखडून ठेवणे हा शरीराचा ऑटोमॅटिक खास संरक्षक उपचार आहे. शरीराच्या या गुणधर्माअभावी अशी परकीय वस्तू शरीरात खोलवर कुठेही जाऊ शकली असती.

निरोगी पाय हाच पाया

कुरूप सहसा पायावर, विशेषत: अंगठ्याच्या तळाशी, जास्त प्रमाणात आढळतात. फार घट्ट बसणारे, पुढे निमुळते असलेले बूट, अनवाणी चालणे ही कुरूप होण्याची कारणे आहेत. असे म्हणतात की, भावी चक्रवर्ती राजा पाळण्यातच त्याच्या तळपायाकडे बघून ओळखता येतो. तसेच माणसाच्या तळव्याकडे बघून त्याच्या एकूण आरोग्याविषयी आडाखेही बांधता येतात. निरोगी 'पाय' हा उत्तम आरोग्याचा 'पाया' समजायला हरकत नाही.

दाब आडवा, वेदना पळवा

चालताना भोवरीवर प्रत्यक्ष दाब पडल्यामुळे वेदना होणे हे प्रमुख लक्षण असते. वेदना कमी होण्यासाठी असा माणूस वेडावाकडा चालून गुडघेदुखी, कंबरदुखी असे आजार मागे लावून घेऊ शकतो. कुरूपांची संख्या १-२पासून ८-१० इथपर्यंतही असू शकते. कुरूपाच्या बाजूला कापसाचे योग्य पॅडिंग केल्यास दाबाचा बिंदू सरकून चालताना होणाऱ्या वेदना कमी होतात. तसेच त्यावर सॅलिसिलिक ॲसिडचा लेप रोज लावल्यास तेथील जाड त्वचा जळून कुरूप मऊ होऊन निघण्यास मदत होईल. तेच काम कॉर्नकॅपनेही होते. कॉर्नकॅपमध्येही कातडी

जळणारे मलम मध्यभागी गोलात असते. तो भाग कुरूपावर बसेल अशी कॅप लावावी. तशीच ४-५ दिवस राहू द्यावी. त्यानेही भोवरी मऊ होऊन वरच्यावर असेल, तर पूर्णतः निघून जाते. जरी भोवरी पूर्ण निघाली नाही तरी कॅप लावून 'तयार' केलेली भोवरी छोट्याशा सर्जरीने सहजी निघते. मात्र कॉर्नकॅपचा वापर तरुणांनीच करावा. चाळिशीपुढील लोकांनी तिचा वापर वैद्यकीय देखरेखीखालीच करावा. एकतर पाय हृदयापासून लांब असल्यामुळे तिकडे मुळातच रक्तपुरवठा कमी असतो. तसेच मधुमेह, स्थौल्य, उतारवय यांमुळे तिकडील रक्ताभिसरण अधिकच कमजोर होते. सतत बूटमोजे वापरण्यानेही तेथील त्वचा दमट होऊन जखम होऊन बुरशी, जंतुसंसर्ग होण्याची शक्यता असते.

सर्जनशील असा, सर्जन नको

कुरूपासारख्या रोगात रुग्णास स्वतःच 'सर्जन' होऊन ती कापण्याचा मोह होतो. तो मात्र नक्कीच टाळावा. कारण वर सांगितलेल्या कारणांमुळे पायांवरील जखमेच्या एका म्हणीप्रमाणे 'काट्याचा नायटा' होण्याची शक्यता अधिक असते. कुरूपावर डॉक्टरांकडून शस्त्रक्रिया हाच शेवटचा उपाय आहे. होमिओपॅथीत 'भोवरी'वर औषध असल्याचे ऐकून आहोत.

☺☺

शेवटी थोडी गंमत. एका आजारी माणसाला तपासण्यासाठी डॉक्टर आले. तपासून औषधे दिल्यावर डॉक्टर मोटारीत बसले. पण मोटार चालू होईना. डॉक्टर परत आत आले. आजारी माणसाला बाहेर घेऊन आले व म्हणाले, "माझ्या मोटारीला जरा धक्का मारा हो." रोग्याने बराच वेळ ढकलल्यानंतर मोटार एकदाची चालू झाली. मग आभार मानत डॉक्टर रोग्याला म्हणाले, "मी मघाशी सांगितलेलं लक्षात ठेवा, भरपूर विश्रांती घ्या, अंथरुणातून अजिबात उठू नका."

☺☺

◆

४१. खोकला (COUGH)

प्रेम आणि खोकला या दोन्ही गोष्टी दाबायचा प्रयत्न केल्यास अधिक उफाळून येतात असे म्हणतात. खोकल्याच्या बाबतीत ते नक्कीच खरे आहे. खोकला हा तर निसर्गनिर्मित प्रथमोपचारच आहे. खोकला आल्यामुळे छातीत गेलेली धूळ, जंतू जमा झालेला कफ बाहेर पडतो आणि ते आवश्यकच असते. घसा दुखणे व ताप येणे या तशा खाजगी व्यथा झाल्या. पण खोकला हे दुखणे म्हणजे सततच्या खोकण्यामुळे आजूबाजूच्या लोकांना तुम्ही आजारी असल्याची दवंडीच असते.

करा वापर रुमालाचा

हल्ली जसा गोलंदाजीचा वेग अथवा टेनिस सर्व्हिसचा वेग मोजतात तसा जोरात येणाऱ्या खोकल्याचा वेग ५०० फूट प्रतिसेकंद इतका असू शकतो! खोकणाऱ्या माणसापासून त्याचे जवळचे मित्रदेखील लांब राहतात. खोकल्याचे कारण व स्वरूप काही असो; पण त्याच्यावरील एक प्रथमोपचार मात्र त्या व्यक्तीने (इतरांच्या फायद्यासाठी) अवश्य करावा. तो म्हणजे खोकताना तोंडावर रुमाल, उपरणे, पदर, कमीत कमी हात तरी धरावाच. वर सांगितल्याप्रमाणे असा वेगवान खोकला त्याच्या जंतूंसह इतरांना उपसर्ग करू शकतो.

खोला यादी, खोकल्याच्या कारणांची

ठसका वा अचानक सुरू होणारा खोकला हा सहसा अन्नपदार्थ वा द्रवपदार्थ श्वासमार्गात गेल्यामुळे येतो. हवेखेरीज अन्नपदार्थ श्वासमार्गाच्या अंत:त्वचेला जाचक ठरून लगेच खोकला येऊन तो पदार्थ बाहेर फेकला जातो. असा खोकला जर आला नसता, तर प्रत्येक माणसाला वरचेवर न्यूमोनियासारखा आजार झाला असता. सर्दी, घसादुखी, स्वरयंत्रदाह, श्वासमार्गदाह, न्यूमोनिया, दमा, कर्करोग इ. रोगांत वेदना, ताप या लक्षणांबरोबरच खोकला हे लक्षण असू शकते. हा खोकला कोरडा वा ओला असू शकतो. क्वचित खोकल्याबरोबर रक्तही पडू शकते. सर्दी वा श्वासमार्गदाह (Bronchitis) ही खोकल्याची कारणे जास्त असतात. बऱ्याच वेळा इतर लक्षणे कमी होतात, पण खोकला टिकून राहतो. ॲलर्जीमुळे होणाऱ्या खोकल्यात मात्र

केवळ तेच लक्षण असू शकते. सकाळी येणारा खोकला दम्यामुळे असू शकतो, पण रात्री आडवे पडल्यावर येणारा खोकला सर्दी, घशाकडे वाहण्यामुळे येऊ शकतो.

सुक्याबरोबर ओलेही जळू शकते

कोरडा खोकला सर्दी घशाकडे वाहण्यामुळे, घसा खवखवण्यामुळे, तेथे काही अडकल्यासारखे वाटण्यामुळे येतो. क्वचित कानामध्ये जास्त मळ होण्यासारखे श्वासमार्गाबाहेरचेही खोकल्याचे कारण असते. कोरडा खोकला तुमची झोप हराम करण्याएवढा जोरदार असू शकतो. यावर शरीराचा स्वतःचा असा उपचार म्हणजे 'लाळ' आहे. भरपूर लाळ सुटली तर त्यामुळे घशातील खवखव कमी होऊन बरे वाटते. त्यासाठी तोंडात खडीसाखर, ज्येष्ठमध, लेमनड्रॉप्स असे काही चघळले तरी त्याने लाळस्राव वाढतो. जाहिरात केल्या जाणाऱ्या चोखायच्या गोळ्यांमध्ये खडीसाखरेशिवाय अस्मानतारा, निलगिरी, लवंगांचे तेल, मध इ. असते. पाणी, चहा, कुठल्याही उसळीचे कढण वा सूप असे काही गरम गरम घेतले तरी घशाला शेक मिळून कोरडा खोकला कमी होतो. गरम पाण्याचा वाफाराही उपयोगी ठरतो. गरम पाण्याच्या गुळण्यांनी मात्र फारसा फायदा होत नाही. कारण ते पाणी घशापर्यंत नीट पोचू शकत नाही. 'कोरड्या' खोकल्यावर काही अफूनिर्मित औषधांचा किंवा कफ सायरपचा उपयोग मात्र केवळ डॉक्टरी सल्ल्यानेच करावा. कारण अशा औषधांचा 'ओल्या' खोकल्यावर उपयोग घातक ठरू शकतो.

श्वासनलिकेमध्ये पाण्यासारखा पातळ, पण चिकट कफ सतत निर्माण होत असतो. याला 'म्यूकस' (Mucous) म्हणतात. हा म्यूकस नलिकांच्या आतील बाजूस असलेल्या लव्हाळ्यांसारखा तंतूवरून (सिलिया – Cilia) फुप्फुसाच्या तळाकडून वर म्हणजे तोंडाकडे वाहत असतो. त्याचे काम म्हणजे धूळ, जंतू इत्यादींना पकडून वरवर तोंडाकडे ढकलणे. असा तोंडात आलेला म्यूकस आपल्या नकळत गिळला वा थुंकला जातो व फुप्फुस स्वच्छ राहते. ब्रॉन्कायटिस, न्यूमोनियासारख्या रोगात या म्यूकसचे प्रमाण वाढते. यामुळे 'ओला खोकला' येतो. यामध्ये खोकल्याबरोबर कफ पडणे हे लक्षण असते.

पातळ पदार्थाने कफाची पातळी वाढवा

ओल्या खोकल्यावरील प्रमुख इलाज म्हणजे त्यातील म्यूकस अधिकाधिक पातळ होणे, जेणेकरून तो बाहेर पडणे सुलभ होते. भरपूर गरम पाणी वरचेवर पिणे, छाती शेकणे, 'अडुळसा'सारखे घरगुती औषध घेणे, (याने 'म्यूकस'चा चिकटपणा कमी होतो.) वाफारा घेणे या उपायांनी कफ ओलसर होऊन खोकला करून बाहेर काढता येतो. खाकरून खाकरून असा कफ बाहेर काढणे इतरांना बघायला (व ऐकायलाही) त्रासदायक वाटले, तरी श्वासमार्ग साफ ठेवण्याच्या दृष्टीने

ते योग्य असते. असा सुटलेला कफ एकान्तात बेसिन वा बाथरूममध्ये काढून टाकावा. शक्यतो तो गिळू नये. अर्थात थोडाफार गिळला गेला, तरी तो संडासावाटे बाहेर पडतोच. खोकल्याच्या कारणानुसार डॉक्टर श्वासमार्ग रुंदावणारी औषधे वा अँटिबायोटिक्सचा वापर त्यावर करू शकतात.

☺☺

शेवटी थोडी गंमत. सकाळी राउंडवर आलेले डॉक्टर गणपतरावांना म्हणाले, ''आता तुम्ही व्यवस्थित खोकत आहात.'' त्यावर गणपतराव छद्मीपणाने म्हणाले, ''हो, रात्रभर मी त्याचीच प्रॅक्टिस करत होतो.''

☺☺

◆

४२. पोटरीत गोळा येणे (CRAMPS)

वणीचा डोंगर अथवा अंजनेरीचा डोंगर चढून येण्यासारखे श्रम झाले, उन्हाळ्यात खूप घाम आला, अशा कारणानंतर रात्री झोपेत अचानक एखाद्या पोटरीत खूप दुखून जाग येणे व तेथे कडक गोळ्यासारखा ताठरपणा येणे अशा घटना काही फार दुर्मीळ नाहीत. या वेळी किरकोळ दुखण्यापासून जन्मदात्रीचा धावा म्हणजे 'आई गंऽऽ', करायला लागेपर्यंत वेदनांची तीव्रता असू शकते. त्याचप्रमाणे बस पकडायला धावायला लागावे वा फुटबॉल, हॉकी, क्रिकेटसारख्या मैदानी खेळात पोटरीचे स्नायू आखडल्यामुळे तेथे ताठरपणा येऊन, तो खेळाडू वेदनेने तेथेच पडतो, अशा घटना दूरचित्रवाणीवरही पाहायला मिळतात.

सोडियम व पोटॅशियम या क्षारांची आहारातील कमतरता वा जास्त घामामुळे, लघवीद्वारे त्याचे प्रमाणाबाहेर उत्सर्जन झाल्यामुळे स्नायूंचा तोल बिघडून असे गोळे येऊ शकतात. अनेक वेळा त्यांचे नक्की कारण सांगणे अवघड असते. मात्र रात्रीच्या वेळी गोळे येण्याच्या कारणात, तिकडे रक्तपुरवठा कमी झाला हे कारण मात्र नक्कीच खरे नाही. (जर कमी रक्तपुरवठ्यामुळे दुखणे असेल, तर ते रात्री विश्रांतीच्या वेळी न होता दिवसा व्हावयास हवे.) पुरेसे वॉर्मअप न करता खेळताना अचानक पोटरीवर ताण पडल्यासही असे होते.

गोळ्यावर मात करा

क्रिकेट मॅचच्या वेळी जर एखाद्या खेळाडूस असा गोळा आला, तर टीमचे फिजिओथेरपिस्ट त्याच्या पोटरीस हलका ताण देताना दिसतात तसेच आपणही करावे. यासाठी प्रथमोपचारकाने रुग्णाच्या घोट्यामागे एक हात ठेवून दुसऱ्या हाताने पायाची बोटे नडगीकडे वळतील असे करावे. जर पायात घट्ट बसणारा पट्टा, नी-कॅप असेल तर ती काढून टाकावी.

हल्ली नवीन प्रकारचे स्प्रे मिळतात. यामध्येही आयोडेक्ससारखीच द्रव्ये असतात. स्प्रे अथवा आयोडेक्स हळुवारपणे तेथे लावल्यास बरे वाटते. यातील द्रव्ये दोन प्रकारे काम करतात. एकतर तेथील रक्तप्रवाह वाढल्यामुळे गरमी येते. त्यामुळे

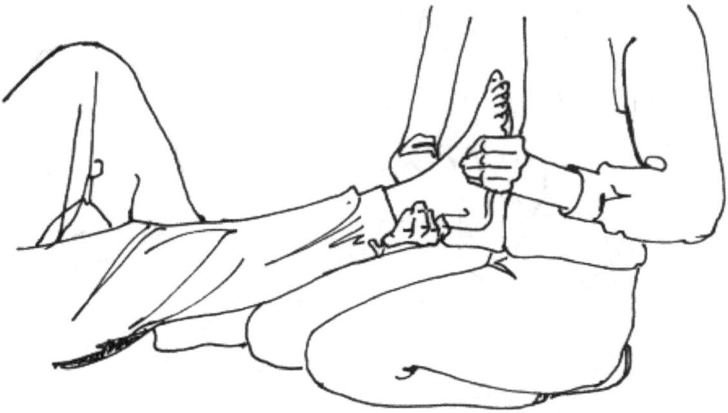

पोटरीत गोळा आल्यास या प्रकारे ताण देऊन मालीश करावे.

शेक बसल्यासारखे वाटते. दुसरे म्हणजे ती द्रव्ये कातडीस जाचक (Irritant) असल्यामुळे तेथेही वेदना निर्माण करतात. त्यामुळे आपोआपच स्नायूतील वेदना कमी वाटू लागतात. ज्याप्रमाणे थंड हवेत स्कूटर/कार सकाळी सुरू केल्यानंतर हळूहळू त्याचा ॲक्सेलरेटर वाढवून तिला गरम करतो त्याचप्रमाणे कुठल्याही क्रीडाप्रकाराआधी सर्व स्नायूंची व सांध्याची हळूहळू हालचाल करून, त्यांना ताण देऊन त्यांना ढिले, मोकळे करण्याचा 'वार्मअप' जरूर करावा.

रात्री पोटरीत गोळा येणाऱ्यांनी झोपताना पायाखाली बारीक उशी घेऊन झोपावे. त्यामुळे पायाकडे साठलेले रक्त परत हृदयाकडे येण्यास मदत होते. काही जणांना पायात सैलसर लांब मोजे घातल्याने बरे वाटते. घाम जास्त येत असल्यास, एखाद्या दिवशी जास्त श्रमाचे काम झाल्यास त्या दिवशी भरपूर मीठ घातलेले लिंबू सरबत वरचेवर घ्यावे. आहारात केळी, शहाळ्याचे पाणी, हिरव्या पालेभाज्या आंबट-गोड फळे, दूध, अंडी, कलेजी अशा पदार्थांचा वापर करावा.

काही जणांत 'ई' जीवनसत्त्वाचा उपयोग फायदेशीर होतो. त्याचा वापर डॉक्टरी सल्ल्यानुसार करावा. (सगळीच 'जीवनसत्त्वे' काही निरुपद्रवी नसतात. त्यातील काहींच्या अतिसेवनानेही व्याधी उत्पन्न होतात. 'अ', 'ड', 'ई' ही जीवनसत्त्वे अतिप्रमाणात घेतल्यास रोग निर्माण करू शकतात. म्हणून 'ई'चा वापर डॉक्टरी सल्ल्यानुसार करावा.)

मांडीच्या स्नायूत गोळा आल्यास या स्थितीत ताण देऊन मालीश करावे.

☺☺

शेवटी थोडी गंमत. रोग्याला तपासल्यानंतर डॉक्टर म्हणाले, "प्रकृती तशी ठीक आहे. सकाळी उठल्यावर रोज एक कप गरम पाणी पीत जा." त्यावर रोगी म्हणतो, "डॉक्टर लग्न झाल्यापासून गेली नऊ वर्षे रोज सकाळी गरम पाणीच पितो आहे. पण बायको त्याला चहा म्हणते."

☺☺

◆

४३. रडणारे मूल (CRYING CHILD)

'काय झालं?'

'बाळ रडत होतं.'

'× × × ग्राइप वॉटर द्या त्याला.'

असे पिढ्यान्‌पिढ्या तेच उत्तर देणारी दूरदर्शवरील जाहिरात जितके सत्य सांगते त्यापेक्षा बाळ रडण्याची इतर अनेक कारणे लपवून ठेवते. पोट दुखण्याव्यतिरिक्त लंगोट ओला झाल्यापासून ते मेंदूला सूज येण्यापर्यंत अनेक कारणांनी बाळ रडू लागते. आपल्याकडे लक्ष वेधण्यासाठी बोलू न शकणाऱ्या बाळाकडे रडणे हा एकमेव मार्ग असतो.

कारणे शोधा

मूल विनाकारण मात्र कधीच रडत नाही. भूक लागलेली असणे (आणि ते हे कारण तर मानवाइतकेच सर्व जनावरांना माहिती असलेले आहे. हंबरणाऱ्या वासराला गायही दूध पाजते, तशी स्त्रीही तिच्या रडणाऱ्या बाळाला प्रथम छातीशी लावते.) अंधाराची भीती वाटणे, वातावरणात गरमी असणे, डास वा किडा चावणे, संडास वा शूच्या जागी आग होणे, कमरेची साखळी अथवा पायातील वाळे टोचत असणे, अशी साधी कारणे असू शकतात. तसेच पोटात मुरडा येणे, ॲपेडिंक्स वा आतड्याचा गुंता असे पोटाचे आजार, सर्दी कानाकडे वाहिल्यामुळे कानाच्या मधल्या बाजूस सूज येऊन कान दुखणे, दम्याचा ॲटॅक असणे, हाड मोडणे, मेंदूस सूज येणे अशी गंभीर कारणेही असू शकतात.

आई गाते अंगाई

कुठलेतरी दुःखदायक कारण असल्यामुळेच बाळ रडत असते. त्यामुळे ते कारण शोधून दूर करणे हा त्याच्यावरचा इलाज आहे. रडणाऱ्या बाळास प्रथम दूध देऊन पाहणे ही नैसर्गिक प्रतिक्रियाच आहे. भीती बसलेल्या बाळास उजेडात नेऊन आईने छातीजवळ धरले तरी बाळास बरे वाटते. हवेतील गरमीमुळे वा कोंदटपणामुळे रडत असल्यास अंगावरील दुपटे, गलोते, झबले, लोकरी कपडे इत्यादी अनावश्यक

कपडे काढून टाकावे. काही वेळा तर असा अनुभव येतो की, घरी बाळ रडते म्हणून लोक बाळाला घेऊन आमच्याकडे यायला निघतात. पण घराबाहेरील मोकळी व थंड हवा लागल्याबरोबर शांत होऊन झोपी जाते. कोणतीही वेळ-अवेळ असली तरी रडणाऱ्या बाळास घेऊन थंड हवेत चक्कर मारणे हा साधा उपाय करून बघावा. कोणताही ताल मग तो थोपटण्याचा असो अथवा अंगाई गीताचा असो रडणारे बाळ त्याने झोपते. कमरेचा करदोटा वा साखळी काचत नाही ना हे पाहावे. डास चावून जागा हुळहुळी झाली असल्यास, संडासाच्या जागी आग होत असल्यास तेथे बोरोलिन वा तत्सम मलम लावावे. तेथे कोमट पाण्यात बुडवलेला रुमाल ठेवला तरी बरे वाटते.

वरील उपायांनी बाळ रडण्याचे न थांबल्यास ती मेडिकल इमर्जन्सी समजावी. कारण बाळाबरोबरच घरातील (व आजूबाजूच्या घरातील लोकसुद्धा) सगळे जण अस्वस्थ होऊ शकतात. डॉक्टर तपासणी करून कारण दूर करणारी औषधयोजना व त्याबरोबरच जरूर पडल्यास गुंगीचे औषध देऊन बाळास शांत करतील.

☺☺

शेवटी थोडी गंमत. बाळूची अंगठा चोखायची सवय काही सुटत नव्हती. सगळे उपचार करून थकलेल्या आईने धमकावण्यासाठी शेवटी त्याला सांगितले, "हे बघ असाच अंगठा चोखत राहिलास तर तुझे पोट फुगून फुगून शेवटी फुटून जाईल." ही मात्रा मात्र लागू पडली. काही दिवसांनी त्यांच्याकडे दिवस भरत आलेल्या बाई भेटायला आल्या. त्या वेळी त्यांच्या पोटाकडे बघून बाळू म्हणाला, "मला माहित्येय तुम्ही काय करत होतात."

☺☺

◆

४४. केसातील कोंडा (DANDRUFF)

एखादा माणूस तंद्री लावून डोके खाजवताना दिसला, तर तो कुठल्याही गहन विचारात बुडला असण्यापेक्षा त्याच्या डोक्यात कोंडा झाला असण्याची शक्यता अधिक आहे असे समजावे. डोक्याच्या कातडीच्या रोगात कोंड्याचा नंबर बहुधा दुसरा असावा. (केस गळण्याची समस्या अर्थातच नंबर एकला!) म्हणून 'डॅन्ड्रफ' म्हणजे कोंडा प्रतिबंधक औषधाच्या जाहिरातींची रेलचेल असते.

कोंडा दोन प्रकारचा, एक आवश्यक; एक अनावश्यक

डोक्याला खाज येणे वा रव्यासारखा पदार्थ निघणे ही कोंड्याची प्रमुख लक्षणे असतात. त्वचेच्या सर्वांत वरच्या थरातील पेशी वरचेवर गळून पडणे ही कोंडा होण्यामागील विकृती आहे. तेथील जमलेल्या पेशीसमूहामुळे सतत टोचणी लागून खाजवावेसे वाटते. जास्त खाजवण्याने तेथे क्वचित जखम व त्यात जंतुसंसर्गही होऊ शकतो. केस गळणे हे लक्षणही असू शकते. (गहू, ज्वारी, बाजरी इत्यादी पिठांमधील कोंडा खाण्याने फायदा होतो, तो कोंडा वेगळा.) मात्र या डोक्यावरील कोंड्याने त्रास होतो.

कोंड्याची 'कोंडी' करायचा मार्ग

यावरील सर्वांत उत्तम उपचार म्हणजे रोजच्या रोज अंघोळ (अर्थातच डोक्यावरून) करणे. काही जण सर्दी होते या नावाखाली डोक्यावरून अंघोळ करायचे टाळतात. ते काही खरे नाही. अंघोळीनंतर डोके लगेच पुसल्यास असा त्रास होणार नाही. पाण्याने त्वचेतून स्त्रवणारा तेलकटपणा तर कमी होतोच, पण त्याबरोबर त्वचेवर जमलेला कोंडाही धुतला जातो. त्यामुळे तेथे खाजवले जाणे, अधिक कोंडा जमणे हे विषचक्र थांबवता येते. अंघोळीचा कुठलाही साबण (जी जाहिरात आवडते व जो खिशाला परवडेल तो) वापरावा. त्यानेही अधिक फायदा होईल. शाम्पू म्हणजेच द्रवरूप साबूच असतो फक्त यास डिटर्जंट शक्ती अधिक असते. त्यामुळे शाम्पू माइल्ड असला तरी वरचेवर वापरू नये. शाम्पू कुठला वापरावा हे प्रत्येकाच्या प्रकृतीवर अवलंबून असते. आजकाल शाम्पू सॅशे (लहान पाकीट) उपलब्ध असल्यामुळे

ते निरनिराळे वापरून आपल्या केसांसाठी कोणता चांगला हे अजमावून त्याचे मोठे पॅकिंग विकत घेता येईल.

वाचा म्हणजे समजेल

शाम्पूच्या बाटलीवर लिहिलेल्या सूचनांप्रमाणे तो पाण्यात मिसळून वापरावा. आठवड्यातून एकच वेळा अंघोळीआधी १०-१५ मिनिटे तो डोक्याला लावून मग डोके धुवावे. त्यामुळे त्वचेवर काम करण्यास शाम्पूस पुरेसा अवधी मिळतो. (दाढी चांगली होण्यासाठीही अशाच प्रकारे गालावर साबूचा फेस करून २-४ मिनिटे राहू द्यावा. त्याने दाढीचे केस मऊ पडून मुळापासून चांगले कापले जातात.)

याशिवाय डोक्याला बोटाच्या मऊ भागाने (नखांनी नव्हे) मालीश केल्यानेही फायदा होतो. अनेक केशकर्तनालयातून 'बिअर शाम्पू' करतात. 'कोंडा'जीराव लोकांनी हे टाळावे. बिअरने त्वचा अतिरूक्ष होऊन कोंड्याचे प्रमाण वाढते. सतत टोपी घालून फिरत असल्यास अधूनमधून बोडके फिरावे. सूर्यकिरणातील अतिनील किरणामुळे कोंडा बनणे कमी होते. मानसिक ताण कोंडा वाढवतात. वरील उपचारांनी फायदा न झाल्यास डॉक्टर सेबोऱ्हिक डर्माटाइटिससारख्या रोगाची शक्यता काढून काही औषधी शाम्पू सुचवू शकतील.

☺☺

भीती वाटल्यास केस तरारून ताठ उभे राहतात. (राष्ट्रभाषेत रोंगटे खडे होना) यावरून थोडी गंमत. अमेरिकेचे माजी राष्ट्राध्यक्ष निक्सन यांचे केस कापायला येणारा न्हावी केस कापता कापता 'वॉटरगेट' प्रकरण काय आहे असे विचारायचा. असे ४-५ वेळा झाल्यावर निक्सन विचारतात, "अरे, दरवेळी तू हा विषय का काढतोस?" त्यावर न्हावी म्हणतो, "साहेब, हा विषय काढल्याबरोबर तुमचे केस ताठ उभे राहतात व मला कंगवाही न वापरता सहजपणे कापता येतात."

☺☺

◆

४५. बहिरेपणा (DEAFNESS)

काच फुटताना दिसत आहे; पण खळकन आवाज ऐकू येत नाही. मुलांचे हसणे, खिदळणे दिसते आहे, पण ऐकू येत नाही, अशी अवस्था फक्त बहिरेपणातच (वा टीव्हीचा आवाज बंद केल्यास) येऊ शकते.

कर्णा – फोनोचा व माणसाचा

शरीरक्रियेच्या दृष्टीने ऐकणे ही क्रिया पुढीलप्रमाणे होते. जुन्या फोनोच्या कर्णासारखा आकार असलेल्या आपल्या कानाच्या बाहेरील पोकळीत (बाह्य कर्णात – दोन्हीही 'कर्ण'च) प्रथम ध्वनी येतो. पाण्यावर जशा लहरी उमटतात तशा ध्वनिलहरी कानाच्या पडद्यावर आपटून तेथे स्पंदने निर्माण करतात. पडद्याला जोडलेल्या तीन नाजूक हाडांच्या साखळीमार्फत ती स्पंदने कानाच्या आतील भागात (अंत:कर्णात) जातात. तेथील बारीक तंतूंच्या पुंजक्यांमार्फत (केशतंतू कोषिका) या स्पंदनांचे विद्युत् लहरीत रूपांतर होऊन नसेद्वारे (नर्व्ह) ती मेंदूपर्यंत जातात. मेंदूत त्याची 'विशिष्ट आवाज' म्हणून जाणीव होते. या क्रियेत कोठेही दोष निर्माण झाल्यास थोडे वा पूर्ण बहिरेपण येऊ शकते.

कानाने बहिरा मुका परी नाही

अगदी लहान मुलात बहिरेपणा जन्मजात असू शकतो. मूल जन्मत: बहिरे असू शकते; पण मुके मात्र नसते. तीन वर्षांपर्यंत बोलणे या क्रियेची वाढ होते. त्या वयापर्यंत जर बाळाला ध्वनी ऐकू आले नाहीत, तर ते मुके होऊ शकते. बाळाला बोलता येत नाही, याची जाणीव पालकांना होण्याआधी कितीतरी वेळ आधी बाळाला ऐकू येत नाही, ही अवस्था असते. (गुलजार यांच्या 'कोशिश' चित्रपटातील एक प्रसंगही आठवतो. आई-वडील बहिरे आणि दुर्दैवाने मुकेसुद्धा असल्यामुळे आपल्या लहान बाळाला ऐकू येते ना हे कळून घ्यायला उत्सुक असतात. बाळाच्या डाव्या व उजव्या कानाशी खुळखुळा वाजवूनही ते ऐकल्याचे कुठलेही चिन्ह बाळाच्या चेहऱ्यावर न दिसल्यामुळे निराश झालेले संजीवकुमार, जया भादुरी डोळ्यासमोर येतात. त्या खुळखुळ्यात खडेच नसल्यामुळे तो

वाजतच नसतो. हे मात्र त्या दोघांच्याही गावीच नसते. सुदैवाने त्यांच्या बाळाला मात्र चांगले ऐकू येत असते.)

आवाज जोरात, ऐकण्यावर आघात

सुरुवातीस चांगले ऐकायला येते, पण पुढे बहिरेपणा येतो. त्यामागे पुढील कारणे संभवतात. कानात मळाचा खडा साठणे, काही वस्तू जाणे अशी साधी कारणेही असू शकतात. बाह्य कर्णास सूज येणे, सर्दीमुळे पडद्यास सूज येणे, कंठाळी आवाजात सतत काम करणे, बॉम्बस्फोटामुळे (आता हेही दुर्मीळ नाहीत!) वा पाण्यात सूर मारताना पडदा फाटणे, सर्दी मध्यकर्णात साठून राहणे, नाक-कानाच्या जुनाट विकारांमुळे पडदा फाटून त्यातून अधूनमधून पू वाहणे इत्यादी कारणे असू शकतात.

वयम् मोठम् खोटम्

मध्य कर्णातील हाडांच्या साखळीत कडकपणा आल्यामुळे त्यांची हालचाल कमी झाल्यामुळे पडद्यावर आदळलेली स्पंदने पुढेच जात नाहीत. याला Otosclerosis असे नाव आहे. याशिवाय नसेला जंतुसंसर्ग, मार बसणे, काही औषधांचा दुष्परिणाम होणे ही नसेमुळे होणाऱ्या बहिरेपणाची कारणे आहेत. याशिवाय प्रमुख कारण म्हणजे वाढते वय. वाढत्या वयात जसे कमी दिसू लागते, तसेच साठीच्या पुढील जवळजवळ प्रत्येकाला काही ना काही प्रमाणात ऐकू कमी येते. अर्थात याचे कारण केवळ वाढलेले वय हेच नसून, तरुणांपेक्षा अधिक वर्षे कानांनी गोंगाट सहन केल्यामुळे असे होत असते.

'कोशिश' घरच्या घरी

लहान मुलांना ऐकू न आल्यास त्यांचे बोलणे खुंटू शकते ही गोष्ट लक्षात ठेवावी. ६-७ महिन्यांचे मूल आवाजाच्या दिशेने मान वळवते. कानाजवळ खुळखुळा वाजवणे ही साधी परीक्षा आहे. तसेच दूध पाजताना वापरल्या जाणाऱ्या वाटी चमच्याचा आवाजही करून पाहावा. बाळाचे त्या आवाजाकडे एक नाद म्हणून लक्ष जाणे, याबरोबरच आपल्या पोटोबाचीही सोय होत आहे याचा आनंदही बाळाच्या हावभावात दिसायला हवा.

बाळ अजून मोठे झाल्यावर त्याला आजूबाजूच्या गोष्टीत स्वारस्य वाटत नसेल. त्याला वरचेवर सर्दी होत असेल तर पुढील तपासणी करावी. तोंड झाकून (तुमच्या ओठांची हालचाल त्याला न दिसता) हाक मारणे, आवाज करणे, रेडिओ वा टेपवरील गाणे ऐकवून त्याला ऐकू येते की नाही बघावे. गाण्याच्या तालावर हालचाल झाली म्हणजे ऐकू येते समजावे. या साध्या परीक्षांमध्ये संशय आल्यास डॉक्टरांकडे तपासणी करून घ्यावी.

सगळेच जुने सोने नसते

सर्वसाधारणपणे कानात मळ बनणे, तो चावण्याच्या, बोलण्याच्या क्रियेमुळे आपोआप वाहून जाणे ही नैसर्गिक गोष्ट आहे. काही वेळा मात्र मळ साठून राहतो. तो मऊ होऊन वाहून जाण्यासाठी डॉक्टरी सल्ल्याने थेंब वापरावेत. मळ फसफसून वर येण्यासाठी हायड्रोजन पेरॉक्साइड वापरण्याची पद्धत जेवढी जुनी तेवढीच घातक आहे. कृपया ते वापरू नका. कान कोरणे, काडी, कापूस अवगुंठीत बड यांचाही वापर करू नये. त्यांच्या वापराने 'मळ' वाहण्याच्या क्रियेस अडथळा तर येतोच, त्याबरोबरच पडद्यालाही इजा होऊ शकते. कानात कुठलेही तेल वा ड्रॉप्स डॉक्टरी सल्ल्याशिवाय वापरू नयेत. कारण जर पडद्यास भोक असेल तर ते थेंब थेट मध्य कर्णास इजा करू शकतात. खोबरेल तेलासारखे निर्धोक वाटणारे घरगुती औषध दमट, ओलसर कानात बुरशीची निर्मिती करू शकते.

मी माझ्यापुरता

डॉक्टरी सल्ल्याशिवाय कानात घालायची एकच वस्तू सुरक्षित आहे. ती म्हणजे स्वच्छ कापसाचा बोळा. सहसा कानाच्या कुठल्याही विकारात तुम्ही कानात बाकी काही न वापरता कापूस ठेवावा. त्याच्यामुळे तुम्ही ध्वनिप्रदूषणही (स्वत:पुरते) टाळू शकता हा फायदा 'बोनस' समजावा.

सध्या चलती असलेल्या डॉल्बी सिस्टम स्टिरिओफोनिक साउंड या 'आवाजी' गोष्टींमुळे अंत:कर्णातील केशतंतूकोषिकांना नुकसान होते. कारखान्यातील आवाज, रस्त्यावरील वाहनांचे कर्कश हॉर्न, बाजारातील गोंगाट या ठिकाणचे आवाज कायद्याने कमी होत नसतील, तर अशा वेळी कापूस अथवा रबरी प्लग्ज कानात वापरावेत. ऑटोस्क्लेरोसिस या रोगावर ताबडतोब फायदा देणारी शस्त्रक्रिया असते. फुटलेल्या अथवा वाहणाऱ्या कानावरही नवीन पडदा बसवण्याची शस्त्रक्रियाही आता सर्रास होते. केवळ स्वच्छता बाळगली तर पडद्यातील काही भोके आपोआपही भरू शकतात. मधुमेह, रक्तदाब यांसाठी तपासणी करावी.

वाढत्या वयाच्या बहिरेपणावर 'हिअरिंग एड'सारखे साधन फायदा करू शकते. या यंत्राने कानावर पडणारा आवाज अनेक पटींनी मोठा होतो. त्यामुळे ऐकायला येतो.

☺☺

शेवटी एक गंमत. गणपतरावांना थोडे कमी ऐकू येत असते. एक 'हिअरिंग एड' विक्रेता त्यांच्याकडे एक यंत्र खपवण्यासाठी येतो. तेव्हा गणपतराव एक साधी रबरी नळी कानाशी अडकवतात व म्हणतात, ''हेच माझे हिअरिंग एड आहे.''

त्यावर तो विक्रेता म्हणाला, ''ही तर साधी नळी आहे. याने काय होणार?''

त्यावर गणपराव उत्तरतात, ''अहो, ही नळी कानाशी लावलेली पाहिली की लोक आपोआपच माझ्याशी 'मोठ्याने' बोलू लागतात व मला चांगले ऐकू येते.''

☺☺

◆

४६. किडका दात (DENTAL CARIES)

दुखणाऱ्या दाताचं दुखणं व ठणकणं फारच बेचैन करतं. काहीच सुचू देत नाही. म्हणूनच दुखणारा दात असलेला माणूस तत्त्वज्ञानी असूच शकत नाही, अशा अर्थाची एक इंग्रजी म्हण आहे. दातामधील नस उघडी पडून तोंडातील संवेदना जेव्हा थेट मेंदूपर्यंत जातात, त्या वेदना इतक्या तीव्र असतात, की त्या वेळी भल्याभल्यांचे वैचारिक शहाणपण बाजूला पडते.

एनामल थोपवतो मल

प्रत्येक दाताच्या वर 'एनामल' नावाच्या एका पातळ थराचे आवरण असते. या एनामलमुळे दात सुरक्षित असतो. पण साखरेसारख्या पदार्थांमुळे तोंडात असलेले बॅक्टेरिया एक किटण (प्लाक) तयार करतात. या प्लाकच्या छत्राखाली ते बॅक्टेरिया सुखेनैव राहतात. कितीही गुळण्या केल्या, लाळेसारख्या नैसर्गिक मुखशुद्धी करणारा स्राव सुटला, तरी ते बॅक्टेरिया (जंतू) या प्लाकमुळे सुरक्षित राहतात. मग टीव्हीवर दाखवल्या जाणाऱ्या जाहिरातींप्रमाणे ते जंतू दाताच्या एनामलवर हल्ला करून तेथे स्वत:ची वसाहत निर्माण करतात. या वसाहतींचा रंग करडा असतो. ते दात पोखरत राहतात. हीच दाताची कीड होय. जेव्हा ही पोखरण्याची क्रिया दाताच्या आतील नसेपर्यंत जाते तेव्हा वेदना सुरू होतात. एवढेच काय दातावरचे एनामल जेव्हा झिजते तेव्हा गार, गरम पदार्थांनी दातांत कळा सुरू होतात.

रात्र वैऱ्याची असते

दातांची कीड कशामुळे सुरू होते याबाबत अनेक वेगवेगळी मते आहेत. कदान्न खाल्ल्यामुळे वा कुपोषणामुळे होते म्हणावे, तर अनेक गरीब घरातील मुलांचे दात उत्तम असतात. साखरेचे पदार्थ खाणे व तोंडाची स्वच्छता न ठेवणे ही कारणे मात्र नक्कीच खरी आहेत. तसेच काही जणांत आनुवंशिकतेने दात किडण्याची शक्यता जास्त आढळते. दोन जेवणांमध्ये साखरेसारखे पिष्टमय पदार्थ खाणे टाळावे. प्रत्येक खाण्यानंतर ब्रश करून अडकलेले अन्नकण काढून टाकावे. तेथे अन्नकण नसल्यामुळे त्यांच्यावर वाढणाऱ्या बॅक्टेरियांची (जंतूंची) वाढ तरी कशी होणार? दिवसातून

कमीत कमी दोन वेळा ब्रश करणे आवश्यक आहे. एक वेळ तुम्ही सकाळी ब्रश केला नाही तरी क्षम्य आहे, पण रात्री झोपण्याआधी दाताच्या सर्व बाजूंनी शांतपणे ब्रश करणे आवश्यक असते. नाहीतर प्लाक जमवणाऱ्या बॅक्टेरियाला तोंडात काम करायला रात्रभर उसंत मिळते.

खळखळ नको खुळखुळण्याची

ब्रश करण्याचीही पद्धत आहे. तुम्ही कोणती टूथपेस्ट वापरता हेही फारसे महत्त्वाचे नाही. सॉफ्ट किंवा मिडियम ब्रश हिरड्यांकडून दातांकडे म्हणजेच वरचे दात घासताना वरून खाली व खालचे दात घासताना खालून वर ब्रश फिरवा. ब्रश कधीही आडवा फिरवू नये. दातांच्या बाह्यभागाबरोबरच आतील भागावरही ब्रश झालाच पाहिजे. दातांच्या मध्ये साठलेल्या अन्नकणांसाठी डेन्टल फ्लॉसचा वापर करता येतो. ब्रश केल्यानंतर खळखळून (व खुळखुळूनही) साध्या पाण्याने गुळण्या अवश्य कराव्यात. हिरड्यांना ब्रशने वा बोटानेही मालीश करावे.

लेपन टाळते लेखन

किडक्या दातांवर लवंगाच्या तेलात बुडवलेला कापूस ठेवल्यास वेदना कमी होतात. ॲस्पिरिनच्या (ज्यांना चालते त्यांना) गोळ्यांचाही वापर भरपूर पाण्याबरोबर केल्यास तात्पुरता आराम मिळतो. त्यानंतर मात्र दंतवैद्याची भेट घेऊन कीड काढून तेथे सिमेंट, चांदी भरून घ्यावी. ज्यांच्या घराण्यातून किडीचा त्रास आनुवंशिक आहे त्यांच्यासाठी दातावर लावण्याचे एक विशिष्ट लेपन (कोटिंग) आता दंतवैद्याकडे उपलब्ध आहे. त्यामुळे एनामलचे लेखन म्हणजे झीज टाळता येते.

☺☺

शेवटी थोडी गंमत. दंतशास्त्र व भूलशास्त्र यामध्ये आता बरीच प्रगती झाली आहे. आता थोडीशी भूल देऊन वेदना न होता दात बाहेर येतो. पूर्वी मात्र दात तसेच काढायचे. गणपतराव चौकशी करायला डेंटिस्टकडे गेले. डॉक्टर सांगतात, “दात काढण्याचे ५० रुपये, शिवाय भुलीचे ५० रुपये वाढतील.” त्यावर गणपतराव म्हणतात, “जुने ते सोने. बिनभुलीनेच दात काढा.” डॉक्टर म्हणतात, “वा, बहादूर दिसताय. उघडा तोंड.” त्यावर गणपतराव म्हणतात, “छे, छे, दात माझा नाही बायकोचा काढायचाय.”

☺☺

◆

४७. प्रसूती (DELIVERY)

वर्तमानपत्रात चौकटीत येणाऱ्या बातम्यांत स्त्रीची बसमध्ये, रिक्षामध्ये अथवा रेल्वेतील प्रवासामध्ये प्रसूती! अशा प्रकारच्या बातम्या अधूनमधून येतच असतात. पहिलटकरीण सोडली, तर काही स्त्रियांमध्ये बाळंतपणाची क्रिया सुरू होऊन संपेपर्यंत अशा काही वेगाने घडतात, की वरील बातम्या येण्यासारखी स्थिती होते. प्रसूती ही तशी नैसर्गिक क्रिया असल्यामुळे अनेक वेळा बाह्य मदतीशिवायही ती व्यवस्थित पार पडते.

सर्वसाधारणपणे ४० आठवड्यांच्या गर्भधारणेनंतर पूर्ण वाढ झालेले बाळ प्रसूत होत असते. गर्भार स्त्रीच्या बाळंतपणाची अपेक्षित तारीख काढण्याची एक पद्धत आहे. शेवटच्या पाळीचा पहिला दिवस असेल त्यात ७ दिवस मिळवावे व त्या महिन्याच्या मागे ३ महिने जावे म्हणजे प्रसूतीचा संभाव्य दिवस काढता येतो. उदा. शेवटच्या पाळीचा पहिला दिवस १२ डिसेंबर असल्यास १९ सप्टेंबरला प्रसूती होण्याची खूप शक्यता आहे. प्रसूतीला इंग्रजीमध्ये 'लेबर' (LABOUR – लेबर म्हणजे कष्ट, वेणा) असे सार्थ नाव आहे. पहिलटकरणीला बाळंतपणाच्या कळा सुमारे १५-१६ तास आधीच सुरू होतात. प्रसूतीच्या वेळी शरीरात होणारे बदल, सोईसाठी पुढील तीन अवस्थांमध्ये वर्णन केले जातात.

बाळाचे आगमन

पहिल्या अवस्थेत गर्भाशयाचे तोंड विस्तारित होत असते. सुरुवातीस चिकट बुळबुळीत पदार्थ बाहेर पडतो, त्यास 'श्लेष्मा' म्हणतात. नंतर गर्भाशयाच्या स्नायूंच्या आकुंचन-प्रसरणामुळे कळा येऊ लागतात. सुरुवातीस या कळा १०-१५ मिनिटांनी येतात. नंतर मात्र कमी कमी वेळाने येऊ लागतात. जशी आतड्यांची हालचाल त्या व्यक्तीच्या ताब्यात नसते, तसेच या गर्भाशयाच्या आकुंचन-प्रसरणावर त्या स्त्रीचा ताबा नसतो. त्यामुळे या अवस्थेत स्त्रीने कळ न घेता जेवढे शांतपणे पडून राहता येईल तेवढे पडावे. वारंवार शौचास व लघवीस जाऊन यावे.

शौचास होण्यासाठी एनिमा दिल्याने दुहेरी फायदा होतो. एकतर मळ निघून

गेल्याने बाळ बाहेर पडण्याचा मार्ग हवा तितका रुंदावू शकतो व कळाही चांगल्या तीव्रतेने येऊन प्रसूती सोपी होते. या वेळेपर्यंत गर्भाशयमुख सुमारे ४ इंचांपर्यंत विस्तारित होते. याच वेळी योनिमार्गात पाणी भरलेला फुगा (पाणमोट) पुढे येऊन फुटतो त्यात काळजी करण्यासारखे काही नाही.

दुसऱ्या अवस्थेत या विस्तारित गर्भाशयमुखातून बाळ बाहेर येते. पहिलटकरणीस या अवस्थेत १-२ तास, तर पुढील बाळंतपणात केवळ १५-२० मिनिटेच लागतात. कळांची तीव्रता वाढून त्या कमी कमी वेळाने येतात. बाळ 'डोक्याने' जन्मणे हा नियम जवळजवळ ९५ टक्के स्त्रियांमध्ये लागू पडतो. स्त्रीस स्वच्छ चादरीवर उताणे झोपवावे. दोन्ही गुडघे वाकवून व फाकवून झोपल्याने योनी भोवतालची जागा मोकळी राहते. एकदा डोके दिसू लागल्यावर पुढील २-३ कळांमध्ये प्रसूती होते. डोके झपकन बाहेर येऊ नये यासाठी बाळाच्या डोक्यावर अलगद हात ठेवावा. डोके बाहेर पडताना चेहरा प्रथम खालील बाजूस असतो, पण योनिमार्ग उभट असल्यामुळे नंतर डोके फिरून चेहरा आईच्या मांडीकडे होतो. नंतर पुढील कळांबरोबर खांदा व हळूहळू पूर्ण शरीर बाहेर येते. 'रोते हुए आते है सब' या तत्त्वाप्रमाणे बाहेर आलेले बाळ ताबडतोब रडू लागते. हे रडणे म्हणजे बाळाचा श्वासोच्छ्वास सुरू झाल्याचे निदर्शक असते. त्यामुळेच बाळाच्या रडण्यास सगळे जण हसून प्रतिसाद देतात. बाळाचे पाय व पाठीस आधार देऊन किंचित तिरके केल्याने तोंड व छातीत जमलेला स्राव बाहेर पडण्यास मदत होते. त्याच वेळी स्वच्छ फडक्याने तोंड पुसावे. बाळ न रडल्यास त्याच्या पाठीवर व तळपायास थोपटल्याने ते रडते. सहसा या उपायांनी बाळ रडू लागते, तसे न झाल्यास बाळाच्या तोंडावर लहानसा जाळीदार रुमाल टाकून त्याच्यातून आपला उच्छ्वास हळू सोडावा. असे काही वेळा केले, तरी बाळाचा श्वासोच्छ्वास आपोआप चालू होतो.

प्रसूतीच्या तिसऱ्या अवस्थेमध्ये बाळ व तिला जोडलेली वार बाहेर पडते. ही क्रिया सुमारे १५ मिनिटांत होते. वार दिसायला भरपूर टोमॅटो सॉस घातलेल्या पिझ्झासारखी दिसते. वार लवकर बाहेर पडण्यासाठी पोटावर बाहेरून मालीश केल्यास फायदा होतो. वार जेवढी लवकर बाहेर पडेल तेवढे गर्भाशय आकुंचन पावून अतिरक्तस्रावाचा धोका टळतो. बाळाचा जन्म झाल्यावर नाळ जाडसर, रक्ताने भरलेली दिसते. तिच्यात ठोके पडत असतात. हे ठोके बंद होईपर्यंत थांबावे. नाळ बारीक व पांढरट झाल्यानंतर तिच्यातले स्पंदनही थांबते. अशा वेळी नाळ कापावी. यासाठी बाळाच्या बेंबीपासून ४ सें.मी. अंतरावर दोन गाठी देऊन नव्या कोऱ्या ब्लेडने दोन्ही गाठींच्या मध्ये कापावे. नाळ कापून झाल्याबरोबर मुलाला ताबडतोब आईच्या स्तनाला लावावे. यानेही दुहेरी फायदा होतो. एकतर आईस पान्हा फुटायला मदत होते व प्रसूतीनंतरचा रक्तस्राव कमी होतो. वरील सर्व करत

असताना स्त्रीस व बाळास जवळच्या हॉस्पिटलमध्ये नेण्याची सोय करणेही महत्त्वाचे ठरते.

☺☺

शेवटी थोडी गंमत. गणपतरावांच्या पत्नीला पाचवं मूल झालं, तेव्हा नाव काय ठेवायचं यावर नेहमीप्रमाणे वाद झाला. सौ म्हणाल्या, "त्याचं नाव तेंग नाही तर माओ ठेवू." त्यावर नवरा म्हणाला, "हे असं चिनी नाव ठेवायचं काय खूळ आलंय तुझ्या डोक्यात?" बायको म्हणाली, "अहो, परवाच मी वर्तमानपत्रात वाचलं की, जगात जन्मणारं प्रत्येक पाचवं मूल चिनी असतं म्हणून!"

☺☺

◆

४८. लघवीत 'धातू' जाणे (DHAT SYNDROME)

लघवीतून 'वीर्य' अथवा 'धातू' जातो अशी तक्रार करणाऱ्या पुरुषांची संख्या बरीच असते. त्याचप्रमाणे अंगावर किंचितसे पांढरे जाते ही तक्रार स्त्रियांची असते. दोन्ही तक्रारी या बऱ्याच वेळा शरीरक्रियेच्या ज्ञानाअभावी असणाऱ्या वा विशेष गंभीर आजार नसणाऱ्या रोगाचे लक्षण म्हणून असतात. स्त्रियांच्या अंगावर मासिक पाळीच्या पुढे अथवा मागे थोडेसे पांढरे जाणे नैसर्गिकच समजावे.

चकाकणारे सर्वच सोने नसते

लघवीतून पांढरट चिकट स्राव म्हणजे केवळ वीर्यच जाते या गैरसमजुतीबरोबर 'धातू' शरीरातून अशा प्रकारे जाणे म्हणजे जणू मृत्यूकडे वाटचाल ही दुसरी गैरसमजूत आहे. जर या लक्षणांबरोबर लघवीची जळजळ, वारंवार लघवी लागणे अशी इतर लक्षणे नसल्यास, असा पांढरट पदार्थ जाणे गंभीर नसते. वर्तमानपत्रातील टाय लावलेल्या डॉ. गुप्तरोगतज्ज्ञ (हे लोक त्या शहरातून 'गुप्त' होण्यातही तज्ज्ञ असतात.) सारख्या जाहिरातीतून 'वीर्यनाश म्हणजे नपुंसकत्व', 'धातू जाणे म्हणजे शक्तीचा ऱ्हास', अशा वाक्यांमुळे कच्च्या मनाच्या लोकांवर अयोग्य संस्कार होतात. तोच दुष्परिणाम '१ थेंब वीर्य म्हणजे ७० थेंब रक्त', 'ब्रह्मचर्य म्हणजेच जीवन', 'वीर्यनाश हाच मृत्यू' अशी चुकीची माहिती 'शास्त्रीय' म्हणून देणाऱ्या पुस्तकांमुळेही होऊ शकतो. वीर्य हा घाम, लघवी, थुंकी यांसारख्या शरीराच्या इतर स्रावांसारखाच आहे. त्याच्या वाहून जाण्यामुळे काही गंभीर आजार होईल ही कल्पना प्रथम मनातून काढून टाकावी.

बादरायणसंबंध

ज्याप्रमाणे अन्नाचा व श्वासाचा सुरुवातीचा मार्ग एकच असतो तसाच मूत्र व वीर्य बाहेर पडण्याचा मार्ग एकच असतो. तरुण वयात वीर्य उत्पत्तीचे प्रमाणही जास्त असते. रात्रीच्या वेळी स्वप्नावस्था अथवा लैंगिक विचारांनी जननेंद्रियातील इतर स्राव मूत्रमार्गात साठून राहतात. सकाळी शौचाच्या वेळी जोर केल्याने ओटी पोटावर दाब पडून लघवीतून 'धातू' गेल्यासारखे वाटू शकते. बद्धकोष्ठ असल्यास

उकिडवे बसून संडास करताना वीर्य साठवणाऱ्या (सेमीनल व्हेसिकल्स) ग्रंथीवर दाब पडून लघवीच्या शेवटी चिकट बुळबुळीत स्राव निघू शकतो. 'धातू' या शब्दाला ओज, सोने अशी विशेषणे दिल्यामुळे या लक्षणाला उगाचच गंभीर रूप येते. एकूणच जीवनातील नैराश्य, व्यायामाचा अभाव यांमुळे आलेल्या थकव्याचा संबंध तो माणूस अशा 'धातू' जाण्याकडे लावतो व गंभीर बाब समजतो.

'खर जाणे' खरेच निरुपद्रवी

चमकते ते सगळेच काही सोने नसते, या म्हणीप्रमाणे लघवीतून पांढरट जाणारे, सगळेच काही 'वीर्य' नसते. लघवीतून 'खर' जाणे ही खरेच एक निरुपद्रवी गोष्ट आहे. लघवीतील फॉस्फेट्सचे प्रमाण वाढल्यामुळे अशी खर जाते. केवळ भरपूर पाणी प्यायले किंवा जीवनसत्त्व 'क'च्या गोळ्या घेतल्याने लघवीची आम्लता वाढून खर जाणे थांबते.

गुप्तरोग, प्रोस्टेट ग्रंथीचा जुनाट आजार, मूत्रमार्गाचा दाह यांमध्येही लघवीतून पू गेल्यामुळे लघवीतून धातू जातो असे वाटते. याबरोबरच इतर लक्षणेही असतात. अशा वेळी मात्र डॉक्टरांकडून ताबडतोब तपासणी करून त्यावरील उपचार करणे आवश्यक असते.

☺☺

शेवटी थोडी गंमत. एक पडेल उमेदवार निवडणूक निकालानंतर थकूनभागून घरी आले. इतक्यात मॅटर्निटी हॉस्पिटलमधून डॉक्टरांचा फोन आला, "तुमची पत्नी बाळंत झाली, तिला तीन मुलं झाली."

त्यावर उमेदवार सवयीने ओरडले, "शक्य नाही. मी फेरमोजणीची मागणी करतो."

☺☺

◆

४९. जुलाब/हगवण (DIARRHOEA)

जुलाब होण्याचा अनुभव नसलेला एखाद-दुसरा माणूस विरळाच म्हटला पाहिजे. आंबे, कलिंगडे, दुधाचे पदार्थ इत्यादी जास्त प्रमाणात खाल्ल्यानंतर अथवा काही मानसिक ताण झाल्यामुळे पातळ संडास होऊ शकते. परीक्षाकाळात काही विद्यार्थ्यांत हे लक्षण तात्पुरते दिसते. मात्र एक-दोन जुलाबावरच हे प्रकरण थांबले नाही व सततच जुलाब होऊ लागले, एवढेच नव्हे तर वांत्याही होऊ लागल्या, तर अतिसाराची शक्यता संभवते.

अतिसार (गॅस्ट्रो), पटकी (कॉलरा) हे हगवणीचेच प्रकार आहेत. त्यांपैकी पटकी ही कॉलऱ्याच्या एका विशिष्ट जिवाणूंमुळे होते व अधिक धोकादायक ठरू शकते. अतिसार हा जिवाणू (बॅक्टेरिया), विषाणू (व्हायरस) वा अमिबामुळेही होऊ शकतो. दूषित झालेले पाणी, खाण्यापिण्यातील पदार्थांची ॲलर्जी असणे, ॲंटिबायोटिक्ससारख्या काही औषधांच्या वापरानंतर दूध, बासुंदीसारख्या लॅक्टोज साखर अधिक असलेल्या वस्तूंच्या खाण्यानंतर अतिसार होऊ शकतो. जंतुसंसर्ग झालेले दूषित पाणी हे मात्र सर्वांत प्रमुख कारण आहे. विनोदाने (व ते खरेही आहे.) म्हटले जाते की, केवळ अतिसार करणारे जिवाणू व अमिबा नष्ट झाले तरी भारतातील निम्म्या डॉक्टरांचे दवाखाने (अथवा डॉक्टरांच्या दवाखान्यातील निम्मी गर्दी) ओस पडतील.

अतिसरण हे अतिसाराचे लक्षण

पटकी वा अतिसाराच्या सुरुवातीच्या काळात मळयुक्त शौचास होते. नंतर मात्र पाण्यासारखी, भाताच्या कांजीप्रमाणे पातळ होते. मळमळ वाटणे, उलट्या होणे, ताप, पोटात मुरडून येणे, पोटऱ्यात पेटके येणे, खूप थकवा वाटणे अशी लक्षणे असू शकतात. शरीरातून पाण्याचे तसेच क्षाराचे 'अतिसरण' झाल्यामुळे बेशुद्धी येणे, लघवी बनणे बंद होणे यांसारखी लक्षणे दिसतात.

निसर्गाचा निरुपाय झाल्यास 'नीर' उपाय करा

एखाद-दुसरा जुलाब होणे हा निसर्गाने केलेला उपायच असतो. त्याने शरीरात

नको असलेला पदार्थ शरीराबाहेर टाकला जातो. मात्र जुलाब होतच राहिले, तर तुम्ही नीर (पाणी) उपाय सुरू करा. म्हणजे पाणी पिणे होय. प्रतिबंधात व उपायातही शुद्ध पाण्याचा पिण्यासाठी वापर हा महत्त्वाचा आहे. तुरटी व क्लोरिन वापरलेले शुद्ध पाणी कॉर्पोरेशनकडून पुरवले जाते. त्याचा साठा व वितरण योग्य प्रकारे करणे आपल्या हातात आहे. शौचास जाऊन आल्यानंतर हात साबूने स्वच्छ धुणे, नखे बारीक कापलेली ठेवणे, पिंपात साठवलेले पाणी त्यातच भांडे बुडवून न घेता तोटीने घेणे हे स्वच्छतेचे नियम आहेत. पिंपातले पाणी तोटीने घेण्यात दुहेरी फायदा आहे. एकतर पिंपात अस्वच्छ भांडे व हात बुडवले जात नाहीत व दुसरे म्हणजे पिंपातले पाणी न हलवता निवांत ठेवल्याने त्यात जर माती, अशुद्ध कण, व्हायरस, जिवाणू असल्यास ते खाली तळाशी असतात. पिंप न हलवता तोटीतून पाणी घेतल्याने ते पिण्याच्या भांड्यात येऊ शकत नाहीत. पाणी शुद्ध स्वरूपात मिळत नसल्यास पुढीलपैकी एका पद्धतीचा वापर विशेषत: साथीच्या वेळी जरूर करावा.

१) पाणी गाळून व उकळून पिणे. खर्चाच्या दृष्टीने हा प्रकार महागडा आहे. अगदी लहान मुले, वृद्ध, रुग्ण, गर्भवती स्त्रिया यांच्यासाठी ही पद्धत वापरावी.
२) सुमारे ५ लीटर पाण्यामध्ये आयोडिनचे २० थेंब टाकून पाणी रात्रभर ठेवून दिल्यास त्यातील बॅक्टेरिया व व्हायरस नाश पावतात. मात्र या पाण्यास एक विशिष्ट वास येतो. तो वास सहन होणाऱ्या लोकांनी हा उपाय करावा.
३) पाण्याला तुरटी फिरवण्याने माती तसेच अशुद्ध तरंगणारे पदार्थ तळाशी बसतात. त्याबरोबरच जिवाणू व व्हायरसही खाली बसण्याने वरचेवर शुद्ध पाणी तोटीने वापरता येते.
४) क्लोरीवॅटसारखे क्लोरिन ड्रॉप्स पाण्यात टाकून ते पाणी पिण्यासाठी वापरता येते. बाटलीवरील सूचनांप्रमाणे त्याचा वापर करावा.
५) शहराला पाणीपुरवठा टायमिंग पद्धतीने न करता सतत २४ तास करावा. त्यामुळे नळात सतत पाणी भरलेले राहिल्याने आजूबाजूच्या सांडपाण्याच्या नळातून पाणी निगेटिव्ह सक्शनने खेचले जाऊन अशुद्ध होणे टळू शकते. मात्र २४ तासांच्या पुरवठ्यात पाण्याचा अपव्यय टाळण्याची मोठी जबाबदारी नागरिकांवर पडते.
६) अल्फा प्युअरसारख्या उपकरणाद्वारे पाणी कोळशाच्या खड्यामधून गाळले जाऊन नंतर अतिनील किरणांद्वारे त्यातील जिवाणू नष्ट केले जातात.
७) खोलवर खोदलेल्या हापशातले (बोअरवेल) पाणी सहसा शुद्ध असते.

कोथिंबीर आणि कोशिंबीर

पाण्याशिवाय, न उकडलेल्या खाद्यपदार्थांमुळेही जिवाणूंचा प्रसार होतो. कोथिंबीर, कोशिंबीर, काकडी, गाजर, मुळा असे अस्वच्छ पाण्याने धुतलेले कच्चे सॅलडमधील

पदार्थ, चटणी, फ्रूट ज्यूसेस इ. बनवताना वापरलेले पाणी वा बर्फदेखील जिवाणूंचा प्रसार करू शकतात. एक उदाहरण द्यायचे, तर बाहेर खाण्याची वेळ आल्यास इडली चटणी न खाता इडली सांबार खावे, कारण सांबार हे उकळलेले असल्याने चटणीपेक्षा निर्धोक ठरते. भाताची कांजी, पिकलेले केळे, सफरचंद, दहीताक यांचा वापर जेवणात करावा.

विधीसाठी विधिवत

एक अशी समजूत आहे की, पितृपक्षात माश्या खीर खायला येतात व नंतर नाहीशा होतात. खरेतर त्याच सुमारास आंब्याचा हंगाम संपत असतो. त्यामुळे माश्या कमी होतात. पावसाळ्याच्या सुरुवातीस होणाऱ्या अतिसाराच्या साथीस या माश्याच अनेक वेळा जबाबदार असतात. रामप्रहरी रस्त्याच्या कडेला लहान मुलेच काय, पण मोठी माणसेही 'विधिवत' म्हणजे शौचासाठी बसलेली असतात. जिवाणूयुक्त विष्ठेवर बसलेल्या माश्यांच्या पायांना जिवाणू चिकटतात व त्याच माश्या अन्नपदार्थावर बसल्यानंतर ते अन्न खाणाऱ्याला अतिसार होऊ शकतो. उतरायला लागलेली फळे, उघडे ठेवलेले अन्नपदार्थ यांचा वापर टाळावा. प्रत्येक परिवाराने आपला परिसर स्वच्छ ठेवला तरी माश्यांचा उच्छाद कमी होईल.

सामूहिक भोजनाच्या वेळी निष्काळजीपणाने बनलेल्या अन्नातूनही विषबाधा होऊ शकते. अशा वेळी अनेक लोकांना एकाच वेळी उलट्या व जुलाब सुरू झाल्यास त्या अन्नाचे वितरण ताबडतोब थांबवावे.

कॉलरा प्रतिबंधक लस फारशी उपयोगी ठरत नसल्याचे आता सिद्ध झाले आहे. त्यामुळे तीर्थक्षेत्री जाताना लस घेण्यापेक्षा वैयक्तिक स्वच्छता पाळणे जास्त उपयुक्त ठरते.

हगवणीचे कारण कुठलेही असो डॉक्टरांकडे जाण्यापूर्वी त्यावरील प्रमुख उपचार म्हणजे 'जलसंजीवनी' आहे. एक तांब्याभर स्वच्छ पाण्यात एक मूठ साखर वा गूळ, तीन बोटांच्या चिमटीत मावेल एवढे मीठ व उपलब्ध असल्यास एक चिमूट खाण्याचा सोडा टाकून ही 'जलसंजीवनी' बनवता येते. रुग्णास ही संजीवनी वरचेवर थोडीथोडी देत राहावी.

☺☺

शेवटी थोडी गंमत.

मिलिटरी कॅम्पमध्ये स्वच्छता तपासणीसाठी गेलेले डॉक्टर चीफ सार्जंटकडे चौकशी करतात, "शुद्ध पाण्यासाठी तुम्ही काय करता?"

"आम्ही प्रथम पाणी गाळून घेतो."

"छान."

“मग ते उकळतो.”

“फार छान.”

“शिवाय ते निवळायला ठेवतो.”

“व्वा.”

“पण अधिक काळजी म्हणून आम्ही फक्त बिअरच पितो.”

☺☺

◆

५०. मधुमेह (DIABETES MELLITUS)

'नीम हकीम खतरे जान' या उक्तीप्रमाणे अर्धवट ज्ञान व जिवाला धोका हे काही रोगांच्या बाबतीत खरे असते, पण मधुमेही व्यक्तीस (व त्याच्या नातेवाइकांनाही) त्याच्या व्याधीबद्दल थोडीफार का होईना माहिती असणे आवश्यक असते. त्यामुळे ती व्यक्ती त्या ज्ञानाचा आहार-विहारात उपयोग करून त्याचे जीवन अधिक सुखी करू शकते.

मधुमेह हा आजार नसून, शरीराच्या चयापचय स्थितीत बिघाड झाल्याची अवस्था आहे. आपल्या रक्तात साखरेचे एक विशेष प्रमाण सतत राखले जाते. काही खाण्यानंतर त्यातील अन्नापासून, विशेषत: पिष्टमय पदार्थांपासून ग्लुकोज ही साखर शरीरात बनते. या ग्लुकोजमुळे पॅन्क्रीआज या ग्रंथीतील इन्सुलीन हा अंत:स्रावी घटक रक्तात सोडला जातो. या इन्सुलीनच्या उपस्थितीत शरीरातील सर्व पेशी ग्लुकोजचा वापर करून ऊर्जानिर्मिती करतात. मधुमेही माणसात या इन्सुलीनच्या अभावामुळे अथवा कमतरतेमुळे रक्तातील ग्लुकोज वापरले न जाता त्याची मात्रा वाढत जाते. असे ग्लुकोज मग लघवीतून बाहेर सोडले जाते. त्यामुळे भरपूर लघवी होणे, पर्यायाने तहान अधिक लागणे, अशक्तपणा येणे, प्रतिकारशक्ती कमी होऊन जंतूंनी शरीरावर हल्ला करणे, अशी लक्षणे दिसतात. मधुमेह दीर्घ काळपर्यंत शरीरात राहिल्यास त्याचा केशवाहिन्यांवर, मूत्रपिंड, नेत्र व शरीरातील इतर ठिकाणच्या रक्ताभिसरणावर परिणाम होतो. मधुमेहामुळे केवळ पिष्टमय पदार्थांचा चयापचय बिघडलेला नसतो, तर स्निग्ध पदार्थ, प्रथिने यांच्या पचनातही बिघाड होतो. हे वर्णन म्हणजे मधुमेह शरीरावर कसे आक्रमण करतो, याची झलक आहे. याशिवाय इतर मार्गांनी तो शरीर पोखरतच असतो.

'मधुमेहाचे बीज आनुवंशिकतेने लाभते. स्थूलपणा व मानसिक ताणांमुळे ते चांगले रुजते आणि आहारविहारातील निष्काळजीपणाच्या खतपाण्यामुळे चांगले फोफावते,' असे त्याचे सार्थ वर्णन एका मधुमेहतज्ज्ञाने केले आहे. आनुवंशिकतेने जीन्सवर मधुमेहाचा ठसा उमटवलेला असतो. त्यामुळे ज्यांचे आई वा वडील दोघेही

मधुमेही आहेत, त्यांना मधुमेह होण्याची शक्यता अधिक असते.

वरचेवर व भरपूर लघवी होणे, फार तहान लागणे व जननेंद्रियाला सूज वा खाज येणे, वरचेवर गळू, नखुरडे, चिखल्या असे रोग होणे, वजन घटणे, अकारण थकवा, चक्कर वाटणे, जखमा लवकर न भरणे, चश्म्याचा नंबर वरचेवर बदलणे इ. लक्षणे मधुमेहात दिसू शकतात. याशिवाय केवळ आयुर्विम्यासाठी चाळिशीनंतर केलेल्या तपासणी इ. सहज केलेल्या रक्ततपासणीतही मधुमेह सापडू शकतो. याचाच अर्थ मधुमेह काही व्यक्तींत काहीही लक्षणे निर्माण न करता अस्तित्वात असू शकतो.

मधुमेहाचे मुख्य दोन प्रकार आहेत. त्यांपैकी बालवयात होणाऱ्या मधुमेहाची विशेष काळजी घ्यावी लागते. सुदैवाने त्याचे प्रमाण भारतात खूप कमी आहे. यात आहारविहाराबरोबर इन्सुलीन हाच प्रमुख उपचार आहे. 'चाळिशीनंतर' होणाऱ्या मधुमेहात मात्र आहार, व्यायाम व अगदी जरूर असल्यास रक्तातील साखर (रक्तशर्करा) कमी करणारे औषध असा तीन कलमी कार्यक्रम असतो. एकूण मधुमेहींपैकी केवळ एक टक्का लोकांना इन्सुलीन लागते. बाकीचे नव्याण्णव टक्के मधुमेही 'चाळिशीनंतरच्या' प्रकारात बसतात. मधुमेहावर कितीही संशोधन होऊन नवनवीन औषधे निघाली, तरी पथ्य व व्यायाम यांचे महत्त्व अबाधितच राहणार.

साखरेचे खाणार त्याला देव 'नेणार'

मधुमेह वा खूप लठ्ठपणा (अतिस्थौल्य) असलेल्या कुठल्याही व्यक्तीच्या बाबतीत वरील 'दुरुस्त' केलेली म्हण लागू पडते. 'साखरेचे खाणार त्याला देव देणार' (भाग्यवान माणसांच्या मागे देव उभा असतो.) ही म्हण या लोकांच्या बाबतीत खरी नाही.

साखर नको सारखे चालेल

या लोकांनी 'साखरेसारखे' गोडी देणारे सॅकरीन, अस्पार्टेम, फ्रक्टोझ, सॉर्बिटॉल हे पदार्थ वापरले तरी चालतील. फ्रुक्टोझ व सॉर्बिटॉल या पदार्थांनाही काही उष्मांक आहेत. त्यामुळे आहारात त्यांचा अतिवापर नकोच. साखरेवर मात्र बंधनच हवे.

तारक तंतू

तंतुमय (फायबर युक्त) पदार्थ सर्वसामान्य माणसांबरोबरच मधुमेही व्यक्तीस अनेक दृष्टीने फायद्याचे असतात. आहारात त्यांच्या वापरामुळे आतड्यास त्यांचे एक आवरण (कोटिंग) झाल्यामुळे, अन्नातील साखर हळूहळू शोषली जाते. त्यामुळे रक्तातील साखर (रक्तशर्करा) एकदम वाढत नाही व शरीरात अस्तित्वात असलेल्या इन्सुलीनच्या साहाय्याने त्या हळूहळू वाढत असलेल्या साखरेचा फडशाही पाडला जातो, असे तंतुमय पदार्थ शरीरातील कोलेस्टेरॉल कमी करायला, पोट भरण्याची भावना निर्माण करण्यास, तसेच बद्धकोष्ठता दूर करण्यास मदत करतात हे त्यांचे

वाढीव फायदे आहेत.

हिरव्या पालेभाज्या, गहू, ज्वारी, बाजरी यांची कोंडा असलेली पिठे, कमी सडीचे तांदूळ, सालासकट डाळी, चोथ्यासकट व सालासकटही फळे, गाजर, काकडी, मुळा, कांदा कोबी, इ. सॅलडमधील पदार्थ यांमध्ये तंतू भरपूर असतात. दातामुळे ज्यांना सॅलड चावता येत नाही त्यांनी ते उकडून त्याच्या पाण्याबरोबर घेतले तरी तंतूचे फायदे मिळतातच.

घातक घेर पोटाचा!

मधुमेहींपैकी बहुसंख्य स्थूल असतात. प्रत्येकाने वय, उंचीच्या कोष्टकाप्रमाणे अपेक्षित वजन ठेवण्याचा प्रयत्न करावा. त्यानेही मधुमेह ताब्यात राहतो. आहारातील पथ्य व व्यायाम याने वजन घटवता येते.

अति तेथे माती...

सतत उपवास, एखाद्या दिवशीच अतिव्यायाम, जाहिरात केलेल्या वजन घटवणाऱ्या औषधांचा वापर, काही अन्नघटक आहारातून पूर्ण कटाप करणे अशा अतिरेकी गोष्टी टाळाव्यात. आहारविहारातील सातत्य व मध्यमार्ग अधिक महत्त्वाचा. जी बंधने पाळायची आहेत ती काही दिवसांपुरती नसून ती एक जीवनपद्धती म्हणून स्वीकारायची आहेत. घरातील मधुमेही व्यक्तीबरोबरच इतरांनीही थोडीफार तशी जीवनपद्धती पाळावी. कारण एकाचे पथ्य व बाकीच्यांचे स्वैर खाणे याचाही वाईट परिणाम मधुमेही माणसावर होऊ शकतो. अतिरेकाने रक्तशर्करा कमी व्हायचा धोका होऊ शकतो.

'शरीरमाद्यं खलु धर्म साधनम्'

व्यायामाने निरोगी ठेवलेले शरीर हाच मधुमेही माणसाचा धर्म समजावा. व्यायामाने शरीराचा आकार, चालणे, उभे राहणे यात फरक पडण्याबरोबरच रुग्णाचे मनोबल सुधारायला मदत होते. जास्तीची चरबी झडली जाऊन वजन कमी होते. हृदयाच्या पंपाला व्यायाम मिळून त्याचा तोल वाढतो. सर्व शरीरातील रक्ताभिसरण सुधारते. मधुमेही माणसाने कुठला व्यायाम करावा याबद्दल असे म्हणतात की, त्याला शक्य असेल त्याच्या पुढील स्थितीचा व्यायाम त्याने करावा. उदा. जर त्याला आडवे पडता येत असेल तर बसावे. बसता येत असेल तर उभे राहावे, उभे राहता येत असेल तर चालावे, चालता येत असेल तर धावावे व धावता येत असेल तर गावासाठी विहीर खोदावी. या विहीर खोदण्याच्या उद्देशामागे व्यायामाचा स्वार्थ व परमार्थ तर स्पष्टच आहे. चालणे, पोहणे, सायकल चालवणे यांपैकी कुवतीनुसार व्यायाम करावा. चालणे हा सगळ्यात सोपा व सगळ्यांना करता येण्यासारखा आहे. मध्यम गतीने एक मैल चालण्यास सुमारे १०० उष्मांक वापरले जातात.

व्यायाम अगदी कमीत कमी प्रमाणात चालू करून हळूहळू वाढवावा. त्याच्यात

नियमितपणा असावा. व्यायाम करण्याआधी हालचाल (वॉर्मअप) करून शरीर ढिले करावे. व्यायामाआधी २ तास व नंतर १ तासापर्यंत काही खाऊ नये. मधुमेही रोग्यांनी वेटलिफ्टिंगसारखे व्यायाम कधीही करू नये.

हप्त्याहप्त्याने जेवण

काही लोक दिवसातून केवळ दोनच वेळा तोंड हलवतात (जेवणासाठी) असे न करता भोजनाचे प्रमाण आहे तेच ठेवून ते अन्न चार वेळी विभागून घ्यावे, असे थोडे थोडे अन्न पचते चांगले, रक्तशर्करा एकदम वाढत नाही. पोटात गुबाराही करत नाही. तसेच दोन जेवणात फार अंतर पडल्यास खूप भूक लागून जास्त जेवले जाण्याची शक्यताही असते.

'पाया' भूत महत्त्वाच्या गोष्टी

मधुमेही व्यक्तीचा पाय हा हृदय, मेंदू, किडनी, डोळा व रक्तवाहिन्यांइतकाच महत्त्वाचा अवयव आहे. पायाची लहानशी जखमही धोकादायक ठरू शकते. चालणे हा पायांसाठी उत्तम व्यायाम आहे. अंघोळीनंतर पाय, विशेषत: बोटांच्या बेचक्यातून अवश्य कोरडे करावे, नाहीतर तेथे बुरशीचा प्रादुर्भाव होऊ शकतो. नखे अंघोळीनंतर मऊ असताना कापावी. फार आतपर्यंत कापू नयेत. नाहीतर 'जिव्हाळी' (का जिव्हारी?) लागू शकते. पायाला घट्टे, कुरूप असतील तर त्याचा उपचार स्वत: नक्कीच करू नये. तो उपचार डॉक्टरांच्या सल्ल्यानुसार करावा. मधुमेही माणसांच्या व्यक्ती तितक्या प्रकृती असतात. त्यामुळे वरील सर्व विवेचन सर्वसाधारण मार्गदर्शन म्हणून आहे. मधुमेही माणसाने आपल्याला मधुमेह आहे हे मनोमनी स्वीकारणे हा त्यावर निम्मा विजय मिळवण्यासारखे असते. त्यावर योग्य उपचार व पथ्यपाणी सांभाळून आनंदात जीवन जगता येते.

☺☺

शेवटी थोडी गंमत. एक जाड्या व रड्या एका पार्टीत भेटतात. त्यांच्या त्यांच्या सवयीप्रमाणे ते खात असतात. रड्याचे एवढेसे खाणे पाहून जाड्या म्हणतो, "तुझ्याकडे पाहिले की, भारतात दुष्काळ पडलेला आहे असे वाटते." त्यावर रड्या त्याच्या प्लेट व शरीराकडे पाहून म्हणतो, "आणि त्याला कारण तू आहेस असे वाटते."

☺☺

◆

५१. सांधा निखळणे (DISLOCATION)

दोन हाडे एकमेकांशी एका सांध्याच्या साहाय्याने जोडलेली असतात. जेव्हा त्यातील एक हाड त्याच्या नेहमीच्या स्थानापासून ढळते, तेव्हा त्याला सांधा निखळणे, हाड स्थानभ्रष्ट होणे अशी नावे आहेत. आपण भारतीयांना (रेल्वे रुळाचा) सांधा निखळणे, (राजकारणी लोक) स्थानभ्रष्ट होणे हे शब्द चांगले परिचयाचे आहेत!

एखाद्या सांध्यावर मार लागला, पिरगळला गेला किंवा फीटसारख्या विकारात अचानक स्नायू ताणले गेल्यामुळे हाडाचे सांध्यात गुंफलेले टोक खाली उतरते. हाताची बोटे, अंगठा, खांदा व कोपर यांचे सांधे निखळण्याचे प्रमाण, त्यांच्या रचनेमुळे अधिक असते. मार लागल्यानंतर सांध्यात वेदना होणे, हालचाल करताना वेदना वाढणे, नेहमीचा आकार बदलून भ्रष्ट आकार होणे अशी लक्षणे दिसतात.

'भ्रष्टाकार' दुरुस्त करू नका...

सांधा निखळण्याबरोबरच हाडाचे फ्रॅक्चर असण्याची शक्यता नाकारता येत नाही. (वीजमंडळाच्या 'वीजबंद' निवेदनातील 'सांगितलेल्या वेळेपेक्षाही अधिक काळ वीज बंद राहण्याची शक्यता नाकारता येत नाही' या वाक्याच्या चालीवर वरील वाक्य फिट बसते.) तसेच भ्रष्ट सांधा ठीक करण्याच्या प्रयत्नात आजूबाजूच्या स्नायूंना, नसांना धक्का लागण्याची शक्यता असते. कृपया स्वतःच हाडवैद्य बनून 'भ्रष्ट आकार' दुरुस्त करू नका. (त्याऐवजी इतर ठिकाणाचा भ्रष्टाकार व भ्रष्टाचार दूर करा.)

निखळलेला सांधा आहे त्या स्थितीत वा रुग्णास बरे वाटते त्या स्थितीत ठेवावा. त्यासाठी त्याच्याभोवती रुमाल वा कापसाने पॅकिंग करावे. जर डॉक्टरांकडे जायला वेळ लागणार असेल, तर तेथे बर्फाचा शेक द्यावा.

काही जणांचे सांधे जन्मतःच मोकळेढाकळे, ढिले असतात. त्यांचे सांधे थोड्याशा कारणानेही उखडतात. त्या लोकांना त्याची इतकी सवय असते की,

स्वत:च तो सांधा जागच्या जागी बसवतात. इतरांनी मात्र असे न करता डॉक्टरांकडून ते करून घ्यावे...

☺☺

शेवटी थोडी गंमत. हॉस्पिटलच्या आकस्मिक रुग्ण विभागात एक थोराड मुलगा व एक लहान मुलगी बरोबर येतात. डॉक्टर त्याला विचारतात, "ही मुलगी तुमची नातेवाईक का?" त्यावर तो मुलगा म्हणतो, "हो, ती माझी 'दूरची' बहीण आहे." डॉक्टर म्हणतात, "म्हणजे काय?" त्यावर तो मुलगा म्हणतो, "माझ्या आईवडिलांना १४ मुलेमुली आहेत. मी सर्वांत मोठा व ही सगळ्यात धाकटी म्हणजे ती माझी 'दूरची' बहीण नाही का?"

☺☺

◆

५२. बुडणे (DROWNING)

नदी, समुद्र असलेल्या भागात बुडून मरण्याच्या बातम्या अधूनमधून ऐकायला, वाचायला मिळतात. त्यांपैकी आत्महत्या म्हणून बुडणाऱ्यांपेक्षा अतिसाहसाने पाण्याशी जवळीक केल्यामुळे बुडणाऱ्यांचे प्रमाण अधिक असावे. बुडणाऱ्या अथवा बुडालेल्या माणसाच्या फुप्फुसात पाणी गेल्यामुळे, रक्तशुद्धीसाठी आवश्यक असलेल्या प्राणवायूचा पुरवठा हृदय, मेंदू अशा महत्त्वाच्या अवयवांकडे होत नाही. त्यामुळे मृत्यू येऊ शकतो.

श्वसन आणि स्पंदन निसर्गाचे आंदण

श्वसन व हृदयाचे स्पंदन या दोन्ही निसर्गदत्त देणग्याच समजाव्यात. हृदयाची हालचाल आईच्या पोटात दोन महिन्यांचा गर्भ असल्यापासून सुरू होते. बाळ गर्भाशयाबाहेर आल्याबरोबर त्याच्या रडण्यापासून श्वसन सुरू होते. श्वसन स्वेच्छेने काही मिनिटांपर्यंत थांबवता येते. हृदयक्रिया मात्र अनैच्छिक असते. कितीही गंभीर आजार झाला तरी श्वसन व हृदयस्पंदन या दोन्ही गोष्टी सहसा बंद पडत नाहीत. बुडण्यासारख्या गंभीर स्थितीत त्या बंद पडू शकतात. परंतु बाहेरून थोडासा आधार जरी मिळाला तरी त्या क्रिया पुन्हा झटपट चालू होतात. त्या क्रिया बंद पडून ५ मिनिटांच्यावर अवधी लोटल्यास त्या व्यक्तीचे 'राम नाम सत्य' होऊ शकते.

बुडत्याला काडीचा आधार

बुडालेल्या व्यक्तीस वाचवल्याबरोबर त्याची हृदयक्रिया व श्वसन चालू आहे की नाही, हे बघणे सर्वांत महत्त्वाचे. छातीत पाणी गेलेले असल्यास तेही वरील दोन्हींपुढे गौण ठरते. श्वसन चालू आहे की नाही हे बघण्यासाठी रुग्णास उताणे झोपवून प्रथमोपचारकाने आपला कान व गाल रुग्णाच्या तोंडा-नाकाजवळ न्यावा, श्वसन कानाने ऐकणे, गालावर हवेचा झोत येणे व नजरेने रुग्णाच्या छातीची वर-खाली हालचाल बघणे या तिन्ही गोष्टी एकदम करता येतात. श्वसन थांबलेले आढळल्यास रुग्णास तसेच झोपवून त्याची हनुवटी वर उचलावी. त्यामुळे श्वासमार्ग रुंदावून श्वसन सुरू होते. तोंडात काही अडकल्याचा संशय आल्यास रुग्णाचे तोंड

एका बाजूस वळवून आपली दोन बोटे तोंडात फिरवून ते बाहेर काढावे. लाळ, कृत्रिम दात, पानवेली असे तोंडात अडकू शकतात.

कृत्रिम खरे, पण उपयोगी भले

एवढ्यानेच आपोआप श्वसन चालू न झाल्यास त्या रुग्णास कृत्रिम श्वसन देण्याची आवश्यकता असते. आपल्या तोंडाने त्याच्या तोंडास (Mouth to mouth) हा कृत्रिम श्वसनाचा प्रकार येथे उपयोगी ठरतो. यामध्ये रुग्णाच्या तोंडात आपल्या तोंडाने फुंक मारली असता त्याचे छातीत हवा भरली जाऊन त्याला प्राणवायू मिळतो. नंतर तोंड बाजूला केले असता छातीच्या लवचीकतेमुळे फुगलेली छाती आपोआपच आकुंचित होते. हा रुग्णाचा उच्छ्वास होय. यासाठी रुग्णास उताणे

जीवदान देणारे चुंबन

झोपवून उजव्या हाताने त्याचे नाक बंद करावे. आपल्या ओठांनी रुग्णाच्या ओठावर पूर्ण विळखा घालून सावकाश आपला उच्छ्वास सोडावा असे दर मिनिटास १२-१४ वेळा करावे. काही वेळात रुग्णाचे नैसर्गिक श्वसन आपोआप सुरू होते. (जिज्ञासूंना सचित्र प्रक्रिया प्रथमोपचार पुस्तकात पाहावयास मिळेल. एक प्रकारे हे जीवनदान देणारे चुंबनच म्हटले पाहिजे.)

येथे काही जणांना अशी शंका येईल की, आपण जी हवा बाहेर सोडतो, ती अशुद्ध असते, ती रुग्णास कशी काय चालणार? त्याचे उत्तर असे की, आपण श्वास आत घेतो त्या वेळी हवेमध्ये २० टक्के प्राणवायू असतो. आपले शरीर त्यांपैकी फक्त ४ टक्के प्राणवायू घेऊन सुमारे १६ टक्के उच्छ्वासावाटे बाहेर टाकत असतो. ज्या रुग्णाचे नैसर्गिक श्वसन पूर्ण थांबल्याने त्याला मिळणारा प्राणवायू शून्य आहे. त्याला हा १६ टक्के प्राणवायू म्हणजे डबल 'बोनस'च असतो.

आतील हृदयास बाहेरून मालीश

श्वसनाबरोबर अथवा नुसतेही हृदयाचे स्पंदन बंद पडू शकते. हृदयक्रिया चालू आहे किंवा नाही हे बघण्यासाठी छातीवर (अर्थातच रुग्णाच्या) डाव्या बाजूस हात ठेवला असता तेथे धडधड लागते. नाडी पाहण्यासाठी हाताच्या अंगठ्याच्या रेषेत मनगटावर आपली तीन बोटे धरावीत. तेथे नाडीची हालचाल जाणवते. वरील दोन्ही हालचाली न जाणवल्यास व रुग्णाचे ओठ, नखे काळसर, निळसर पडल्यास हृदयक्रिया थांबलेली असते. या वेळी हृदयाला बाहेरून मालीश केल्यास त्याला पुन्हा गती मिळू शकते.

रुग्णाचे श्वसन व हृदयक्रिया चालू आहे अथवा चालू झाले आहे, याची खात्री झाल्यावर त्याच्या छातीतील पाणी काढायचा उपचार करावा. त्यासाठी रुग्णास पालथे ठेवून कमरेकडचा भाग पाठीमागून वर उचलल्यास डोके खाली होऊन पाणी बाहेर पडते. त्यानंतर रुग्णास मकरासन अथवा डाव्या कुशीवर झोपवावे. या अवस्थेत जीभ पुढे पडलेली असल्यामुळे तोंडातील स्राव बाहेर पडल्यामुळे रुग्ण बेशुद्ध असला, तरी श्वासाला अडथळा येत नाही. शक्य झाल्यास ओले कपडे बदलून उबदार पांघरूण घालावे. हे सर्व करत असताना डॉक्टरी उपचारांची सोय करणे अर्थातच अत्यंत जरुरीचे आहे.

☺☺

शेवटी थोडी गंमत. मध्यरात्री एका माणसाला पोहण्याच्या तलावात पाहून तेथील 'सांगकाम्या' रखवालदार त्याला हटकतो व म्हणतो, ''ए मिस्टर, रात्री पोहायला बंदी आहे हे माहिती नाही का?'' त्यावर तो माणूस कसाबसा म्हणतो, ''अहो; पण मी पोहत नाही हो. मी बुडतोय.'' त्यावर रखवालदार म्हणतो, ''मग ठीक आहे'' व पुढे चालू लागतो...!

☺☺

◆

५३. उलणारी त्वचा (DRY SKIN)

लोक 'फुटकं नशीब' घेऊन जन्मतात की नाही हा वादविवादाचा प्रश्न आहे; पण अनेक जण फुटकी, उलणारी (वा फाटणारी) कातडी घेऊन जन्माला येतात. यात काहीही अतिशयोक्ती नाही. विशेषत: थंडीच्या दिवसात त्वचा तडतडणारी, खाजरी होणे या लोकांचा आनुवंशिक गुणधर्म असतो.

दुष्काळी इलाखे शरीरावरचे

कातडीच्या वरच्या थरात सामान्यत: पाणी असते, पण थंडीत हवेतील आर्द्रता कमी झाल्यामुळे त्या थरातील पाणीही कमी होते. त्यामुळे दुष्काळातल्या जमिनीप्रमाणे कातडीलाही तडे पडतात. त्यामुळे त्वचा खाजरी होते. पायाची नडगी, मांड्या, हात या ठिकाणी हे जास्त प्रमाणात होते. त्याचबरोबर ओठ फाटणे एवढेच काय त्यातून रक्त येणे दुर्मीळ नाही. उतारवयाच्या लोकांच्या त्वचेतील लवचीक व तुकतुकीतपणा आधीच कमी झालेला असतो. त्यामुळे थंडीचा त्रास त्यांना जास्त होतो.

रोजच दिवाळी समजा

यावरचा प्रमुख उपाय म्हणजे त्वचेतील आर्द्रता वाढवणे हा आहे. स्निग्धता नाही. आर्द्रता केवळ पोटात पाणी पिऊन वाढणारी नसते, तर त्वचेलाच 'पाणी पाजणे' (पाण्याच्या संपर्कात ठेवल्याने) वाढणारी असते. अंघोळीनंतर हातापायाची नखे मऊ पडून सहजतेने कापली जातात हा अनुभव आहे. कारण नखासारख्या कडक त्वचेतही आर्द्रता शोषली जाते. तसेच अंघोळीनंतर त्वचेतील वरच्या थरात पाणी जमते. ते पाणी तेथेच ठेवण्यासाठी तेथे हलकासा स्निग्धतेचा (तेल) हात लावावा. आपल्याकडे दिवाळीत अभ्यंगस्नान करावयास सांगितले आहे, त्यामागचा उद्देशही तोच असावा. फक्त एक फरक करावा. कोरड्या अंगावर तेल लावण्याऐवजी गरम पाण्याच्या स्नानानंतर अंग किंचितसे कोरडे करून फुटत्या अंगावर तेलाचा हलकासा थर द्यावा. कुठलेही मॉइश्चरायझिंग क्रीम वा कोल्ड क्रीम हेच काम करते. पेट्रोलियम जेली, कोकम तेल, क्रीम यांपैकी कुठलेही औषध वापरले तरी ते सारखेच उपयोगी पडते. वरचेवर साबण वापरू नये. साबण कातडी स्वच्छ करतो,

पण त्याबरोबरच तेथील ओलसरपणाही कमी करतो. त्यामुळे थंडीच्या दिवसात कातडी अधिकच रूक्ष बनते. तडतडणाऱ्या कातडीच्या लोकांनी निदान थंडीत तरी ग्लिसरिन व तेल सम प्रमाणात असलेले साबण वापरावेत.

☺☺

शेवटी थोडी गंमत. स्त्रीवर्गाचे साधे साधे आजार बरे करण्याची एक सोपी युक्ती आहे. अशा आजाराची सर्व लक्षणे 'वाढत्या वयाची आहेत' असे सांगितल्याबरोबर 'मी नाही बाई त्यातली' असे म्हणून त्यांना बरे वाटू लागते.

☺☺

◆

५४. स्त्रियांचे 'अवघड' दिवस (DYSMENORRHOEA)

मासिक पाळीच्या पहिल्या दिवशी, क्वचित २-३ दिवसही पोट, कंबर, मांड्या दुखणे, मळमळ, उलटी वाटणे अशी लक्षणे काही स्त्रियांना त्यांच्या अवघड दिवसांच्या वेळी दिसतात. यालाच 'पाळीचा त्रास' असे म्हणतात.

पाळी येण्याच्या थोडे आधी गर्भाशयाचे आतील आवरण प्रोस्टाग्लँडीन नावाचा एक स्राव सोडते. त्यामुळे गर्भाशय आकुंचन पावून त्यातील रक्त व बाहेर पडण्यायोग्य स्रावांचा निचरा होतो. यालाच 'पाळी आली' असे म्हणतात. या काळात पोटात किरकोळ दुखणे नैसर्गिकच समजावे. काही स्त्रियांमध्ये मात्र याच प्रोस्टाग्लँडीनच्या अतिस्रावामुळे अवघड दिवसांची वर सांगितलेली लक्षणे दिसतात. त्या काळातील वेदनांमुळे मात्र २-३ दिवस त्यांची कॉलेज, नोकरी, दिनक्रम यांची घडी विस्कटू शकते. परत पुढील पाळी येईपर्यंत मधल्या काळात काहीही त्रास नसतो. पाळी सुरू होणे (रजोदर्शन) वयाच्या ११ ते १४ वर्षांपर्यंत होते. त्यानंतर सुरुवातीची ४-५ वर्षे सहसा काही त्रास होत नाही. नंतर स्त्रीबीजाची निर्मिती दर महिन्यास सुरू होते तेव्हा हा पाळीचा त्रास 'चारचौघींना' सुरू होतो. काही वर्षांनंतर तो आपोआप कमीही होतो.

काही स्त्रियांना वयाच्या ३०-३५ वर्षांनंतर असा पाळीच्या काळातील त्रास सुरू होतो. तो मात्र नैसर्गिक नसतो. गर्भाशयाची सूज, बीजांडकोशाचे आजार अशा ओटीपोटाची सूज वाढवणाऱ्या रोगांमुळे असे होते. या स्त्रियांनी मात्र त्वरित डॉक्टरी तपासणी व उपचार करणे आवश्यक असते.

दुःखातले सुख

१७-१८व्या वर्षी सुरू होणारा काहीसा त्रास नैसर्गिक आहे व ते एक प्रकारचे सुचिन्ह आहे हे समजून घेतल्यास, त्या दिवसांकडे 'अवघड' म्हणून पाहण्याचा दृष्टिकोन बदलेल. सुचिन्ह एवढ्यासाठी की, ते शरीर आता स्त्रीबीजही निर्मिती करू लागले आहे, याचे ते चिन्ह असते. ज्यांच्या आईला वा बहिणीला असा त्रास पूर्वी झाला आहे, त्यांच्यातही दुखण्याचे प्रमाण अधिक असते.

पाळी येण्याचा काळ सोडून बास्केटबॉल, सायकलिंग, धावणे, पोहणे यांसारखे व्यायाम केल्याने स्नायूंचा तोल वाढून त्रास कमी होतो. आहारात फळे, कच्च्या भाज्या, नारळपाणी, दूध यांचा अंतर्भाव करावा. बद्धकोष्ठाचा त्रास असल्यास त्यावर डॉक्टरी सल्ल्याने उपचार करावा.

पाळीच्या काळात कंबर, पोट शेकावे. पाण्याची पिशवी अथवा इलेक्ट्रिक पॅडचा शेक १५ मिनिटांपर्यंत असा दिवसातून ३-४ वेळा घ्यावा. 'ॲस्पिरिन'च्या गोळीत प्रोस्टाग्लँडीन विरोधी गुण आहेत. ज्यांना ॲस्पिरिन चालते त्यांना त्यांच्यासारखे उत्तम औषध या त्रासावर नाही. सॅरिडॉन, ॲस्प्रो, ॲनासिनसारख्या गोळ्यांतील महत्त्वाचा घटक ॲस्पिरिनच आहे. त्यांपैकी १-२ गोळ्या दर ६-८ तासांनी भरपूर पाण्याबरोबर सुरुवातीच्या १-२ दिवस घ्याव्यात.

वरील उपायानंतरही असा त्रास चालूच राहिल्यास काही पाळ्यांपुरते स्त्रीबीज निर्मितीचे काम थांबवणे यासाठी डॉक्टर काही गोळ्या देऊन करू शकतील. गर्भधारणा होऊन गर्भाशय पिशवीचे तोंड योग्य प्रकारे विकसित होणे हा त्यावरील शेवटचा व हमखास इलाज आहे.

☺☺

शेवटी थोडी गंमत. दिवस राहिल्यावर व पुढे बाळंतपणानंतरही काही महिने पाळीच येत नाही. त्यामुळे ते 'अवघड' दिवसही नाहीत या तत्त्वानुसार एका स्त्रीने ते 'अवघड' दिवस टाळण्याचा मार्ग शोधला. १५ मुलांना जन्म देऊन तिने जवळपास आयुष्यभर पाळीच चुकवली!

☺☺

◆

५५. दुखरा कान (EARACHE)

तीन वर्षांच्या सचिनला ४-५ दिवसांपासून सर्दी झाली होती. एके दिवशी रात्री तो नेहमीप्रमाणे झोपला, पण अचानक रात्री दोन वाजता उठून उजवा कान दुखतो म्हणून रडू लागला, असे प्रसंग दुर्मीळ नाहीत. कानदुखी रात्री सुरू होणे हा कान दुखण्याच्या बाबतीत अपवादानेच सिद्ध होणारा नियम समजावा.

सर्दीचा नाकाकडून कानाकडे प्रवास

नाक व कान यांना जोडणारी युस्टेशिअन नावाची एक नळी असते. ही नळी कानाच्या पडद्याआतील व बाहेरील हवेचा दाब सारखा ठेवण्याचे काम करते. सर्दी, सायनस, ॲलर्जीसारख्या विकारात त्या नळीला सूज येते. त्यामुळे कानात हवेचा दाब कमी होणे, तेथे पाणी वा क्वचित पू जमणे होऊ शकते. (आठवा, मागच्या वेळी सर्दी झाली असताना कानाला बसलेला दडा) हा प्रकार सर्वांच्या बाबतीत घडू शकतो. पण लहान मुलांच्या युस्टेशिअन नळीच्या विशिष्ट ठेवणीमुळे हा सर्दीचा नाकाकडून कानाकडील प्रवास जास्त आढळतो. दिवसभर डोके सरळ राहिल्यामुळे तसेच चालण्या-खाण्याच्या क्रियेमुळे सामान्यपणे युस्टेशिअन नळी रुंदावली जाऊन तिचे दाब सारखे ठेवण्याचे काम बरोबर होते. रात्री झोपल्यावर मात्र डोके आडवे राहिल्यामुळे व चावण्याची क्रिया नसल्यामुळे कानाच्या मधल्या भागात पुरेशी हवा जाऊ शकत नाही. अशा वेळी कानाचे पडदे आतील बाजूस खेचले जाऊन जणू कोणी गरम सळई कानात खुपसते आहे अशा वेदना होतात. योग्य औषधोपचाराअभावी पडदा फुटू शकतो. त्या वेळी मात्र वेदना आपोआप कमी होतात.

बाह्यकर्णात पुळी होणे, रिकामपणाची कामगिरी म्हणून कानात काडी, कानकोरणे घातल्यामुळे होणारी जखम, कानातली बुरशी या कारणांनी कान दुखू शकतो.

कानात थोडाफार मळ असणे नैसर्गिकच आहे. मात्र मळाची मोठी गोळी झाली व त्यात पाणी जाऊन जर तो मळ फुगला तर तो कानात तीव्र वेदना करू शकतो. सूर मारायला शिकणाऱ्या नवख्या पोहणाऱ्यालाही खोल पाण्यात पडद्यावर दाब

येऊन दुखू लागते.

आग रामेश्वरी, पण 'भाजते' सोमेश्वरी

कानाव्यतिरिक्त कानाच्या आजूबाजूला असणाऱ्या अवयवातील रोगामुळेही कान दुखणे हे लक्षण असू शकते. टॉन्सिलची सूज, दातातील कीड, जिभेवरील जखम, जबड्याचे दुखणे हे शेजारच्या अवयवांचे दुखणे तेथे काही न होता केवळ कानात दु:ख निर्माण करू शकते.

तुमचे डॉक्टर तुम्हीच

दुखणे बाह्यकानातील आहे अथवा मध्यकानातील आहे हे समजण्यासाठी एक छोटीशी परीक्षा आहे. संपूर्ण कान (केवळ पाळीच नाही) हाताने पकडून तो हलकासा पिरगळल्यासारखे करावे. दुखणे वाढले तर बाह्यकानाची सूज, पुळी, फुगलेला मळ अशी कारणे असतात. दु:खावर काहीच परिणाम न झाल्यास रोग बाह्यकर्णातील नाही एवढे नक्की होते.

गोड वाटणारा गरम शेक

दुखऱ्या कानाला गरम पाण्याची पिशवी, गरम हवा, गरम रुमाल कशाचाही शेक दिल्यास तात्पुरते बरे वाटते. सर्दी, सायनस याचा त्रास असल्यास नाकाने (व तोंडानेही) गरम पाण्याचा वाफारा घ्यावा. त्याने नाक व युस्टेशिअन नळीचे चोंदणे कमी होते. पाण्याचे पातेले गॅसवर ठेवून डोक्यावर टॉवेल टाकून वाफारा घ्यावा.

कानगोष्ट कानाबाबतची

डॉक्टरी सल्ल्याशिवाय कानात काहीही घालू नये या नियमास कापसाचा अपवाद करता येईल. घसादुखीमुळे दुखणाऱ्या कानात कापूस ठेवणे ही कानातील गोष्ट आहे. स्वच्छ कापसाचा बोळा कानात अत्तराच्या फायासारखा वरती नाही तर पडद्याकडे जाणाऱ्या पोकळीत ठेवावा. दाबामुळे म्हणा वा कशामुळे का होईना कानातील दुखणे कमी होते.

फायदा तिहेरी

आडवे न पडता बसून राहण्याने गरम गरम चहा, पाणी पिणे, पेपरमिंटसारखी गोळी चघळणे, जांभया देणे यांमुळेही स्राव घशाकडे वाहतात. युस्टेशिअन मोकळी होते व आतूनही शेक मिळतो असे तिहेरी फायदे होतात.

सर्दी झालेली असताना विमान प्रवास टाळा. (आपण तो अन्य 'अर्थ'पूर्ण कारणामुळे म्हणजे पैशाने परवडत नसल्यामुळे टाळतच असतो, पण ही सबब चांगली आहे.) विमान वर जाताना व खाली उतरताना दाबाचा समतोल बिघडून सर्दी कानात वेदना करू शकते.

सर्दी नसताना विमान प्रवास अथवा उंच डोंगरावर घाट रस्त्याने जात असताना बसणारे दडे, केवळ नाकतोंड दाबून गाल फुगवल्यामुळे उघडतात. मात्र सर्दी

असताना हा प्रकार करू नये. त्या वेळी च्युइंगम, बडीशोप, खडीसाखर इ. चघळण्याने फायदा होतो.

सर्दीने दुखणाऱ्या कानावर कोल्डरिन, ॲक्शन ५०० सारखे नाक खोलणारे व वेदनाशामक औषध मोठ्या माणसांनी डॉक्टरांकडे जाण्यापूर्वी घेण्यास हरकत नाही.

☺☺

शेवटी थोडी गंमत. एका दहा वर्षांच्या मुलाला त्याची आई, त्याचे डोके दुखते म्हणून डॉक्टरांकडे नेते. त्याला तपासल्यावर डॉक्टरांना काही दोष आढळत नाही. शेवटी ते मुलाला विचारतात, "का रे, तुला कानाचा, नाकाचा काही त्रास होतोय का?" त्यावर तो मुलगा विचार करून म्हणतो, "तसा फारसा नाही, पण गंजीफ्रॉक काढताना ते मध्येमध्ये येतात."

☺☺

◆

५६. कानातील मळ (EAR WAX)

काही लोक, विशेषत: स्त्रिया, थोडा जरी मोकळा वेळ मिळाला तरी त्या काडी, पेन्सील, हेअरपिन यांच्या साहाय्याने कान कोरत बसतात. आधुनिक स्त्री जॉन्सनचे इअर बड्स घेऊन तोच उद्योग एकाग्र चित्ताने करत बसते. स्वत:वरील प्रयोग झाल्यानंतर मुलांच्या कानातील मळ काढण्याचा उद्योग सुरू होतो. यापैकी काहीही घातकच.

कानाच्या बाहेरच्या एक तृतीयांश भागातून नैसर्गिकरीत्या स्राव सुटत असतो. हा तेलकट करड्या रंगाचा स्राव कानाच्या कातडीवर एक लेप चढवून त्याचे हवेतील आर्द्रता वा पाण्यापासून संरक्षण करतो. तसेच कानाच्या पडद्याकडे जाणारी धूळ, जंतू, घाण हीदेखील त्याच्या चिकटपणामुळे अडवली जाते. यालाच 'मळ' म्हणतात. चावण्याच्या वेळी होणारी जबड्याची हालचाल, बोलण्याची क्रिया यामुळे सहसा हा स्राव कानाच्या बाहेर आपोआप वाहून जात असतो. त्यामुळे ९५ टक्के लोकांत तो काहीच त्रास करीत नाही. फक्त ५ टक्के लोकांत मात्र तो आतल्या आत कडक होऊन बोरीच्या बीसारखी गुठळी बनू शकते.

डावा असूनही या बाबतीत उजवा

असा मळ हा हळूहळू बनत असल्यामुळे रुग्णात तो काहीही लक्षण निर्माण करीत नाही. मात्र कानाची पोकळी भरली गेल्यास कान जड वाटणे, ऐकू कमी येणे, चक्कर येणे अशी लक्षणे दिसू शकतात. अंघोळीच्या वेळी अथवा पोहताना कानात पाणी जाण्यामुळे मळात पाणी शोषले जाऊन तो फुगून कानात तीव्र वेदना होऊ शकतात. असा मळ उजव्या कानापेक्षा डाव्या कानात जास्त वेळा बनतो. असा अनेक डॉक्टरांचा अनुभव आहे. डावा कान या बाबतीत 'उजवा' का ठरतो हा संशोधनाचा विषय आहे.

रिकामा न्हावी, भिंतीला तुंबड्या लावी

तुमच्या कानात कोपरापेक्षा लहान कोणतीही वस्तू घालू नका, असे गमतीने म्हटले जाते. याचाच अर्थ तुम्ही स्वत: कानात काहीही घालू नका. लसणीचे तेल,

कुंकू, हायड्रोजन पेरॉक्साइड असे कुठलेही पदार्थ कानात सोडू नयेत.

खेड्यातील काही स्त्रिया तोंडात पाण्याची गुळणी घेऊन त्याची पिचकारी कानात मारतात असे काहीही करू नये. घरात उरलेले आहे म्हणून कुठलेही कानाचे औषध कानात डॉक्टरी सल्ल्याशिवाय घालू नये.

बडविरुद्ध पुकारा बंड

कापूस लावलेले बड्स जाहिरातीमुळे सर्वज्ञात झाले आहेत व ते संपूर्ण सुरक्षित असल्याचा गैरसमज सर्वत्र आहे. एकतर काडीस कापूस असल्यामुळे त्रास होणार नाही असे समजून तुम्ही नकळत ती आतवर घालत असता, त्यामुळे कानाच्या पडद्यास इजा होऊ शकते. दुसरे म्हणजे कडक झालेला मळ बाहेर न येता पडद्याकडे खोलवर ढकलला जातो.

महत्त्वाच्या कानगोष्टी

कानात मळ झाल्याची शंका असल्यास, पूर्वी कधीही कान फुटलेला नसल्यास, कानात ग्लिसरीन व खाण्याचा सोडा यांचे मिश्रण वापरू शकता. पाव चमचा ग्लिसरीनमध्ये चिमूटभर सोडा टाकून ते दिवसातून २-३ वेळा असे २-३ दिवस कानात सोडावे. थेंब टाकल्यावर कमीत कमी १० मिनिटे तो कान वर ठेवून कुशीवर पडून राहावे. यामुळे मळ मऊ होऊन बाहेर वाहण्यास मदत होते. वॅक्सिक्लिन/ वॅक्सालव्हसारखी रेडिमेड औषधेही तेच काम करतात. असा मळ पुसण्याआधी केवळ कापसाची वात करून (बड नव्हे) त्याने कान पुसू शकता. दुखत असल्यास कानात शेक दिल्यानेही बरे वाटते. कान हलका न वाटल्यास डॉक्टर पिचकारी मारून अथवा कान कोरण्याने मळ काढू शकतील, पण हे काम योग्य दिव्याखाली डॉक्टरांनीच करणे योग्य असते.

☺☺

शेवटी थोडी गंमत.

"डॉक्टर, डॉक्टर माझ्या नवऱ्याने पेन गिळले आहे. लवकर या."

"मी येतोच पण तोपर्यंत तुम्ही काय कराल?"

"तोपर्यंत मी पेन्सील वापरेन."

☺☺

◆

५७. विजेचा धक्का (ELECTROCUTION)

आपले शरीर हे विजेचे उत्तम वाहक आहे. आकाशातून पडणारी वीज असो अथवा वायरमधून वाहणारी वीज असो, तिचा आपल्या शरीराशी संपर्क आल्यास ती शरीरावर तीन प्रकारे आघात करू शकते. एक म्हणजे वीज शरीरात जिथे शिरते तेथे व जेथून बाहेर पडते तिथे भाजण्याच्या जखमा करू शकते. दुसरे, वीज ज्या नसातून वाहते त्या भागात लकवा मारू शकते. हाच वीजप्रवाह छातीसारख्या भागातून पार झाल्यास हृदयक्रिया वा श्वसनक्रिया बंद पडू शकते. तिसरे म्हणजे, वीजप्रवाह स्नायूतून गेल्यास त्या स्नायूमध्ये आकडी आल्यासारखा कडकपणा येऊन नंतर तो स्नायू सैल पडून त्यात तात्पुरती दुर्बलता येऊ शकते.

वीज म्हणाली 'धर तिला'

'वादल वारं सुटलं गं' अशी अवस्था असताना काही वेळा आकाशातील वीज धरतीच्या रोखाने प्रवास करते. ती जमिनीत शिरण्यासाठी ('अर्थिंग' होण्यासाठी) जमिनीवर सर्वांत उंच वस्तूचा मार्ग पकडत असते. याचा फायदा घेण्यासाठी सर्वांत उंच इमारतीवर विद्युत् निरोधक बसवतात. त्यामुळे वीज पडलीच तर ती त्याच्यावर पडून सुरक्षितपणे जमिनीपर्यंत पोहोचवली जाते. याच कारणासाठी पावसाळी वादळी हवा असताना परिसरात विद्युत् निरोधक नसल्यास उंच झाड, इमारत यांचा आश्रय न घेणे शहाणपणाचे असते. ही वीज डी.सी. (D.C. – Direct Current) असते व ती ए.सी. (A.C. – Alternating Current) पेक्षा अधिक धोकादायक असते. सुदैवाने आपल्या घरातील वायरिंगमधून पुरवली जाणारी वीज ए.सी. प्रकारची असते. (या ठिकाणी काही खवचट वाचक अल्टरनेटिंगचा अर्थ वरचेवर जाणारी वीज असा घेतील. तो अर्थ अभिप्रेत नाही.)

ओलेपणा अंगाशी

आपले शरीरही विजेचे उत्तम वाहक आहे. ओलसर वस्तू या वीज वहनाला अधिक मदत करतात. त्यामुळेच बाथरूम, स्वयंपाकघर तसेच पावसाळ्यातील ओल्या भिंती यांना विजेचा धक्का बसण्याची शक्यता अधिक असते. बाथरूममधील

गिझर, दिवे यांची बटणे बाथरूमबाहेरील बाजूस ठेवल्यास त्यांना ओला हात लागण्याची शक्यता कमी होते. हल्ली ई.एल.सी.बी. (E.L.C.B.) हे उपकरण बसवतात. त्यानेही हा धोका कमी होतो.

दाब कमी, दुखापतही कमी

दाब किंवा व्होल्टेज ज्या प्रमाणात वाढते तसा शरीराला धोका अधिक असतो. रस्त्याच्या बाजूला तारेच्या गुंताळ्यात ठेवलेल्या पेटीवर कवटीचे चिन्ह, दोन हाडांचा क्रॉस व त्याखाली 'धोका' अशा लिहिलेल्या खुणा ४४० व्होल्ट्सचा वा अधिक दाब दर्शवतात. घरातील वायरिंग व उपकरणे २२० व्होल्ट्सवर चालतात. त्यांच्यापासूनही धोका असतोच.

जपानसारख्या देशात मात्र घरगुती वापराची वीज ११० व्होल्ट्स इतक्या दाबाने पुरवतात. कमी दाबाच्या विजेपासून होणारी दुखापतही कमी असते.

वीज शरीराच्या कुठल्या भागातून प्रवास करते यावरही दुखापत अवलंबून असते. छातीसारख्या भागातून वीज गेल्यास तेथे हृदय, फुप्फुसे असे महत्त्वाचे अवयव असल्यामुळे कमी दाबाचा प्रवाहही त्यांची क्रिया बंद पाडू शकतो. याच्या उलट जास्त दाबाचा प्रवाह पायासारख्या भागातून गेला तरी जीवघेणा ठरत नाही.

न्यूटनच्या गुरुत्वाकर्षणाच्या नियमानुसार वर गेलेले खाली येतेच. तसेच शरीरात शिरलेला वीजप्रवाह कुठूनतरी बाहेर पडतोच. शरीरात अशा ठिकाणी भाजण्याच्या जखमा होऊ शकतात.

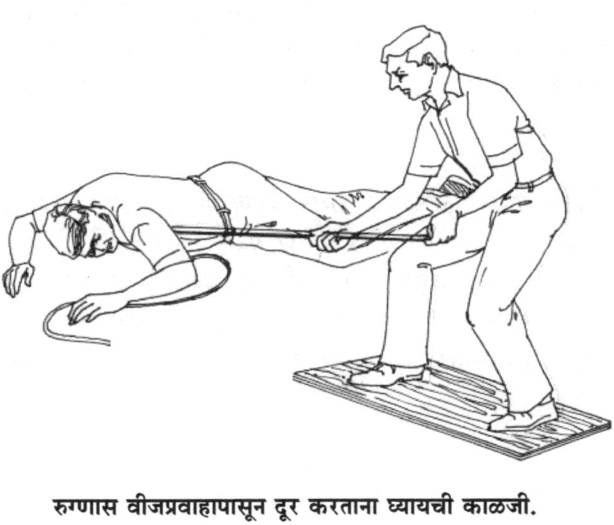

रुग्णास वीजप्रवाहापासून दूर करताना घ्यायची काळजी.

विजेपासून वाचवणारा इलाज

'Accident is a condition in which presence of mind is good but absence of body is desirable.' हे मार्क ट्वेन यांचे वाक्य विजेच्या धक्क्याबाबत सर्वाधिक लागू पडते.

प्रथम बटण बंद करून वीजप्रवाह थांबवावा. जर बटण जवळपास दिसले नाही व तारेला निरोधक रबरी वेष्टन असेल तर प्लग अथवा केबल खेचून काढावी. यासाठी चाकू, कात्री अशा वस्तू मात्र वापरू नयेत. जर बटण बंद करणे वा वीज प्रवाह अडवणे शक्य नसेल, तर रुग्णाला प्रवाहापासून दूर करा. यासाठी वीज निरोधक वस्तूंचा वापर करावा. रबरी हातमोजे, सुकी टोपी वा कोट, काठी वापरावी. हे करताना लाकडी स्टूल, रबरी सोलचे बूट, पाट, वर्तमानपत्रांचा गठ्ठा यांपैकी कशावरतरी उभे राहावे. वरील प्रकार शक्य नसल्यास दोरी वा ओढणी सारख्या वस्तूंचा फास पायात, हातात अडकवून रुग्णास प्रवाहापासून दूर खेचावे.

नैसर्गिक नसल्यास कृत्रिम

बाजूस ओढलेल्या रुग्णाची हृदयक्रिया व नैसर्गिक श्वसन चालू आहे की नाही हे पाहावे. ते कसे पाहावे व त्यावरील कृत्रिम श्वसनाचा उपचार याची माहिती 'बुडणे' या लेखात आहेच.

भाजल्याच्या जखमांवर गार पाणी टाकून नंतर स्वच्छ रुमालाने तो भाग झाकून ठेवावा. उच्च दाबाच्या ओव्हरहेड वायर्सच्या बाबतीत मात्र केवळ दूरच्या अंतरावरून संपर्काशिवायही अपघात होऊ शकतो. अशा वायर्सभोवती २० मीटरपर्यंत त्यांचे विजेने भारलेले क्षेत्र (प्रभामंडळ) असते. तेवढ्या अंतरापर्यंत त्या वायर्सपासून वीज उडी मारून धोका करू शकते. अशा अपघातप्रसंगी वीज मंडळ अधिकाऱ्यांनी वीज बंद केल्याशिवाय तेथे प्रथमोपचार करणे प्रथमोपचारकासही धोकादायक ठरू शकते.

☺☺

शेवटी थोडी गंमत. एका श्रीमंत व्यापाऱ्याच्या मुलास शॉक बसतो. एक प्रसंगावधानी प्रथमोपचारक त्याला झटपट प्रवाहापासून दूर करतो. त्याचे नैसर्गिक श्वसन बंद पडल्याचे पाहून म्हणतो की, मी याला कृत्रिम श्वसन देतो. त्यावर बाजूलाच असलेला तो श्रीमंत माणूस म्हणतो, "अहो कृत्रिमबित्रिम काही नको. मला काय वाट्टेल ते परवडते. त्याला खरोखरचं श्वसन द्या."

☺☺

◆

५८. अपस्मार/फीट/आकडी (EPILEPSY)

गर्दीच्या ठिकाणी अथवा घरातही अचानक एखाद्या माणसाच्या हातापायाला आचके येणे, तोंडाला फेस येणे, त्याने डोळे पांढरे करणे हे दृश्य उभ्या आयुष्यात पाहिलेच नाही अशी व्यक्ती सापडणे मुश्कील. कारण अशा अपस्मारग्रस्त लोकांचे प्रमाण दरहजारी सुमारे ५ इतके आहे. हा रोग असलेल्या व्यक्तीस तो झटका कुठे, केव्हा येईल याचा काही नियम नाही. रोग्याला स्वत:ला काहीच कळत नसते; पण प्रथमच असा ॲटॅक पाहणाऱ्या व्यक्तीला मात्र तो अनुभव हादरवून टाकतो. याला इंग्रजीत 'एपिलेप्सी'/'कन्वल्शन' (EPILEPSY/CONVULSION) म्हणतात. यालाच मिरगी, आकडी, फीट, फेफरे अशी नावे आहेत. अर्थात अपस्माराच्या वेगवेगळ्या प्रकारांत केवळ क्षणभर शुद्ध हरपण्यापासून शरीराच्या केवळ एखाद्या भागातच झटका आल्याप्रमाणे हालचाली होणे अथवा मनाचा भ्रमिष्टपणा (मनोभ्रम) होणे अशी लक्षणे असू शकतात.

आकडीच्या सुरुवातीस रुग्णाची शुद्ध हरपते, हात-पाय कडक होऊन रुग्ण खाली पडतो. अशा वेळी त्याच्या तोंडातून विशिष्ट आवाज येतो. खाली पडलेला रुग्ण हात-पाय झटकतो व त्याच्या तोंडातून फेस येतो. त्याच वेळी त्याची जीभ चावली जाण्याची शक्यता असते. क्वचित लघवीस व शौचासही होते. हे सर्व घटनाक्रम सुमारे २-३ मिनिटांत होतात. त्यानंतर रुग्ण गाढ झोपी गेल्यासारखा दिसतो. असे ॲटॅक सहसा स्वत:हून आटोक्यात येत असल्यामुळे डॉक्टरकडे नेईपर्यंत सर्व ठाकठीक असते. एक आकडीतून दुसरी आकडी त्यातून तिसरी असे घडून रुग्ण गंभीर होण्याची शक्यता मात्र फारच कमी असते. परंतु क्वचित काहींच्या बाबतीत घडू शकते.

फीट येणारा सगळ्याच कामास अनफिट नसतो.

लहान मुलात ताप जास्त प्रमाणात वाढल्यास मेंदूची इजा वा सूज, मेंदूत गाठी होणे, कवटीचे फ्रॅक्चर, रक्तातील साखरेचे प्रमाण अतिशय कमी होणे, व्यसनी माणसाने दारू सोडणे, आनुवंशिकता ही अपस्माराची कारणे आहेत. मात्र अनेक

रुग्णांमध्ये अपस्मार होण्याचे नक्की कारण सांगता येत नाही. असे कारण लक्षात न येणाऱ्या वा आढळणाऱ्या, परंतु अपस्माराचा त्रास होणाऱ्या रोग्यांची संख्याच खूप आहे. अपस्माराचे निदान एकदा पक्के झाले की, त्याची प्रतिबंधक औषधे कमीत कमी ३ ते ५ वर्षे डॉक्टरी सल्ल्यानुसार घ्यावी लागतात. औषधांनी फीटवर ताबा असलेली व्यक्ती पोहणे, मशीनवर काम करणे इत्यादी कामास फिट असते. मात्र आजूबाजूच्या जाणकार माणसाला त्या व्यक्तीला असा आजार असण्याची कल्पना असावी. फीट येणारी व्यक्ती ड्रायव्हरसारख्या कामासाठी मात्र अनफिटच समजावी.

काय करावे काही सुचेना

कोणास असा ॲटॅक आल्यास त्या व्यक्तीस एखाद्या सुरक्षित जागी आडवे करावे. अशी व्यक्ती पाण्याच्या, विस्तवाच्या अगर धोकादायक वस्तूच्या जवळ असल्यास पडण्याने धोका होऊ शकतो. हातापायाचे झटके जोर लावून थांबवण्याचा मुळीच प्रयत्न करू नये. ते आपोआपच थांबतात. रुग्णास कुशीवर झोपवावे. त्यामुळे त्याची जीभ व लाळ घशात अडकून गुदमरण्याचा धोका टळतो. रुग्णाचे कपडे सैल करावे. चश्मा असल्यास काढून टाकावा. रुग्णाची जीभ चावली जाऊ नये, तसेच श्वासमार्ग बंद होऊ नये म्हणून फक्त पुढच्या दातात रिबीन गुंडाळलेला चमचा अथवा रुमालाची घडी धरून ठेवावी. मात्र याने तोंड बंद होणार नाही याची काळजी घ्यावी.

हातापायाचे झटके जोर लावून थांबवण्याचा प्रयत्न करू नका. फीटनंतर वरील स्थितीत झोपवा.

रुग्ण बेशुद्ध असताना तोंडाने औषधपाणी काहीही देऊ नये. कारण अशा वेळी ते औषध पोटात न जाता फुप्फुसात जाऊन अधिक धोका होण्याचा संभव असतो. झटक्यानंतर झोपलेल्या व्यक्तीला कुशीवर झोपवून ठेवावे. लहान मुलांना तापामुळे

आकडी येत असल्यास कोमट पाण्याने अंग पुसून काढावे. तापावरील पॅरासिटामॉलसारखे औषध अशा मुलांसाठी सतत संग्रही ठेवावे.

☺☺

शेवटी थोडी गंमत. एक ज्यूनिअर डॉक्टर अनुभवी डॉक्टरांना विचारतो, ''सर, पेशंट तपासत असताना कपडे काढून तपासू की तसेच?'' त्यावर ते सीनिअर डॉक्टर मिस्कीलपणे म्हणतात, ''मी तरी 'माझे' कपडे अंगावर ठेवूनच तपासतो.''

☺☺

◆

५९. भोवळ येणे (FAINTING)

परेडमध्ये 'सावधान' अवस्थेत बराच वेळ उभे असलेल्यांपैकी एखाद्याला भोवळ अथवा चक्कर येऊन क्षणभर बेशुद्धी येऊन ती व्यक्ती खाली पडणे, हा अनेक शाळांत घडणारा प्रसंग आहे. तसेच केवळ रक्त पाहिले, काही दु:खद घटना ऐकली, गर्दीच्या, कोंदट ठिकाणी थांबावे लागल्यास, उपाशीपोटी, श्रमाची कामे केल्यानंतर, कशाची भीती वाटल्यास, अचानक वेदना झाल्यास, बराच वेळ उभे राहिल्यास भोवळ वा चक्कर येऊ शकते.

वरील कारणांमुळे, मानसिक वा शारीरिक धक्का बसल्यामुळे, अशक्त व कमकुवत लोकांचे रक्ताभिसरण बिघडून, मेंदूकडील रक्तपुरवठा व पर्यायाने प्राणवायूचा पुरवठा तात्पुरता कमी पडतो. परेडमध्येही बराच वेळ उभे राहिल्याने, गुरुत्वाकर्षणाने पायाकडे रक्त साठवले गेल्यानेही मेंदूकडे पुरवठा कमी होतो. अशी अवस्था ५ मिनिटांच्या वर राहिल्यास मृत्यूही येऊ शकतो, पण असे होत नाही. कारण भोवळ येऊन आडवे पडल्यावर मेंदूकडील रक्तपुरवठा पुरेसा होऊन त्या माणसाला बरे वाटते.

भोवळ येण्याआधी ती व्यक्ती एकदम फिकट पांढरट दिसते. घाम सुटून हातपाय गार पडतात, डोळ्यासमोर काजवे चमकतात. क्वचित मळमळ वा उलटी असे लक्षणही दिसते.

निसर्गाचा नंबर पहिला

काही वर्षांपूर्वी लोणचे बनवणारी एक कंपनी जाहिरातीत एक वाक्य लिहायची. ते वाक्य असे की, लोणचे बनवण्यात पहिला नंबर तुमचा (म्हणजे जाहिरात वाचणाऱ्या गृहिणीचा) व दुसरा नंबर मात्र आमचाच. भोवळ आल्यानंतरच्या प्रथमोपचारात मात्र खराखुरा पहिला नंबर निसर्गाचाच (यालाच काही जण देव असाही शब्द वापरतात.) भोवळ आल्यानंतर ती व्यक्ती चटकन खाली बसते अथवा असेच उभे राहण्याचा प्रयत्न केल्यास त्या व्यक्तीस निसर्ग आडवा पाडतो व त्याचा प्रथमोपचार पूर्ण करतो. अशा वेळी प्रथमोपचारक नंबर दोनने (म्हणजे आपण) निसर्गाला फक्त

मदत करायची असते.

खाली डोकं वर पाय, या स्थितीचे नाव काय?

या शीर्षकावरून आपल्या मनात 'शीर्षासना'चे चित्र उभे राहू शकेल. पण भोवळ येणाऱ्या व्यक्तीस तसे न करता त्याच्या जवळपासची अवस्था द्यावी. आपल्यासमोर जर कोणाला भोवळ आली, तर त्यास अलगद आडवे झोपवावे. त्याच्या डोक्याखाली उशी न देता पायाखाली चार उश्या द्याव्यात. यामुळे डोके खालच्या बाजूला व पाय वरच्या बाजूस अशी अवस्था होते. यामुळे पायाकडील रक्त अधिक जोमाने मुख्य प्रवाहात येऊन मेंदूकडील रक्तपुरवठा वाढतो.

तिसरा मजला तळमजल्यावर

तळमजल्यावरचा पाणीपुरवठा तिसऱ्या मजल्यापेक्षा अधिक जोरदार असतो हा आपला अनुभव आहे. त्याच नियमाने उभ्या स्थितीतील तिसरा मजला (डोके) आडव्या अवस्थेत तळमजल्याला आल्यामुळे मेंदूकडील रक्तपुरवठा जोमदार होतो. जर आडवे पडणे शक्य नसेल, तर बसल्या अवस्थेत दोन्ही गुडघे उभे ठेवून त्यांच्यामध्ये डोके कलते करावे. या उपचारांनी २-४ मिनिटांत बरे वाटते. तरीदेखील त्याच अवस्थेत १५-२० मिनिटे राहण्यास सांगावे.

रुग्णाचे कपडे सैल करावे. विशेषत: मानेभोवती घट्ट कपडे नकोत. खिडक्या उघडून पंखा लावून मोकळी हवा येऊ द्यावी. तीव्र गंधाचे वास नाकाशी धरल्यास शुद्ध लवकर येते. यासाठीच कांदा फोडून हुंगवण्याचा योग्य प्रघात आहे. काही भागांत वहाण नाकाशी धरतात याचा अर्थ आम्हास माहीत नाही. पण काही 'महाभागांचे' ८-८ दिवस पाणी न पाहिलेले पायमोजे त्या तीव्र वासाचे काम करू शकतील याची खात्री वाटते.

प्रिव्हेंट द इव्हेंट

एखादा रोग होऊच नये, हा त्याच्यावरचा उत्तम उपाय आहे असे म्हटले जाते. ते भोवळ येण्याबाबत अधिक लागू पडते. वयस्कर लोकांनी झोपून उठताना आधी बसावे व मग सावकाश उभे राहावे. परेडमध्ये सावधान या हुकमाबरोबरच मध्ये-मध्ये विश्राम वा कदमताल केल्याने पायांच्या स्नायूंची हालचाल होऊन रक्त पायाकडे साठून राहत नाही. अशक्त व्यक्तींनी आडवे पडलेल्या अवस्थेत इंजेक्शन घेणे अधिक चांगले. दुखणारे ड्रेसिंगही आडवे पडलेल्या अवस्थेत करावे. कच्च्या मनाच्या लोकांना दु:खद बातमी सांगताना, त्यांना विश्वासात घेऊन बसवून सांगावी. वरचेवर भोवळ येत असल्यास रक्तक्षय, हृदयविकार असे काही नाही ना याची खात्री करावी.

☺☺

शेवटी थोडी गंमत. डॉक्टर बाळूला म्हणतात, "बघ आता तुला ताप नाहीये."

"आता मी ठीक आहे, पण सकाळी ८ वाजता मला नक्कीच परत ताप येईल."

"तो कसा काय?"

"कारण माझी शाळा ८ वाजता असते."

☺☺

◆

६०. कुटुंबकल्याण (FAMILY PLANNING)

काही वर्षांपूर्वी १४ जुलै या दिवशी १ कोटी बालके या भूतलावर जन्माला आली म्हणून तेव्हापासून हा दिवस 'लोकसंख्या दिन' म्हणून पाळला जातो. संततिनियमन कल्पनेचा उगम तसा जुनाच आहे. अरब लोक उंटांचा काफिला घेऊन वाळवंटातून प्रवास करताना उंटिणींच्या गर्भाशयात खडे टाकून गर्भधारणा टाळत असत. डॉ. रघुनाथ धोंडो कर्वे यांनी ७०-८० वर्षांपूर्वी संततिनियमनाचा पुरस्कार केल्याबद्दल त्यांना समाजाकडून अपमानित व्हावे लागले होते. पुढे तोच कुटुंबनियोजनाचा कार्यक्रम सरकारमान्य झाला. जनता सरकारच्या राजवटीपासून त्याचे नाव कुटुंबनियोजनऐवजी कुटुंबकल्याण झाले. त्याच्यात संततिनियमनाबरोबर माता-बालसंगोपनावरही भर दिला गेला.

जे पिंडी ते ब्रह्मांडी

संपूर्ण ब्रह्मांडाची लोकसंख्या कमी ठेवायची असेल, तर त्याची सुरुवात त्याच्या एकेक घटकापासून म्हणजेच एकेक जोडप्यापासून व्हायला हवी. हिंदी सिनेमात केवळ एका संबंधामुळे स्त्रीस मातृत्व येण्याच्या घटना दाखवतात. ते अगदीच खोटे नाही. कोणतेच साधन न वापरणाऱ्या शंभर जोडप्यांपैकी सुमारे नव्वद स्त्रिया एका वर्षात माता बनू शकतात अशी पाहणी आहे. संततिनियमनाची अनेक साधने उपलब्ध आहेत. जोडप्याने कुठले साधन वापरायचे हे प्रामुख्याने त्या साधनाची संततिनियोजन क्षमता, सुरक्षितता, वैयक्तिक आवड-निवड यांवर अवलंबून असते.

'सहेली'चा 'चॉइस' 'माला डी'

कुठल्याही गोळीला जरी 'पिल' म्हणत असतील तरी या विषयात 'पिल' म्हणजे गर्भनिरोधक गोळीच होय. ५०च्या दशकात हार्मोन्स कृत्रिमरीत्या बनवता येऊ लागल्यापासून कुटुंब नियोजनात क्रांतीच झाली. 'चॉइस', 'माला डी' हे शब्द नवपरिणीत वधूच्या हातावरच्या मेंदीबरोबरच प्रसारमाध्यमातून दृष्टीस व कानीकपाळी पडतात. या गोष्टीमुळे 'पिल' सामान्यांपर्यंत पोहोचायला मदत झाली आहे.

स्त्री या गोळ्या एका विशिष्ट क्रमाने घेत राहिल्यास तिचे स्त्री-बीज निर्मितीची क्रियाच खंडित होत असते. अशा वेळी संबंधामुळे जरी तेथे शुक्रजंतू पोचले तरी मुळात स्त्री-बीज निर्मिती होत नसल्याने गर्भधारणा होत नाही, हे 'पिल'मागील तत्त्व आहे.

एवढ्यात कधी कावीळ झालेली नसेल, उच्च रक्तदाबाचा विकार नसेल, स्तनात गाठ नसेल तर अशी पिल चालू करण्यास सहसा अडचण नसते. रोज १ गोळी ठरावीक वेळी, सहसा रात्री जेवणानंतर २१ दिवस सतत घ्यायची असते. रात्री झोपताना ब्रश करण्यापूर्वी गोळी घ्यायची, अशी एखाद्या रोज होणाऱ्या घटनेशी गोळी घेण्याच्या क्रियेची सांगड घालणे, आठवणीच्या दृष्टीने फायद्याचे असते. ३ आठवड्यांनंतर १ आठवड्यात पाळी येते. त्यानंतर परत पाळीच्या पाचव्या दिवसापासून नवीन पाकीट चालू करता येते. काही पाकिटामध्ये २८ गोळ्या असून शेवटच्या आठवड्यातील गोळ्या 'डमी' असतात. पाकिटाबरोबर दिलेल्या सूचना व बाणाने दाखवलेला क्रम यांचे पालन करणे महत्त्वाचे असते.

कल्पनेतील भूत

कुटुंब नियोजनाच्या कुठल्याही साधनाचे वाईट परिणाम होतात, हे बऱ्याच वेळा काल्पनिक भूत असते. पिलने वजन वाढते या गैरसमजामागचे कारण शारीरिक नसून मानसिक असते. गोळी घेतल्याने आता नको असलेले मातृत्व येणार नाही, या कल्पनेने स्त्री सुखावल्याने कदाचित १-२ किलो वजन वाढण्याची शक्यता असते. पिलने कॅन्सर होतो, हृदयविकार होतो, गोळी थांबवल्यावर परत दिवस राहत नाही, जुळी मुले होतात, मुलगा होतो, केस गळतात हे बहुतांशी गैरसमजच आहेत.

नाण्याची दुसरी बाजू

संततिनियमन याबरोबरच पाळीच्या वेळी रक्तस्राव कमी होणे, पोट, कंबरदुखी कमी होणे, पाळी नियमित होणे, तारुण्यपिटिका कमी होणे इ. काही फायदे पिलने होतात. जर काही डॉक्टरी कारण नसेल, तर सुरुवातीस पाळणा लांबवण्यास, नवविवाहितांना पिल हा सर्वांत चांगला मार्ग असावा. वयाच्या ३५ वर्षांनंतर मात्र पिल नकोच. एवढेच नव्हे तर त्या वयानंतर गर्भधारणाही नकोच, कारण वयस्क मातेत गर्भदोष अधिक असण्याचा संभव असतो.

तांबी; पाळणा लांबवी

काही स्त्रियांना नियमित गोळ्या घेणे त्रासदायक वाटते, तर काहींच्या बाबतीत त्या नियमित घेतील किंवा नाही याबद्दल शंका वाटते. अशा वेळी तांबी अथवा कॉपर-टी उत्तम साधन आहे. पूर्वी लिपिज लूप वापरत. गर्भधारणेच्या प्रक्रियेस स्त्री-बीज व शुक्रजंतू यांचे बीजवाहक नलिकेत मीलन व त्या फलिताचे गर्भाशयात

स्थापन, अशा अवस्था असतात. तांबीने फलित बीजाचे गर्भाशयातील स्थापन थांबवले जाते.

पाळीच्या पाचव्या दिवशी ज्या वेळी स्त्रीला दिवस नाहीत याची खात्री असते व गर्भाशयमुखही थोडेसे विस्तारित असते त्या वेळी तांबी बसवतात. बाळंतपणानंतर २ महिन्यांनी, गर्भपातानंतरही तांबी बसवतात. सुरुवातीस १ महिन्याने नंतर ३-६ महिन्यांनी तांबी व्यवस्थित आहे की नाही, याची डॉक्टरांकडून तपासणी करावी. तांबी सुमारे ३-४ वर्षे ठेवता येते. अधून-मधून स्त्रीला स्वत:ला योनिमार्गात हात घालून त्याचा दोरा लागतो की नाही हे तपासता येते. धागा न लागल्यास तांबी गळून पडल्याची अथवा इतरत्र सरकलेली असू शकते. तांबीमुळे पाळीचे वेळी रक्तस्राव अधिक होणे, क्वचित गर्भाशय परिघात सूज येऊन पाठदुखी इ. लक्षणे दिसतात.

निरोध, करू नका विरोध

शीथ, कंडोम, फ्रेंच लेदर (एफ.एल.) या नावांनीही ओळखले जाणारे निरोध आता एड्समुळे अतिपरिचयाचे आहेत. ताठ झालेल्या इंद्रियावर, संबंध ठेवण्यापूर्वीच टोपीसारखे निरोध वापरता येते. त्यामुळे वीर्य व पर्यायाने त्यातील शुक्रजंतू स्त्री शरीरात जाऊच शकत नाहीत. योग्य प्रकारे वापरल्यास ते बरेच विश्वसनीय असते. गुप्तरोग आणि आता एड्सही टाळता येण्यास ते काही प्रमाणात उपयोगी पडते. डायफ्रॅम, टुडे, जेली यांसारखी साधने निरोधबरोबर वापरल्यास संततिनियमनाचे काम अधिक सुरक्षित होते.

'ना' मिले सूर मेरा तुम्हारा

स्त्री-बीज बीजांड कोशातून फुटून निघाल्यावर सुमारे २४ तास जिवंत असते. तसेच शुक्रजंतू स्त्री शरीरात ४८ तास राहू शकतात. त्यांचे मीलन टाळता आल्यास गर्भधारणा टाळता येते. अपेक्षित पाळीच्या सुमारे १४ दिवस आधी स्त्री बीज सुटते त्या वेळी संबंध टाळल्यास संततिनियमन होते.

स्त्रीची मासिक पाळी, स्त्री-बीज सुटण्याची वेळ यामध्ये अनिश्चितता असल्यास ही पद्धत अविश्वसनीय ठरते. सहसा पाळी आल्यानंतरचे ७ दिवस व येण्याआधीचे ७ दिवस हे संतती न राहण्यास सुरक्षित समजावे. याच्या उलट ज्यांना संतती राहत नाही, त्यांना संतती राहण्यासाठी पाळी येण्याच्या १४ दिवस आधी संबंध ठेवणे हितकारक ठरते. काही धर्माच्या लोकांना संततिनियमनासाठी साधने वापरणे मान्य नसते. अशा लोकांसाठी हा मार्ग आहे. व्यक्ती तितक्या प्रकृती या न्यायाने तो खूपच बेभरवशाचा आहे.

'एक या दो बस्स' झालेले आहे. पुढे संतती नकोच आहे अशी अवस्था असताना संततिनियमनासाठी जवळजवळ १०० टक्के विश्वसनीय पद्धत म्हणजे नसबंदी होय. मात्र याचा निर्णय पक्का असावा, कारण ही शस्त्रक्रिया झाल्यानंतर

नस पुन्हा जोडण्याची क्रिया जरी अशक्य नाही तरी अवघडच असते.

पुरुषात शुक्रजंतू वाहून नेणारी नळी कापून 'सील' करतात. त्यामुळे वीर्यात फक्त शुक्रजंतूच नसतात. बाकीचे वीर्य तसेच राहते. तसेच स्त्री-बीज वाहक नळी कापल्यामुळे स्त्री-बीज सुटून तेथेच विरघळते. या दोन्ही नसबंदींनी स्त्री वा पुरुषाच्या वैवाहिक जीवनावर कुठलाच परिणाम होत नाही.

संततिनियमनाच्या सर्वच पद्धतींमध्ये काही अंशी बेभरवसा असल्यामुळे १०० टक्के निर्धोक पद्धती कोणती असा प्रश्न विचारल्यास त्याचे उत्तर ब्रह्मचर्य पाळणे हेच असेल!

☺☺

शेवटी थोडी गंमत. एक बाई आपल्या मुलांना घेऊन गावी निघालेल्या असतात. रेल्वे तिकीट ऑफिसातील माणसाला त्या विचारतात, "काय हो मुलांना किती तिकीट पडेल?" कारकून म्हणतो, "मुलं बाराच्या आत असल्यास निम्मे तिकीट पडेल." यावर बाई म्हणते, "बरं झालं बाई, मला आठच मुले आहेत."

☺☺

◆

६१. अशक्तपणा/थकवा/वीकनेस (FATIGUE)

दवाखान्यात तपासून घ्यायला येणाऱ्या रुग्णाच्या तक्रारीच्या यादीमध्ये 'अशक्तपणा वाटतो' हे लक्षण न चुकता असतेच, पण त्यांच्याबरोबर असणाऱ्या नातेवाइकांना, मित्रांना जर काही विचारायला संधी मिळाली तर थकवा वाटतो, गळाल्यासारखे वाटते, आजचे काम उद्यावर ढकलावेसे वाटते ही तक्रार अधिक आढळते.

काळ हेच औषध

थकवा केवळ काहीच दिवसांपासून वाटत असल्यास त्याच्यामागे अतिश्रम, सातत्याने पुरेशी झोप न मिळणे, उपास, मानसिक ताण, ताप, जुलाब यांसारखे आजार झालेले असणे अशी कारणे असू शकतात. ती कारणे दूर झाल्यास काही दिवसांत आपोआप थकवा दूर होतो. उदा. बरेच दिवस जुलाब होणाऱ्या व्यक्तीस योग्य आहारानंतर अन्नपचन होऊ लागले की, अशक्तपणा जातो. येथे काळ हे औषधच असते.

शंकासुराचा प्रताप

मनात एखादी शंका घर करून बसल्यास त्याचे रूपांतर शारीरिक थकव्यात होते. मधुमेह, कर्करोग इ. व आजकाल एड्सही अशा रोगाबाबत ऐकण्यात, वाचण्यात आले की, काही व्यक्तींना त्या रोगाच्या लक्षणांबरोबरच थकवा हे लक्षण भासते. स्वप्नदोष, हस्तमैथुन, शीघ्रपतन इ. लैंगिक आजार (?) असणारे, डॉक्टरांकडे गेल्यानंतर प्रथम केवळ थकवा हेच लक्षण सांगतात. या लोकांचा थकवा केवळ त्यांच्या गैरसमजुती दूर केल्यानेच दूर होतो. यांनी टनभर टॉनिके घेतली तरी त्यांच्या शंका दूर केल्याशिवाय त्यांना बरे वाटणारे नसते.

नॉर्मल व निर्मळ

अनेक दिवस, महिन्यांपासून थकवा हे लक्षण असल्यास डॉक्टरांकडे जाईपर्यंत काही गोष्टींची नोंद ठेवत गेल्यास डॉक्टरांना निदान करण्यास मदत होते. वजनातील वध-घट, भुकेतील बदल, थर्मामीटरने मोजून ठेवलेली तापमानाची नोंद, झोप, लघवी, शौच यांचा रंग, प्रमाण, वेळा यांतील बदल या घरच्या घरी तपासण्यामध्ये

विशेष काही बदल नसल्यास शरीर नॉर्मल (व निर्मळ) असण्याची शक्यता वाढते.

वेधशाळेचा अंदाज

थकवा येणाऱ्या लोकांच्या सर्व तपासण्या शारीरिक तपासणी, रक्त, लघवी, एक्स रे, सोनोग्राफी इ. नॉर्मल रिपोर्ट दर्शवत असतानाही काही जणांना मात्र बरेच वाटत नाही. त्यांची अवस्था वेधशाळेच्या अंदाजाप्रमाणे असते. आकाश स्वच्छ कोरडे व निरभ्र राहील, असा अंदाज (रिपोर्ट) असतो, पण या व्यक्तीचे मन व शरीर मात्र ढगाळ, निरुत्साही असते. पुढील उपचारांनी ते शरीर चैतन्यमय करता येईल.

कोंबड्याला लवकर आरवू द्या

सकाळी उशिरा उठून नैमित्तिक विधी घाईघाईने केल्यास उशीर होतोय या भावनेने मनावर ताण येऊन थकवा वाटू शकतो. घड्याळाचा गजर १५-२० मिनिटे अलीकडे सेट केल्यास ती स्वस्थता मिळेल. चहाच्या वेळी दिवसभर करायच्या कामाची आखणी व नोंद कागदावर करा.

व्यायाम लिमिटेड, फायदा अनलिमिटेड

तुम्ही बैठे काम करत असा अथवा मेहनतीचे, रोज २०-३० मिनिटे चालणे, सायकल चालवणे, पोहणे यांसारखा माफक व्यायाम आठवड्यातून किमान ४-५ वेळा केल्याने स्नायू, हृदय, रक्तवाहिन्या, फुप्फुसे यांचे बल वाढते. कुठल्याही ताणाखाली ते अधिक कार्यक्षमतेने काम करू शकतात. जपानी कंपन्यातून कामाच्या आधी १५-२० मिनिटे अधिकारी ते कामकरी असे सर्व जण एकत्र येऊन वॉर्मअप करण्याची पद्धत यासाठीच आहे. सातत्याने केलेला व्यायाम हृदयाला जास्त शुद्ध रक्त पंप करण्याचे ट्रेनिंग देतो. स्नायूही रक्तातून जास्तीत जास्त प्राणवायू शोषणाचे काम व्यायामामुळेच शिकतात.

एकही नको

सिगारेट, विडी ही व्यसने प्राणवायू चोर आहेत. फुप्फुसाच्या माध्यमातून प्राणवायू रक्तात मिसळत असतो त्यात ही चोरमंडळी अडथळा आणतात. शरीरातील स्नायूंना पुरेसा प्राणवायू न मिळाल्याने थकवा वाटतो. सिगारेट एकही नकोच.

लठ्ठपणा दुःखदायक

वय, उंची, वजन यांच्या प्रमाणाच्या तक्त्यापेक्षा अधिक वजन असणाऱ्यांना थकवा अधिक येतो. आहार व व्यायाम यांच्या आधारे वजन घटवणे, थकवा दूर करते. माणूस आयुष्यात सुमारे एक तृतीयांश काळ झोपेत घालवतो. रोज ६ ते ८ तास झोप पुरेशी ठरते. त्याच्यापेक्षा कमी वा अधिक झोपही थकवा निर्माण करते. जागरणाने आलेला थकवा घालवण्यास एक सोपा उपाय आहे. आदल्या दिवशी झालेल्या जागरणाच्या निम्मा वेळ झोप दुसरे दिवशी दुपारी जेवणाआधी घ्यावी. उदा. नेहमीची झोपायची वेळ १० असताना १२ वाजेपर्यंत जागरण झाले म्हणजेच

२ तास झोप कमी मिळाल्यास दुसरे दिवशी एक तास झोप जेवणाआधीच काढावी.

दीर्घ श्वसनाचे फायदे दीर्घ काळ

आपण नेहमी केवळ छातीनेच श्वसन करतो. जर छातीबरोबरच पोटापर्यंत हवा खोलवर आत घेतली व नेहमीपेक्षा कमी वेगाने घेऊन हळूहळू सोडल्यास ते दीर्घश्वसन होते, असे श्वसन रोज ५-५ मिनिटे करणे नेहमीसाठी फायद्याचे ठरते. थकवा आलेला असताना, मानसिक ताण असताना असे दीर्घश्वसन केल्याने लगेच बरे वाटते. हे करताना खांदे ढिले सोडल्यासारखे ठेवल्यास अधिक फायदा मिळतो.

मोहाची दारू व दारूचा मोह नकोच

दारू मज्जासंस्थेवर मारक परिणाम करते. स्नायूंची हालचाल मंद करते. सभ्यता, नीतिनियम व कायद्याची जाणीव या नवीनच शिकलेल्या गोष्टींवर काम करणाऱ्या मेंदूवरही ती मारकच ठरते. त्यामुळे ती घेण्याने सामाजिक बंधने हलकी वाटून खोटी मानसिक उभारी वाटते. दारू मग ती कशापासून बनवलेली असो थकवाच आणते. तीच गोष्ट कॉफीमधील कॅफीनबाबतही खरी आहे.

पाण्याचा दुहेरी प्रयोग

घाम जास्त येत असल्यास त्यातून क्षार, पाणी जाऊन थकवा येतो. त्यासाठी वरेचवर पाणी प्या, जमेल तेव्हा लिंबू, मीठ घातलेले पाणी प्या. पाण्याच्या या 'आतून' उपयोगाबरोबरच थकवा, सुस्ती आल्यास तोंडावर गार पाणी मारण्याचा 'बाह्य' उपचार उपयोगी पडतो. तोंडाबरोबरच संपूर्ण अंगावर पाणी (शॉवर, अंघोळ) घेणे अधिक फायदेशीर ठरते.

सातही दिवस रविवारच समजा

तेच ते आणि तेच ते काम सतत सुट्टी न घेता करत राहिल्यास मानसिक थकवा येतो. असे महिनोन्महिने करत राहिल्यास तुमचे चिपाड होऊ शकते. सलग ६-७ दिवस सुट्टी घेतल्यास मन-शरीराच्या बॅटरीज चार्ज होऊन थकवा दूर पळतो. संगीताची साथही मदत करते.

एकादशी दुप्पटखाशी

एकाच वेळी भरपेट जेवण करणे वा उपासतापास करणे हेही अशक्तपणा आणते. स्निग्ध पदार्थांचा कमी वापर, थोडा आहार वरचेवर घेणे, थकवा आला असताना भरपूर साखर घातलेले ताक वा लिंबू सरबत घेणे हे उपचार करून पाहावेत. थकवा येत असल्यास आपण ज्या पद्धतीने आहार घेतो आहोत त्याच्यात बदल करून पाहावेत त्याने फायदा झाल्यास ते नेहमीचे (रुटीन) ठेवावे.

सुखाची बोच

ज्याप्रमाणे खूप ताण असणाऱ्यालाही थकवा जाणवतो तसाच थकवा आयुष्यात आता मिळवायचे काही राहिले नाही अशा व्यक्तीला सुख बोचल्याने येऊ शकतो.

कुठलेही तंतुवाद्य, उत्तम वाजवण्यासाठी त्याच्या तारांवर योग्य ताण आवश्यक असतो. ताण कमी वा अधिक झाल्यास वाद्य बेसूर होते. जीवनात काही ताण असल्यास स्वयंसेवक बनून नवीं आव्हाने स्वीकारा. समाज जीवनात अशी अनेक क्षेत्रे तुमची वाट पाहत आहेत.

एवढे करूनही जर थकवा येतच राहिला तर काही रोगांची पूर्वसूचना म्हणून तसे होऊ शकते. हे लक्षात घेऊन मधुमेह, कर्करोग, रक्तक्षय, थायरॉइड यांसारख्या रोगांचे वेळीच निदान वा उपचार केल्यास ते आटोक्यात येतात.

☺☺

शेवटी थोडी गंमत

"डॉक्टर मला बोलण्याचा त्रास आहे."

"काय त्रास आहे?"

"मी बोलायला लागलो की मध्येमध्ये बोलून बायको अडथळा आणते."

☺☺

◆

६२. ताप (FEVER)

ताप हे कुठल्याही एका आजाराचे नाव नसून कुठल्याही आजारात दिसणारे (वा हाताला जाणवणारे?) एक लक्षण आहे. उदा. टॉन्सिलायटीस या आजारात घशात दुखणे, गिळता न येणे या लक्षणाबरोबरच ताप हेही एक लक्षण असते. माणसाला जन्मजात मिळालेल्या देणग्यांपैकी स्वत:ला ताप आहे याचा सहज अंदाज बांधता येणे हीदेखील एक देणगी आहे. ताप आहे हे कळण्यासाठी त्या माणसाला सहसा थर्मामीटर लावावा लागत नाही. हाताचा पृष्ठभाग (तळहात नव्हे!) कपाळावर अथवा गळ्यावर ठेवला तरी शरीराचे तापमान वाढलेले असल्याचे समजू शकते.

हे शतक गाठू नका

९९ टक्के लोकांत ९८.६ आकडा नॉर्मल ताप दर्शवतो. थर्मामीटरवर ९८.६ अंश फॅ. या बिंदूवर लाल बाण असतो. त्याच्यावर पारा चढल्यास त्याला ताप म्हणता येते. ९८.६ हा आकडा लाखो लोकांची तापमाने मोजून 'नॉर्मल'चा वरचा बिंदू म्हणून ठरवला आहे. तरीदेखील काही जणांच्या बाबतीत 'नॉर्मल' तापमानही ९९ अंश फॅ.पर्यंत असू शकते. तसेच थर्मामीटर काखेत, तोंडात (व क्वचित ढुंगणातही म्हणजेच गुदद्वारातही) लावणे यामुळे तापमानात अनुक्रमे अर्धा ते एक डिग्री फॅरनहीटची वाढ होऊ शकते. (आपण हवेच्या तापमानाबद्दल दशमान पद्धती सहज स्वीकारली. पण शरीर तापमानाबद्दल मात्र अजूनही फॅरनहीटच अंगवळणी आहे. ३८ अंश सेंटिग्रेड तापापेक्षा १०१ अंश फॅरनहीट आकडा कसा भारदस्त वाटतो नाही?)

सुमारे १०० अंश फॅ.पर्यंतचा मोठ्या माणसामधील ताप विशेष काळजी करण्यासारखा नसतो. मात्र ३ वर्षांखालील मुलांमध्ये मेंदूची वाढ पूर्ण झालेली नसल्यामुळे १००-१०१ तापही धोका करू शकतो. लहान बाळास त्यामुळे आकडी येऊ शकते. मोठ्या माणसात ताप १०३ अंश फॅ.वर गेल्यास बरळणे, भास होणे अशी इतर लक्षणे दिसू शकतात. शरीरात कुठेही जंतू अथवा विषाणूंनी हल्ला केल्यास त्याला प्रत्युत्तर म्हणून 'पांढऱ्या' रक्तपेशीच्या पलटणीच्या पलटणी

रक्तात वाढतात. त्यांच्यातील घनघोर युद्धाचा परिणाम म्हणून प्रोस्टाग्लांडीनसारखे काही स्राव निर्माण होतात. हे स्राव मेंदूतील हायपोथॅलामस या तापनियंत्रण केंद्राचे सेटिंग बिघडवतात व शरीराचे तापमान वाढते. त्वचेकडील रक्तवाहिन्या आकुंचित होऊन उत्सर्जित होणारी उष्णता वाचवतात. हुडहुडी भरल्यामुळे स्नायूंची हालचाल वाढूनही शरीरातील उष्णता वाढवली जाते. (याच कारणामुळे अंगमेहनतीचे काम, व्यायाम या क्रियांनंतरही शरीराचे तापमान नेहमीच वाढलेले असते.) वरील ताप येण्यामागे एक महत्त्वाची फायदेशीर गोष्ट लपलेली आहे, ती म्हणजे असा ताप येणे हे शरीराची संरक्षक फळी सुसज्ज असल्याचे दर्शवते. जंतुसंसर्गाशिवाय काही औषधे, काही जुनाट रोग यांमध्येही ताप हे लक्षण दिसू शकते.

वर पाहिल्याप्रमाणे ताप येणे हे एक सुचिन्हच असल्यामुळे किरकोळ १०० अंश फॅ.पर्यंतच्या मोठ्या माणसाच्या तापावर ताबडतोब काही इलाज केलाच पाहिजे असे नाही. (केवळ ताप हे लक्षण घेऊन पहिल्या १-२ दिवसांत येणाऱ्या रुग्णाचे निदान एक डॉक्टर गमतीने देवच जाणे फक्त (Gok) असे करायचे. (Gok म्हणजे God only knows)) मात्र ताप तापदायक असेल त्याने अंगदुखी, डोकेदुखी, बेचैनी वाटत असेल तर मोठ्या माणसाने पॅरासिटामॉलच्या ५०० मि.ग्रॅ.च्या १-२ गोळ्या दर ६-६ तासांनी घ्यायला हरकत नाही. मात्र त्यांचा वापर २-३ दिवसांपेक्षा जास्त डॉक्टरी सल्ल्याशिवाय करू नये. ताप चढलेला राहिला की, शरीरातील सर्वच घडामोडींना वेग चढतो व अशा वेळी त्या शरीराला भरपूर पाणी व ऊर्जा लागते. त्याचप्रमाणे ताप उतरवण्याच्या गोळ्या घेतल्यानेही घाम येऊन त्यावाटे पाणी व क्षार बाहेर पडतात. त्यामुळे ताप असताना पाण्याचा भरपूर वापर पिण्यासाठी करावा. त्याच्याबरोबर फळे, सरबत, सूप, शहाळ्याचे पाणी हेही घेतल्याने क्षारही पोटात जातात.

अंगे भिजली जलधारांनी

ताप जास्त प्रमाणात असल्यास गार वा कोमट पाण्यात रुमाल बुडवून त्याने अंग पुसावे. विशेषत: काखा, जांघा, मांड्या या भागात ओले फडके फिरवावे. असे फिरवलेले पाणी वाळण्यासाठी, शरीरातील उष्णता वापरली जाते व त्यामुळे तापमान कमी होण्यास मदत होते.

कपडे हटवा, ताप मिटवा

ताप असताना अंगावर जाड कपडे वा ब्लँकेट घेऊ नये. त्यामुळे शरीरातील उष्णता बाहेर पडण्यास अडथळा येतो. विशेषत: तान्ह्या बाळाला जास्त ताप असताना त्याच्या अंगावर कमीत कमी कपडे ठेवावेत. कारण त्यांना ना अंगावरचे कपडे काढता येतात ना कपडे काढा म्हणून सांगता येते. रुग्णाच्या खोलीत हवा खेळती राहिलेली चांगली. फक्त हवेचा झोत एकदम अंगावर येणार नाही याची

काळजी घ्यावी. ताप असताना अरुची असल्यामुळे खावेसे वाटत नसते. क्वचित मळमळही वाटते. पण क्षार, पाणी याबरोबरच जेवढे जाईल तेवढे अन्न जरूर घ्यावे. त्यासाठी मुगाची खिचडी, वरण, भाजलेला पापड, ब्रेडचा टोस्ट इ. वापरावे.

शोधा म्हणजे सापडेल

ताप हा कुठल्यातरी आजाराचे लक्षण असल्यामुळे ताप कोणत्या रोगामुळे आहे, याचा शोध डॉक्टरांमार्फत घ्यावा लागेल. तापाबरोबर मळमळ, लघवी पिवळी, अंगाला खाज, अंगावर फोड, थंडी वाजते का, अंगदुखी खूप आहे का, यावर लक्ष ठेवून डॉक्टरांना ती सर्व काळजीपूर्वक सांगितल्यास योग्य निदानास मदत होते.

केला इशारा जाता जाता

तापाबरोबर मानेत ताठरपणा येणे, १०५ अंश फॅ. ताप जो घरगुती उपचार करूनही थोडादेखील उतरत नाहीये, ४ दिवसांच्या वर टिकलेला ताप, तसेच चार महिन्यांपेक्षा लहान मुलांमधील ताप, या सर्व अवस्था गंभीरता दर्शवतात. अशी लक्षणे त्वरित डॉक्टरी सल्ला घेण्याचाच इशारा देत असतात. त्याप्रमाणे डॉक्टरांकडून तपासणी करून घेऊन सुयोग्य उपचार करवून घ्यावेत.

☺☺

शेवटी थोडी गंमत. शेअर बाजारातील दलाल रणछोडभाई आजारपणामुळे हॉस्पिटलमध्ये ॲडमिट होतात. नर्स त्यांचा ताप मोजते. रणछोडभाई विचारतात, "किती आहे?" नर्स म्हणते "१०१." त्यावर ते सवयीने म्हणतात, "१०२ झाल्यावर विकून टाक."

☺☺

◆

६३. शीण उभरणे (FEVER-BLISTER)

तोंडाच्या सभोवताली, विशेष करून वरच्या ओठावरती आग करणारे लहान पुरळ अधूनमधून उगवत असते. त्याला शीण उभरणे, ज्वर उमटणे, वरण्या अशी अनेक नावे आहेत. हे पुरळ म्हणजे हर्पिस सिम्प्लेक्स (HERPES SIMPLEX) या विषाणूंमुळे झालेला संसर्ग असतो.

बारमाही पीक

एकदा का या विषाणूंनी शरीरात प्रवेश केला की, ते नसांच्या (Nerves) सान्निध्यात सुखेनैव नांदत असतात. ज्या वेळी कधी सर्दी होते, उन्हातान्हात फिरणे होते, अपचनासारखी पोटाची गडबड होते, मानसिक ताण येतात अशा वेळी शरीराची एकूणच अवस्था नरम झालेली असते. त्या वेळी हा निद्रिस्त विषाणू उठाव करतो व ओठाच्या भोवती पुरळ निर्माण करतो. त्याच्यात खूप आग होते. पाणी भरून त्याचे फोड होतात. पुढील ३-४ दिवसात पाणी शोषले जाऊन खपली धरली जाऊन ते पुरळ काळसर होते. सगळी प्रक्रिया ८-१० दिवसांत पूर्ण होऊन नंतर बरे वाटते. त्या व्यक्तीला असे 'पीक' वर्षातून केव्हाही एक-दोन वा अधिक वेळाही येऊ शकते. कांजिण्या, नागीण, वरण्या हे सर्व पुरळ आणणारे रोग 'हर्पिस' या एकाच कुटुंबातील विषाणूमुळे होतात. वरण्या हे नाव का पडले, हे एक गौडबंगाल आहे. तुरीचे वरण खाल्ले व ते ओठावर उभरले असा त्यामागे एक समज असावा. काही वेळा कैरीचा चिक उभारला असेही म्हटले जाते.

झिंक थिंग, तुफानी थंडा

व्हायरसमुळे होणाऱ्या सर्दीसारखेच हे शीण उभरणे स्वत:हून बरे होणारे असते. ते पुरळ स्वच्छ पाण्याने वरचेवर धुऊन नंतर कोरडे करावे. सुरुवातीच्या काळात बर्फाचा गार शेकही आराम देतो. बाजारात मिळणाऱ्या बोरोलीनसारख्या अनेक मलमात 'झिंक' (Zinc) प्रमुख घटक असतो. 'झिंग थिंग, तुफानी थंडा' या पेयांच्या जाहिरातीप्रमाणे ही 'झिंग थिंग' असलेली मलमे वरचेवर लावल्याने तेथे थंडावा येतो.

आयुष्यभराच्या तारुण्यपीटिका

एकदा मुक्कामाला आलेला हा व्हायरस अधूनमधून त्रास देणारच आहे, अशी मनाची समजूत पक्की असणे म्हणजे मानसिक घडण ठेवणे फार महत्त्वाचे असते. विशिष्ट वयात येणाऱ्या तारुण्यपिटिका ज्याप्रमाणे आपण स्वीकारतो, तशीच भावना याबद्दल ठेवल्यास व त्यांच्याकडे दुर्लक्ष केल्यास त्यांचा त्रास कमी वाटेल. क्वचित त्या पुरळात पू होतो. त्या वेळी मात्र काळजी घेऊन डॉक्टरी सल्ल्यानुसार जंतुघ्न औषधे वापरावीत. कारण तोंडाभोवतालची जागा शरीररचनेमुळे जास्त धोकादायक असते. त्या भागातील अशुद्ध रक्तवाहिन्यांना झडपा नसतात. त्यामुळे तेथे झालेला पू त्यांच्यामार्फत थेट मेंदूपर्यंत पोचू शकतो.

☺☺

शेवटी थोडी गंमत. अब्राहम लिंकन राष्ट्राध्यक्ष असताना अनेक जण नोकरी मागण्यासाठी त्यांना भेटायला येत. आर्थिक मंदीमुळे ते लोकांना काहीच देऊ शकत नव्हते. एकदा त्यांना देवी हा आत्यंतिक सांसर्गिक रोग झाला. त्या वेळी ते मित्राला गमतीने म्हणाले, "आता लोकांना भेटायला पाठव. आता त्यांना 'देण्याला' माझ्याजवळ काहीतरी आहे."

☺☺

◆

६४. कतरी मूळव्याध (FISSURE IN ANO)

मूळव्याध – पाइल्स (PILES) व कतरी मूळव्याध – फिशर (FISSURE) हे दोन्ही वेगवेगळे रोग आहेत. पण ते होण्याचे स्थान मात्र एकच आहे, ते म्हणजे गुदद्वार. तेथे खूप वेदना व रक्तस्राव ही दोन प्रमुख लक्षणे झाल्यानंतर रुग्णास प्रथम शंका येते ती म्हणजे मूळव्याधीची. पण तेथे कतरी असण्याची शक्यता जास्त असते. मूळव्याधीत, निदान सुरुवातीस तरी वेदना नसतात. कतरी मूळव्याधीस 'परिकर्तिका', 'गुदद्वारव्रण' अशीही नावे आहेत.

थंडीच्या दिवसात ज्याप्रमाणे ओठांना तडे पडतात व तोंड उघडताना तेथे दुखते, क्वचित रक्तही येते, तशीच अवस्था आतड्याच्या मुळाशी (अर्थातच गुदद्वाराशी) झाल्यास कतरी होते. गुदद्वाराची जागा कातरल्यासारखी, चरे पडल्यासारखी होते. शौचास गेल्यावर ते चरे ताणले जाऊन वेदना होतात. या वेदना नंतरही तासभर होत राहतात. शौचास गेल्यावर पुन्हा दुखेल या भीतीने ती व्यक्ती शौचास जाणेही टाळते. यामुळे मळ अधिकच कठीण होऊन अधिक वेदना होणे असे चक्रच सुरू होते. कठीण मळामुळे त्या भागातील रक्तवाहिन्यांनाही तडे जाऊन मळावर पट्टीने सरळ रेघ काढावी तशी रक्ताची रेष उमटते. मूळव्याध या रोगात मात्र येथील रक्तवाहिन्या फुटल्यामुळे रक्तस्राव होतो.

'कठीण' समय येता

मळ कठीण (वा कडक) होणे हे मुख्य कारण या रोगाच्या मुळाशी आहे. मळाचा 'कठीण'पणा टाळणे, हे रोगप्रतिबंधक व रोग झाला असल्यास लवकर बरे करणारे आहे. मळ मऊ राहण्यासाठी पाण्याचा भरपूर वापर करावा. कमीत कमी १०-१२ ग्लास पाणी २४ तासात प्यावे. सकाळी उठल्याबरोबर पाणी प्यायल्याने अधिक फायदा होतो. लिक्वीड पॅराफीन अथवा मिल्क ऑफ मॅग्नेशियासारखे औषध रात्री ४ चमचे घेतल्यास मळ पातळ व मऊ होतो. मात्र ही औषधे दीर्घ काळ घेऊ नयेत. केवळ या उपायानेही कतरीवरचा ताण कमी होऊन लवकर भरून येण्यास मदत होते. वेदना होऊ नयेत यासाठी शौचाच्या आधी व नंतरही दिवसातून २-३

वेळा ढुंगणाच्या भोकाला (गुदद्वाराशी) ॲनस्थेटिकयुक्त मलम लावावे. अशा मलमांच्या जाहिराती अनेक असतात. या मलमांमध्ये गुदभाग बधिर करणाऱ्या औषधांचाच प्रामुख्याने अंतर्भाव असतो.

'या डुंबा डुंबा'ची जलक्रीडा

पोटात भरपूर पाणी घेण्याबरोबरच त्या भागास बाहेरून कोमट पाणी लावल्यास तेथील स्नायू ढिले पडून बरे वाटते. यासाठी टबबाथ उत्तम. तो नसल्यास प्लास्टिक टब, घमेले यातही सहन होईल इतपत गरम पाणी घेऊन त्यात बसावे. या ठिकाणी एक पी. जे. आठवतो.

प्रश्न : आफ्रिकन भाषेत स्विमिंग पूलला काय म्हणतात?

उत्तर : 'या डुंबा डुंबा.'

सुखाचा मार्ग भाजी बाजारातून जातो

पालक, मेथी, तांदुळजासारख्या पालेभाज्या, कोबी, फ्लॉवर, श्रावणघेवड्यासारख्या भाज्या, सफरचंद, चिकू, पेरू यांचा सालासकट वापर, आंबा, केळे ही फळे, गाजर, काकडी, मुळा टोमॅटोसारख्या कोशिंबिरी, काळ्या मनुका, अंजीर यांसारखी सुकी फळे, कोंडायुक्त कणीक व कमी सडीचा तांदूळ या सगळ्यांमध्ये तंतू (FIBER) भरपूर असतात. तंतूमुळे मळास मऊपणा येतोच, त्याबरोबरच मळाचा आकार वाढल्यामुळे मळ बाहेर पडण्याची (विसर्जनाची) क्रिया चटदिशी होऊन गुदावरचा ताण कमी होतो.

जुने ते सोने!

कमोडपेक्षा भारतीय संडासामध्ये उकिडवे बसल्याने मांड्यांचा दाब पोटावर येऊन विसर्जन सुलभतेने होते. तसेच शौचाच्या वेळी गुदद्वारास बाहेरून आधार दिल्यास कतरीवरील दाब कमी होतो. त्यासाठी डाव्या हाताच्या बोटांनी जखमेच्या बाहेरील बाजूस दाबून धरण्याने वेदना कमी होतात. पोहणे, चालणे यांसारख्या व्यायामांनी पोटाच्या स्नायूंचे बल वाढून फायदा होतो. मिरच्या, मसाले यांचा वापर कमी करा. निसर्गाचा 'कॉल' आल्यानंतर त्याला ताबडतोब प्रतिसाद द्या. शौचास दाबून धरल्याने (वेगधारण केल्याने) मळातील पाणी शोषले जाऊन मळ कडक होतो. धूम्रपान, जागरण, संडासच्या वेळी कुंथणे टाळावे.

वरील उपयांनी कतरीची जखम सहसा भरून जाते, पण काही कारणाने मळ कडक होऊन त्याचा त्रास परत परतही होऊ शकतो. जखम न भरल्यास डॉक्टर डायलेटर्सच्या साहाय्याने वा शस्त्रक्रियेने ती जखम ताणून तिच्या भरण्याच्या क्रियेस चालना देतील.

☺☺

शेवटी थोडी गंमत. त्या मध्यमवयीन पेशंटला व्यवस्थित तपासल्यानंतर डॉक्टर म्हणाले,

"हे बघा, आता आयुष्यातील काही गोष्टी तुम्हाला नियमितपणे कराव्या लागतील. कधी काही, कधी काही असे वागून चालणार नाही."

"पण डॉक्टर मी तर सगळ्या गोष्टी नियमितच करतो." पेशंट म्हणाला.

"असे का, मग काल मध्यरात्री त्या जुगारी दारूच्या गुत्त्यावरून एका बाईबरोबर कुठे चालला होतात?"

"डॉक्टर तेही माझ्या नियमित सवयींपैकीच आहे."

☺☺

◆

६५. जळवात (FISSURE PLANTAR)

तळपायांना पडणाऱ्या भेगांना जळवात म्हणतात. कातडीतील 'जल' (पाणी) कमी झाल्यामुळे तिला तडे पडून अशी कातडी त्या रुग्णास 'वात' आणते. म्हणून या रोगास 'जळवात' म्हणत असावेत, हा आमचा तर्क आहे. या भेगा थंडीच्या दिवसात तसेच उतारवयातही जास्त प्रमाणात आढळतात.

त्वचेच्या वरच्या थरातील पेशींमध्ये पाण्याचा बराच अंश असतो. कोरडी हवा, वरचेवर होणारे घर्षण, माती-धूळ यांचा संपर्क तसे साबूने वरचेवर हातपाय धुणे यामुळे स्निग्धता कमी होते. तेलकट त्वचा हे पेशींमधील पाणी उडू न देता, योग्य प्रमाणात ठेवण्यास मदत करते. वरील कारणामुळे त्वचेतील पाणी कमी होऊन तेथे शुष्कता येते. यापुढील अवस्था म्हणजे त्वचेला भेगा पडतात. त्यामुळे तडतडणारे, खाजणारे, आग होणारे पाय हे प्रमुख लक्षण असते. दुर्लक्षित राहिल्यास त्यातून रक्त येणे, जंतुसंसर्ग होऊन पू होणे हेदेखील होऊ शकते. काही व्यक्तींमध्ये मात्र वरील कारणे नसली, सतत बूट-मोजे वापरले असले तरीही पायांना भेगा पडतात. अशा वेळी त्याचे कारण आनुवंशिकतेमध्ये असते.

पायांना पाणी पाजा...

बेदाणे, काळ्या मनुका जर पाण्यात बुडवून ठेवल्या तर त्यांच्यात पाणी शोषले जाऊन त्या फुगतात, त्याचप्रमाणे शरीर पाण्यात राहिल्यास त्वचेच्या वरच्या थरात पाणी शिरते. रात्री झोपण्यापूर्वी पाय कोमट पाण्यात १० मिनिटांपर्यंत बुडवून बसावे. नंतर तळपाय पूर्ण कोरडे न करता, दमट असतानाच त्याच्यावर तूप, कोकम तेल, निवियासारखे कोल्ड क्रीम वा मॉइश्चराइझिंग क्रीम लावावे. त्याने त्वचेत शिरलेले पाणी त्वचेतच राहण्यास मदत होते व शुष्कता येत नाही. कोल्ड क्रीम त्याच्या नावाप्रमाणेच थंडावा देते. वरून लावण्यासाठी वरीलपैकी काहीही वापरले तरी ते सारखेच प्रभावी ठरते. सकाळी अंघोळ झाल्यावरही पायांशी असेच प्रेमाने वागावे.

साबू, दूर ठेवा बाबू!

साबूने त्वचेतील ओशटपणा कमी होऊन आर्द्रता उडते, म्हणून त्याचा वापर निदान पायावर तरी करू नका. मोजे-बूट सतत वापरल्याने धूळ-मातीशी संपर्क टाळता येतो, त्यानेही फायदा होतो.

☺☺

शेवटी थोडी गंमत. डॉक्टर स्मित करीत खोलीत शिरले. बरीच औषधे घेऊन कंटाळलेला पेशंट आत बसलेला होता. त्याला बघून ते म्हणाले, "वा, पेशंट आज बरा दिसतोय."

"हो बरंच बरं वाटतंय, कारण मी तुमच्या बाटलीवरील सूचनेचं तंतोतंत पालन केलं."

"काय आहे ती सूचना?"

"बाटलीचे बूच घट्ट बंद ठेवावे."

☺☺

◆

६६. भगंदर (FISTULA IN ANO)

'भगंदर', 'बवासीर', 'मिरगी', 'लकवा' अशी अगम्य वाटणारी नावे एखाद्या विशिष्ट जाहिरातीतच आढळतात व तीही त्यावर उपचार करणाऱ्या स्पेशालिस्टच्या (?) फोटोसह पाहायला मिळतात! 'अवघड जागी दुखणे व जावई डॉक्टर' अशी अवस्था असताना रोग बळावतो व म्हणता म्हणता काट्याचा नायटा होतो, हे वर्णन त्यापैकी 'भगंदर' या रोगास अचूक लागू पडते. याला 'फिश्चुला' (FISTULA) असेही नाव आहे.

कंबरेखालील मागचा ढुंगणाचा भाग हा मुळातच अधिक घाम येणारा व थुलथुलीत असतो. त्यात आपल्यासारख्या उष्ण प्रदेशात राहणाऱ्या लोकांमध्ये हे घाम येणे व केसतोडा होण्याचे प्रमाण अधिक असते. शिवाय पुढील कारणेही असा त्रास घडवतात – शौचानंतर जागा ओली राहण्याने, तासन्तास बैठे काम करण्याने, आतली चड्डी घट्ट वापरण्याने, पुरेशी स्वच्छता न ठेवण्याने त्या जागी खाज सुटते. अशा खाज सुटणाऱ्या ठिकाणी गळू अथवा केसतोडा होऊ शकतो. ढुंगणाच्या छिद्राभोवती जर असे गळू झाले, तर काही जणांकडून लाज, अज्ञान, भीती, आळस या कारणांनी लक्ष दिले जात नाही, तसेच उपचारही केला जात नाही. त्यामुळे ते गळू फुटते. काहींच्या बाबतीत त्या गळूस आतील बाजूस तोंड होऊन ते ढुंगणाच्या छिद्राच्या आतील भागातच उघडते. यालाच भगंदर अथवा साध्या भाषेत 'बोगदा' असे म्हणता येईल.

शौचाच्या वाटेतच भगंदर (फुटलेले गळू) असल्यामुळे, शौचाबरोबर गळूही वाहून येते. त्यामुळे आतल्या चड्डीवर डाग पडणे, हे प्रमुख लक्षण दिसते. जर जिवाणूंमुळे (बॅक्टेरिया) तेथे जंतू निर्माण झाले, तर गळूचे तोंड बंद होते व आतल्या आत ठसठसणारी वेदना होते, तेव्हा या लक्षणामुळेही भगंदर झाल्याचे लक्षात येते.

सीटच्या भागात 'गळू' झाल्यास त्याच्यावर ताबडतोबीने व पूर्ण इलाज केल्यास भगंदर होणे टाळता येते. मात्र एकदा भगंदर झाल्यास शस्त्रक्रिया हाच त्यावरील योग्य इलाज आहे. भूल देऊन भगंदराचा मार्ग खरवडून अथवा पूर्ण बोगदा

काढणे ही ती शस्त्रक्रिया आहे. क्षय, मधुमेह, कर्करोग या रोगांसाठी तपासणीही काही वेळा करावी लागते. भगंदराकडे दुर्लक्ष केल्यास भगंदराच्या शस्त्रक्रियेपूर्वी एका भगंदरापासून अनेक भगंदरे निर्माण होऊ शकतात.

☺☺

शेवटी थोडी गंमत. एक मिस्कील स्त्री वजनकाट्यावर उभी राहते. नवरा उत्सुकतेने विचारतो, "काय, कमी झाले का?" त्यावर ती स्त्री म्हणते, "कमी-जास्त नाही सांगता यायचे, पण तेथे जो उंची-वजन संबंध दाखवणारा तक्ता लावला आहे त्याच्यानुसार पाहिल्यास माझी उंची अजून सहा इंच जास्त हवी."

☺☺

◆

६७. गॅसेसची तक्रार (FLATULANCE)

तोंडावाटे ढेकरा देणे वा गुदद्वारामार्गे वात सरणे यांना सर्वसामान्य भाषेत 'गॅस' झाला असे म्हणतात. आपल्या खाण्यापिण्याबरोबर नकळत हवा गिळली जाते. तसेच काही अन्नपदार्थांमधून पोटात हवा निघते. आतड्यातील जिवाणूंमुळे अन्नपचन होतानाही गॅस निर्माण होत असतो. या सगळ्यामुळे पोटात थोडाफार गॅस असणे नैसर्गिकच असते.

हवाहवाई!

खात असताना प्रत्येक घासाबरोबर २-३ मिमी. हवा गिळली जाते तर पाण्यासारखा पातळ पदार्थ घेताना तर अधिकतर हवा प्यायली जाते. घाईघाईने खाणे, खाता खाता वादविवाद करणे, भांडे तोंडाला न लावता पाणी गटागटा पिणे, गॅस सोडणारे मसाल्याचे पदार्थ खाणे, पान, च्युइंगम चघळणे, सोडा-थम्सअपसारखे गॅस भरलेले पदार्थ पिणे, अतिप्रमाणात चहा व सर्वांत शेवटी मानसिक ताण या सर्व कारणांनी जठरात अधिक हवा खेचली जाते वा तयार होते. अशा वेळी पोटात गुबारा धरल्यासारखे वाटते. असा गॅस परत बाहेर पडायला सर्वांत जवळचा मार्ग म्हणजे अन्ननलिकेचाच असतो. ढेकर देऊन ती हवा बाहेर फेकली जाते. या ढेकराच्या वायूत बाहेरून घेतलेली हवा तशीच असल्यामुळे त्याला कुठलेही वास नसतात. मुळा, काकडी असे पदार्थ खाण्यामुळे त्यांचा गंध त्या ढेकरास येणे स्वाभाविक मानावे. मात्र करपट ढेकर, वेगवेगळे वास येणे अथवा त्याच्याबरोबर आंबट जळजळीत पाणी तोंडात येणे हे मात्र जठराचा आजार दर्शवते. तसेच छातीत गॅस हे लक्षणही फसवे असू शकते.

मंद वात, उरत-सरत

खाली आतड्यामध्ये असणारा गॅस हा थोड्या प्रमाणात जठराकडून पुढे ढकलला गेलेला, पण अधिक प्रमाणात अन्नपचन होत असताना तेथे बनणारा असतो. त्यात प्रामुख्याने कार्बनडायॉक्साइड असतो, पण स्केटॉल, इंडॉल, हायड्रोजन सल्फाइडसारखे गॅसही असतात. असे थोडेसे गॅसही पाद सरताना दुर्गंधी देऊ

शकतात. आतड्याचे आजार, जास्त काळ झोप, दुधाचे पदार्थ खाणे, आव, बद्धकोष्ठ यांसारख्या आजारात आतड्यातील गॅस वाढतात व मंद वात सुटण्याचे प्रमाण वाढते. असा गॅस पोटात एखाद्या भागात साठल्यास त्या भागात पोटदुखीही करू शकतो.

'हवा'ल्याच्या घटना...

सध्या गाजत असलेली हवालापद्धत जशी पूर्वापार चालत आलेली आहे त्याचप्रमाणे थोडीफार ढेकर येणे वा पाद सरणे ही सामान्य व नैसर्गिक गोष्ट पूर्वापार चालत आलेली आहे. (आठवा : बादशहा-बिरबलाची गोष्ट) सहसा पाद संडासच्या वेळीच सुटल्याने दिवसभर इतर वेळी तो अगदी अल्प सुटतो. एखाद-दुसरी ढेकर येणेही गैर नाही. मात्र अनेक जणांत ढेकर देणे हा 'संस्काराचा' भाग असतो. लहानपणापासून जर मूल घरातील मोठ्या माणसाला ढेकर देताना पाहत असेल, तर नकळतच तीच सवय त्याच्या अंगी बाणवली जाते.

हा 'नाद' सोड सोड

ढेकर देताना हवा तोंड बंद ठेवून नाकातून सोडल्यास किंवा अर्धवट उघडलेल्या तोंडातून सोडल्यास परत हवा आत खेचण्याचे प्रमाण कमी होते. ढेकर देताना दातात पेन्सील धरल्यास आवश्यक तेवढेच तोंड उघडे राहते. अतिविचार करणाऱ्या व्यक्तींचे त्यांच्या नकळत शरीरातील स्नायू ताणाखाली जातात. अशा वेळी त्यांच्या जठराच्या वा गुदद्वाराच्या झडपा आकुंचित होऊन गॅस बाहेर पडायचा मार्ग बंद होतो. पोटात गुबारा धरल्याने त्यांना अस्वस्थ वाटते. मात्र ताण कमी झाला की, स्नायू शिथिल होऊन ढेकर व पाद सरणे घडते. आमच्या एका हुशार विचारी पेशंटला एक छंद आहे, टीव्हीवरील बातम्यांमध्ये एखादी फोटोवरून ओळखीची वाटणारी व्यक्ती दिसली की, तिचे नाव आठवायचा प्रयत्न ते करतात. उत्तर मिळेपर्यंत अस्वस्थता वाढून पोटात गॅस धरतो. मात्र उत्तर मिळताच ढेकर वा पाद सुटून त्यांना बरे वाटते. हा नाद सोडावा.

सावकाश जेवा

घाईघाईने जेवणे तसेच जेवताना बोलणे हे टाळून सावकाश जेवावे. या ठिकाणी 'सावकाश'ला अजून एक अर्थ अभिप्रेत आहे. स+अवकाश (पोकळी) म्हणजेच पोटात पोकळी ठेवून जेवा. जठर अन्नाने पूर्ण भरू नका. आहाराच्या प्रमाणाबाबत एक गमतीचे वाक्य आहे. माणूस १/३ अन्न शरीरास आवश्यक आहे म्हणून खातो, १/३ जिभेचे चोचले म्हणून व १/३ डॉक्टरांसाठी! (शेवटचे १/३ गरजेपेक्षा जास्त खाऊन आजारी पडून तो 'डॉक्टरांचीही पोटे' भरतो.)

हलवायाचे घर... असावे दूर

दूध व दुधापासून बनवलेले बासुंदी, पेढे इ. पदार्थांत लॅक्टोझ नावाची साखर

असते. काही व्यक्तीत त्या साखरेचे पचन करणाऱ्या लॅक्टेझ या एन्झायमची कमतरता असते वा एखाद्या आजारानंतर तात्पुरती कमतरता उद्‌भवू शकते. त्यांना अशा पदार्थांनी तडस लागू शकते. अशा व्यक्तींनी ते पदार्थ टाळावे वा कमी प्रमाणात घ्यावे.

आठवड्यातील प्रत्येक वार 'शनिवार' समजावा

शनिवारी चणे खाल्ल्यास पुढचा जन्म घोड्याचा मिळतो अशी 'कवी कल्पना आहे.' गॅस होणाऱ्या लोकांनी सर्व दिवस शनिवार समजून हरभरा, वाटाणा, काकडी, मुळा, कांदा, डाळी, कोबी, फ्लॉवर यांपासून दूर राहणे चांगले. 'हवाहवाई' खाली दिलेल्या गोष्टीही टाळाव्यात.

शतपावली पावलीच म्हणून समजा

नियमित व्यायामाने गॅस बनणे कमी होते. तसेच जेवणानंतर सावकाशपणे शंभर पावले चालल्यास पोटाचा गुबारा कमी होऊन शतपावली ही चालण्याची देवता प्रसन्न होईल. काही वेळा डायजिन, जेल्युसिलसारख्या गोळ्या चघळल्यास बरे वाटते. त्यातील सायमेथिकॉन घटकामुळे अडकलेला गॅस सुटायला मदत होते.

☺☺

शेवटी थोडी गंमत. "डॉक्टर, मला सारखे पादायला होते. काही खाल्ले तरी त्याचा गॅस होऊन सरत राहतो. मात्र एक बरे आहे तो सरताना अजिबात आवाज होत नाही व घाण वासही येत नाही. डॉक्टर तुम्ही बरं करू शकाल का?" त्यावर तोंड एका बाजूस वळवून डॉक्टर म्हणतात, "हो नक्की बरे करेन. पण पहिल्यांदा मला तुमच्या कानासाठी हिअरिंग एड लावू दे व तुमच्या वास न येणाऱ्या नाकाचाही इलाज करू दे."

☺☺

◆

६८. सपाट पाऊल (FLAT-FOOT)

लष्करात दाखल होण्यासाठी शारीरिक दृष्ट्या अपात्र ठरवणाऱ्या ज्या काही गोष्टी आहेत त्यांपैकी कमी उंची, दृष्टिदोष याबरोबरच सपाट पावले (Flat Foot) व फेंगाडे गुडघे (Knock Knees) हेही दोष कारणीभूत असू शकतात. सपाट पाऊल असलेल्या व्यक्तीस अधिक दमायला होते. थोड्याफार चालण्यानेही पावले दुखायला लागतात. याचमुळे अशा व्यक्ती खेळातही फार मोठी झेप मारू शकत नाहीत. मोठी झेप याचा 'लाँग जम्प' हा अर्थही येथे अभिप्रेत आहे.

आपलेच पाय आणि आपलेच दुःख

तळपायाच्या आतील हाडे एकमेकांत गुंफलेली असतात. त्यांना उंटाच्या पाठीसारखा हळुवार वाकडेपणा अथवा वक्रता असते. अशी वक्रता नाहीशी होण्यालाच सपाट पाऊल म्हणतात. आपली पावले अशी आहेत की नाही, हे बघायची एक साधी तपासणी आहे. उभे राहिले असता तळपायाच्या आतील भाग घुमटाकार रिकामा दिसायला हवा. सपाट पाऊल मात्र जमिनीवर पूर्ण टेकलेले व फुगीर दिसते. पाय ओला करून त्याचा ठसा फरशीवर घेतला तर सपाट पाऊल दबदबीतपणे आडवा चौकोन अथवा आयताकृती उमटवते. मात्र चांगले पाऊल निमुळते गौरीच्या पावलासारखे उमटते. सपाट पाऊल असणाऱ्यांनी वापरलेल्या चप्पल वा बूट आतील बाजूस अधिक झिजलेले असतात.

वजन घटवा, ताण हटवा

लठ्ठ अथवा स्थूल शरीराचे वजन तळपायावर येऊन त्यांचा नैसर्गिक बाक कमी होतो. आहार व व्यायामाने वजन कमी करून तळपायावरील ताण कमी केल्यास त्याचा फायदा होतो.

तान्ह्या बाळाचे सपाट पाऊल असल्यास त्याला दूध पाजताना अथवा खेळवताना त्याच्या तळपायास गुदगुल्या केल्यास पायाच्या स्नायूंची हालचाल होऊन त्याचा तोल सुधारतो. सहसा वयाच्या ३-४ वर्षांपर्यंत असा दोष आपोआपही कमी होऊ शकतो.

हुसेन यांचा आदर्श ठेवा

चित्रकार एम. एफ. हुसेन नेहमी अनवाणी म्हणजेच बूट न घालताच हिंडत असत. आपण निदान काही वेळा तरी अनवाणी अथवा बूट न घालता चप्पलच वापरल्यानेही फायदा होतो. अनवाणी वाळूवर, गवतावर चालण्याने पायांच्या स्नायूंची कार्यक्षमता वाढते. तसेच अशा व्यक्तींनी बुटापेक्षा चप्पल वापरणे अधिक चांगले. कारण पायांना चप्पल धरून ठेवावी लागते. तर बूटच पायांना धरून ठेवतो. टाचा न टेकवता केवळ बोटांवर व्यायाम म्हणून काही वेळ चालावे.

☺☺

शेवटी थोडी गंमत. एक क्रिकेटपटू अकाली निवृत्त झाला तेव्हा पत्रकारांनी विचारलं, ''याचे कारण सांगू शकाल का?''

त्यावर क्रिकेटपटू उत्तरला, ''माझ्या पायाची अडचण आहे.''

''पाय दुखावला असेल तर थोड्या दिवसांनी तो बरा होईल. पण म्हणून क्रिकेट कायमचे सोडायचे कारण नाही.'' त्यावर तो क्रिकेटपटू म्हणाला,

''तसं नाही; पण पुन्हा मैदानात उतरलास तर तंगडी मोडून ठेवू अशी प्रेक्षकांनी धमकी दिली आहे.''

☺☺

◆

६९. फ्लू (FLU)

कुठेही कोणताही पर्वत अथवा त्र्यंबकचा ब्रह्मगिरी पर्वत एका दिवसात तीन वेळा चढून उतरल्यास काय होईल? अथवा गडावरच्या देवस्थानास किंवा वणीच्या देवीस रडतोंडी घाटाने चढून गेल्यास शरीराची काय अवस्था होईल? बकासुराने भीमाच्या ऐवजी तुमची पाठ बुकलून काढल्यास कसे वाटेल? अथवा वरील सर्व प्रकार एकाच व्यक्तीच्या बाबतीत घडल्यास शरीराची जी अवस्था होईल तसेच 'फ्लू'मध्ये शरीराचे होत असते. यालाच 'एन्फ्लूएंझा' असे जडबंबाळ वैद्यकीय नाव आहे. कंबर, हात, पाय, डोके यांच्या दुखण्यामुळे आपल्या शरीरात हे अवयव आहेत त्याची जाणीव या आजारात होते. त्याबरोबरच नाक गळणे, घशात खवखव वाटणे, थंडी वाजून थोडासा ताप येणे, कोरडा खोकला अशी लक्षणेही असतात.

कावीळ, सर्दी या रोगांसारखाच फ्लूही विषाणूंमुळेच (virus) होतो. अजून तरी या विषाणूवर तेवढे प्रभावी औषध सापडलेले नाही. अशा आजाराशी मुकाबला करायला आपले शरीर पुरेसे सक्षम असल्याने 'काळ' उर्फ 'टाइम-पास' हेच त्याच्यावरचे महत्त्वाचे औषध असते. सर्दी व फ्लू यांच्यात फरक सांगणे सुरुवातीस अवघड असते. पण दोन्हीवरही औषध (टाइम-पास) जवळपास सारखेच आहे. फ्लूची लक्षणे ४-५ दिवसांनंतर कमी होतात व बरे वाटू लागते. मात्र फ्लूनंतर आलेला थकवा कित्येक दिवस, नव्हे काही आठवड्यांपर्यंतही राहू शकतो. वृद्ध लोक, लहान मुले व पुरेशी विश्रांती न घेणाऱ्या लोकात फ्लूनंतर न्यूमोनियासारखे आजार उद्भवू शकतात.

रूपबदलामुळे बदला अशक्य

एका विशिष्ट विषाणूपासून एखादा रोग झाला की, त्या विषाणूविरुद्ध झुंज देणारे रसायन म्हणजे प्रतिजैविक शरीरात बनते. त्यामुळे असा विषाणू शरीराशी परत संपर्कात आला, तरी तो रोग परत होत नाही. याची प्रमुख उदाहरणे म्हणजे गोवर, कांजिण्या आहेत. याच नियमाने फ्लूच्या तीन प्रमुख विषाणू प्रकारांमुळे आयुष्यात जास्तीत जास्त तीन वेळाच फ्लू व्हायला हवा. पण हा विषाणू रावणासारखा

अनेकतोंडी व मायावी असतो. तो त्याच्या रूपात सतत बदल करत असतो. यालाच रूपबदल (Mutation) म्हणतात. या रूपबदलामुळे त्याच्याविरुद्ध लस (Vaccine) बनवून त्याचा 'बदला' घेणे जवळजवळ अशक्य ठरते.

दिलवाल्यांना दुल्हनिया घेऊन जाऊ द्या...

फ्लू हा अतिशय संसर्गजन्य रोग आहे. घरात एखाद्याला त्याची बाधा झाली की, इतरांची विकेटही लवकर पडू शकते. त्याच्या विषाणूंचा फैलाव शिंक, खोकलामिश्रित हवेमुळे होत असल्याने उचित वेळी रुमालाचा वापर हे प्रतिबंधाचे प्रमुख हत्यार ठरते. फ्लूची साथ असताना 'दिलवाले दुल्हनिया ले जायेंगे'सारखी कोंदट, बंदिस्त हाऊसफुल्ल गर्दीची ठिकाणे टाळा.

आवडत्या लेखकांना मदतीला बोलवा

गरम पाण्याची अंघोळ, उबदार बिछाना, गवती चहासारखे ऊनऊन पेय आणि हातात आवडत्या लेखकाचे पुस्तक असे आरामाचे २-३ दिवस घालवा. मात्र रात्रीची जागरणे टाळा. कुठलीही श्रमाची कामे टाळा. घसा खवखवत असल्यास खडीसाखर, पेपरमिंटच्या गोळ्या चघळा. गरम पाण्याच्या वाफाऱ्याने घसा व चेहऱ्यास शेक मिळाल्याने बरे वाटते. पोळीभाजी, भातवरण हे रोजच्या जेवणातील पदार्थ चालूच ठेवा. ब्रँडी गरम पाण्यात घेतल्याने बरे वाटते हा मात्र गैरसमज आहे. मद्यामुळे तुमची प्रतिकारशक्ती कमी होते व शरीरात शुष्कता येते.

अंगदुखी वा तापासाठी पॅरासिटामॉलच्या ५०० मि ग्रॅ. च्या १-२ गोळ्या दर ६ तासांनी घेतल्यास तात्पुरते बरे वाटते. अँटिबायोटिक्स मात्र या विषाणूंवर काहीही असर करत नसल्यामुळे स्वत:च्या डोक्याने त्याचा उगाचच वापर करू नका. आपल्या डॉक्टरांकडून उपचार करवून घेणेच लवकर बरे करणारे व सुरक्षित ठरू शकते.

☺☺

शेवटी थोडी गंमत. एक खाष्ट बाई सांगत होत्या, ''माझे पती दोनच दिवस आजारी पडून वारले आणि आमचे लग्न होऊनही तीनच आठवडे झाले होते.'' त्यावर एकाची प्रतिक्रिया होती, ''एक प्रकारे बरेच झाले, त्यांना फार भोगावं नाही लागलं.''

☺☺

◆

७०. अन्नातून विषबाधा (FOOD-POISONING)

दूध, खवा, बासुंदी हे पदार्थ सहज नासणाऱ्या गोष्टींमध्ये अग्रभागी आहेत. शाळेत सामूहिक दूध प्यायले, पेढ्यांचा प्रसाद खाल्ला आणि उलट्या, जुलाब झाले अशा वृत्तांच्या मजकुरासाठी वृत्तपत्रांनी नेहमी जागा ठेवावी इतपत या घटना वरचेवर घडतच असतात. योग्य उष्ण तापमान मिळाले की, बॅक्टेरियांची वाढ एक के दो, दो के चार या गतीने होत असते. दूध तर अशा वाढीस उत्तम माध्यम असते. काळजीपूर्वक गार जागी न ठेवलेल्या दुधात जर अस्वच्छ हातांनी बॅक्टेरियाचे विरजण पडले व ते नासले तर ते पिणाऱ्या व्यक्तीच्या पोटात हलकल्लोळ माजवू शकते.

मासे व माश्या धोकादायकच

दूध व दुधापासून तयार केलेल्या पदार्थांबरोबरच शिळे अन्न, उतरलेली फळे, उघडे ठेवलेले अन्न, दूषित पाणी यांतून विषबाधा होते. एकतर साल्मोनेला, इ. कोलाय, स्ट्रेप्टोकोकायसारख्या बॅक्टेरियांमुळे पाणी दूषित होते वा दुसरे म्हणजे कारखान्यांतून टाकली गेलेली रसायने त्यात मिसळल्यानेही दूषित होते. अयोग्य प्रकारे हवाबंद केलेल्या 'कॅन्ड फूड'मधून बोटूलिनिझम या जंतूचा संसर्ग होतो. नीट न शिजवलेले मांस व मासे यांचे सेवनही धोकादायक असते. ज्या महिन्यांच्या नावाच्या स्पेलिंगमध्ये 'आर' नाही त्या महिन्यात खाल्लेले मासे बाधतात असा एक व्यावहारिक संकेत आहे. म्हणजे मे, जून, जुलै, ऑगस्ट या महिन्यात मत्स्याहार बंद ठेवावा. याशिवाय त्यामागे नैसर्गिक समतोलाचे कारण आहेच. या महिन्यात मासे अंडी देऊन त्यांची प्रजा वाढवत असतात. विष्ठेवर बसणाऱ्या माश्या त्यांच्या पायांद्वारे अन्नावर विषाची लागण करत असतात.

ओठात एक आणि पोटातही तेच

अन्न वा पाण्यातून विष पोटात गेल्यानंतर ते जठर व आतड्यांच्या आतील बारीक पडद्याचा (अंतस्तराचा) दाह करते. विष किती प्रमाणात आहे, कशा प्रकारे आहे, तसेच रुग्णाची प्रतिकारशक्ती कशी आहे यांवर लक्षण व रोगाचे स्वरूप

अवलंबून असते. त्यातील एक वा अधिक लोकांना अंग भरून येणे, ताप, मळमळ, वांती, पोटात गुडगुड आवाज येऊन दुखणे, पाण्यासारखे जुलाब होणे अशी लक्षणे दिसतात. किरकोळ संसर्गाने एखादे वेळी जुलाब, वांती होऊन विष शरीराबाहेर फेकले जाऊन बरे वाटते. विषबाधा तीव्र असल्यास मात्र वांत्या, जुलाबाने शरीरातून पाणी, क्षार जाऊन मूर्च्छादेखील येऊ शकते.

कारण दूर करा

ज्या अन्नातून अशी बाधा झाल्याचा संशय आहे त्या अन्नाचे वाटप ताबडतोब थांबवावे. त्याचा नमुना बाजूला काढून बाकीचे अन्न नष्ट करावे.

जलपान सेवा सुरू

दोन्ही मार्गांनी (तोंडाने व गुदमार्गानेही) पाणी बाहेर जात असल्याने शुष्कता येणे, पेटके येणे, चक्कर येणे असे होते. ते टाळण्यासाठी जलपान सेवा सुरू करावी. साधे उकळून गार केलेले पाणी तोंडाने देत राहावे.

थेंबे थेंबे तळे साचे

एकदम गटागटा प्यायलेले पाणी त्याच वेगाने उलटीतून बाहेर पडण्याची शक्यता असते. घोटघोट पाणी घेत राहिल्यास ते तोंडाची कोरडही कमी करते व उलटून पडण्याची शक्यताही कमी होते. उश्याशीच लोटीभांडे ठेवून त्यातील थोडे थोडे पाणी थोड्या थोड्या वेळाने पीत/पाजीत राहावे.

जलसंजीवनाचा टेकू

पाण्याबरोबरच पोटॅशियम, सोडियमसारखे क्षार, ग्लुकोजसारखे ऊर्जा देणारे पदार्थही बाहेर पडतात. एक लोटी पाण्यात एक मूठ साखर, तीन बोटांच्या चिमटीत मावेल एवढे मीठ व उपलब्ध असल्यास लिंबाचा रस व खाण्याचा सोडा टाकून जलसंजीवनी बनवता येते. तोंडाने हे द्रावण सतत देत राहावे. उलटी होत असेल, तरी ते देत राहिल्यास त्यातील काही ना काही भाग आत टिकून राहतो व त्याचा फायदा होतो. वांती, जुलाब फारच होत असेल तर सलाइनद्वारे पाणी, ग्लुकोज व क्षार द्यावे लागतात.

असेल माझा हरी

लहान मुले व वृद्ध लोक सोडल्यास इतरांनी खाटल्यावर केवळ पडून राहून विश्रांती घेणे व तोंडाने जलसंजीवनी घेत राहणे एवढे केले तरी पुरते. शरीराची संरक्षणव्यवस्था अशा आपत्तींशी मुकाबला करण्यास समर्थ असल्याने विष बाहेर पडून एक-दोन दिवसांत बरे वाटू लागते.

पोटातल्या पोटात जुलाब

जुलाब ताबडतोब थांबवून गुदमार्गास जणूकाही बूच लावले जाईल, अशा काही गोळ्या उपलब्ध आहेत. त्यांचा उपयोग मात्र केवळ डॉक्टरी सल्ल्यानुसारच करावा.

अशा गोळ्यांनी शरीरातील विष बाहेर पडण्याचा मार्ग बंद होतो. आतड्यांची हालचाल थांबल्याने पोट फुगण्यासारखे विपरीत परिणाम होऊ शकतात.

माजघरातून शेतघराकडे

रुग्ण माणसाचा त्रास थोडाफार कमी झाला तरी त्याच्या विष्ठेतून विष/जीवाणू बाहेर पडतच असतात. त्याच्यापासून इतरांना प्रसाद मिळू नये यासाठी त्या व्यक्तीने स्वयंपाक, पिण्याचे पाणी हाताळू नये. ३-४ दिवस विश्रांती घ्यावी. नखे बारीक कापावीत. संडासहून आल्यानंतर हात साबूपाण्याने स्वच्छ धुवावेत. पाणी, जलसंजीवनी टिकायला लागल्यानंतर आहारात सूप, सार, ताक, सरबत, भाताची कांजी, साबुदाण्याची खीर नंतर मुगाची खिचडी, दहीभात असे घ्यावे.

☺☺

शेवटी थोडी गंमत. पोलीस स्टेशनमध्ये एका बाईने घाबऱ्या आवाजात फोन केला, ''अहो, माझे मिस्टर बाजारातून भाजीसाठी वांगी आणतो म्हणून गेले ते चार तास झाले, तरी आले नाहीत. आता काय करू मी?'' पोलीस अधिकाऱ्याने सल्ला दिला, ''बाई, तुम्ही बटाट्याची भाजी करा.''

☺☺

◆

७१. नाक व कान यांमधील आगंतुक वस्तू
(FOREIGN BODY IN NOSE & EAR)

सर्दी झाल्यावर चोंदलेले नाक मोकळे करण्यासाठी शिंकरून साफ करण्याची कला मोठ्या माणसांना अवगत असते. लहान मुले मात्र चोंदलेले नाक व नाकात येत असलेली खाज शमवण्यासाठी काहीतरी वस्तू नाकात घालून आराम मिळवायचा प्रयत्न करतात. अपघाताने अशी आगंतुक (Foreign) वस्तू नाकात अडकू शकते. पेन्सीलचा तुकडा, खोडरबर, खेळण्यातील वस्तूचा सुटा भाग, मणी, डाळीचा दाणा, चिंचोका इ. त्यांच्या हाताशी लागणाऱ्या वस्तू अधिक प्रमाणात नाकात गेलेल्या पाहण्यास मिळतात.

नाकात वाकडा...

दोन्ही नाकपुड्यांच्या बाजूला उंचवटे असलेले मांसल भाग असतात व मध्ये दोन्ही नाकपुड्यांना अर्धवट विभाजित करणारा पडदा असतो. अशा वेड्यावाकड्या ठेवणीमुळे आगंतुक वस्तू सहसा खोलवर न जाता वरच्यावर राहते. ती तशीच काही काळ राहिली तरी ती काही जीवघेणी आत्यंतिक अवस्था नसते. त्यामुळे ती घरच्या घरी काढायचा प्रयत्न करू नका. तसे करताना अवयवास इजा वा वस्तू वेडीवाकडी अडकून राहायची शक्यता असते. काहीही न करता आगंतुक वस्तू तशीच राहिल्यास ती पुढे सरकून स्वरयंत्रावर दाब पडून श्वास गुदमरायची भीतीही अनाठायीच असते. अशी वस्तू घशात आल्यावर एकतर गिळली जाते अथवा बाहेर थुंकली जाते.

नकटे व्हावे पण धाकटे नको

लहान मुलाने काहीतरी नाकात घातल्याचे कोणीतरी पाहते किंवा ते मूलही स्वत:हून सांगते. काही वेळा ती वस्तू तशीच राहून केवळ एकाच नाकपुडीतून स्राव वा शेंबूड येणे, नाकाची दुर्गंधी येणे अशी लक्षणे दिसल्यास आगंतुक वस्तू आत असण्याची शक्यता असते. नकट्या नाकात मात्र वस्तू घालणे वा खोलवर जाणे

सहसा अवघडच असते.

परकीयांना पिटाळण्याचा मार्ग

आगंतुक वस्तू स्वत:हून काढायचा प्रयत्न न करता डॉक्टरांकडे जाऊन चांगल्या उजेडाखाली योग्य उपकरणाने काढवून घेणे हा राजमार्ग आहे. इतर वस्तूंबद्दल खूपच घाई करण्याची आवश्यकता नाही; पण चिंचोका गेला असल्यास तो फुगण्याची शक्यता असल्यामुळे जेवढा लवकर काढला जाईल तेवढे चांगले असते.

कानात आगंतुक वस्तू

मोठ्या माणसांना कानात काडी, कान कोरणे, किल्ली घालताना पाहून अनुकरणप्रिय लहान मुले आगंतुक वस्तू कानात घालून अडकवू शकतात. मोठ्या माणसांमध्येही गुलकाडी मोडून आतल्या आत राहणे दुर्मीळ नसते. केवळ रिकामपणाची धोकादायक कारागिरी म्हणून कान खाजवणे, याबरोबरच सर्दीमुळे कानात दडा बसल्यामुळेही कान खाजवावासा वाटू शकतो. वाळूचे कण, कागदाची सुरळी यांबरोबरच किडा, झुरळ यांसारखे परकीय गुप्तहेरही कानात आगंतुक प्रवेश करू शकतात.

कान भरणे

कान भरल्यासारखे जड वाटून ऐकायला कमी येणे, पडद्यास धक्का लागल्यामुळे वेदना, चक्कर येणे वा कोरड्या खोकल्याची उबळ येणे अशी लक्षणे आगंतुक वस्तूने कान भरल्यास दिसू शकतात. झुरळासारखा किडा गेल्यास वेदनेबरोबरच सतत वळवळल्यासारखे वाटत राहते. काही वेळा मात्र वस्तू आत असूनही रुग्णास काहीही लक्षण वाटत नसते.

घरच्या घरी उपचाराबाबत 'कानास खडा'

बाह्यकर्णाच्या आतील बाजूस पडदा असतो. त्याच्या पलीकडे ऐकण्यास मदत करणाऱ्या हाडांची साखळी असते. त्याच्याही पलीकडे अंतर्कर्ण व मग मेंदू अशी रचना असते. यामुळे बाह्यकर्णात अपघाताने गेलेली वस्तू सरकत सरकत मेंदूपर्यंत जाईल ही भीती मनातून काढावी. अतिशयोक्तीचा दोष पत्करून, आचार्य अत्र्यांच्या भाषेत बोलायचे झाले तर, 'ती वस्तू पुढील दहा हजार वर्षे तशीच राहिली तरी काही धोका होणार नाही.' वेदना नसतील तर ती वस्तू तेथेच राहून काही धोका होणार नाही हा खुलासा जरी रुग्णास झाला तरी त्याचा धीर वाढतो. कृपया ती वस्तू घरच्या घरी काढायचा प्रयत्न करू नका. तसे करताना ती अधिक आत ढकलली जाण्याचा व पडद्यासही इजा होण्याचा संभव असतो. रुग्णास सवडीने डॉक्टरांकडे नेऊन योग्य उजेडाखाली योग्य उपकारणाने वा पिचकारी मारून आगंतुक वस्तू बाहेर काढवून घ्यावी.

जिवंत जलसमाधी

किडा, झुरळ आत गेल्यास ते जिवंत राहून वळवळ करत असल्यास त्यांना 'जलसमाधी' द्यावी. त्यासाठी रुग्णास बसते करावे. दुखरा कान वरती येईल अशी मान कलती करण्यास सांगावे. त्याच बाजूच्या खांद्यावर टॉवेल पसरावा. कोमट पाण्याने त्याच्या कानावर धार धरल्याने एकतर किडा पाण्याबरोबर बाहेर वाहून येईल अथवा गुदमरून आतल्या आत मरून जाईल. नंतर मान विरुद्ध दिशेला कलती करून आत राहिलेले पाणी बाहेर वाहू द्यावे. तो कान स्वच्छ कापसाच्या वातीने कोरडा करावा. मेलेला किडा आतच असल्यास नंतर डॉक्टरांकडून काढून घ्यावा.

गुनगुना रहे है भँवरे

हा लेख वाचून 'कान', 'नाक' या शब्दांचा वापर फार करू 'नका' 'नका' अशी वाचकांची स्थिती झाली असल्यास –

☺☺

शेवटी थोडी गंमत.

प्रश्न : डास नेहमी कानाशीच का गुणगुणतात?

उत्तर : खरे तर डास सगळीकडेच गुणगुणत असतात, फक्त तो कानाजवळ आल्यावरच त्यांचे गुणगुणणे ऐकू येते.

☺☺

◆

७२. डोळा व घसा यांतील आगंतुक वस्तू
(FOREIGN BODY IN EYE AND THROAT)

डोळ्यात धूळ टाकून चोर पसार झाला, हे वाक्य आलंकारिक म्हणून नव्हे तर खरोखरच तसे घडल्यास काय करावे? धुळीबरोबर रेती, तिखट, भुसा, लोखंडाचा बारीक कीस, एवढेच नव्हे तर स्वत:च्याच पापणीचा सुटा केसदेखील डोळ्यात आगंतुक वस्तू म्हणून उडून अपघाताने जाऊ शकतो. उगाचच डोळे चोळायची सवय असल्यास खराब हाताबरोबरही अशा गोष्टी डोळ्यात जातात.

अश्रूंची झाली फुले

डोळ्यांच्या नैसर्गिक रचनेमुळे पापण्यांची उघडझाप सतत चालू असते. पापण्यांचे केसही डोळ्यांचे द्वारपाल म्हणून काम करून आत जाणारी धूळ अडवण्याचे काम करत असतात. यामुळे डोळे संरक्षित असतात. एवढे करूनही एखादी गोष्ट गेलीच, तर डोळे अश्रूंचा महापूर सोडून ती डोळ्याबाहेर वाहून टाकतात. सिनेमातील नट्या ज्याप्रमाणे ग्लिसरीन टाकून कृत्रिम अश्रू आणतात, तसे आपण हाताच्या ओंजळीत स्वच्छ पाणी घेऊन त्याच्यात डोळे बुडवून त्याची उघडझाप केल्यास ते पाणी कृत्रिम अश्रूंचेच काम करतात. डोळे चुरचुरणे, आग होणे, पाणी येणे, भुरकट दिसणे ही लक्षणे कमी झाल्यामुळे, जणू 'अश्रूंनी केली फुले' असे वाटू लागते.

आगंतुक वस्तू पापण्यांच्या खोबणीत वा बुबुळाच्या पुढे असलेला पारदर्शक भाग यांवर अडकू शकते. डोळ्याच्या पडद्यावर (नेत्रपटलावर) असलेल्या आगंतुक वस्तू काढण्यासाठी वरील डोळा धुण्याच्या उपचाराशिवाय काहीही करू नये. केवळ डोळा बंद करून त्यावर रुमालाची घडी ठेवून डॉक्टरांकडे जावे.

पलकों के पीछे से

आगंतुक वस्तू जर पापणीच्या मागे अडकून त्रास देत असल्यास पुढील उपचारांनी बाहेर काढता येते. रुग्णास उजेडाकडे तोंड करून मान किंचित मागे कलती करून खुर्चीवर बसवावे. प्रथमोपचारकाने खुर्चीच्या मागे उभे राहावे. खालची

पापणी खालील बाजूस ओढून रुग्णास वरच्या बाजूस नजर करायला सांगावे. खालच्या खोबणीत काही आढळल्यास रुमालाचे टोक ओले करून अथवा कापूस ओला करून तेथून फिरवल्यास धूळकण त्याला चिकटून बाहेर येईल. कण वरच्या पापणीच्या मागे असल्यास मात्र ती पापणी उघडी केल्याशिवाय दिसू शकणार नाही. त्यासाठी पापणीचे केस एका हाताने धरून दुसऱ्या हाताने पापणीवर गुलकाडी आडवी धरावी. त्यावर पापणी वर ओढली असता तिचा आतला भाग (अंत:स्तर) उघडा पडून तेथे गेलेली आगंतुक वस्तू दिसते. अशा वेळी वरीलप्रमाणे ओल्या रुमालाच्याच टोकाचा वा ओल्या कापसाचा वापर करून ती काढता येते.

डोळा नाजूक अवयव असल्याने वरील उपचारानंतरही नेत्रपटलावर ओरखडा नाही ना, कण पूर्ण निघाला आहे ना, याची डॉक्टरांकडून खात्री करून घ्यावी.

आगंतुक वस्तू गिळली जाणे

दोन स्क्रू पिळायचे आहेत म्हणून एक स्क्रू हातात व दुसरा तोंडात ठेवून घोडीवर काम करणारा सुतार तुम्ही पाहिलाच असेल. गोट्या खेळताना खिसा भरला म्हणून एक-दोन गोट्या तोंडात ठेवणारी मुले दुर्मीळ नाहीत. गळ्यातल्या मण्याची माळ उगाचच दातात धरणारी मुलगी तिची अस्थिर मानसिक अवस्था दाखवत असते. अपघाताने अशी तोंडातील वस्तू गिळली जाऊ शकते. स्मगलिंगसाठी हिरे घशात वा गुदमार्गात लपवणाऱ्या तस्करांच्या कथाही नवीन नाहीत.

पैसे 'खाण्याची सवय'

काही मोठ्या माणसांना वेगळ्या प्रकारे पैसे खाण्याची सवय असते. लहान मुलांमध्ये मात्र अपघाताने नाणी, मणी, गोटी, बटण अशा गोल गुळगुळीत वस्तूंबरोबर टाचणी, पिना, खिळा, अंगठी अशा वस्तू तोंडातून पोटाकडे मार्गक्रमण करू शकतात. मोठ्या माणसात १-२ दातांच्या कवळ्या गिळल्या जातात. अशी वस्तू पोटाकडे गेल्याने खूप बिघडत नसते. पण ती श्वसनमार्गाकडे जाणे धोकादायक असते. श्वास गुदमरणे, बोलता न येणे, खोकल्याची उबळ अशी लक्षणे अचानक दिसल्यास श्वासमार्ग बंद झाला आहे, असे समजून त्यावर ताबडतोब उपचार करावा.

धीर धरा

आगंतुक वस्तू गिळल्याचे कोणीतरी सांगतात अथवा लहान मुलांच्या बाबतीत कोणीतरी ते पाहते. वस्तू जाते मुलांच्या पोटात; पण धस्स होते आईवडिलांच्या पोटात. अशा वेळी घाबरून, गडबडून जाण्यासारखे काही नसते. गोल गुळगुळीत गोष्टी तर विनासायास २-३ दिवसात जठर आतडी असे मार्गक्रमण करून शौचावाटे गुदमार्गाने बाहेर पडतात.

निसर्गाची कमाल

आश्चर्याची गोष्ट म्हणजे गोटीसारख्या गोष्टींबरोबरच टाचणी, अंगठी, सेफ्टी

पिनसारख्या वस्तूही गेल्या की, सहज जठराच्या पुढे सरकावल्यासारख्या बाहेर पडतात. पोटात दुखणे, गिळायला त्रास अशी लक्षणे झाल्यास क्वचितच क्ष-किरण तपासणी करून जरूर पडल्यास दुर्बिणीने ती वस्तू बाहेर काढावी लागते.

☺☺

शेवटी थोडी गंमत. एका बाईने खूप घाबरून जाऊन फोन केला,
"डॉक्टर माझ्या मुलीनं अधेली गिळली."
"किती वर्षांची आहे?" डॉक्टरांनी विचारले.
"१८८६ सालातली."
"तुम्हाला एवढी मोठी मुलगी कशी असेल?" डॉक्टर चकित होऊन म्हणाले.
"अहो, मी अधेलीबद्दल बोलत होते." बाईने सांगितले.

☺☺

◆

७३. त्वचेतील आगंतुक वस्तू

(FOREIGN BODY IN SKIN)

अपघाताने लोखंडाचा कीस, वाळूचे कण, काटा, बांगडीची काच, शिवणाची सुई यांपैकी काहीही टोचून त्वचेत वा त्याच्यापेक्षाही खोलवर जाऊन अडकून राहू शकते. कपडे वाळत घालण्याच्या काठीचे कुसळ अडकण्याचे प्रमाण स्त्रीवर्गात सर्वांत जास्त असावे.

काट्याचा नायटा

अशी आगंतुक वस्तू काही वेळा नुसती जखम करून सहज बाहेरही येते. दातात अडकलेला कण किंवा त्वचेतील कुसळ त्या व्यक्तीला खूप दु:खदायक नसते; पण सतत टोचणी लागल्यासारखे वाटून त्याचे सर्व लक्ष मात्र त्याकडेच केंद्रित होते व ते बाहेर काढल्याशिवाय त्याला चैन नसते. कुसळ, काटा त्वचेच्या थरात व त्वचेखालील चरबीत अडकून राहतो. आगंतुक वस्तू तिथेच पकडून ठेवण्याची शरीराची रचना असते. वाळूच्या कणाभोवती कोश बनवून त्याचे 'कुरूप' (भोवरी) बनणे, हे त्याचे उदाहरण आहे. त्यामुळे वस्तू शरीरात इतरत्र भरकटण्याचा धोका नसतो.

काट्याने काटा

प्रथम त्वचेचा तेवढा व आजूबाजूचा भाग स्वच्छ पाणी व साबणाने धुवावा. स्त्रियांच्या भुवया कोरणारा चिमटा (प्लकर), सुई उकळून अथवा गॅसच्या ज्योतीवर गरम करून घ्यावी. आता तर निर्जंतुक केलेल्या डिस्पोझेबल सुयाही अत्यल्प किमतीत उपलब्ध आहेत. सुईने कुसळ गेलेल्या बाजूस त्वचेचे तोंड थोडे मोठे केल्यास चिमट्याने पकडून ते काढता येते. कुसळ निघाल्यानंतर परत ती जागा साबूपाण्याने स्वच्छ करून त्यावर बँडएड वा बँडेज बांधावे. फार खोलवर गेलेल्या कुसळ-काट्याबाबतीत घरच्या घरीच फार प्रयत्न न करता डॉक्टरांकडून त्यावर छेद घेऊन काढणे चांगले. केवळ त्वचेइतपत खोल जखमेसाठी धनुर्वाताचे इंजेक्शन

घेणे गरजेचे नसते. काटा, सुई खोलवर रुतले असल्यास मात्र त्यासाठी धनुर्वाताचे लसीकरण करावे. त्याजागी ठसठसणे, लाली, सूज अशी लक्षणे दिसल्यास पू व्हायला लागला आहे असे समजावे. डॉक्टरांकडे जाईपर्यंत त्याजागी गरम पाण्यात बुडवलेल्या कापसाच्या बोळ्याने शेक द्यावा. जरूर वाटल्यास डॉक्टर जंतुघ्न औषधांचा कोर्स देतील.

☺☺

शेवटी थोडी गंमत.

डॉक्टर रिपेअरला दिलेल्या कारची डिलिव्हरी घ्यायला गेले तेव्हा बिलाचा आकडा पाहून चकितच झाले. ते म्हणाले, ''दोन तासांच्या किरकोळ कामाचे एवढे बिल कसे? आमचे बिल कितीतरी कमी असते.'' त्यावर तो मेकॅनिक शांतपणे म्हणाला, ''हे बघा डॉक्टर, जगाच्या उत्पत्तीपासून तुम्ही एकाच 'मॉडेल'वर उपचार करत आहात. आम्हाला मात्र दरवर्षी नवनवीन 'मॉडेल'चा अभ्यास करावा लागतो.''

☺☺

◆

७४. विसराळूपणा (FORGETFULNESS)

स्मरणशक्तीने दगा दिल्याचा थोडाफार अनुभव प्रत्येकाला कधी ना कधी येतच असतो. टीव्हीवर काही असे कार्यक्रम असतात की, भाग घेणाऱ्यांना प्रश्न विचारले जातात, कोडी घातली जातात, त्याची उत्तरे तिथल्या तिथे द्यायची असतात. (क्विझ) अशा कार्यक्रमातून खरी उत्तरे तडकाफडकी अपेक्षित असतात, पण ऐनवेळी पटकन न आठवल्यामुळे काही जण गोंधळलेले दिसतात. पण काही वेळा मात्र वेळ मिळूनही एखादी गोष्ट आठवत नाही. असे प्रसंग क्वचित आले म्हणजे मेंदूचा कुठला रोग झाला आहे का, अशी भीती वाटते. पण तसे काही नसते.

वयाच्या साठीपर्यंत स्मरणशक्ती सहसा व्यवस्थित असते (त्यामुळेच नोकरीतील निवृत्तीचे वय साठ असावे.) त्यापुढील वयात मात्र नावे विसरायला होणे, नुकत्याच ऐकलेल्या गोष्टी न आठवणे असे होऊ शकते. अमेरिकेचे माजी राष्ट्राध्यक्ष रोनाल्ड रीगन यांना 'अल्झायमर्स' नावाचा रोग झाला होता. या रोगात विस्मरण हे प्रमुख लक्षण असते. दिवस, रात्र, तारीख, वर्ष यांचे विस्मरण होते. एवढेच काय तर आपल्या पती/पत्नीचे नावही विसरायला होते. सुदैवाने 'अल्झायमर्स' रोग आपल्याकडे खूपच कमी आहे. (आपल्या एका माजी केंद्रीय मंत्र्याला अकरा वर्षे आयकर भरण्याचेच विस्मरण (?) झाले होते. ते मात्र कुठल्याच रोगाचे लक्षण नाही.)

सत्तरीपुढच्या वयातल्या व्यक्तीत विस्मरण वाढण्याचे महत्त्वाचे कारण मेंदूकडील रक्तपुरवठा कमी होणे हे असते. मधुमेह, उच्चरक्तदाब अशा आजारात त्याचा परिणाम अधिक दिसतो. परंतु इतर काही कारणांमुळेही मेंदूकडील रक्तपुरवठा कमी होतो. त्याची कारणे – काही चिंतेमुळे, काळजीमुळे वा घबराटीमुळे मनात चलबिचल असणे म्हणजेच मन शांत नसणे, झोप नीट लागत नाही म्हणून झोपेच्या गोळ्या घेणे, जास्त प्रमाणात दारू पिणे, शरीराला ताकद देण्यासाठी आवश्यक 'ब' जीवनसत्त्वे कमी पडणे.

मेंदूच्या वरच्या थरातील भाग स्मरणासाठी वापरला जातो. ज्याप्रमाणे टेपरेकॉर्डरच्या कॅसेटवर ६० मिनिटे, ९० मिनिटे अशी मुदत असते व तेवढेच त्यावर टेप

(स्मरण) होते. तात्पुरत्या लक्षात ठेवायच्या गोष्टींबाबत मेंदूचेही त्या टेपसारखेच असते. मेंदूच्या वरच्या भागास जेवढ्या जास्त वळ्या तेवढी त्याची क्षमता जास्त असते. मेंदूची वाढ वयाच्या तिसऱ्या वर्षापर्यंत पुरी होत असते. त्या वेळी बाळाचे पोषण व्यवस्थित होणे महत्त्वाचे असते. एक आनुवंशिकता सोडली तर डोके खाजवणे, चुटक्या वाजवणे या व्यतिरिक्त स्मरणशक्ती वाढवण्यासाठी पुढील उपाय उपयोगी ठरतील.

डोळ्यांचा 'क्यामेरा' बनवा

एखादी गोष्ट स्मरणात पक्की ठेवायची असेल, तर क्या मेरा, क्या तेरा असा दुजाभाव ठेवा. डोळ्यांचा उपयोग कॅमेराप्रमाणे करा. त्या वस्तूवर डोळे कॅमेऱ्याप्रमाणे फोकस करून एकचित्त होऊन ती वस्तू नजरेत साठवा. जणूकाही त्या वस्तूचा फोटो काढतो आहे, अशी कल्पना केल्यास ती वस्तू पक्की स्मरणात बसते.

व्हिडिओ इतकाच ऑडिओ महत्त्वाचा

लक्षात ठेवण्याच्या गोष्टीचे केवळ दर्शन करण्यापेक्षा त्याच वेळी त्याचे श्रवण झाल्यास ती गोष्ट लक्षात राहणे सोपे जाते. काही जण पुस्तक वाचत असताना मोठ्याने वाचतात त्या वेळी त्यांना व्हिडिओ (दर्शन) व ऑडिओ (श्रवण) असा दुहेरी फायदा होतो.

एक वर्ष वाचवा...

चश्मा कुठे ठेवला, किल्ल्या कुठे ठेवल्या, महत्त्वाची कागदपत्रे कुठल्या कप्प्यात ठेवली आहेत अशा गोष्टी आठवण्यात, शोधण्यात माणूस आयुष्यातले सुमारे एक वर्ष घालवतो असे एक संशोधन आहे. ते वर्ष वाचवायचे असल्यास स्वत:शी बोलायला लागा. 'फ्रिजवर किल्ली ठेवतो' असे स्वत:शी बोलून किल्ली ठेवल्यास नंतर किल्ली कुठे ठेवली आहे हे चटदिशी आठवेल.

पदराला गाठ?

लक्षात ठेवायच्या गोष्टीबद्दल स्त्रियांनी पदराला गाठ (व पुरुषांनी रुमालाला) मारण्याची कल्पना जुनीच आहे. पदर हातांनी चाचपत असताना त्या गोष्टीचे स्मरण व्हावे हा त्यामागे उद्देश आहे. पण पदराला चाचपण्याचेच विस्मरण झाल्यास काय?

'डायरी' विकत घ्या

आज काय कामे करायची आहेत त्याचे टिपण एकदा डायरीत केले की, मेंदूचा वापर इतर गोष्टी लक्षात ठेवण्यासाठी करता येतो. भेटायचे आहे त्या व्यक्तींची नावे, विकत आणायच्या गोष्टींची यादी, फोन नंबर्स, कोणाला किती पैसे दिले वा घेतले याची नोंद केल्यास मेंदूवरील अनावश्यक ताण टाळता येतो.

'जाती'वाद वाढवा

समजा तुम्हाला बाजारात जाऊन २० वस्तू विकत आणायच्या आहेत, पण तुमच्याकडे डायरी व पेन नाहीये. अशा वेळी कोणकोणत्या प्रकारच्या (जातीच्या) वस्तू आणायच्या आहेत त्यांची मनातच जातवार यादी करा. २० वस्तूंपैकी ५ भाज्या, ३ फळे, ४ किराणा माल इत्यादी 'जात'वार लक्षात ठेवणे सोपे असते.

'सेट' थिअरी शिका

लक्षात ठेवायच्या गोष्टी, विशेषत: आकडे यांचे छोटे छोटे गट करावे. असे समूह (सेट) केल्यास अधिक लक्षात राहतात. डॉ. गोगट्यांचा फोन नंबर ३४१४७१ असा लक्षात ठेवण्याऐवजी त्याचा सेट ३४-१४-७१ चांगला लक्षात राहील.

स्वत:चे 'पी. जे.' बनवा

कालिदासचे 'शाकुंतल' डोक्यावर घेऊन नाचणारा जर्मन साहित्यिक गटेचे नाव लक्षात ठेवायचे; मग गो (Go) म्हणजे जा. आता गोगटे नाव माहीत आहे. त्यातल्या 'गो'ला जा म्हटले की, उरला 'गटे'! ही एक गंमत आहे. पण अशा हलक्याफुलक्या गमती मनात ठरवून, डोक्याला फार ताण न देता आपण गोष्टी आठवू शकतो.

काळाचे भान ठेवा

घडलेल्या गोष्टींची त्या काळातल्या घडामोडींशी सांगड घातल्यास त्या गोष्टी सहज आठवतात. उदा. कॉलेजच्या शेवटच्या वर्षाला असताना आणीबाणी चालू होती म्हणजे तो ७६-७७चा काळ होता हे लक्षात राहते.

ग्रंथ माझे गुरू

आरोग्यसंपदेसाठी जसा व्यायाम आवश्यक तसेच शब्दसंपदेसाठी वाचनाचा व्यायाम आवश्यक असतो. भरपूर वाचनाने शब्द लक्षात राहण्यास मदत होते. तसेच अेरोबिक पद्धतीच्या व्यायामाने (सायकलिंग, चालणे इ.) मेंदूकडील रक्तपुरवठा वाढतो, त्यामुळे प्राणवायू अधिक मिळून मेंदूची विचारक्षमता व पर्यायाने स्मरणशक्ती वाढते. बैठ्या व्यक्तीपेक्षा खेळाडूंची स्मरणशक्ती तल्लख असते. या वाक्याला पुराव्याची गरज नाही!

गरम हवी, ताजी नसली तरी चालतील...

काही हॉटेल्समध्ये भजी, वडे अर्धवट तळून तयार ठेवतात. गिऱ्हाईक आल्याबरोबर गरम तेलात ती पूर्णत: तळून सर्व्ह करतात. अशी भजी गरम असतात, पण ताजी असतीलच असे नाही. अभ्यासही असाच करावा. वर्षभर केलेल्या अभ्यासानंतर परीक्षेच्या आदल्या दिवशी तो अभ्यास 'वर-वर तळून' परीक्षकांच्या पुढ्यात वाढणे चांगले.

बघण्यापेक्षा 'न्याहाळणे' चांगले

लक्षात ठेवायची गोष्ट नुसती पाहण्यापेक्षा सांगोपांग न्याहाळल्यास अधिक लक्षात राहते. तसेच दिवसातील विशिष्ट वेळ ही स्मरणात राहण्याच्या दृष्टीने अधिक चांगली असते. उदा. पहाटेच्या वेळी मन तरतरीत असल्याने त्या वेळी वाचणे, अभ्यास वा पोथीपाठ करणे अधिक चांगले होते.

कवितेपेक्षा गाणे चांगले

नुसती कविता लक्षात राहणे अवघड असते. पण जर चाल लावून तिचे गाणे केले, तर पटकन लक्षात राहते. कारण आवडती चाल, ठेका या गोष्टी मनाला आवडतात, सोप्या वाटतात म्हणून गाणे सहजपणे लक्षात राहते. एकामागून एक असे सलग करत पुढे जाणे त्याला सूत्र म्हणतात. तसेच इंद्रधनुष्याचे सातरंग 'तानापिहीनिपाजा' या सूत्रामुळे क्रमाने लक्षात ठेवता येतात. जमिनीचा व्यवहार करणाऱ्या माणसाचा ७ डिसेंबर हा वाढदिवस त्याच्या व्यवसायातील 'सातबारा'शी सांगड घातल्यास स्मरणात राहील. म्हणजे अशा प्रकारे आकड्यांची वेगवेगळ्या कारणांशी सांगड घातल्यास ती गोष्ट पटकन आठवणे सोपे जाते.

ब्रह्मी, जटामासी, फ्रिरॅडीकल स्कॅव्हेंजर्स, ॲन्टी ऑक्सिडंट्स अशी बडी बडी नावे असलेल्या औषधींचा उपयोग चौरस सकस आहार घेणाऱ्या व्यक्तींवर कितपत होतो हा संशोधनाचाच विषय आहे. व्यवस्थित आहार-विहार घेणाऱ्या व्यक्तीस जाहिरातीतून सतत कानीकपाळी पडणारी वरील औषधे फायदा करू शकणार नाहीत. वरील उपाय योजूनही काही वेळा विस्मरण होणे यालाच तर जीवन ऐसे नाव आहे!

☺☺

आमचेच पहा ना! लेख लिहिता लिहिता शेवटी थोडी गंमत म्हणून विसरभोळ्याचा एक विनोद आठवला होता, पण आता तो विसरलो आहोत!

☺☺

◆

७५. अस्थिभंग – हाड मोडणे (FRACTURE)

तुटलेले वा मोडलेले हाड म्हणजे 'अस्थिभंग' होय. यालाच इंग्रजी भाषेत 'फ्रॅक्चर' असा शब्द आहे व अतिपरिचयामुळे तो समजण्यास अधिक सोपा वाटतो. झाडाच्या फांदीवर आघात झाला, तर जशी फांदी तुटते. तसेच अपघातात, खेळताना हाडांवर प्रत्यक्ष वा अप्रत्यक्ष मार लागल्यास हाड मोडते. झाडाच्या फांद्या जुनाट झाल्यावर जशा चटदिशी मोडतात, त्याच नियमाने वृद्ध माणसांची हाडेही, कॅल्शियम कमी झाल्यामुळे ठिसूळ होतात आणि थोड्याशा मारानेही तुटू शकतात. म्हाताऱ्या माणसांमध्ये खुब्याच्या हाडांचे फ्रॅक्चर अधिक प्रमाणात पाहावयास मिळते. बाथरूममध्ये पाय घसरला व खुब्याचे हाड मोडले अशा घटना ऐकायला मिळतात. पण बहुतकरून ठिसूळपणामुळे आधी हाड आपोआप तुटते व त्यामुळे पाय घसरला असा क्रम असण्याची शक्यता असते. वयपरत्वे हाडे इतपत नाजूक होऊ शकतात.

हाडांची काडे करणाऱ्या अस्थी

हाडांचा सापळा हा रक्तवाहिन्या, स्नायू, नसा यांना आधार देतो. मेंदूसारख्या अवयवांचे एखाद्या पेटीत ठेवलेल्या वस्तूंप्रमाणे संरक्षणही करतो. स्नायू एका हाडांपासून निघून दुसऱ्या हाडात गुंफलेले असल्यामुळे सांध्यात हालचाल शक्य होते. हाडांच्या आतील भाग मात्र फारसा कडक नसून तेथे रक्तपेशी निर्मितीचे काम चालू असते.

अस्थिभंगाच्या खुणा

मार लागलेल्या ठिकाणी तीव्र वेदना, हालचालीने वेदना वाढणे, त्या ठिकाणी स्पर्श वा दाब सहन न होणे, सूज येणे, हाडांची स्थिती बदलल्यामुळे तेथे नेहमीपेक्षा वेगळा आकार दिसणे इत्यादी लक्षणांवरून अस्थिभंगाचे निदान करता येते. काही वेळा मुरगळणे व अस्थिभंग यांपैकी नक्की काय आहे हे ठरवणे अवघड असते. अशा वेळी क्ष-किरण तपासणी (एक्स रे) उपयोगी पडते.

फ्रॅक्चर नव्हे फ्रॅक 'चुरा'

अस्थिभंगाचेही काही प्रकार आहेत. केवळ हाडच मोडले तर ते साधे (Simple) फ्रॅक्चर असते. पण जर हाड मोडण्याबरोबरच त्वचा, स्नायू, रक्तवाहिन्यांनाही धक्का लागून मोडलेले हाड उघडे पडले असल्यास त्याला संयुक्त (Compound) फ्रॅक्चर म्हणतात. झाडाची हिरवी काडी तोडायचा प्रयत्न केल्यास ती पूर्ण न तुटता केवळ वाकते. तीच स्थिती लहान मुलांच्या हाडाबाबतीत होऊ शकते. अशा अस्थिभंगास अपूर्ण (Greenstick) फ्रॅक्चर म्हणतात. काही वेळा मार जोरात लागल्यामुळे हाडांचा चुरा झाल्याप्रमाणे होतो त्याला चुरा फ्रॅक्चर म्हणतात. (का फ्रॅक 'चुरा' म्हणावे?)

स्वतःच हाडवैद्य बनू नका

गुलाबाची काडी दुसऱ्या झाडावर कलम करण्यासाठी ज्याप्रमाणे रिबीन, माती, शेण लिंपून बांधून ठेवतात त्याचप्रमाणे मोडलेले हाडांचे तुकडे स्थिर करून समोरासमोर जुळवून ठेवल्यास काही आठवड्यांतच तेथे कॅल्शियमचे थर बसून ते हाड भरून येते. हे अस्थिशास्त्रातले प्रमुख तत्त्व आहे. 'वेफरवाला', 'मढीवाला', 'वापीवाला' अशा नावाच्या हाडवैद्यांखेरीज प्रत्येकाच्या मनात एक हाडवैद्य असतो. मोडलेली हाडे बसवण्याचा त्यांना मोह होत असतो. कृपया तो टाळा. हाडे सरळ करण्याच्या नादात आजूबाजूच्या अवयवांना, रक्तवाहिन्यांना, नसांना इजा होण्याची शक्यता असते. हाड आहे तसेच ठेवून त्याला आधार द्यावा.

स्थैर्य महत्त्वाचे

हाड मोडताच, आधी तेथे अधिक हालचाल होऊ न देता, त्याला योग्य ठिकाणी आधार देऊन बांधून ठेवणे महत्त्वाचे आहे. निष्णात हाडवैद्याकडे व अस्थितज्ज्ञ डॉक्टरांकडे जाण्यास काही कारणाने उशीर होऊ शकतो. अशा वेळी सुरुवातीचा जरुरीचा उपचार माहीत असणाऱ्या जाणकारास प्रथमोपचारक म्हणतात. हाताला अथवा पायाला जिथे फ्रॅक्चर झाले आहे त्याच्या वरील व खालील बाजूस प्रथमोपचारकाने धरून तो भाग स्थिर करावा. त्याला काठी, पट्टी, फळी यांपैकी जे उपलब्ध असेल त्याने आधार द्यावा. गुंडाळण्यासाठी बँडेज, उपरणे, ओढणी यांपैकी जे उपलब्ध असेल ते वापरावे. आधारफळी उपलब्ध नसल्यास रुग्णाचा हात त्याच्या धडापाशी लपेटावा तर पायाच्या अस्थिभंगात दुखरा पाय चांगल्या पायाबरोबर गुंडाळून त्याला स्थैर्य द्यावे. बँडेज गुंडाळत असताना काख, जांघा या नैसर्गिक पोकळ्यांमध्ये कापसासारखे पॅकिंग घालावे.

खानपान सेवा बंद

बँडेज बांधताना फ्रॅक्चरच्या वरील व खालील सांधा हालचाल होऊ शकणार नाही, असा अचल करणे चांगले. त्यामुळे त्या सांध्यांची हालचाल बंद होऊन

दुखऱ्या भागातील वेदना कमी होतात. बँडेज इतपत घट्ट बांधावे की त्यामुळे आधार तर मिळावा, परंतु पुढील भागाचे रक्ताभिसरण मात्र बंद पडत नाही ना हे पाहावे. रुग्णास डॉक्टरकडे नेईपर्यंत त्यास खायला, प्यायला देऊ नये. त्याच्यावर जर शस्त्रक्रिया करायची असेल, तर त्या आधी ६-८ तास त्याने तोंडात काही घेऊ नये असा नियम आहे. तोंडाला कोरड पडली असल्यास एखादा बर्फाचा खडा चघळणे अथवा गुळणी करून टाकायला हरकत नाही. दुखऱ्या भागावर तेल मालीश वा गरम शेक देणे घातक ठरू शकते. शक्य झाल्यास रुमालात बर्फ घेऊन तेथे लावावा. अशा वेळी आपणास नक्की काय करायचे ते माहीत नसल्यास तज्ज्ञ डॉक्टरांना वा माहीतगार माणसास विचारूनच करावे, म्हणजे रोग्यास त्रासदायक ठरणार नाही.

☺☺

शेवटी थोडी गंमत. गोकुळाष्टमीच्या दहीहंडीसाठी वर्गणी गोळा करण्याचे दिवस होते. त्याचा अनुभव सांगताना रामू म्हणाला, "आम्ही जास्तीत जास्त वर्गणी जमवायचा प्रयत्न करत आहोत, पण सर्वसामान्य जनतेकडून विशेष प्रतिसाद मिळाला नाही. मात्र या भागातील हाडवैद्यांनी मात्र सढळ हाताने वर्गण्या दिल्या व सांगितले की, दहीहंडी जास्तीत जास्त उंच बांधा."

☺☺

◆

७६. पोट डब्ब होणे, दुखणे
(जठराचा दाह – GASTRITIS)

तळलेले, मसालेदार पदार्थ आवडले म्हणून अतिप्रमाणात खाल्ले, 'एकच प्याला'तल्या तळीरामसारखे 'अनेक प्याले' रिचवले, ॲस्पिरिन, ब्रुफेनसारख्या वेदनाशामक व सांधेदुखीसारख्या गोळ्या घेतल्या, दमा वा त्वचेच्या रोगासाठी स्टिरॉइडच्या गोळ्या घेतल्या, अशी कारणे घडल्यावर पोटाच्या वरच्या भागात डब्बपणा येऊन दुखू लागते. त्या वेळी जठराला दाह झाला असण्याची शक्यता असते. त्याला काही जण अपचन, अजीर्ण असे शब्दही वापरतात.

कधीच धूम्रपान न करणाऱ्याने सिगारेट ओढणे वा नेहमी घेणाऱ्याने अधिक प्रमाणात ओढणे, भराभर खाणे, गर्भारपण या कारणांनीही असे होते. तसेच काही जणांना विशिष्ट पदार्थ खाण्यानंतरच असा त्रास होतो. या पदार्थात कोबी, पावटे, चणे, कांदा, काकडी, टोमॅटो, दूध यांतील कोणत्यातरी पदार्थाने त्रास झाला, असे सांगणारे नेहमी आढळतात. याबरोबरच बदलत्या जीवनपद्धतीबरोबर आपण ज्या वेगळ्या खाण्या-पिण्याच्या पद्धती स्वीकारल्या आहेत त्याही कारणीभूत असतात. पोटात जडपणाबरोबरच मळमळ, उलट्या, छातीत जळजळ होणे, अन्नावरची इच्छा उडणे, पोटात दुखणे व एकूणच शरीर आंबल्यासारखे वाटणे असे होऊ शकते.

बिनपाण्याची...

औषध गोळ्या गिळताना दोन टोकाची माणसे दिसतात. एक टोक म्हणजे गोळी गिळणे ही या लोकांना जणू शिक्षाच असते. गोळी गिळताना हे लोक लोटाभर पाणी पितील, पण त्यांची गोळी मात्र तोंडातच राहते. बऱ्याच सोपस्काराने ती गिळली जाते. दुसरे टोक म्हणजे, बिनपाण्याने वा कमी पाण्याने गोळ्या गिळणारे लोक. जशी बिनपाण्याची हजामत दुःखदायक तशी बिनपाण्याची वा कमी पाण्याबरोबर घेतलेली गोळी दुःखदायक. विशेषत: वेदनाशामक गोळ्या जठरात दाह करू शकतात.

डिस्पर्सिबल (विरघळणाऱ्या) गोळ्या ग्लासभर पाण्यात विरघळून मग 'पिणेच' चांगले असते. प्रत्येक गोळी भरपूर पाण्याबरोबर घेणे हा नियमच समजावा.

शेक, आतून व बाहेरूनही

जठराच्या आतल्या भागातील नाजूक आवरणाला (अंत:स्तराला) सूज आल्यामुळे सर्व लक्षणे निर्माण होतात. वरील कारणांनी त्या स्तराचा नाश होत असतो. सुदैवाने अशी झीज सुमारे २ दिवसात पुन्हा भरून येते. त्यामुळे कारण दूर झाल्यानंतर २-३ दिवसांत आपोआप बरे वाटू लागते. पहिल्या दिवशी काही न खाणे (लंघन करणे) वा कमी खाणे फायदेशीर ठरते. थोडेथोडे पण वरचेवर कोमट पाणी पिण्याने बरे वाटते. पिण्याच्या पाण्याच्या आतून शेकाबरोबरच गरम पाण्याच्या पिशवीच्या बाहेरून दिलेल्या शेकानेही आराम वाटतो. जेवणात नेहमीचे सवयीचे पदार्थ थोड्या प्रमाणात घ्यावेत.

ज्यांना नेहमी असा त्रास होतो, भूक नेहमीची कमी झालेली आहे, उलटीमध्ये रक्तही पडते आहे, अशांनी विशेष काळजी घ्यायला हवी. धूम्रपान, दारूपान बंदच करावे. तापावर अॅस्पिरिनऐवजी पॅरासिटामॉलसारख्या गोळ्या वापराव्यात.

सोडा सोडा, अँटासिड घ्या

बाजारात बंद बाटलीत 'सोडा' म्हणून मिळणाऱ्या बाटलीत खाण्याचा सोडा नसतोच. त्याच्यात असतो दाबाखाली भरलेला कार्बन-डाय-ऑक्साइड! हा वायू व पाणीयुक्त 'सोडा' पोटात गेल्यावर त्यातील वायूंचे फसफसणारे बुडबुडे ढेकर म्हणून बाहेर पडतात. त्यामुळे बरे वाटते. हा सोडा वा खाण्याचा सोडा एखादेवेळी घेण्यास हरकत नाही. पण सतत घेऊ नये. जर पोटात अल्सर असेल तर वायूने जठरावर ताण येऊन अधिक धोका होऊ शकतो. सोड्याऐवजी डायजिन, जेल्यूसिलसारखे अँटासिड अधिक फायदेशीर ठरते.

☺☺

शेवटी थोडी गंमत. आजारी पडलेला बाळू औषधाची बाटली व दोन चमचे घेऊन हौदातल्या पाण्यात उतरतो. आई त्याला विचारते, "अरे तिथे काय करतोयस तू?" त्यावर बाळू शांतपणे म्हणतो, "आई डॉक्टरांनीच तर लिहिले आहे की, दोन चमचे औषध भरपूर पाण्यात घेणे!"

☺☺

◆

७७. ओळंबा (GLAND)

काखेत किंवा मानेत एखादी दुखणारी गाठ हाताला लागते. त्या गाठीला ओळंबा, अवधाण, गरस, गाठ येणे असे शब्द आहेत. ही लसिका ग्रंथीची सूज असते. शरीरातील सर्व पेशींपर्यंत पोषक पदार्थ व प्राणवायू पोचवण्याचे काम रक्तामार्फत होते. शरीरात रक्त इकडून तिकडे वाहणे याला रक्ताभिसरण म्हणतात. रक्ताभिसरणाच्या रचनेतील लसिका वाहिन्या या 'असिस्टंट' म्हणता येतील. माल पोचवणारा ट्रक लहान गल्लीबोळातून जाऊ शकत नाही त्या वेळी त्यातील सामान लहान टेंपोमधून पोचवतात. तेच असिस्टंटचे काम लसिका वाहिन्या करतात. रक्तातील 'माल' बारीकसारीक पेशींपर्यंत पोचवणे व तेथील टाकाऊ वस्तू परत रक्तात सोडणे हेच त्यांचे कार्य आहे.

लसिका वाहिन्यांच्या जाळ्यामध्ये थोड्या अंतरावर लसिका ग्रंथींचे पुंजके (Lymph Glands) असतात. त्यांचे काम 'चेकपोस्ट'सारखे असते. लसिका वाहिनीत शिरलेला जंतू संपूर्ण शरीरभर पसरून हाहाकार माजवू नये, यासाठी त्या जंतूंची या लसिका ग्रंथींमध्ये नाकेबंदी होते. या ग्रंथी मान, काख, जांघा येथे अधिक प्रमाणात असतात. टॉन्सिल्स यादेखील याच प्रकारच्या ग्रंथी असून श्वासमार्गात जाणारे जंतू अडवण्याचे काम त्या करतात. पोटात असणारी पाणथरी (Spleen) हिला या सगळ्या ग्रंथींची 'मोठी बहीण' म्हणता येईल. पांढऱ्या रक्तपेशींपैकी लसिका पेशीच्या (Lymphocytes) निर्मितीचे काम तसेच वृद्ध झालेल्या लाल रक्तपेशी नष्ट करण्याचे काम या ग्रंथी करतात.

संरक्षण व्यवस्थेतील दुसरी फळी

त्वचेवर एखाद्या ठिकाणी टोचण्याने वा जखम झाल्याने जंतू शरीरात प्रवेश करतात. त्यांचा नायनाट करण्यासाठी रक्तातील पांढऱ्या पेशी तेथे 'धावा' घेऊन जंतूंशी तुंबळ युद्ध करतात. या युद्धात जंतूही मरतात व काही पेशीही शहीद होतात. त्यांचे मिश्रण म्हणजेच पू (Pus) होय. हा पू लसिका वाहिन्यांतून पसरत असताना या ग्रंथीत अडवला जातो. त्यामुळे त्या ग्रंथींना सूज येते व त्या ठणकायलाही लागतात. असा ओळंबा येणे ही जंतुसंसर्ग झाला असण्याची पक्की खूण असते.

जखम रामेश्वरी, सूज सोमेश्वरी!

काही वेळा लागण्याची जखम अगदी किरकोळ असते की, तिच्याकडे लक्षही जात नाही, पण अवधाणा मात्र मोठा येतो. विशेषत: लहान मुलांत हे जास्त घडते. शरीराच्या एका ठिकाणी सूज येऊन दुखणे जाणवते, मात्र जंतूंचा संसर्ग दुसऱ्या ठिकाणी झालेला असतो. म्हणतात ना, आग सोमेश्वरी पण बंब रामेश्वरी! मग या बाबतीत असं म्हणू शकतो की, 'सोमेश्वराची' सूज हाताला लागते व दुखतेही; पण 'रामेश्वराचा' शोध लागत नाही, अशी वेळ फार कमी वेळा येते. जास्त करून मात्र जंतुसंसर्ग कोठे आहे हे कळते. जांघेत ओळंबा असल्यास पायाला वा जननेंद्रियाला दोष असतो. काखेत सूज असल्यास हाताला वा छातीच्या वरच्या भागात, मानेत गाठ असल्यास घसा, चेहरा वा डोक्यातील त्वचेत जंतुसंसर्ग झालेला असतो. गुप्तरोगातही जांघेतील गाठी सुजतात.

गंडमाळांचा भयगंड

कर्करोग (Cancer), क्षय (TB) आणि आता एड्स या रोगांचा व गाठींचा संबंध सामान्य माणसाच्या मनात पक्का असतो. त्यामुळे मानेत एखादी गाठ जरी लागली, तरी तिचा संबंध गंडमाळांशीच (गाठीचा क्षय) लावतात. हे चुकीचे आहे. केवळ डोक्यात कोंडा झालेला असला तरीदेखील अशा गाठी मानेत येऊ शकतात. पूर्वी झालेल्या जंतुसंसर्गामुळे झालेली मूग, वाटाण्याएवढी एखादी गाठ वर्षानुवर्षे मानेत राहणेही दुर्मीळ नाही! टायफॉइड, मलेरियासारख्या रोगांत पाणथरी सुजते.

मुळावरच घाव हवा...

जांघेत, मानेत अशी दुखणारी, सुजलेली गाठ हातास लागल्यास त्या त्या भागात कुठे जंतुसंसर्ग झाला आहे का हे पाहावे. मूळच्या जखमेवर इलाज केला की, त्या गाठीही आपोआप कमी वा नाहीशा होतात. पू झालेल्या ठिकाणी गरम पाण्यात बुडवलेल्या रुमालाने शेक देता येतो. जंतू मारणारी म्हणजेच जंतुघ्न औषधे, वेदना व सूजनाशक गोळ्यांचा वापर मात्र डॉक्टरी सल्ल्यानेच करावा. अशा गाठी दोन आठवड्यांच्या वर राहिल्यास त्यांची तपासणी करावी. निदानासाठी काही वेळा त्या गाठी शस्त्रक्रियेने काढून त्यांची सूक्ष्म तपासणी (Biopsy) करावी लागते.

☺☺

शेवटी थोडी गंमत. पेशंटला तपासून झाल्यावर गंभीर चेहऱ्याने डॉक्टर म्हणाले, "तुम्ही आता काही तासाचेच सोबती आहात, तेव्हा तुम्हाला आणखी कोणाला भेटायचे आहे काय?"

"हो," पेशंट क्षीण आवाजात म्हणाला, "दुसऱ्या चांगल्या डॉक्टरला."

☺☺

◆

७८. काचबिंदू (GLAUCOMA)

डोळ्याच्या आतील गोल भागात एक पातळ पदार्थ असतो. त्याच्याद्वारे डोळ्यातील सर्व भागांत पोषक पदार्थ पोचवले जातात. (या पातळ पदार्थाला 'ॲक्विअस ह्यूमर' असे नाव आहे.) ही नीटपणे वाहण्याची क्रिया (ड्रेनेज सिस्टीम) बिघडली की, त्याचा दाब वाढतो. या पातळ पदार्थाच्या वाढलेल्या दाबामुळे जो रोग होतो, त्याला काचबिंदू (Glaucoma) असे नाव आहे. जवळचे पाहण्यास त्रास असणारे लोक किंवा ६० वर्षांवरील व्यक्ती यांच्यात हा पातळ पदार्थ बाहेर वाहून जाण्याचे प्रमाण कमी होते. त्यामुळे हा पदार्थ आतल्या आत साठत राहतो. त्याचा दाब वाढल्यामुळे डोळ्यातील नाजूक भागांचा नाश होतो. या पातळ पदार्थाचा वाढलेला दाब व त्यामुळे नष्ट झालेले नाजूक भाग यांमुळे दृष्टी मंद होऊ शकते. एका डॉक्टरांनी त्याला फार छान उपमा देऊन त्याचे वर्णन केले आहे. हिरवळीवर जर बरेच दिवस एखादा जड दगड ठेवून दिला, तर त्याच्या खालील हिरवळ जशी नष्ट होईल, तसेच डोळ्यातील वाढीव दाब दृष्टी नष्ट करेल.

मोतीबिंदू व काचबिंदू

मोतीबिंदू (Cataract) हा काचबिंदूपेक्षा अधिक प्रमाणात आढळतो. मोतीबिंदूत भिंगामध्ये भुरेपणा येतो तर काचबिंदूमध्ये डोळ्याच्या सर्वांत पुढे असलेल्या नेत्रपटलाला (काचेला) भुरेपणा येत असल्याने त्याला काचबिंदू म्हणत असावेत. काचबिंदूचे अनेक प्रकार आहेत. हळूहळू वाढणारा व ॲटॅकमध्ये येणारा हे दोन प्रकार महत्त्वाचे आहेत. एवढेच काय दुर्लक्षित मोतीबिंदूही काही वेळा काचबिंदू निर्माण करू शकतो. त्यामुळे उतारवयात दृष्टी मंद होण्याचे कारण केवळ मोतीबिंदूच नव्हे, तर दोन्हीही कारणे असू शकतात.

संध्याकाळच्या मंद प्रकाशात कमी दिसणे, डोळा दुखणे, लाल होणे, डोके दुखणे, मळमळ, वांत्या होणे अशी लक्षणे होतात. काही वेळाने बरे वाटते. असे ॲटॅक वरचेवर येणे, दुसऱ्या डोळ्यातही त्रास होणे असे होऊ शकते. अशी लक्षणे दिसल्यास डॉक्टरी तपासणी करून घ्यावी. डोळ्यातील वाढलेला दाब केवळ दोन

बोटांनीही तपासून डॉक्टरांना कळू शकतो. शिवाय टोनोमेट्री या यंत्रानेही दाब तपासता येतो.

जीवनपद्धती म्हणून स्वीकारा

ज्याप्रमाणे रक्तदाब एकदा वाढला की, सहसा तो आयुष्यभराचाच सोबती होतो तसेच काचबिंदूचे आहे. त्याच्यावरील उपचारात दाब कमी करण्याच्या गोळ्या व डोळ्यात टाकायच्या थेंबांचा उपयोग करावा लागतो. डोळ्याच्या दाबाची तपासणी व उपचार नेहमीची जीवनपद्धती म्हणून स्वीकारावे लागतात. डोळ्यातील द्रव सतत २४ तास बनत असल्यामुळे त्याला वाहून नेणारे आयड्रॉप्सही नियमित वेळाने टाकावे लागतात. दिवसातून २ वेळा टाकायचे थेंब शक्यतो १२ तासांच्या अंतराने, ३ वेळा सांगितलेले ८ तासांच्या अंतराने टाकावेत. थेंब टाकल्यानंतर २ मिनिटे डोळे मिटून पडून राहावे. डोळ्याच्या नाकाकडील भागाच्या कोपऱ्यावर बोटाने हलकासा दाब दिल्याने थेंब लगेच नाकात वाहून न जाता डोळ्यात चांगले शोषले जातात.

चकाकणारे सर्वच सोने नसते

या म्हणीप्रमाणे लाल दिसणारा प्रत्येक डोळा 'आलेला'च असतो असे नाही. काचबिंदूनेही डोळा लाल होणे हे लक्षण असू शकते. डोळ्याचा कुठलाही ड्रॉप केवळ उपलब्ध आहे म्हणून स्वतःहून वापरू नये. विशेषतः स्टिरॉइडयुक्त थेंबांनी तर काचबिंदू आणखी बळावू शकतो. पोटदुखीवरील अॅट्रोपीनयुक्त औषधांनीही काचबिंदू वाढू शकतो. गोळ्या व थेंबांनी बरे न वाटल्यास डॉक्टर कृष्णपटलाला (IRIS) छेद करून ड्रेनेज सुधरवणाऱ्या शस्त्रक्रियेचा सल्ला देतील.

☺☺

शेवटी थोडी गंमत. रस्त्यावर बाजाची पेटी वाजवून पैसे मिळवणाऱ्या आंधळ्या माणसाबरोबर आठ मुले पाहून एक समाजसेविका त्याला म्हणते, ''अरे बाबा, तुला ही आठ मुले म्हणजे भारताच्या लोकसंख्येवर व तुझ्या स्वतःवरही भार नाही का?'' त्यावर तो उत्तरतो, ''काय करणार ताई! मी काय करतो हे मला दिसतंय थोडंच!''

☺☺

◆

७९. अंगुलिवात/आम्लवात/गाउट (GOUT)

मध्यरात्री अचानक पायाच्या अंगठ्यास जणू कोणी खिळे ठोकल्यासारखे दुखायला लागून जाग आली, अशी घटना घडल्यास तो 'गाउट' (GOUT) या संधिवात प्रकाराचा अ‍ॅटॅक असू शकतो. त्यातही तुम्ही पुरुष असल्यास त्याची शक्यता अधिक असते. तसे पाहिल्यास पायाच्या अंगठ्याव्यतिरिक्त घोटा, मनगट, हाताचा अंगठा वा अन्य सांध्यातही दुखायला सुरुवात होऊ शकते.

रात्री झोपेपर्यंत काहीही त्रास नाही, पण मध्यरात्रीनंतर पायाचा अंगठा पायाला जिथे जोडलेला असतो तिथे दुखू लागते. सूज येते. तेथील त्वचा लालसर तुकतुकीत होते. तो सांधा स्पर्शाला गरम लागतोच, पण सर्व शरीराला थंडी वाजून ताप भरू शकतो. त्या सांध्याला कुठलाही भार, एवढेच काय साधे पांघरुणाचे वजनही सहन होत नाही.

घट्ट बसणारा बूट घालून बरीच चाल पडणे, अंगठ्याला ठेच लागणे, खाण्यातील बदल, दारू पिण्याचे प्रमाण वाढणे, धावपळ होणे, जंतुसंसर्ग होणे या कारणांनी हा अ‍ॅटॅक येऊ शकतो. आनुवंशिकता हेही कारण असू शकते. उन्हातान्हात खूप कष्टाची कामे झाल्याने घामावाटे शरीरातील पाणी कमी होण्यानेही हा अ‍ॅटॅक येतो. दुर्लक्ष केल्यास तो त्रास काही दिवसांपर्यंतही होतो.

गाउटचा डाउट

या रोगाचे मूळ कारण म्हणजे युरिक अ‍ॅसिड या शरीरात तयार होणाऱ्या टाकाऊ पदार्थांच्या चयापचयाचा बिघडलेला समतोल होय. खाण्यापिण्याच्या पदार्थांचे पचन होत असताना हे युरिक अ‍ॅसिड प्रत्येक शरीरात तयार होतच असते. ते बाहेर टाकण्याचे काम खाण्यातील अतिरेकामुळे किडनीद्वारे व्यवस्थित न होणे, किडनीच्या कुवतीपेक्षा जास्त युरिक अ‍ॅसिड तयार होणे यामुळे रक्तातील या अ‍ॅसिडचे प्रमाण वाढते. असे वाढलेले अ‍ॅसिड सांध्याच्या भोवती साठून त्याचे खडे बनतात. ते खडे सांध्यांना टोचणी लावून सूज, वेदना अशी लक्षणे करतात. अचानक एखादा सांधा दुखू लागल्यास 'गाउट'चा 'डाउट' मनात येतो; म्हणजेच आपणास हा संधिवात तर

झाला नाही ना, अशी शंका मनात येते.

उंच माझा झोका गं...

दुखणारा पाय उंच उशीवर वा झोक्यासारखा अडकवून ठेवला तरी तात्पुरते थोडेफार बरे वाटते. गरम झालेल्या सांध्याला रुमालात घालून दिलेल्या गार बर्फाच्या अलगद शेकानेही थोडाफार आराम मिळतो. क्वचितच असा एखादा संधिवाताचा ॲटॅक येऊन नंतर आयुष्यात पुढे कधीही त्रास होत नाही.

डबल ट्रबल

ज्यांना उच्च रक्तदाब (ब्लडप्रेशर) व अंगुलिवात असे दोन्ही त्रास आहेत त्यांच्यासाठी मात्र हा डबल ट्रबल आहे. रक्तदाबावर लघवी वाढवणाऱ्या गोळ्या वापरल्याने शरीरातील पाणी कमी होऊन याचा ॲटॅक येतो. सांधेदुखीचा त्रास असणाऱ्यांनी रक्तदाबाची औषधे सुरू करताना डॉक्टरांना तशी कल्पना देणे चांगले.

माळकरी व्हा...

गळ्यात देवाची माळ घातली की, दारू व मांसाहार बंद करावा लागतो. गाउटचा त्रास असणाऱ्यांनी तरी नक्कीच 'माळकरी' व्हावे. मांस व मद्य यांमध्ये प्युरिन या घटकाचे प्रमाण अधिक असते. प्युरिनचे पचन होत असताना युरिक ॲसिड बनते व ते त्रास देऊ शकते. मद्यामधील बिअर अधिक त्रासदायक ठरते. भेजा, गुर्दा, कलेजी (यकृत व हृदय हे दोन्ही 'कलेजी' या उर्दू शब्दात अभिप्रेत आहेत.) चिकन, काही मासे यामध्ये प्युरिन अधिक प्रमाणात असते. वाटाणे, पावटे, पालक, कोबी, बेदाणे, शेंगदाणे या शाकाहारी पदार्थांपासूनही दूर राहावे.

पाण्याशी मैत्री

वाढलेले युरिक ॲसिड केवळ सांध्यातच त्रास उत्पन्न करते असे नाही, तर मूत्रमार्गातही त्याचे खडे बनून मूत्रखड्याचा त्रास होऊ शकतो. भरपूर पाणी (रोज सुमारे १०-१२ ग्लास) प्यायल्याने लघवी बनताना त्यात युरिक ॲसिड विरघळून शरीराबाहेर पडते. खाण्याचा सोडाही त्या ॲसिडला मारक ठरतो. तोही पाण्याबरोबर घ्यावा.

तशीच रोगाशीही मैत्री करा

हा संधिवात (गाउट) शारीरिक घडणीचा दोष असल्याने त्याची सोबत अखेरपर्यंत राहणारी असते. त्याचा दुस्वास करू नका. पाण्याबरोबरच रोगाशीही मैत्री करून त्याचे पथ्यपाणी सांभाळत रहा, मग तोही तुम्हाला कमीत कमी त्रास देईल. रक्तातील युरिक ॲसिडचे प्रमाण मोजून अंगुलिवाताचे निदान करता येते. इन्डोमेथॅसिन, आयबुप्रोफेनसारख्या गोळ्यांचा वापर संधिवाताच्या ॲटॅकमध्ये डॉक्टरी सल्ल्याने केल्यास त्वरित वेदना कमी होऊन सूजही कमी होते. युरिक ॲसिड लघवीवाटे बाहेर फेकण्याचे प्रमाण वाढवणाऱ्या (उत्सर्जन वाढवणाऱ्या) ॲलोप्युरीनॉलसारख्या गोळ्यांचा

वापर नेहमीसाठी काही जणांना करावा लागतो. अर्थातच डॉक्टरी मार्गदर्शनाने!

☺☺

शेवटी थोडी गंमत. गणपतराव डॉक्टरांकडे जातात. डॉक्टर विचारतात, "काय तकलीफ आहे?"

"मला त्रास काहीच होत नाही. पण मला शंभर वर्षे जगायचे आहे त्यासाठी सल्ला हवा आहे," गणपतराव म्हणतात.

"तर मग तुम्ही मद्यपान, धूम्रपान, मांसाहार व नाटक, सिनेमा, जागरणे वाचन, संगीत सोडायला हवे."

"मग मी नक्कीच शंभर वर्षे जगेन ना?" गणपतरावांनी विचारले.

त्यावर डॉक्टर शांतपणे म्हणाले, "ते सांगता येत नाही, पण निदान तसे तुम्हाला वाटेल..."

☺☺

◆

८०. हिरड्यांचे रोग (GUM-PROBLEMS)

किडके दात या रोगाचे साम्राज्य लहान मुलांत असते असे म्हटले तर हिरड्यांचे रोग मुख्यत: पस्तिशीनंतरचे रोग आहेत. गोड पदार्थ खाल्ल्यानंतर तोंड साफ न केल्यास त्या स्रावाचा तोंडात असलेल्या बॅक्टेरियांशी संयोग होऊन एक किटण (प्लाक) बनते. हिरड्या व दात एकमेकांत ज्या ठिकाणी गुंफलेले असतात त्या ठिकाणी हे किटण जमते, ही हिरड्यांच्या रोगाची सुरुवात असते.

सुपारी, तंबाखू खाणे, दातांना व हिरड्यांना मशेरी (एक प्रकारची तंबाखूच) चोळणे, फिट येऊ नये यासाठी वापरली जाणारी काही औषधे, रक्तक्षय, मधुमेह, नीट न बसणारी, टोचणारी कवळी वा १-२ खोटे दात, वरचेवर कडक अतिगोड चहा पिणे ही कारणे हिरड्यांच्या रोगाला आमंत्रण देणारी आहेत. याशिवाय केवळ योग्य प्रकारे ब्रश न केल्यामुळे दात व हिरड्यांकडे होणारे दुर्लक्ष हे सर्वांत महत्त्वाचे कारण असते.

लक्षवेधी कारणे

दुर्दैवाने हिरड्यांच्या रोगात सुरुवातीस काहीच लक्षणे नसतात. त्यामुळे त्याच्याकडे दुर्लक्ष होण्याची शक्यता असते. हिरड्यातून रक्त येणे, हिरडी दाबल्यास तोंडात वाईट चव येणे, तोंडाचा वास येणे, गरम-गार पदार्थांनी ठणका बसणे ही लक्षणे म्हणजे रोगाने शरीरात पकड घेतली आहे असे समजावे. अर्थात तरीही पुढील उपचारांचा अवलंब केल्यास रोगास अटकाव शक्य आहे. हा लेख वाचल्यानंतर आरशापुढे उभे राहून आपल्या हिरड्या बघा. लालसर गुलाबी हिरड्या एका रेषेत असल्यास त्या उत्तम आहेत. तशा असल्या तरी पुढील उपायांनी त्यांचे रोग टाळा.

लॉन्ड्री उद्योगाचा आदर्श ठेवा

आमचे लॉन्ड्री व्यवसायातील एक मित्र नेहमी सांगतात की, आमचा निम्मा भरवसा पाण्यावर आहे. कपडे केवळ पाण्याने व्यवस्थित धुतले तरी त्यातील ५० टक्के मळ जातो. तेच तोंडाच्या बाबतीत आहे. स्वच्छ पाण्याने वरचेवर चूळ भरणे हिरड्यांच्या स्वास्थ्यासाठी उपयोगी आहे. कपडा अधिक स्वच्छ निघावा म्हणून

आपण आधी सोड्यात भिजवतो व नंतर धुतो. त्याचप्रमाणे खाण्याचा सोडा व मीठ पाण्यात एकत्र करावे. दोन-एक मिनिटे चांगले हिरड्या व दातांवर आतून बाहेरून चोळावे. नंतर टूथपेस्टने ब्रश करणे चांगले. टूथपेस्ट कोणतीही वापरा यास फार महत्त्व नाही. पेस्टनंतर गुळण्या करून पेस्टमधील गोडपणाही तोंडातून घालवणे महत्त्वाचे.

ब्रश उद्योगास तेजी द्या

तर्जनी (हाताचे अंगठ्याजवळचे बोट) हा निसर्गाने बनवलेला 'सॉफ्ट' ब्रश आहे. हिरड्या, दात यांच्या सर्व बाजूंनी हा बोटाचा ब्रश वरचेवर फिरवा. त्याशिवाय प्लॅस्टिकचा लहान डोके असलेला ब्रश व पेस्ट यांनी दिवसातून कमीत कमी दोन वेळा दात साफ करावे. हिरड्या व दात एकमेकांशी जिथे मिळतात त्या भागावर विशेष लक्ष देऊन तेथे किटण जमा होऊ देऊ नये. फताडा झालेला ब्रश महिनोन्‌महिने वापरू नका. दात घासण्यासाठी कमीत कमी ३-४ मिनिटे वेळ द्या. दात, हिरड्या केवळ बाहेरच्या बाजूने नसून आतूनही असतात हे लक्षात ठेवा. ब्रश आतील बाजूनेही करा. चहा, दुधासारखे पदार्थ घेतल्यानंतर जिभेवर त्याचा थर बसतो. बोटांनी जीभही साफ करावी. प्लास्टिकच्या ब्रशचे आयुष्य ३ ते ६ महिने आहे. त्यानंतर ब्रश नक्कीच बदलावा. ब्रश करताना हिरडीतून रक्त आल्यास, सॉफ्ट ब्रश वापरून ब्रशिंग करणे चालूच ठेवावे.

रामटेकचे पान चालेल, निपाणीचे नको

जेवणाच्या शेवटी पापड खाण्याची पद्धत मारवाडात आहे, त्याचे मूळ त्या भागातील पाण्याच्या कमतरतेमध्ये आहे. भाजलेल्या पापडाने तोंडातील ओशटपणा कमी होतो व नंतर थोड्या पाण्यानेही तोंड स्वच्छ होते. पान खाण्यामागेही तोच उद्देश आहे. रामटेकचे नागवेलीचे 'नुसते' पान (त्यात गोड मसाला नको) चावून खाण्याने दात व हिरड्या साफ होतील. मात्र त्याबरोबर निपाणीचे 'तंबाखूचे' पान नको. सफरचंद खाण्यानेही तोंड साफ होते. वरील खाण्यानंतरही नुसता ब्रश करून चुळा भरणे आवश्यक ठरते. बाभळीची काडी चावून त्याचा ब्रश बनवून त्याचे 'दांतून' करणे ही जुनी चांगली पद्धत आहे. काडी चावून केलेल्या दांतूनचा ब्रश तोंडातील सांदीकोपरे व्यवस्थित साफ करू शकतो.

अपना हाथ जगन्नाथ

हिरड्यांचे मालीश केल्याने त्या स्वच्छ होतात, टणक होतात. त्यांच्या वेदना कमी होतात. शेवटचा फायदा म्हणजे तेथील रक्तपुरवठा वाढण्यामुळे हिरड्यांची ताकद वाढते. त्यामुळे तेथे निर्माण झालेल्या किडीच्या जंतूंशी हिरड्या लढा देऊ शकतात. मालीशसाठी हाताचा अंगठा व तर्जनी यांचा वापर करावा. वरच्या व खालच्या हिरड्या या दोन बोटांच्या चिमटीत धरून रगडाव्यात. शिवाय केवळ

तर्जनीनेही मालीश करावेच. काही ब्रशच्या मागे त्रिकोणी शंकू आकाराचा रबरी आकार असतो. तो हिरड्यांवर चोळला की हिरड्यांत तरतरी येते. कारण आतील रक्त मोकळे खेळते. याशिवाय टूथपिक वा डेन्टल फ्लॉसच्या धाग्याने दातांच्या मागील बाजू वा दोन दातांच्या मधील फटी, तेथील किटण साफ करता येते.

परकीय 'हस्तक्षेपाचे' स्वागत

आपल्या हाताने तोंड पुरेसे साफ करता येत नसल्यास दंतवैद्याच्या (डेन्टिस्ट) हाताने ते काम करवून घ्यावे. किटण साफ करणाऱ्या स्केलरने त्यांच्याकडून वर्षातून एक वेळ तरी सफाई केल्यास हिरड्यांचे रोग टाळता येतील. हायड्रोजन पेरॉक्साइड पाण्यात एकास एक प्रमाणात मिसळून त्याच्या गुळण्या उपयोगी ठरतात. खाण्यात 'ब' व 'क' जीवनसत्त्वे, कॅल्शियम, फॉलिक ॲसिड असणारे अन्नपदार्थ आहारात असावेत वा डॉक्टरांच्या सल्ल्याने त्याची औषधे घ्यावी.

☺☺

शेवटी थोडी गंमत. दोन दंतवैद्य एकदा गप्पा मारत असतात. पहिला दुसऱ्याला म्हणतो, "का रे तू तुझ्या बायकोचे दाताचे काम करताना इतर पेशंटपेक्षा जवळजवळ दुप्पट वेळ घेतोस. इतके तिचे दात खराब आहेत का?" त्यावर दुसरा म्हणतो, "नाही रे बाबा! तेवढी एकच सुखदायी वेळ आहे की, तिचे तोंड सताड उघडे असते, पण बोलायची संधी मात्र मला असते."

☺☺

◆

८१. मूळव्याध (HAEMORRHOIDS)

गुदद्वार हा आपल्या शरीराचा महत्त्वाचा भाग आहे. त्यातूनच शौचावाटे मळ बाहेर टाकला जातो. एक प्रकारे तो मूळभाग समजला पाहिजे. तेथे काही कारणाने रोग निर्माण झाला किंवा मुळासारखा कोंब आला, तर त्याला 'मूळव्याध' म्हणतात. काही जण त्यास मोड किंवा पाइल्स, हेमोऱ्हॉइड (Piles, Haemorrhoids) असेही म्हणतात. नेपोलियन बोनापार्टला मूळव्याधीचा त्रास असल्याुळे तो वॉटर्लूचे युद्ध हरला, असे इतिहासकारांचे मूलगामी (का 'मूळ'गामी) संशोधन सांगते.

पोटरीवर टरटरीत फुगलेल्या निळसर अशुद्ध रक्तवाहिन्या असतील, तर त्याला 'वेरीकोज व्हेन्स' (varicose veins) म्हणतात. गुदद्वाराच्या अस्तराच्या लगेच आतील बाजूच्या रक्तवाहिन्यांची स्थिती तशी झाल्यास मूळव्याध होते. त्या अशुद्ध रक्तवाहिन्या (नीला) अशा का फुगतात याला एक नाही, तर अनेक कारणे असू शकतात. आपल्या ढुंगणावर काही दाब येणे किंवा त्यातील निळसर रक्तवाहिन्या ढिल्या पडणे हे कारण होऊ शकते. पूर्वी माणूस पशूंसारखा चार पायांवर चालत असे. उत्क्रांतीत बदल घडत घडत तो दोन पायांवर चालू लागला. तेव्हा गुरुत्वाकर्षणाच्या दाबामुळे गुदद्वारावर दाब पडला. तसेच जातीजमातीतील गुणदोषांनुसार म्हणजेच आनुवंशिकतेनेही आतील रक्तवाहिन्या ढिल्या पडतात. तसेच गर्भवतीतील शारीरिक बदलामुळे, वजन वाढल्यामुळे, जुनाट खोकला असल्यामुळे मूळव्याध होते. पण कडक, थोडी व कुंथून संडास करवणारे, बद्धकोष्ठता हे सर्वांत महत्त्वाचे कारण असते. गुदद्वाराशी आकुंचन-विस्फारण पावणारी, आपल्या इच्छेने काम करणारी एक झडप असते. जेव्हा तिच्या आतील बाजूकडील निळ्या रक्तवाहिन्यांना (नीलांना) रोग होतो, तेव्हा त्यास आतली (अंतर्गत) व जर खालील बाजूस असेल तर त्यास बाहेरून होणारी (बहिर्गामी) मूळव्याध अशी नावे आहेत. सहसा मूळव्याधीबरोबरच 'कतरी' मूळव्याधीचा त्रासही असू शकतो.

सांगता येत नाही, पण सहनही होत नाही

गुदद्वारातून न दुखता केवळ रक्तस्राव होणे हे प्रमुख, काही वेळा तेवढेच एकमेव लक्षण असते. रक्त लालभडक असते व शौचाच्या वेळीच येते. मळावर रेघ मारल्यासारखे व मलविसर्जनानंतर थेंब थेंब पडणे, धार लागणे असेही असते. (अर्थात ते आपोआप थांबतेही) त्या नीलांना फुगीरपणा जास्त असल्यास आकारमानामुळे तेथे दुखते. त्यातून चिकट स्राव निघून आतली वस्त्रे (अंतर्वस्त्रे) खराब होणे, त्या भागास खाज सुटणे असेही होते. रक्तवाहिनीत रक्त गोठून आकार वाढून त्या झडपेच्या बाहेरच राहिल्याने तीव्र वेदना होणे ही गुंतागुंत मूळव्याधीत होऊ शकते. संडासला जाऊन आल्यानंतरही परत लागल्यासारखी वाटणे असेही लक्षण दिसते. गुदातून रक्तस्राव म्हणजे हमखास मूळव्याधच हे समीकरण नेहमीच बरोबर नसते. विशेषतः चाळिशीनंतर तसा त्रास झाल्यावर एकदा तरी डॉक्टरांकडून तपासणी करून इतर रोगांची शंका फेडावी. अनेक दिवस रक्त जात राहिल्यास रक्तक्षय होऊ शकतो.

हा लेख वाचणाऱ्या दर दहा जणांपैकी २-३ जणांना काल, आज वा उद्या असा त्रास असेल वा होऊ शकेल. नसल्यास फार चांगली गोष्ट. पण असेलच तर एक छानशी उशी तुमच्या बुडाखाली ठेवा, निश्चिंत व्हा व पुढे वाचा.

सुलभ शौचालय

निसर्गाचा वेग आला असताना सहज, सुलभतेने शौचालय उपलब्ध होणे, हा स्वराज्यानंतरचा दुसरा जन्मसिद्ध हक्क मानायला हवा. शौचालय नसणे, कामामुळे शौचास जाणे पुढे ढकलणे ही बद्धकोष्ठाची व पर्यायाने मूळव्याधीची मूळ कारणे असतात. सुलभ शौचालय इंटरनॅशनल या संस्थेचे कार्य ठिकठिकाणी झाल्यास अधिक चांगले. आमच्या ऑस्ट्रेलियातील दौऱ्याच्या वेळी ठिकठिकाणी एवढेच काय, हायवेवरदेखील थोड्या थोड्या अंतराने उपलब्ध असलेली 'स्वच्छ' स्वच्छतागृहे पाहिली. ती आजही नजरेसमोर येतात. आपल्याकडे अशी सोय कधी होणार?

मोड टाळण्यासाठी कमोड टाळा

भारतीय बैठकीचे संडास मात्र पाश्चात्त्य संडासांपेक्षा अधिक चांगले. उकिडवे बसल्याने आपल्याच मांड्यांचा दाब पोटावर येतो. त्यामुळे मळ उत्सर्जन अधिक सुलभतेने होते. तसेच कमोडच्या शौचालयात माणूस सुखावह आसन असल्यामुळे अधिक काळ बसून तेथील रक्तवाहिन्यावर अनावश्यक ताण वाढवू शकतो. ज्या सहजतेने लघवी होते, तसाच वा कदाचित त्यापेक्षा काही मिनिटेच अधिक एवढा वेळच शौचालयात लागावा. जोर करणे, कुंथणे टाळावे. रोज १०-१२ ग्लास पाणी प्यावे. मळास आकार देणाऱ्या तंतुमय (Fiber) पदार्थांचा वापर वाढवावा. पालक, मेथी, तांदुळजा, कोबी, फ्लॉवर, श्रावणघेवडा, सफरचंद, केळी, आंबा, काकडी,

गाजर, मुळा, अंजीर, काळ्या मुनका यांचा वापर वाढवावा. बद्धकोष्ठ तात्पुरते दूर करण्यासाठी लिक्वीड पॅराफीन वा मिल्क ऑफ मॅग्नेशिया २-४ चमचे रात्री १ ग्लास पाण्याबरोबर घ्यावे. मात्र ते दीर्घ काळ घेऊ नये. कारण त्याच्यामुळे काही आवश्यक जीवनसत्त्वांचे शोषण रोखले जाते.

बोट लावीन तेथे गुदगुल्या

खूप जड वजन उचलत असताना आपल्या चेहऱ्याच्या शिरा जशा फुगतात, त्याच पद्धतीने गुदाच्या वाहिन्यांवरही ताण पडत असतो. मूळव्याधीचा त्रास असताना जड वस्तू उचलणे टाळा. सहन होईल इतक्या गरम पाण्यात सुमारे १५ मिनिटे बसल्याने त्या भागास शेक मिळून तेथील झडप व स्नायू हलके होऊन वाहिन्यांवरील ताण कमी होतो. टब, घमेले नसल्यास केवळ मगाने त्या जागी पाणी सोडत राहिल्यासही उपयोग होतो. कोमट पाण्यात बुडवलेल्या रुमालाचा शेकही चालतो. अर्थात या शेकांचा फायदा उतरत्या क्रमानेच आहे. प्रत्येक वेळी तो भाग मऊसर रुमालाने कोरडा करून त्या जागी बोरोलीन अथवा मूळव्याधीवरील कुठलेही बाजारी मलम लावावे. या मलमांमध्ये सहसा तो भाग बधिर करणारे औषध असते. त्याने सुरुवातीस चुणचुणल्यासारखे वाटून नंतर थंड वाटते. मात्र हे मलम त्याच्याबरोबर मिळणाऱ्या नोझेलने न लावता, बोटावर निरोधसारखे आवरण घालून बोटानेच लावावे.

खयाल अपना अपना

काही जणांना काही विशिष्ट पदार्थांनी मूळव्याधीचा त्रास वाढतो. त्यांनी ते पदार्थ टाळावेत. अशा टाळण्याच्या पदार्थांची सरसकट यादी देता येणार नाही. पण तिखट, मसाले, काळी मिरी, लवंग, कॉफी, दूध व दुग्धजन्य पदार्थ सहसा त्रासदायक ठरू शकतात. मिठाचे प्रमाण मात्र सरसकट कमीच ठेवावे. चालणे, पोहणे यांमुळे अन्न लवकर पुढे सरकून बद्धकोष्ठता टळते. त्याचबरोबर पोटाच्या व इतर स्नायूंचा तोल वाढून रक्त खाली साठत नाही. व्यायामाने वजनही कमी होते.

अनेक वेळा वरील उपचारांनी मूळव्याध ताब्यात ठेवता येते. जर कोंब बाहेरच राहत असतील, वेदना असह्य असतील तर डॉक्टर शस्त्रक्रियेचा सल्ला देतील. त्यासाठी केवळ डायलेटेशन, मूळव्याधीत इंजेक्शन, रबर बॅन्ड लायगेशन, मूळव्याध कापणे, क्रायो असे अनेक पर्याय उपलब्ध आहेत.

☺☺

शेवटी थोडी गंमत. एका स्त्री पेशंटला बघण्यासाठी डॉक्टर घरी येतात. दोन मिनिटांत ते खोलीच्या बाहेर येऊन एक स्क्रू ड्रायव्हर नेतात. परत दोन मिनिटांनी

हातोडी मागून नेतात. अजून दोन मिनिटांनी बाहेर येऊन ते जेव्हा पकड मागतात त्या वेळी मात्र त्या बाईचा नवरा न राहवून विचारतो, "डॉक्टर! माझ्या बायकोला एवढं झालंय तरी काय?" त्यावर डॉक्टर म्हणतात, "ते सांगता येत नाही. अजून तर माझी व्हिजिट बॅगच उघडत नाहीये."

☺☺

◆

८२. डोकेदुखी मद्यपानानंतरची (HANG OVER)

मद्यपानानंतर दुसऱ्या दिवशी सकाळी जाग येतानाच मस्तक बधिर झालेले असणे, चक्कर, मळमळ वाटणे, जणू कोणी घण, हातोडा घेऊन डोक्यावर मारतो आहे असे वाटणे, सूर्य नेहमीपेक्षा लवकर उगवून झोप पुरेशी न झाल्यासारखे वाटणे, आजूबाजूचे पक्ष्यांचे किलबिलणे ही जणू तांबट आळीतील भांडी घडवण्याच्या ठोक्यांच्या आवाजासारखे वाटणे अशी लक्षणे आपणास मद्याचा उपसर्ग (Hangover) दर्शवतात. आयुष्यात आता परत कधीही दारूच्या थेंबाला शिवणार नाही, असे वाटायला लावणारी ही वेळ – काही लोक त्या दिवशी नाही; पण दुसऱ्या दिवशी संध्याकाळपर्यंत विसरून जातात आणि पुन्हा मद्यपानाच्या आहारी जातात.

मद्य शरीरात शोषले जाते व पचन होत असताना ॲसिटाल्टीहाइड हा मारक पदार्थ तयार होतो. त्याच्यामुळे त्वचेकडील व डोक्याकडील रक्तवाहिन्या प्रसरण पावतात व डोके चढू शकते. जठराचा दाह झाल्यामुळे मळमळ, उलटीसारखे वाटते. शरीरातील पाणी व क्षार घामावाटे व विशेषत: लघवीवाटे अधिक प्रमाणात बाहेर पडून कोरडेपणा, चिडचिड होणे होते. रक्तातील साखर कमी झाल्यामुळे अस्वस्थता व थकवा ही लक्षणे दिसतात.

चौथा अंक

नाटकाचा तिसरा अंक संपल्यानंतर नटमंडळी मद्यपानाच्या 'चौथ्या अंकाची' सुरुवात करीत असे पूर्वी ऐकून होतो आणि हा अंक मूळ नाटकापेक्षा अधिक रंगत असे, असे म्हणत. आजकाल सर्वसामान्यांच्या बैठका, मीटिंगा, स्नेहसंमेलने यानंतरही अनेक ठिकाणी 'चौथा अंक' असतो. यात थोडे मद्य पिणे, मध्यम प्रमाणात मद्य घेणे व खूप प्रमाणात मद्य ढोसणे असे प्रकार घडतात. वर उल्लेखलेला मद्यपानाच्या दुसऱ्या दिवशीचा त्रास वा उपसर्ग टाळायचा असल्यास चौथा अंक टाळणे हा उत्तम मार्ग. मितपान हा दुय्यम मार्ग त्याच्याशिवायही डोकेदुखी टाळायचे काही पुढील मार्ग वापरून पाहा.

'क' 'क' कोळशाचा व जीवनसत्त्वाचा

मद्यपानाआधी व नंतर लगेच 'क' जीवनसत्त्वाच्या ५०० मि. ग्रॅमच्या २ गोळ्या घ्याव्यात. तसेच खाण्याच्या कोळशापासून बनवलेल्या वूड चारकोलच्या ४-६ गोळ्या घ्याव्यात. कोळशामुळे मद्यातील अशुद्ध पदार्थ (कॉन्जेनर्स) शोषले जातात व 'क' जीवनसत्त्वाने मद्याचे पचन जलद गतीने होऊन ते लवकर शरीरातून बाहेर पडते.

मद्य जेवढे फिक्या रंगाचे तेवढे त्यात कॉन्जेनर्सचे प्रमाण कमी असते. कॉन्जेनर्स हे मद्यात मिसळलेल्या वा बनलेल्या अशुद्ध पदार्थाचे नाव आहे. जेवढे मद्य गडद रंगाचे तेवढा त्रास अधिक होतो. भारतीय बनावटीच्या विदेशी (?) मद्यापैकी जीन, व्होडका यांनी इतर मद्यापेक्षा कमी त्रास होईल.

साधे पाणी चांगले

'सोबत' साप्ताहिकाचे संपादक ग. वा. बेहरे मद्याला मंतरलेले पाणी म्हणायचे. आदल्या रात्रीच्या 'मजे'नंतर सकाळच्या सजेवर (डोकेदुखीवर) मंतरलेले पाणी हा उतारा असे विनोदाने म्हणतात. ते विनोदानेच घ्यावे. त्याऐवजी मद्य घेत असताना त्यात वरचेवर साधे पाणी घालावे. झोपण्यापूर्वीही शक्य असेल तेवढे पाणी प्यावे त्याने शुष्कता येत नाही.

'अंगुर की बेटी'वर उतारा अंगुरच

फळात असलेली फ्रुक्टोझ साखर मद्य शरीरातून लवकर बाहेर पडण्यास मदत करते. मध, पिकलेली फळे, टोमॅटो, विशेष करून सफरचंद व अंगूर (द्राक्षे) यांच्या सेवनाने फ्रुक्टोझचा पुरेसा पुरवठा घेऊन लवकर बरे वाटते. सकाळी २ चमचे मध व ग्लासभर पाणी प्यावे.

कॉफी दुधारी शस्त्र

कॉफीमधील कॅफीनमुळे डोक्याकडील रक्तवाहिन्या आकुंचित होतात. त्यामुळे चढलेले डोके उतरते. तसेच कॉफीतून शरीराला आवश्यक असलेले पाणीही मिळते. पण त्यातील कॅफीनमुळे लघवी अधिक होऊन पाणी अधिक प्रमाणात शरीरातून बाहेरही जाते. त्यामुळे कॉफी फक्त एखादा कप इतकीच घ्यावी. तिच्याबरोबर पॅरासिटामॉलची ५०० मि. ग्रॅ. (क्रोसिन, मेटासिन इ.) एखादी गोळी घ्यावी. ॲस्पिरिन नको, कारण त्याने जठराचा दाह होऊ शकतो.

'त्या' सकाळचा उपचार आदल्या रात्रीच सुरू

मद्य जेवणानंतर वा बरोबर घेतल्याने हळू शोषण होऊन त्रास कमी होतो. झपाझप पद्धतीने न घेता हळूहळू घोट घ्यावे. दुसऱ्या माणसाबरोबर जुगलबंदी न करता आपल्या स्वत:च्या शरीरमानानुसारच घ्यावे. मद्याचे वेगवेगळे प्रकार एका वेळी (Cocktails) घेणे टाळावे. मद्याबरोबर खारे दाणे, नमकीन तळलेले टाळा.

त्याने लघवी जास्त होते. त्याऐवजी काकडी, टोमॅटो, द्राक्षे, सफरचंद, केळी यांचे सॅलड घ्यावे. मद्याबरोबर सिगारेट घेणे वा सिगारेट धुराने भरलेल्या जागी मद्य घेणे यामुळे लिव्हरवर अधिक ताण पडून त्रास वा उपसर्ग (हॅन्गओव्हर) अधिक प्रमाणात येऊ शकतो.

स्वेटर आतून नको

थंडीचे दिवस असल्यास अंगावर वुलन स्वेटर घालून संरक्षण मिळवा. मद्य घेतल्याने पोटातूनही 'स्वेटर'चे अस्तर दिले जाते ही कल्पना चुकीची आहे. मद्याने कातडीकडील रक्तवाहिन्या विस्फारीत होऊन खोटेखोटे गरम झाल्यासारखे वाटते, पण त्यामुळे शरीरातील उष्णता अधिक उत्सर्जित होत असते.

दिवसभराचा शीण घालवण्यासाठी ड्रिंक घेणे यापेक्षा छानशी अंघोळ, आरामशीर खुर्ची, सैलसर कपडे, मंद संगीत व हातात छानसे पुस्तक अधिक सुखदायी ठरेल. सध्याची सरकारी धोरणे व सामाजिक धारणा पाहता, इच्छा नसताना सामान्यजनांना मद्यपानास सामोरे जावे लागल्यास, गॉडफ्रे इव्हान्स या माजी इंग्लिश क्रिकेटपटूचा सल्ला लक्षात ठेवा. 'आदल्या दिवशीचे मद्य, मी दुसरे दिवशी सकाळी व्यायाम करून घामावाटे बाहेर काढतो.' सकाळी डोके दुखत असले तरी पडून न राहता फिरते रहा त्याने लवकर बरे वाटेल. त्या डोकेदुखीवर खरेतर काळ (सुमारे काही तास) हेच खास औषध आहे.

☺☺

शेवटी थोडी गंमत. थर्मामीटर नीट न बघता येणाऱ्या सौ. कुलकर्णी घाबऱ्याघुबऱ्या होऊन डॉक्टरांना फोन करतात, "डॉक्टर, यांचा ताप १२० डिग्रीज झाला आहे. ताबडतोब या." त्यावर डॉक्टर म्हणतात, "तसे असेल तर तुम्हाला फायर ब्रिगेडलाच फोन करायला हवा."

☺☺

◆

८३. डोकेदुखी (HEADACHE)

डोकेदुखी या शब्दाबरोबरच जोडलेल्या काही तापदायक, नकोशा संवेदना आहेत. त्यामुळे नको असलेल्या त्रासदायक माणसालाही लोक 'एक डोकेदुखी' म्हणून ओळखू लागतात. क्वचित एखादे वेळी डोके दुखले व त्यावर ॲस्पिरीन/पॅरासिटामॉलसारखी एखादी गोळी घेतली अथवा काहीही न घेता डोके बांधून एक छानशी झोप काढली व बरे वाटले, हा घटनाक्रम दुर्मीळ नाही. ज्यांचे डोके कधीच दुखले नाही असा माणूस 'सुखी माणसाच्या शर्टा'सारखा दुर्मीळ असावा.

मानसिक ताण, चिंता, स्पर्धा या आधुनिकीकरणाबरोबर आलेल्या अनिवार्य गोष्टींमुळे मान, खांदे, चेहरा, डोके या भागातील स्नायूंचे आकुंचन होते. त्याबरोबरच मेंदूकडे रक्तवाहिन्यांवरही परिणाम होतो. दोन्हींचा एकत्रित परिणाम म्हणजे डोकेदुखी सुरू होते. येथे गमतीची गोष्ट अशी आहे की, या वेदनांचा उगम मेंदूपासून कधीच नसतो. स्वत: मेंदूला कुठल्याच संवेदना नसतात. मेंदूला कापले, भाजले तरी काहीही होणार नाही पण त्याच्यावरील आवरणे, स्नायू, रक्तवाहिन्या यांच्यातील बिघाडामुळे मात्र डोकेदुखी सुरू होते. सुमारे ९५ टक्के डोकेदुखी या काळजी न करण्यासारख्या वरच्यावरील किरकोळ कारणांनी होत असतात. एक सर्वसाधारण नियम म्हणून आठवड्यातून दोन वेळा वा अधिक व असे ३ महिन्यांपर्यंत डोके दुखल्यास त्याकडे दुर्लक्ष न करता डॉक्टरी सल्ला घ्यावा.

शोधा तरी सापडेलच असे नाही

तुमची मानसिक व शारीरिक ठेवण कशी आहे यावरही डोकेदुखी वा त्याची तीव्रता अवलंबून असते. ताण, खूप कमी वा अतिप्रमाणात झोप, उपाशी वा अतिप्रमाणात खाणे, मद्यपान, धूम्रपान, काळजी, गडबड-गोंधळ-गोंगाटाचे वातावरण, कोंदट जागा, प्रवास, अतिश्रम, अवघडलेल्या स्थितीत एकाच जागी बसून काम करणे या वा अन्य कारणांनी डोकेदुखी सुरू होते. प्रत्येक वेळी डोकेदुखीचे कारण सांगता येईलच असे नाही.

कारण काहीही असो शरीरक्रियेत दोन महत्त्वाचे बदल होतात. एक म्हणजे

डोके, चेहरा, मान यांच्या स्नायूंचे आकुंचन होऊन तेथे ताण निर्माण होतो व दुसरे म्हणजे डोक्याकडील रक्तवाहिन्या विस्तारित होऊन त्यांच्यावरील नसांमध्ये ताण वाढून अशा दोन्ही कारणांनी डोकेदुखी होते. त्यांना स्नायूंमधून निर्माण झालेली (स्नायुजन्य – Tension) व रक्तवाहिन्यांतून निर्माण झालेली (वाहिन्याजन्य – Vascular) अशी नावे आहेत. अडकित्त्यामध्ये धरलेल्या सुपारीला जर काही भावना होत असतील, तर त्या भावना स्नायूमध्ये जखडले गेलेले डोके योग्य प्रकारे व्यक्त करू शकेल. मद्यपानामुळे शरीरातील सर्व वाहिन्यांबरोबरच डोक्याकडील वाहिन्या रुंदावल्यामुळे काही जणांत डोकेदुखीची समस्या भेडसावते.

अर्धशिशीची अर्धीच कारणे माहीत

अर्धशिशी (Migraine) ही प्रामुख्याने वाहिन्याजन्य प्रकारची डोकेदुखी आहे. हिचे प्रमाण पुरुषांपेक्षा स्त्रियांत अधिक असते. नावाप्रमाणेच ती सहसा अर्ध्या भागातच असते. जागरणे, मानसिक ताण, खाण्यापिण्यातील बदल इत्यादींमुळे त्याचा अ‍ॅटॅक येतो. असा त्रास होणारी व्यक्ती ही मनाने संवेदनशील, वक्तशीर व टापटिपीची असते. दुर्दैवाने त्यांची मज्जासंस्था दरवेळी हा टापटिपीचा ताण सहन करू शकत नाही. काही कारणे घडल्यास अर्धशिशीचा अ‍ॅटॅक येऊन निसर्ग त्या व्यक्तीला विश्रांती घ्यायलाच लावतो. आपोआपच त्या व्यक्तीच्या मेंदू व मज्जासंस्थेलाही विश्रांती मिळून बरे वाटते. डोकेदुखीबरोबरच वांत्या, चक्कर, उजेड सहन न होणे अशीही लक्षणे असतात. उपचाराने अथवा काही तासांनी आपोआपही बरे वाटते. अर्धशिशीची अर्धीच माहिती अजून उपलब्ध आहे.

रॉंग नंबरच्या घटना

टेलिफोनच्या रॉंग नंबर जोडल्या जाणाऱ्या घटनांप्रमाणे शरीरातही रॉंग नसा जोडल्या जाण्याच्या घटना घडत असतात. दरवेळी डोकेदुखीचे कारण डोक्यातच असते असे नाही. डोळे, सायनस, मणके, कान, जबडा, नाक, दात, चेहऱ्याच्या नसा इ. आजूबाजूच्या भागांतील अवयवांचे रोग तसेच रक्तदाब, ताप असे संपूर्ण शरीरभरचे रोग यांमध्ये केवळ डोक्याकडील नंबर जोडला जाऊन रॉंग नंबराने, डोकेदुखी हे लक्षण असते. मेंदूतील गाठी (Tumour) हे डोकेदुखीचे कारण विरळा; पण असू शकते.

चंपी मालीश

डोके, मान या भागातील स्नायूंची चाचपणी करून कुठे दुखते हे दाबून पाहावे. त्या भागात मालीश, विशेषत: प्रिय व्यक्तीने ममतेने केलेले, डोकेदुखी कमी करते. केवळ हाताशिवाय बाम वापरल्याने अधिक फायदा होतो. बाममध्ये मेथिल सॅलीसिलेट, टर्पेंटाइनसारखे मंद दाहक पदार्थ असतात. त्यांच्यामुळे त्वचेवर हलका दाह निर्माण होऊ स्नायूकडे लागलेले लक्ष त्वचेकडे केंद्रित होऊन डोकेदुखीचा जोर कमी

झाल्यासारखा वाटतो. ज्यांना गोळ्या घ्यायला आवडत नाही वा गर्भवती स्त्रियांमध्ये (जेथे कमीतकमी औषधे वापरावीत) हा उपाय उपयोगी पडतो.

कधी नरम, कधी गरम

बर्फाचा गार शेक वा गरम पाण्याच्या बाटलीचा शेक यांपैकी तुम्हाला जे सहन होईल ते वापरून बघा. दोन्ही शेकांनी संवेदना नेणाऱ्या नसा बधिर होऊन दुखणे कमी होते. रुमालाने डोके रेल्वे इंजीन ड्रायव्हरसारखे बांधून घेणे हा पूर्वापार चालत आलेला मार्गही उपयोगी पडतो.

एखादीच पण लवकर

ॲस्पिरिन वा पॅरासिटामॉलची एखादी (पण नक्कीच सुरुवातीला) अशी गोळी अधिक फायदा करते. उशिराने घेतल्याने अशी गोळी फारसा फायदा करू शकत नाही. एक लहानशी झोपदेखील डोके उतरवू शकते. मात्र जास्त वेळ झोपून राहणे यानेदेखील काही जणांत डोकेदुखी होऊ शकते. शांत, थंड, अंधाऱ्या जागी वावर उपयोगी पडतो.

अत्तराचा फाया; आणू नका राया

काही विशिष्ट सुगंध, दूध, चॉकलेट, मद्य, धूम्रपान, खारट पदार्थ, शेंगदाणे, चायनीज फूड यांच्यातील काही पदार्थ डोक्याच्या रक्तवाहिन्या विस्फारित करून अर्धशिशीचा ॲटॅक येऊ शकतो. ते पदार्थ टाळा.

फिरते व्हा

फिरण्याच्या व्यायामाने शारीरिक व मानसिक ताण कमी होतो. त्याबरोबरच शरीरात एन्डॉर्फिन नावाचे एक रासायनिक द्रव्य तयार होते. या द्रव्याला वेदनाशामक गुणधर्म आहे, त्यामुळे डोकेदुखी थांबते. तसेच फिरण्याने मस्तकाकडील रक्तवाहिन्याही आकुंचित पावून फायदा होतो.

साखर व प्राणवायूची कमतरता

उपास केल्याने शरीरातील साखरेचे प्रमाण कमी होऊन डोके दुखते, त्यांनी उपास टाळावेत. डोक्यावर पांघरूण घेऊन झोपण्याने, प्राणवायू कमी पडून, जणू डोकेदुखीचा गजर लावून जाग येऊ शकते. तसे झोपणे टाळा.

धोक्याची घंटा

डोकेदुखीबरोबरच ताप असणे, मान ताठ होणे, दिसायला त्रास होणे, वरील उपचारांनीही २४ तासात बरे न वाटणे, डोक्याला मार लागल्याचा इतिहास असणे, बोलण्यात वा वागण्यात असंबद्धता असणे, सकाळी उठल्या उठल्या तीव्र डोकेदुखी ही लक्षणे गंभीरता दर्शवतात. अशा वेळी डॉक्टरी तपासणी व त्यानुसार सुयोग्य उपचार आवश्यक असतात.

☺☺

शेवटी थोडी गंमत. 'तरुण होण्याचे औषध' अशी जाहिरात वाचून आप्पासाहेबांनी औषध खरेदी केले. औषधाचे प्रमाण दिवसाला दोन गोळ्या असे होते. परंतु आप्पासाहेबांना लगेच तरुण व्हायचे होते. त्यांनी सर्वच्या सर्व गोळ्या रात्री झोपताना खाल्ल्या. सकाळी ८ वाजले तरी आप्पासाहेब उठले नाहीत असे पाहून त्यांच्या पत्नीने त्यांना हाक मारली. बऱ्याच वेळाने पांघरुणातून आवाज आला, ''आई मी उठेन; पण शाळेत जाणार नाही हं!''

☺☺

◆

८४. डोक्याच्या इजा (HEAD INJURY)

घरच्या घरी पाय घसरून पडून डोक्याला मार लागू शकतो अथवा लॉरेल हार्डीच्या चित्रपटाप्रमाणे डोक्यावर टणकन मार लागून टेंगूळ येण्याइतपत किरकोळ लागणे असू शकते. दुचाकीच्या अपघातात डोक्यास हेल्मेट नसल्यास डोक्याला गंभीर मार लागण्याच्या घटना घडू शकतात. डोक्याला लागलेला कुठलाही मार, मग वर-वर तो कितीही किरकोळ वाटला तरी त्याकडे दुर्लक्ष करू नये. प्रत्येक वेळी तो गंभीर असेलच असे नाही. त्याच्या गंभीरतेच्या काही खुणा, लक्षणांकडे लक्ष दिल्यास वेळीच वैद्यकीय मदत मिळवता येते व तशा खुणा नसल्यास अनावश्यक येणारा मानसिक ताण कमी होतो.

मामुली मार

डोक्याला किरकोळ मुका मार लागल्यास तेथे लगेच टेंगूळ येते. ती व्यक्ती किंचित भांबावल्यासारखी होऊन सुन्न होते, पण बेशुद्धी येत नाही. लहान मुलांत सुरुवातीस एक-दोन वांत्याही होऊ शकतात, पण नंतर त्या थांबतात. काही तासांनी डोके दुखणे थांबते, पण टेंगूळ नाहीसे व्हायला मात्र काही दिवस लागतात. अशा लागण्यावरचा ताबडतोबीचा इलाज म्हणजे तेथे १५-२० मिनिटांपर्यंत बर्फाने दाबून धरावे. त्याने कातडीखाली होणारा रक्तस्राव थांबून टेंगूळ कमीत कमी येते.

लक्षवेधी सूचना

मुका मार लागल्यानंतरही केवळ कवटीच्या बाहेरच मार न लागता आतील मेंदूला इजा पोचू शकते. त्याची लक्षणे त्वरित वा थोड्या वेळाने दिसू शकतात. गंभीर मार लागल्याने मेंदूला हादरा बसून सुरुवातीस बेशुद्धावस्था व नंतर शुद्ध येऊन संभ्रमावस्था व नंतर विस्मरण अशी लक्षणे दिसतात. नाक व कानातून पांढरट वा लालसर पाण्यासारखा पदार्थ येणे याचा अर्थ कवटीचे हाड कुठेतरी मोडले आहे असा होतो. मोडलेले हाड आत घुसून मेंदूला इजा करून रक्तस्राव करू शकते. अशा वेळी रुग्णास स्वस्थ आडवे झोपवून ठेवावे. त्याची हालचाल जेवढी कमी तेवढा रक्तस्रावही कमी होतो. बेशुद्ध रुग्णास श्वासोच्छ्वास करण्यास त्रास

होतो आहे, असे वाटल्यास त्याचे तोंड एका बाजूस वळवून ठेवावे. त्याने तोंडातील स्राव बाहेर वाहून जातात.

रक्तच रक्त

डोक्याला जखम झालेल्या रुग्णात रक्तस्राव मात्र भरपूर असतो. सगळ्या चेहऱ्यावर व कपड्यावर रक्त माखलेले असे दृश्य दिसायला गंभीर वाटले तरी दर वेळी ते तेवढे धोकादायक नसते. नैसर्गिकरीत्याच डोक्याकडे रक्तपुरवठा अधिक असतो. त्यामुळे रक्त वाहतेही अधिक. या रचनेचा एक छुपा फायदा म्हणजे त्या जखमा भरतातही लवकर. रक्तस्राव थांबवण्यासाठी रुग्णास बसते ठेवून जखमेत काही टोचणारी, खुपणारी वस्तू (शल्य – काच, वाळू इ.) गेली असल्यास ती काढून टाकावी. रुमालात बर्फ घालून तेथे दाब द्यावा. लहान जखमेतील रक्तस्राव एवढ्याने थांबतो. मग त्यावर घट्ट बँडेज बांधावे. रक्तस्राव न थांबल्यास तेथे टाके घालणे आवश्यक ठरते, म्हणून ताबडतोब डॉक्टरांकडे जावे.

गोष्ट सांगू युक्तीची

त्वरित डॉक्टर उपलब्ध नाहीत, पण रक्त वाहते आहे अशा वेळी डॉक्टर टाके घालून जसा रक्तस्राव थांबवतात तसे कृत्रिमरीत्या तुम्हास करता येते. मात्र त्यासाठी रुग्णास पुरेसे लांब केस असणे आवश्यक आहे. जखमेच्या दोन्ही कडांवरील केसांच्या एकमेकांशी गाठी मारल्यास दोन्ही कडा एकमेकांशी जुळलेल्या राहून जणू केसांचे टाके घातल्यासारखा फायदा होऊन रक्तस्राव थांबतो. नंतर टाके घालताना तेथील केस डॉक्टर कापूनच टाकत असतात.

समक्ष, सक्षम साक्षीदार सोबतीला

डोक्याला मार लागल्यानंतर रुग्णास एकवार डॉक्टरी नजरेखालून घालणे आवश्यक असते. त्या वेळी रुग्णाबरोबर समक्ष अपघात पाहिलेला सक्षम (जाणकार) साक्षीदार असणे चांगले. मार कसा लागला? त्यानंतर रुग्णास वांती झाली का? बेशुद्धावस्था केव्हा आली? आकडी आली का? हे बरोबर सांगितल्यास योग्य निदान करण्यास त्याची मदत होते. एक-दोन दिवस रुग्ण निरीक्षणाखाली ठेवणे अगत्याचे असते.

लहान माझी बाहुली...

कवटीला फ्रॅक्चर असल्यास बाहेरील जंतू तेथून मेंदूपर्यंत पोचून तेथे जंतुसंसर्ग करू शकतात. वाढती सुस्ती वा झोप, असंबद्ध हालचाली वा आकडी, सातत्याने वांत्या होणे, अनियमितपणे होणारे श्वसन, एखादा हात वा पाय लुळा झाल्यासारखे होणे, कमी न होणारी डोकेदुखी हे सर्व मेंदूला इजा झाल्याचे दर्शवतात. सामान्यत: डोळ्यातील दोन्ही बाहुल्यांचा आकार सारखा असणे, बाहुलीवर प्रकाश टाकल्यास ती आकुंचित होणे या साध्या तपासण्या आहेत. डोळ्यावर टॉर्चचा उजेड टाकून

बाहुल्या बघता येतात. त्याच्यात दोष आढळल्यास रुग्णास कमीत कमी हलवून लवकरात लवकर सुसज्ज हॉस्पिटलमध्ये न्यावे. डोक्याचे एक्स रे वा कॅट स्कॅनसारखे फोटो काढून उपचाराची पुढील दिशा ठरवता येते.

☺☺

शेवटी थोडी गंमत. ''पण डॉक्टर,'' गणपतराव चिंतित होऊन म्हणाले, ''मी बरा होईन का? आजकाल ऐकायला मिळते की डॉक्टर चुकीचे निदान करतात. न्यूमोनियाचे निदान करून ट्रीटमेंट देतात नंतर कळते की रुग्ण टायफॉइडने मेला.'' त्यावर डॉक्टर म्हणतात, ''गप्प बसा हो. काहीही बोलू नका. मी एकदा न्यूमोनियाची ट्रीटमेंट दिली की पेंशट न्यूमोनियानेच मरतो.''

☺☺

◆

८५. हृदयविकार (HEART ATTACK)

छातीचे आजार जरी अनेक असले, तरी त्यांच्यात सर्वांत जास्त प्रमाण हृदयविकाराच्या झटक्याचेच असते. त्यामुळे छातीत कोठेही दुखले तरी प्रथम शंका त्याचीच येते. जरी काही जणांत ते दुखणे हार्टअ‍ॅटॅकचेच असले तरी खूप वेळा हृदय ठणठणीत असणाऱ्या माणसालाही असे दुखणे, मनातील चिंता वा काळजीने तात्पुरते तरी हतबल करू शकते. हृदयाच्या स्नायूंना शुद्ध रक्त पुरवणाऱ्या वाहिनीत (Coronary Artery) जर काही अडथळा उत्पन्न झाला तर त्याला हृदयविकाराचा झटका असे म्हणतात. हृदयाकडे शुद्ध रक्तपुरवठा कमी झाल्यास ते काही छातीच्या बाहेर येऊन तुमची कॉलर पकडून ओरडून तुम्हाला सांगू शकत नाही, पण अशा वेळी ते मेंदूमार्फत छातीत वेदना उत्पन्न करते.

स्वार्थी हृदय

हृदय स्वत: जरी रक्ताने भरलेले असले तरी त्याला प्राणवायू व पोषक पदार्थांसाठी रक्त वाहून नेणाऱ्या कोरोनरी वाहिनीवरच अवलंबून राहावे लागते. हृदयापासून निघालेल्या शुद्ध रक्तवाहिनीची पहिलीच शाखा कोरोनरी असते. अशी स्वत:ची सोय बघणारे हृदय स्वार्थीच खरे, आणि ते तसे हवेही.

ट्रॅफिक जामची शरीरातील घटना

वाढते वय, धूम्रपान, आहारात चरबीयुक्त पदार्थांचा जादा वापर वा इतरही कारणांमुळे या कोरोनरी वाहिन्यांच्या (व शरीरातील इतर शुद्ध रक्तवाहिन्यांच्याही) आतील बाजूस चरबीचे थर जमा होतात. त्यामुळे त्यांची आतील बाजू उंचसखल होते. या वाढत्या थरामुळे एक वेळ अशी येते की, तेथे ट्रॅफिक जामची अवस्था होते. प्राणवायूने भरलेले ट्रक्स (म्हणजेच लाल रक्तपेशी) तेथे पुरेशा प्रमाणात जाऊ शकत नाहीत. ज्या वेळी काही मानसिक ताण येतो अथवा शारीरिक श्रम होतात, त्या वेळी हृदयाची गतीही वाढून त्याला अधिक प्राणवायूची गरज भासते. मात्र या ट्रॅफिक जाममुळे तेथे पुरेसा प्राणवायू न पोचण्याने छातीत वा हृदयात दुखण्याच्या (हृदयशूल अथवा Angina) वेदना होतात. काही वेळा तेथील चरबीचा थर निसटून

अथवा त्या उंचसखल झालेल्या भागावर रक्त साकळून त्याची गुठळी बनते. ती जर शुद्ध रक्त पुरवणाऱ्या वाहिनीच्या (Coronary वाहिनीच्या) एखाद्या भागात जाऊन अडकली, तर त्या पलीकडील भागाचा रक्तपुरवठा पूर्णपणे थांबून हृदयाचा तेवढा भाग सुकून निकामी होतो. यालाच हृदयविकाराचा झटका (Myocardial Imfarction) असे म्हणतात.

'अचानक' खरा पण अनपेक्षित नाही

हृदयविकाराच्या झटक्यात 'छातीत दुखणे' हे प्रमुख लक्षण असते. ते किरकोळ दुखणे ते पिळवटण्याप्रमाणे तीव्र प्रकारचे असू शकते. छातीत भराव घातल्यासारखा जडपणा राहू शकतो. त्या वेदना छातीकडून खांदा, हात, मान वा जबडा यांकडेही पसरू शकतात. वेदनेबरोबरच घाम हेही लक्षण असते. घाम किरकोळ नाही, तर बनियन ओला होण्याइतपत असू शकतो. छातीत दुखण्याची जागा एका बोटाने दाखवण्याएवढी लहानशी नसून पंजाने दाखवण्याएवढी मोठी असते. मळमळ, वांती, श्वासोच्छ्वासास अडथळा यांबरोबरच एक प्रकारची अस्वस्थता व मृत्यू जवळ आल्यासारखी भावना ही लक्षणेही असतात. अंजायना या रोगातील वेदना विश्रांती घेतल्यावर वा गोळी चघळल्याने कमी होतात. हार्टॲटॅकमध्ये मात्र त्या कमी होत नाहीत. अमुक अमुक यांना अचानक व अनपेक्षित हृदयविकाराचा झटका आला व त्यांचे निधन झाले अशा बातम्यांमधील 'अचानक' शब्द खरा, पण अनपेक्षित मात्र खरा नसतो. रक्तवाहिनीच्या आतील बाजूस चरबी जमणे, तेथे गुठळी होण्यास वाव मिळणे ही पूर्वतयारी अनेक वर्षे चालू असते. अगदी लहानपणापासूनच्या खाण्यापिण्याच्या वा आहाराविहाराच्या गैरवागणुकीमध्ये त्याची बीजे दडलेली असतात. काही जणांच्या बाबतीत तर आनुवंशिकतेमुळे असा त्रास नशिबी लिहिल्यासारखा असू शकतो. अर्थात तो टाळण्याचे मार्गही पुढे सांगतोच आहोत.

हार्टॲटॅकचा गनिमी ॲटॅक

मधुमेही वा वृद्ध माणसात हृदयविकाराचा झटका गनिमी काव्याने, छुप्या पद्धतीने येऊ शकतो. अशा लोकांत लक्षणांची तीव्रता खूप कमी असते. केवळ थोडेसे छातीत दुखले, थोडासा घाम आला, अस्वस्थ वाटले अशी वा यांपैकी एक लक्षण दिसते. कमी लक्षणांमुळे तो केवळ गॅसचा, अपचनाचा त्रास वाटून त्याकडे दुर्लक्ष होऊ शकते. कमी लक्षणांमुळे रोगाची गंभीरता मात्र कमी होत नसते. छातीचे दुखणे मानेकडे, जबड्याकडे वा खांद्याकडे पसरल्याने मणक्याचे रोग, दातांचे रोग वा संधिवाताचा ॲटॅक वाटू शकतो. शिवाय फासळीचे दुखणे, फुप्फुसाचे दुखणे या छातीच्या इतर दुखण्यातही हृदयविकाराची शंका येऊ शकते.

झटक्याचे निदान एका 'झटक्यात' अवघड

हा हृदयविकाराचा झटका असू शकतो, ही शंका काही बाबतीत ठेवणे योग्य

असते. कारण त्याचे एका झटक्यात निदान करणे काही वेळा अवघड असते. धूम्रपान करणारे, अनेक वर्षे मधुमेह असणारे, बैठी कामे करणारे, स्थूल व्यक्ती, ज्यांच्या जवळच्या नातेवाइकांना झटका आलेला आहे, अशा व्यक्तींना त्रास झाल्यास शंका निरसन करणे चांगले. अगदी ताबडतोब काढलेला कार्डिओग्राम (हृदयालेख, E.C.G.) देखील झटक्यात निदान करेलच असे नाही. वेळावेळाने काढलेले ई.सी.जी. (E.C.G) व काही रक्ततपासण्या यांच्या साहाय्याने निदान करता येते.

ते पहिले तास!

पहिले काही तास हे काळजी करण्यासारखे असतात. हृदयाचा किती भाग नाश पावला आहे, तसेच हृदयगतीत काही अनियमितता आहे का, यावर बरेचसे अवलंबून असते. रुग्णास डॉक्टरांकडे बाहेरच्या साधारण उपचारात – ओ.पी.डी.त (O.P.D.) नेण्यापेक्षा रुग्ण दाखल करण्याची सोय असलेल्या ठिकाणी – आय.पी.डी.त (I.P.D.) नेणे चांगले. तेथे नेईपर्यंत रुग्णास बसवून वा झोपून यांपैकी बरे वाटेल त्या अवस्थेत ठेवावे. त्याला लघवी, शौचाची भावना झाल्यास जागेवरच बेडपॅन अथवा अन्य सोय करणे चांगले. कारण हालचाल व जोर करण्याने हृदयावर अनावश्यक ताण पडू शकतो. वेदनाशामक इंजेक्शन डॉक्टर देऊ शकतील.

अस्थिभंग आणि हृदयविकार म्हणजे ६ आठवडे रजा

हृदयाला झालेली जखम पूर्णपणे भरून येऊ देणे हे उपचारातील प्रमुख तत्त्व आहे. ज्याप्रमाणे हाताचे हाड मोडल्यावर (अस्थिभंग) त्या हाडास प्लास्टरमध्ये सुमारे ६ आठवडे ठेवून विश्रांती देतात. त्यामुळे ते हाड भरून येते. तेच तत्त्व येथेही लागू पडते. अर्थात हृदयाची हालचाल आपणास पूर्ण थांबवता येत नाही, पण तेवढा काळ संपूर्ण शारीरिक ताण कमी होतो. याच काळात शरीरात एक फायदेशीर गोष्ट घडत असते. ज्या भागातील रक्तवाहिन्या बंद पडल्या आहेत, त्याच्या अलीकडे त्या वाहिन्यांना धुमारे फुटून त्यातून नवीन रक्तवाहिनी उगम पावून रक्तपुरवठा कमी झालेल्या भागास, पूर्ववत पुरवठा होऊ शकतो.

हृदयविकार होऊच नये यासाठी पुढील काळजी घेता येते. आहारातील स्निग्ध पदार्थ व कोलेस्टेरॉल यांचे प्रमाण कमी करा. अंड्याच्या पिवळ्या बलकात कोलेस्टेरॉल जास्त असते. आठवड्यात २-३ अंड्यांपेक्षा अधिक अंडी खाऊ नका. चरबीयुक्त (स्निग्ध) पदार्थांतील जे पदार्थ सामान्यपणे द्रव स्वरूपात असतात, त्याचा वापर, जे पदार्थ घट्ट असतात त्यापेक्षा फायदेशीर ठरतो. म्हणजेच तेलाचा वापर तूप, लोणी, साय अथवा वनस्पती तुपापेक्षा सुरक्षित समजावा. रक्तदाब व रक्तशर्करा याची तपासणी चाळिशीवरील व्यक्तीने निदान दोन वर्षांतून एकदा करावी. वजन प्रमाणात राखावे. मिठाचे प्रमाण कमी ठेवावे. धूम्रपान नकोच.

नियमित व्यायाम करावा. मानसिक ताण कमी करण्यासाठी चाळिशीनंतरच्या महत्त्वाकांक्षी योजनांना मुरड घाला. जवळच्या नातेवाइकास हृदयाचा त्रास चाळिशीच्या आसपास झाला असल्यास ती रक्तवाहिन्यांमध्ये चरबी जमण्याची आनुवंशिक प्रवृत्ती दाखवते. अशा लोकांनी अधिक काळजी घ्यावी.

☺☺

शेवटी 'डॉक्टरांकडे जाण्यापूर्वी' वाचलेल्या एका प्रथमोपचारकाची गंमत. एका अपघात झालेल्या गर्दीच्या ठिकाणी, बाजूने जात असलेली महिला काय झाले आहे, हे बघण्यासाठी पुढे सरसावते. त्या वेळी तिला बाजूला हटवून एक सद्गृहस्थ म्हणतो, "बाई बाजूला व्हा. माझा प्रथमोपचाराचा कोर्स झालेला आहे." त्यावर त्याची चाललेली झटापट दोन मिनिटे पाहिल्यावर ती महिला म्हणते, "असे बघा, रुग्णास डॉक्टरांकडे न्या या वाक्यापर्यंतच उपचार करा. कारण पुढील काळजी घेण्यास, मी डॉक्टर, येथेच उपलब्ध आहे."

☺☺

◆

८६. हर्निया (HERNIA)

आपणास पोट बाहेरून दिसते. पण पोटात काय दडलंय ते समजत नाही असं आपण म्हणतो. खरोखरच, ही पोटाची पिशवी अनेक अवयवांनी ठासून भरलेली आहे. पोटाच्या पोकळीच्या मागे मणके असतात. त्याचा आधार घेऊन स्नायू एकमेकांत गुंफून, ही पोटाची पिशवी तयार झाली आहे. या पोकळीतील किडनी, यकृत, प्लीहा, मूत्राशय व जठर हे अवयव जागच्या जागी स्थिर असतात. बाकीची जास्तीत जास्त जागा लहान व मोठे आतडे यांनी व्यापलेली असते. या पोटाच्या पिशवीत हे सर्व अवयव सुखाने नांदत असतात. भाजीबाजारात नेलेली पिशवी जर एखाद्या ठिकाणी विरविरीत झालेली असेल, तर आतील सामान जसे या पिशवीस फुगवटा आणेल, तीच स्थिती हर्नियामध्ये होते. यालाच मराठीत 'अंतर्गळ' असे म्हणतात. पोटाच्या स्नायूंचा सैलसरपणा जन्मापासूनच असू शकतो. वाढत्या वयात हा स्नायूंचा तोल कमी झाल्याने अंतर्गळ (हर्निया) होतो. याशिवाय जुनाट मलावरोध, जुनाट खोकला, वजन वाढल्यामुळे पोटात चरबीने जागा व्यापणे, खूप वजन उचलणे, प्रोस्टेस्टसारख्या विकारात लघवीस जोर करणे यांमुळेही स्नायूंचा तोल कमी होतो व हर्निया होऊ शकतो.

पाळण्यातले नाव 'बेंबट्या'

जांघेत फुगवटा येणे हे प्रमुख लक्षण असते. (विशेषत: दिवसभर कामे केल्यानंतर संध्याकाळच्या वेळी असा फुगवटा येतो) सुरुवातीस तेथे दुखत नाही; पण फुगवटा आल्यानंतर एक प्रकारची ओढ लागल्यासारखे वाटत राहते. रात्री झोपल्यानंतर तो फुगवटा आपोआप कमी होतो. नैसर्गिक शरीररचनेमुळे, जांघेतील हर्निया स्त्रियांपेक्षा पुरुषात अधिक प्रमाणात आढळतो. एकूण सर्व प्रकारच्या हर्नियात या जांघेत होणाऱ्याचे प्रमाण सुमारे ७५ टक्के असते. त्यामुळे हर्निया म्हणजे जांघेत सूज हे समीकरण रूढ झाले आहे. याशिवाय नवीन जन्मलेल्या मुलांमध्ये बेंबीपाशी हर्निया आढळतो. सहसा वयाच्या वाढीबरोबर स्नायूंचा तोल वाढून तो आपोआपच बरा होतो. अशा मुलाचे पाळण्यातले नाव 'बेंबट्या' ठेवायला हरकत नाही.

शस्त्रक्रियांचा दुष्परिणाम

कोठल्याही कारणासाठी पोटाची शस्त्रक्रिया (ऑपरेशन) केल्यावर रोग्याने डॉक्टरांच्या सूचना पाळल्या नाहीत, तर हर्निया होऊ शकतो. तसेच काही दुसऱ्या कारणांमुळेही तो होऊ शकतो. पोटाचे ऑपरेशन केल्यानंतर ताबडतोब जड वजन उचलण्याची कामे करणे, खोकल्याचा त्रास होणे ही ती कारणे होत. तसेच ऑपरेशननंतरचे टाके नीट भरले गेले नाहीत, तर तेथे व्रण होतो. त्या व्रणाच्या खालील अथवा जवळपासच्या स्नायूंत पेलून धरायची ताकद कमी झाली वा काही कमतरता असेल तर हर्निया होऊ शकतो. याला 'इनसिजनल हर्निया' म्हणतात. ज्या स्त्रियांची जास्त बाळंतपणे झाली आहेत, वय चाळिशीपुढील आहे, त्यांना जांघेच्या खाली, पण मांडीच्या वरच्या भागात 'फिमोरल हर्निया' होऊ शकतो.

छातीत डोकावणारे जठर

छाती व पोट यांच्यामध्येही स्नायू असतात. ते दोन भागांच्या मधल्या पडद्याचे काम करतात. काही वेळा पोटातील जठराचा भाग या पडद्यातून छातीच्या पिंजऱ्यात डोकावतो, त्याला 'हायटस हर्निया' म्हणतात. अनेक जणांत याचे कुठलेही लक्षण दिसत नाही व बाहेरूनही काही सूज दिसत नाही. काही जणांना मात्र छातीत जळजळ होणे, जेवल्याबरोबर झोपल्याने अथवा पुढे वाकल्याने छातीत दुखणे अशी लक्षणे दिसतात. यावरील उपाय म्हणजे वजन कमी करणे, झोपताना कॉटचे डोक्याकडील बाजूस ६ ते ८ इंच उंच करणे, पुढे वाकायचे झाल्यास ओणवे न होता गुडघ्यात वाकणे, धूम्रपान न करणे हे आहेत. त्याबरोबरच जेवणापूर्वी कमरेचा पट्टा ढिला करणेही चांगले. 'हायटस' हर्नियासाठी अँटासिड्सचा वापरही फायदेशीर ठरतो. क्वचितच त्यासाठी शस्त्रक्रिया मार्ग चोखाळावा लागतो.

हर्नियास 'रफू' चक्कर करा

हायड्रोसिल या विकारात अंडकोषाभोवती पाणी साठते. मात्र आडवे पडले तरी ती सूज कमी होत नाही. हर्नियातील फुगवटा आडवे पडल्यानंतर आपोआपच कमी होतो. तसे न झाल्यास उताणे झोपून दोन्ही गुडघे उंच ठेवावे व हाताने हळूहळू दाब देऊन हर्नियात उतरलेली आतडी आत ढकलावी. ती तशी ढकलली गेली नाही, तर अडकलेल्या हर्नियाची शक्यता असते. त्या वेळी उलट्या, बद्धकोष्ठता व तीव्र वेदना ही लक्षणे असतात. केवळ आकस्मिक व ताबडतोबीची शस्त्रक्रिया हाच त्यावरील इलाज आहे.

हर्निया ज्या कारणांनी होतो ती कारणे दूर करणे हा महत्त्वाचा उपचार आहे. वजन घटवणे, बद्धकोष्ठ होऊ न देणे, खोकल्यावरचे उपचार इ. कडे लक्ष द्यावे. हर्नियाचा एकमेव उपचार शस्त्रक्रियाच आहे. ज्याप्रमाणे विरलेली पिशवी रफू करतात, त्याचप्रमाणे शस्त्रक्रियेत स्नायू 'रफू' करतात. हर्नियाला रफू चक्कर

(नाहीसे) करता येते. अगदी वृद्ध माणसात अथवा ऑपरेशन करेपर्यंत काही वेळा डॉक्टर्स हर्निया बेल्ट वापरण्याचा सल्ला देतात.

☺☺

शेवटी थोडी गंमत. एक सर्जन सकाळच्या सत्रात हॉस्पिटल राउंडवर असतात. हर्नियाचे ऑपरेशन केलेल्या रुग्णास चौथ्या दिवशीही बिछान्यात पडलेला पाहून ते रागावतात. त्यावर तो रुग्ण म्हणतो, ''तुम्हाला काय कळणार? फार दुखतंय हो डॉक्टर!''

त्यावर सर्जन म्हणतात, ''मला पूर्ण माहिती आहे. गेल्याच महिन्यात माझ्यावरही हीच शस्त्रक्रिया झाली होती. पण तिसरे दिवशी पूर्ववत कामाला लागलो. आपल्या दोघांच्या शस्त्रक्रियेत काहीच फरक नाहीये.''

त्यावर रुग्ण म्हणतो, ''फरक आहे हो. तुमच्या वेळी सर्जन दुसरा होता.''

☺☺

◆

८७. नागीण (HERPES ZOSTER)

नागीण म्हणजे बदला, सुडाच्या चित्रपटाचे वाटणारे व तेवढेच घाबरवून सोडणारे एका रोगाचे नाव आहे. याला इंग्रजीमध्ये 'हर्पिस झोस्टर' (Herpes Zoster) असे नाव आहे. झोस्टर याचा अर्थ 'पट्टा' आहे. नागीण या शब्दाबरोबरच नजरेसमोर विळखा अथवा शेपटा येतो. या रोगात उमटणारे पुरळ पट्टा वा शेपूट स्वरूपात असते. म्हणून ती दोन्ही नावे 'सार्थ' आहेत.

या रोगाची लक्षणे जरी त्वचेवर दिसत असली, तरी तो रोग असतो नसांचा (मज्जासंस्थेचा). लहानपणी केव्हातरी कांजिण्या होतात. त्या होऊन गेल्याचे आपण विसरूनही जातो. कांजिण्यांचे विषाणू (Virus) मात्र तेव्हापासून शरीरात नसांच्या आधाराने दबा धरून राहतात. वयाच्या पन्नाशीनंतर जेव्हा निसर्गत:च प्रतिकारशक्ती कमी होते तेव्हा अथवा काही दुसऱ्या रोगाने शरीर दुर्बल झाले असता हे विषाणू परत एकदा जोर करतात. एखाद्या विशिष्ट नसेचा दाह करून ते त्या नसेच्या मार्गावर पुरळ उत्पन्न करतात. लहान मुलास व तरुणास नागीण होऊ शकते, पण ती फारशी त्रासदायक नसते.

पुरळाआधी व नंतर

पुरळ उमटण्याआधी २-४ दिवस अंग भरून येणे, बारीक ताप अशी फ्ल्यूसारखी लक्षणे दिसतात. ज्या नसेवर पुरळ उमटायचे असते, त्या भागात मुंग्या येण्यापासून ते खूप दुखण्यापर्यंत वेदना असू शकतात. अशी नस जर छातीवर असेल वा पोटावर असेल, तर हार्टअ‍ॅटॅक वा अ‍ॅपेंडिक्सची शंका येण्याइतक्या वेदना होऊ शकतात. काही जण त्यावर वेदनाशामक म्हणून आयोडेक्स वा बाम लावतात. १-२ दिवसात पुरळ उमटल्यावर त्या मलमाची अ‍ॅलर्जी झाल्याची शंका घेऊनही काही जण आमच्याकडे येतात. खरेतर ते नागिणीचे पुरळ असते. नागीण सर्वांत जास्त छाती, पोट नंतर मान व क्वचित कपाळ वा डोळ्यावरतीही होऊ शकते. या रोगाचे एक वैशिष्ट्य म्हणजे तो नेहमी ठरवून खेळल्यासारखा खेळ करतो. याचे पुरळ नेहमीच शरीराच्या केवळ एकाच, डाव्या वा उजव्या भागात येतात. पाठीकडून

मणक्याच्या व पोटाकडून बेंबीच्या मध्यरेषेपलीकडे त्याचा प्रसार होत नाही. शरीराची पुढून-मागून मध्यम रेषा कल्पिल्यास याचे पुरळ शरीराच्या डाव्या वा उजव्या बाजूसच राहते. मध्यरेषेच्या पलीकडे जात नाही.

गुन्हा एकच, शिक्षा वेगवेगळी

पुरळ प्रथम लालसर असते. नंतर त्याच्यात पाणी भरल्यासारखे होते. अशा पाणी भरलेल्या लहान लहान पुळ्यांचा समूह दिसतो. ४-५ दिवसांत त्या पुळ्या फुटून आठवडाभरात तेथे खपली धरते. असा सर्व खेळ एकूण ३-४ आठवड्यांपर्यंत चालतो. त्यानंतर मात्र सर्व खपल्या पडून जातात. त्यांचे काळे वण मात्र पुढे ४-६ महिन्यांपर्यंत राहतात. हे सर्व होत असताना त्या ठिकाणी किंचित मुंग्या आल्यासारखे वाटणे ते झोप न येण्यापर्यंत भयंकर वेदना होणे, इतपत कमी-जास्त शिक्षा मिळू शकते. काही जणांची तेथील त्वचा इतकी हळुवार होते की, तेथे कपडाही सहन होत नाही. नागीण येऊन गेल्यानंतरही पुढे वर्ष-सहा महिन्यांपर्यंत तेथे वेदना होणे हे लक्षण काही जणात असते. नागीण या एकाच रोगात कोणाला साधी २-४ दिवसांची कैद तर कोणाला एक वर्षाची सक्तमजुरी व्हावी, असा कमी-जास्त त्रास होऊ शकतो. बरं, कोणाला कितपत त्रास होईल याचा अंदाज अगोदर बांधता येत नाही. मात्र वृद्ध माणसात ती अधिक त्रासदायक ठरू शकते. नागीण झालेल्या व्यक्तींची प्रतिकारशक्ती मधुमेहामुळे कमी झालेली नाही ना याची तपासणी करावी लागते. तसेच पुढील काळात एड्स या रोगात अधिक प्रमाणात नागीण आढळू शकेल. काही कर्करोगातही नागीण आढळते.

गारुड्याची पुंगी

नागिणीच्या वेदना कमी करण्यासाठी पोटातून पॅरासिटामॉल, ॲस्पिरिन, आयबुप्रोफेनसारखी औषधे तात्पुरता आराम देऊ शकतील, तसेच शरीराची प्रतिकारशक्ती वाढवणारी जीवनसत्त्वे 'क' व 'ब' यांचा वापर करावा. कॅलामाइन लोशन अथवा बर्फाचा गारवा तेथे लावला तरी तेथील नसा बधिर होऊन वेदना कमी होतात. पुळ्या पिकू नयेत, यासाठी त्यावर कुठलेही ॲंटिसेप्टिक मलम लावले तरी चालते. नागिणीच्या अगदी सुरुवातीच्या काळात 'असायक्लोव्हीर'सारखे औषध अर्थात डॉक्टरी सल्ल्याने वापरावे. हे औषध बरेच महागडे आहे. डोळ्यावरील नागिणीसाठी त्वरित डॉक्टरी सल्ला घ्यावा. नाहीतर नेत्रपटलाला इजा पोहचून अंधत्व येऊ शकते.

विषाणूमुळे होणारा हा रोग आपोआपच आटोक्यात येत असतो. त्यामुळे नागीण म्हणजे काही भयंकर आजार हा सामान्यांच्या मनात असलेला गैरसमज काढून टाकावा. 'असेल माझा हरी' या म्हणीतील 'डॉ. हरी' म्हणजेच देवावर विश्वास ठेवा. दुखणे काही दिवस पुरवले तरी नंतर आराम मिळणारच हे नक्की.

☺☺

शेवटी थोडी गंमत. एका विचित्र रोगाने हताश झालेली एक रुग्ण स्त्री एका प्रसिद्ध डॉक्टरकडे जाते. तिचा इतिहास सांगत असताना ती म्हणते की, ''मी या आधी एका मांत्रिकाकडे, एका ज्योतिषाकडे व एका भगताकडेही गेले होते.'' त्यावर तो डॉक्टर खोचकपणे म्हणतो, ''त्या शहाण्यांनी काय फालतू सल्ला दिला?'' यावर ती रुग्ण उत्तरते, ''त्यांनी तुमचीच भेट घ्यायला सांगितली.''

☺☺

◆

८८. उचकी (HICCUP)

छातीचा पिंजरा व पोट यांचे दोन भाग करणारा पडदा असतो. तो स्नायूंचा बनलेला असतो. (या स्नायूंच्या समूहाला द्विभाजक पटल असेही म्हणतात.) हा पडदा जर अचानक आकसला गेला (आकुंचन झाला) तर तोंडातून हवा छातीकडे खेचली जाते. मात्र त्याच वेळी स्वरयंत्राची फट बंद झाल्यामुळे आत शिरणारी हवा जो विशिष्ट आवाज करते त्यालाच 'उचकी' म्हणतात. या द्विभाजक पटलाचे आकुंचन-प्रसरण मेंदूकडून निघालेल्या नसांच्या (Nerves) उत्तेजनावर अवलंबून असते. मानसिक कारणांपासून छाती-पोटाच्या रोगापर्यंत अनेक कारणांनी त्या नसा वारंवार उत्तेजित होऊन उचकीचे अॅटॅक येऊ शकतात.

मला लागली कुणाची

जेवताना लागलेल्या उचकीचा बादरायण संबंध दुसऱ्या कोणीतरी आठवण काढल्याशी लावला जातो. खरे म्हणजे जेवणासारख्या सुखासमाधानाच्या प्रसंगी आपल्यालाच आपल्या प्रेमाच्या, जिव्हाळ्याच्या पण दूर असलेल्या व्यक्तीची आठवण होते व त्या नकळत आलेल्या ताणामुळे उचकी लागू शकते. अशी उचकी केवळ थोडेसे पाणी प्यायले अथवा साखर खाल्ली, तरी थांबते हा अनुभव सगळ्यांना असतो.

भराभरा व भारंभार खाणे

घाईघाईने व जास्त प्रमाणात खाण्याने पोटाच्या वरच्या भागात फुगवटा येतो. तसेच अशा खाण्याने जास्त हवाही पोटात जाऊन पोटास तडस लागते. गार व गरम पदार्थ पाठोपाठ खाणे, मसाल्याचे पदार्थ खाणे, जठराचा दाह करणारी काही औषधे, गडगडाटी हसण्यानंतर अतिविचार व मानसिक ताण ही उचकी लागण्याची महत्त्वाची कारणे आहेत. अतिमद्यपान ('हिक्' 'हिक्' करत मद्यप्याचे अॅक्टिंग करणारा हिंदी चित्रपटातील केस्टो मुखर्जी डोळ्यासमोर आणा.) हेही उचकीचे कारण असते. या व्यतिरिक्त काही गंभीर आजारात उचकी लागू शकते. दुर्लक्षित मधुमेह, किडनीचे कार्य बिघडणे, यकृताचे आजार, पोटाच्या शस्त्रक्रियेनंतर उचकी

हे लक्षण दिसते.

फुकाची दमणूक

उचकी देणाऱ्याबरोबरच ती पाहणाऱ्या भोवतालच्या नातेवाइकांनादेखील ती एक शिक्षाच असते. केवळ २-४ उचक्या येण्यापासून काही मिनिटे, काही दिवस ते काही महिन्यांपर्यंत सतत उचक्या आल्याच्या विक्रमी नोंदी आहेत. जांभई दिली असता खोलवर हवा घेतली जाणे व जास्तीत जास्त रक्त फुफ्फुसाकडे खेचले जाऊन शुद्ध होणे हे जांभईचे फायदे आहेत. तसा उचकीचा शास्त्रीयदृष्ट्या काहीही फायदा नाही. (त्यामुळेच मानवी उत्क्रांतीमध्ये फार फार तर पुढील पिढ्यांत उचकी नाहीशी होईल असा शास्त्रज्ञांचा दावा आहे.)

शेवटची उचकी

जुनाट रोगांच्या शेवटच्या अवस्थेत उचकी लागून माणूस मरण पावण्याच्या घटना सामान्य माणसाच्या मनात पक्क्या बसलेल्या असतात. त्यामुळे सतत उचकी म्हणजे काहीतरी गंभीर आजार, शेवटची घटका अशी गैरसमजूत होते. चांगल्या ठणठणीत माणसात केवळ उचकी हेच लक्षण अगदी दीर्घ काळपर्यंत दिसले, तरी ते निरुपद्रवी समजावे. कारण गंभीर आजारी माणसात उचकीबरोबरच इतरही काही लक्षणे नक्कीच दिसतील.

उचकटण्याचे कार्य

केवळ ग्लासभर पाणी पिणे वा खडीसाखर तोंडात चघळणे यांसारख्या साध्यासुध्या उपचारापासून घशात बोटे घालून उलटी करणे, श्वास रोखून धरणे यांसारखे अनेक उचकीवरील हमखास उपचार म्हणून छातीवर हात ठेवून दावा केला जातो. उपचार जेवढे वेगवेगळे (वैविध्यपूर्ण) तेवढीच त्यांची विश्वासपात्रता कमी होते. पुढील सांगितल्यापैकी कुठलाही उपचार केल्यास अथवा काहीही न करतादेखील काही वेळा उचकी थांबू शकते.

जगाला वेडावून दाखवा

कापसाच्या वातीने टाळूला (तोंडाच्या आतील वरच्या भागास) गुदगुल्या करा. अथवा चमच्याने पडजिभेला दाबा. अथवा जिभेच्या मागील बाजूस खाजवा अथवा जीभ बाहेर काढून वेडावून दाखवल्यासारखे करा. या सर्व करण्याने घशातल्या नसा उत्तेजित होऊन स्वरयंत्राची फट मोठी होते व उचकी थांबते.

कुंभकाची कामगिरी

शरीरात कार्बन-डाय-ऑक्साइड (Co_2) या वायूचे प्रमाण वाढवल्यास द्विभाजकपटल प्रसरण पावून उचकी थांबते. याचे प्रमाण वाढवण्याचे दोन मार्ग आहेत. एक तर नाकतोंड बंद ठेवून जेवढा वेळ शक्य आहे, तेथपर्यंत श्वास आतल्या आत कोंडून ठेवा. (याला कुंभक म्हणतात.) दुसरा म्हणजे पेपर बॅग (प्लास्टिक नव्हे) नाकातोंडाभोवती

घट्ट लावून त्या बॅगमध्येच श्वासोच्छ्वास करणे. यामुळे बाहेर सोडलेला (Co_2) वायू परत परत श्वासाने आत घेतला जाऊन त्याचे फुफ्फुसातील प्रमाण वाढते.

काय वाट्टेल ते

बर्फ चघळणे, गुडघे दुमडून छातीशी दाबून धरणे, जोराचा आवाज करणे, छातीवर बर्फाने शेक देणे, साध्या पाण्याने बराच वेळ गुळण्या करणे, लिंबाची फोड तोंडात धरणे असे चित्रविचित्र उपचार करून बघता येतात. यातील कुठला उपाय लागू पडेल हा जुगारच असतो. दुसरे काही लक्षण नसूनही २-३ दिवस उचकी न थांबल्यास डॉक्टर त्यांचे उपचाराने ती थांबवू शकतात.

☺☺

शेवटी थोडी गंमत. रविवारच्या दिवशी एक पन्नाशीचा माणूस औषधी दुकानात गेला. त्याने दुकानदाराला विचारले, "एकसारख्या उचक्या येत असतील तर त्याच्यावर काही उपाय आहे का?" ते ऐकल्याबरोबर दुकानदाराने गिऱ्हाइकाला एकदम ठोसा मारला. त्यातून कसाबसा सावरून तो दुकानदाराला म्हणाला, "मला का उगाचच्या उगाच मारलंत?" दुकानदार म्हणाला, "साहेब उचक्यांवर अजून औषध निघालेलं नाही, पण उजव्या कानाखाली ठोसा मारल्यास त्या थांबतात असे मी नुकतेच वाचले आहे." त्यावर तो इसम वैतागून म्हणतो, "अहो पण मला उचक्या येतात म्हणून कोणी सांगितलं? मी बायकोसाठी औषध घ्यायला आलो होतो."

☺☺

◆

८९. पित्ताच्या गांधी/पित्त/शीतपित्त (HIVES)

अगदी अचानकपणे त्वचेवर खाज सुरू होऊन गोल गोल वा चित्रविचित्र आकाराच्या त्वचेपासून वर उंचावलेल्या पित्ताच्या गांधी 'गांधी' या नावाइतक्याच सर्वदूर परिचित आहेत. काही वेळेस, काही खाण्यामुळे वा पिण्यामुळे त्रास होतो. अथवा एखाद्या वस्तूच्या, धातूच्या वा वस्त्राच्या स्पर्शामुळे वा ते घासले गेल्याने शरीराला त्रास होतो. या सहन न होणाऱ्या पदार्थांशी शरीराचा आतून वा बाहेरून संबंध आला की, शरीरातील पेशी हिस्टामिन नावाचा द्रव सोडतात. या हिस्टामिनमुळे शरीरावर जे दुष्परिणाम होतात, त्यालाच आपण ॲलर्जी झाली असे म्हणतो. शरीरातील वेगवेगळे अवयव या ॲलर्जीच्या घडामोडीत आपला निषेध वेगवेगळ्या पद्धतीने नोंदवत असतात. नाकाबाबतीत तसे घडल्यास ते वाहू लागते, चोंदते वा शिंका येतात. डोळे पाणी गाळू लागतात व लाल होतात. घशाची ॲलर्जी झाल्यास तो खवखवू लागतो. त्वचेबाबतीत मात्र त्याच्या खालच्या स्तरातील रक्तवाहिन्यांमधून पाणी बाहेर पडून पुरळ-गांधी निर्माण होतात. तेथे खाज येते.

गांधी विरुद्ध गांधी

अशा गांधींचे आकार २५ पैशांच्या नाण्यापासून तळहाताएवढे असू शकतात. त्या एकमेकांविरुद्ध लढायला ठाकल्यासारख्या सुरुवातीस असतात. पण काही वेळाने गांधीत गांधी मिसळून जातात. अशा गांधी भारत, पाकिस्तान अशा वेगवेगळ्या आकाराच्या, नकाशातील देशाप्रमाणे दिसतात. त्या कडांना लालसर, पण मध्यभागी फिकट असतात. या गांधींना पित्ताची चकंदळे, शीतपित्त, उदर्द, पित्ती, अर्टिकारिया, हाइव्ह्ज (Urticaria, Hives) अशीही नावे आहेत.

शोध गूढाचा

काही वेळा कसली ॲलर्जी नसतानाही उन्हातान्हात हिंडणे किंवा अगदी थंड हवेत जाणे या कारणांनीही अशी चकंदळे उमटतात (यासाठीच त्याला शीतपित्त नाव असावे) केवळ मानसिक ताणानेही असे पित्त उभारते. त्याशिवाय ॲलर्जीचे पित्त ताणांनी वाढते हेही तितकेच खरे. खाण्या-पिण्यातील मासे, अंडी, कोंबडी,

खरवस, काही शेंगा किंवा याशिवायही कुठल्याही पदार्थाची अ‍ॅलर्जी होऊ शकते. मधमाशी, सुरवंट, गांधीलमाशी असे किडे चावणे, परागकणांशी, काही औषधांशी संपर्क येणे ही कारणेही असू शकतात. काही जणांत मात्र त्वचेवर केवळ दाब दिला वा वरवर ओरखडा काढला तरी तेथे लगेच पित्ताची रेखा उमटते. याला 'डर्मेटोग्राफिझम' (DERMATOGRAPHISM) म्हणतात.

गोष्ट गंभीर गांधींची

या गांधींच्या बाबतीत एक चांगली गोष्ट म्हणजे सहसा या स्वत:हूनच २४ तासांत मावळतात. पण वाईट गोष्ट म्हणजे त्या कशामुळे येतात हे कळणे खूप वेळा अवघड असते. शरीराच्या एखाद्या भागावर अथवा संपूर्ण शरीरावरही त्या उभारतात. एके ठिकाणी मावळून परत दुसऱ्या दिवशी वा त्याच जागीही परत येऊ शकतात. अशा गांधी काही दिवसांपासून कित्येक महिन्यांपर्यंत येऊ शकतात. या साध्यासुध्या गांधीशिवाय गंभीर गांधीही असतात. त्यांच्यात डोळे, जीभ, घसा यांभोवती सूज येऊ लागते. सूज वाढल्यास घसा चोंदून श्वास बंद होण्यासारखी आत्यंतिक अवस्था निर्माण होऊ शकते. सुदैवाने या गांधी क्वचितच पाहावयास मिळतात.

या रोगात खाज हे प्रमुख लक्षण असते. खाजवताना नखाने न खाजवता तळहाताने व बोटांच्या मऊ भागाने मालीश केल्याप्रमाणे अलगद खाजवावे. त्या जागी रुमालात घेतलेल्या बर्फाचा शेकही सुखदायी ठरतो. त्याने रक्तवाहिन्या आकुंचित पावून सूज व पर्यायाने लाली कमी होते. मात्र थंडाव्याने आलेल्या पित्तावर बर्फ टाळा. कॅलामिन लोशन वा मिल्क ऑफ मॅग्नेशिया यांपैकी जे उपलब्ध असेल ते तेथे लावल्यास बरे वाटते.

यावरील हमखास इलाज म्हणजे अँटि हिस्टामिनीकच्या गोळ्या आहेत. मात्र त्या डॉक्टरी सल्ल्यानेच उपलब्ध असतात. एव्हीलसारख्या गोळ्या अनेक लोक सर्रास वापरत असतात. त्या गोळ्यांनी सुस्ती येणे हा दुष्परिणाम दिसू शकतो. आता नवीन कमीत कमी दुष्परिणामांच्या गोळ्या उपलब्ध आहेत. पण त्यांचा उपयोग डॉक्टरी सल्ल्यानेच करावा. नेहमी पित्त येत असल्यास त्या गोळ्या संग्रही बाळगण्यासही हरकत नाही.

स्वतःच गुप्तहेर बना

गांधी येण्यामागे अ‍ॅलर्जी हे कारण बहुतांशी असल्याने आपल्याला कसली अ‍ॅलर्जी आहे याचा शोध घेण्याचा प्रयत्न करा. खाण्यापिण्यातील, वापरण्यातील विशिष्ट पदार्थाने तसे होत असल्यास तो पदार्थ टाळा. शीतपित्त येत असल्यास पहाटे व सकाळी लवकर बाहेर जाणे टाळा. कारण त्या वेळी हवेत परागकण जास्त असतात. सभोवतालचे कुत्र्या-मांजरासारखे प्राणी, बुरशी यानेही त्रास होतो का याचा

शोध घ्या. शौचामध्ये कृमी पडतात का? यावरही लक्ष ठेवा.

अनेक वेळा औषधांमुळे असे होऊ शकते. यासाठी ॲस्पिरिन कुप्रसिद्ध आहे. अनेक अंगदुखी, डोकेदुखीच्या गोळ्यांमध्ये त्याचा अंतर्भाव असतो. लोक त्यांचा वापर वरचेवर करतात व त्यामुळे गांधी येऊ शकतात. पेनिसिलीन, सल्फा, ॲनालजिन, टेट्रासायक्लीन, सुगानरील या प्रकारची औषधेही गांधींच्या ॲलर्जीचे निमित्त होऊ शकतात. ज्यांना गांधींचा त्रास आहे त्यांनी डॉक्टरांकडे गेल्यावर डॉक्टर औषधे लिहिण्यापूर्वी याचा खुलासा जरूर करावा.

☺☺

शेवटी थोडी गंमत. एक ॲलर्जीने त्रस्त असलेला माणूस म्हणतो, ''ज्या ज्या वेळेस मी आजारी पडतो त्या वेळेस डॉक्टरकडे जातो. कारण डॉक्टर जगला पाहिजे. त्यांनी दिलेली चिठ्ठी घेऊन केमिस्टकडे जातो. कारण केमिस्ट जगला पाहिजे. मग केमिस्टने दिलेले औषध मोरीत ओतून टाकतो. कारण मी जगलो पाहिजे.''

☺☺

◆

१०. बसका आवाज! (HOARSENESS OF VOICE)

आवाज घोगरा होणे, फुटणे, बसका होणे हे केवळ काही दिवसांपासूनच झालेले असेल, तर त्याचे कारण स्वरयंत्राला आलेली सूज हे असते. स्वरयंत्र हे श्वासमार्गात घशाच्या लगेच खाली व श्वासनलिकांच्या वरती असते. त्यामुळेच सर्दी होणे, घसादुखी यांसारख्या रोगात, केवळ शेजारधर्मामुळे, स्वरयंत्रालाही सूज येऊन आवाज बसू शकतो. अशा वेळी या लक्षणांबरोबरच ताप, शिंका, गिळताना त्रास इ. अन्य लक्षणेही असतात. धूम्रपान, गार हवेत बराच वेळ फिरत राहणे, मद्यपान, एखाद्याच दिवशी बराच वेळ आरडाओरडा करणे (आपल्या खेळणाऱ्या टीमला प्रोत्साहित करणारे प्रेक्षक व ट्रीपला जाताना गाडीच्या आवाजाच्या वरच्या आवाजात 'ओरडलेली' अंताक्षरी आठवा.) मनावर काही ताण आले असतानाही आवाज कापरा व घोगरा होतो.

आवाज चढवून बोलाव्या लागणाऱ्या व्यावसायिकांतही स्वरयंत्राच्या अतिवापराने तो बसू शकतो. बालवाडीतील शिक्षिका, राजकारणी, फेरीवाले, गायक हा वर्ग या गटात मोडतो. मात्र यांच्यात बसलेला आवाज सहसा रात्रभराच्या विश्रांतीनंतर सकाळी खुलतो व दुपारनंतर परत खराब होऊ लागतो. केवळ बसका आवाज हेच लक्षण ३-४ आठवड्यांपेक्षा जास्त असेल, तर स्वरयंत्रावर आलेली गाठ असू शकते. धूम्रपान करणाऱ्या व्यक्तीत मात्र ती धोकादायक प्रकारची असू शकते. अशा व्यक्तीत आवाज अधिकच घोगरा होत जातो.

गोड गळ्याचे रहस्य

स्वरयंत्राच्या रचनेत दोन आडवे पडदे एकमेकांसमोर मांडलेले असतात. आपण श्वास बाहेर सोडत असताना त्या पडद्यांमधील कमी-जास्त अंतर व त्याची कंपने यांमुळे आपण हवा तसा आवाज निर्माण करू शकतो. या रचनेमुळे गोड गळा (पु.लं.च्या भाषेत 'खास नरडं') ही गोष्ट काही प्रमाणात आनुवंशिक असली, तरी रियाझानेही आवाज कमावता येऊ शकतो. घोगऱ्या आवाजाकडे दुर्लक्ष करीत राहिल्यास आवाज पूर्णपणे बसण्याची वेळही येऊ शकते. सर्दीमुळे बसलेला

आवाज सर्दी बरी झाल्यावर आपोआपच बरा होतो. सर्दी झाल्यावर व इतर कारणांनीही बसलेल्या आवाजास 'उठवण्यासाठी' पुढील उपचार करा.

'भावे प्रयोग' करा

स्वरयंत्राला संपूर्ण विश्रांती देण्यासाठी मौनव्रत घ्या. असे २-३ दिवस करा. संपूर्ण दिवसभर मौन पाळता आले नाही, तरी रोज किमान काही तासांपर्यंत तरी मौनात रहा. गुणगुणणे, हळू आवाजात बोलणे यांमुळेही स्वरयंत्राला मोठ्याने बोलण्याइतकाच ताण येत असतो. त्यामुळे तेही टाळा. पाटी, पेन्सील हाताशी ठेवून काम भागवा. (यासाठी विनोबा भावे, अण्णा हजारे यांचे आदर्श ठेवा!)

नको गरारे, बरे वाफारे!

तोंडात मीठपाणी (वा अन्य काहीही) घेऊन मान मागे वळवून गुडगुड असा आवाज करीत केलेले गरारे अथवा गुळण्या निरुपयोगी असतात. एक म्हणजे त्यांचा फायदा स्वरयंत्रापर्यंत पोचतच नाही व दुसरे ते करत असताना जो विशिष्ट आवाज येतो त्याने स्वरयंत्रावर अधिकच ताण पडतो. वाफारे मात्र फायदेशीर असतात. केवळ उकळते पाणी घेऊन त्यावर तोंड धरून वर टॉवेलचे आच्छादन करून नाकातोंडाने वाफ आत ओढल्यास ती स्वरयंत्रापर्यंत पोचून तेथे शेक देते. त्यामुळे बरे वाटते. असा वाफारा ५ मिनिटांपर्यंत दिवसातून ३-४ वेळा घ्यावा.

साधे कोमट पाणी वरचेवर व भरपूर (सुमारे १०-१२ ग्लास एका दिवसात) पिण्याने घसा व स्वरयंत्राची आर्द्रता वाढून त्याची सूज कमी होते. मद्य, मीठपाणी मात्र टाळा. बर्फ टाळा. पाण्याचा कंटाळा आल्यास फिका चहा वरचेवर घेण्यास हरकत नाही.

नाकाची नेमणूक नेण्यासाठी...

हवा नाकाने घेणे व सोडणे तसेच अन्न-पाणी तोंडाने घेणे ही नैसर्गिक रचना आहे. नाकातून हवा नेण्याने ती गाळली जाऊन (त्यातील कण केस स्रावात अडकल्यामुळे) तसेच ठिकठिकाणी आपटल्यामुळे पुरेशी गरम व आर्द्र होऊन स्वरयंत्रापर्यंत पोचते. नाक चोंदल्याने, रात्री झोपेत तोंडाने श्वास घेतला जातो. तोंडाने घेतलेली थंड हवा स्वरयंत्रास त्रासदायक ठरते. वाफारा नाक मोकळे ठेवण्यासाठी उपयोगी ठरतो. धूम्रपान वा धुळीत जाणेही टाळावे. खाण्यात तेलकट मसालेदार पदार्थ टाळा.

गरज शोधाची जननी

चघळण्यासाठी खडीसाखर, लेमन ड्रॉप्स वा चोखण्याची कुठलीही गोळी वापरली तरी त्याने लाळ अधिक सुटून बरे वाटते. ज्यांना नेहमीच उच्च स्वरात बोलावे लागते त्यांनी मायक्रोफोनचा वापर करावा. आमच्या एका शिक्षक मित्राला वर्गात बोलण्याचा व खडूच्या बारीक कणांचा घशाला त्रास व्हायचा. त्यांनी स्वत:च

कॉर्डलेस मायक्रोफोन बनवला व फळ्यावर पुसण्यासाठी ओल्या फडक्याचा वापर सुरू केल्यावर त्यांची ती तक्रार कमी झाली.

बसका आवाज ३ आठवड्यांच्या वर तसाच राहिल्यास मात्र, विशेषतः धूम्रपान करणाऱ्यांनी डॉक्टरी सल्ला घ्यावा. विशिष्ट दिव्याखाली, आरशाने स्वरयंत्र पाहता येते व तेथे गाठ, जखम आहे का हे तपासता येते.

☺☺

शेवटी थोडी गंमत. गणपतरावांना धूम्रपान अतिशय प्रिय होते. पण धूम्रपानाने घशाचा कर्करोग होतो हे वारंवार, ठिकठिकाणी वाचून त्यांच्यावर इतका परिणाम झाला, की त्यांनी असे लेखच वाचणे सोडून दिले!

☺☺

◆

११. उच्च रक्तदाबाचा विकार/ब्लडप्रेशर
(HYPERTENSION)

रक्ताभिसरण करवणारा हृदयरूपी पंप शुद्ध रक्त सर्व शरीरभर पसरवत असतो. हृदयापासून निघालेले रक्त शरीरातील लांबवर असलेल्या प्रत्येक भागाकडेही पुरेसे गेले पाहिजे, यासाठी ते काही दाबाखाली फेकले जाते. रोहिणीवर (शुद्ध रक्तवाहिन्यांवर) हा जो दाब पडतो त्याला 'रक्तदाब' ही संज्ञा आहे. इंग्रजीत याला ब्लडप्रेशर – बी.पी. (Blood Pressure – B.P.) अशी संज्ञा आहे. जर जरुरीपेक्षा जास्त दाब असेल, तर त्याला वाढीव रक्तदाब (High B.P./Hyper Tension) व जर कमी दाबाने असेल तर त्याला कमी रक्तदाब (Low B.P./Hypotension) असे म्हणतात. योग्य रक्तदाबास 'नॉर्मल' बी. पी. म्हणतात.

वरील वर्णनावरून रक्त शरीरभर पोचण्यासाठी सतत दाबाखाली असते हे उघड व आवश्यक आहे. पण ज्याप्रमाणे गाडीच्या चाकाच्या ट्यूबमधील हवेचा दाब बराच काळपर्यंत गरजेपेक्षा जास्त राहिल्यास त्या ट्यूबचे रबर खराब होते. तशीच स्थिती वाढीव रक्तदाबाने रक्तवाहिन्यांची होऊ शकते. पाण्याचा, हवेचा पंप सतत एकाच दाबाने पाणी, हवा फेकत असतात. हृदयाचा पंप मात्र थांबून थांबून रक्त फेकत असतो. त्यामुळे हृदय आकुंचन पावताना व प्रसरण पावताना अशा दोन दाबांच्या नोंदी करता येतात. जेव्हा हृदय आकुंचन पावून रक्त बाहेर फेकते त्याला वरचे (Systolic) बी. पी. व प्रसरण पावत असताना नोंदले जाणारे खालचे (Diastolic) बी. पी. असे म्हणतात. म्हणूनच डॉक्टर बी. पी. नेहमी १२०/८० असे दोन आकड्यांनी सांगतात. त्यातील मोठा आकडा वरचे व लहान आकडा खालचे बी.पी. दर्शवितो. १२०/८० हा आकडा सर्वसाधारण नॉर्मल बी.पी.चा समजतात. अर्थात याच्यातीलही काही फरक त्या त्या व्यक्तींसाठी 'नॉर्मलच' असू शकतो.

चढलेला पारा

शरीराच्या वेगवेगळ्या भागांत रक्तदाब कमी-अधिक असतो, पण सोईसाठी डॉक्टर तो सहसा डाव्या हाताच्या रोहिणीतील म्हणजे रक्तवाहिनीतील मोजतात. पूर्वी बी.पी. मोजण्यासाठी पारा असलेली यंत्रे उपलब्ध असल्यामुळे बी.पी.चे मापन 'मि.मी. ऑफ मर्क्युरी' हेच राहिले आहे. मानसिक व शारीरिक दृष्ट्याही तुम्ही शांत असताना जर 'सततच' तुमचे बी.पी. १४०/९० अशी नोंद दाखवत असेल, तर तुम्हाला सौम्य स्वरूपात का होईना वाढीव रक्तदाब आहे हे समजावे. यांतील केवळ खालचे बी.पी. जरी जास्त नोंद दाखवत असेल तरी ते वाढलेलेच बी.पी. समजतात. केवळ एखादीच नोंद जास्त येणे फारसे महत्त्वाचे नाही. 'सततच' हा शब्द महत्त्वाचा आहे.

बरा होणारा रक्तदाब

एकदा वाढीव रक्तदाब हे निदान पक्के झाले की, त्याला योग्य अशी जीवनशैली व उपचार, मरेपर्यंत (अथवा जिवंत असेपर्यंत) स्वीकारावे लागतात. काही वेळा मात्र वाढीव रक्तदाब हे दुसऱ्या एखाद्या रोगाचे एक लक्षण म्हणून असते. किडनीचे अंतर्स्रावी ग्रंथींचे रोग, गर्भारपणातील रक्तदाब यांमध्ये मूळ रोगाचे उपचार केले की, रक्तदाब पुन्हा नॉर्मलला येतो. या प्रकारचे रुग्ण अगदी कमी असतात. बहुसंख्य रुग्णांमध्ये (सुमारे ८० ते ९० टक्के) शोधूनही काही कारण सापडत नाही त्याला न टाळता येणारे बी.पी. (Essential Hypertension) असे म्हणतात व त्याचा उपचार जीवनभर करावा लागतो.

आनुवंशिकतेचा शाप

आई-वडील यांपैकी दोघेही अथवा एकास रक्तदाबाचा त्रास असेल, तर पुढील पिढीत बी.पी.चे प्रमाण अधिक आढळते. स्थूल व्यक्ती, सतत मानसिक ताणाखाली असणारे, बैठे काम करणारे, अतिरिक्त मद्यपान, धूम्रपान या व्यक्ती बी.पी.चे शिकार होऊ शकतात.

औरंगजेबाची संशयी वृत्ती बाणवा

डॉक्टरांकडे जाण्यापूर्वी अनेकांना आपल्याला बी.पी. आहे की काय, याची कुतूहलमिश्रित भीती असते. विमा पॉलिसी काढताना, काही वेळा हॉस्पिटलमध्ये रुग्णाबरोबर गेला असता सहजच ब्लडप्रेशर तपासले असता ते वाढल्याचे समजते. औरंगजेब संशयी वृत्तीचा होता असे म्हणतात. प्रत्येक ३५-४० वर्षांपुढील व्यक्तीने आपल्याला बी.पी. आहे किंवा काय अशी संशयी वृत्ती किमान २-३ वर्षांतून एक वेळ ठेवावी. त्या वेळी बी.पी. तपासून ते नॉर्मल असल्याची खात्री करून संशयाचे निराकरण करावे. केवळ एकाच वाढीव नोंदीवरून मात्र बी.पी.चे निदान करू नये.

रक्तदाबाची स्वतःची लक्षणे फार कमी

वाढीव रक्तदाब स्वतःहून अनेक काळपर्यंत काहीही लक्षणे दाखवत नाही. हातापायाला मुंग्या, दम, छातीत धडधड, चटकन चिडणे, कामात एकाग्रता नसणे, हे वाढीव रक्तदाबामुळे होते असे वाटणारी लक्षणे सहसा त्यामध्ये सुरुवातीस नसतातच. मानसिक अस्वास्थ्य, चिंता या कारणांनी वरील लक्षणे जास्त वेळा आढळतात. रक्तदाब वाढलेला आहे हे सुरुवातीस लक्षणांवरून नव्हे, तर रक्तदाब मोजल्यानंतरच लक्षात येते.

अचार, आचार व आचाऱ्यातील बदल

स्वयंपाकातील मिठाचे प्रमाण कमी करावे. 'अचार' (लोणचे), पापड, चटणी, खारी बिस्किटे, शेव, भजी, डबाबंद पदार्थ यांमध्ये मीठ अधिक असते. त्यांचा वापर कमी करा. दिवसभर काम व विश्रांती नाही, महत्त्वाकांक्षी स्वभाव, घड्याळाशी सततची बांधिलकी या 'आचाराला' मुरड घालून पुरेशी विश्रांती घ्यावी. आचाऱ्याने (स्वयंपाक करणाऱ्याने) मिठाच्या बाटलीचा वापर कमीत कमी करावा. १ (चहाचा) चमचाभर मिठात २ ग्रॅम सोडियम असते. २४ तासांत तेवढेच मीठ घ्यावे. तसेच खाण्यात पोटॅशियम व कॅल्शियम या क्षारांचे प्रमाण वाढवावे. बटाटा, संत्रे, टोमॅटो, शहाळे, गाजर, केळे यात पोटॅशियम भरपूर असते.

लसूण, कांदा यांचा वापर रक्तदाब कमी करतो. तुम्ही लसूण कसा खाता यालाही फारसे महत्त्व नाही. कच्ची, फोडणीत, कॅप्सूल स्वरूपातही हा पोटात गेल्यास फायदाच करते. कांदा, लसूण बी.पी.बरोबरच रक्तातले कोलेस्टेरॉलचे प्रमाणही घटवते हा बोनस समजावा.

मद्यपान, धूम्रपान नक्कीच टाळा. कॉफी, चहा यांमध्ये कॅफीन असते. त्याने हा दाब वाढतो म्हणून तेही टाळा.

टेन्शन-टेन्शन = हायपरटेन्शन

मानसिक ताणाची परिणती शरीरातील सर्व स्नायू आखडण्याकडे होते. सर्व शरीरास शैथिल्य आणण्याचा प्रयत्न करावा. खुर्चीत निवांत बसून अथवा बिछान्यावर आडवे पडून हातपाय, कंबर, पाठ, मान, डोके यांचे स्नायू सैल सोडावे. दीर्घ श्वसन करत राहावे. अशा अवस्थेत रोज २० मिनिटे राहावे.

वेटलिफ्टिंगसारखा थोड्या वेळात जास्त श्रमवणारा व्यायाम टाळा. जलद चालणे, सायकलिंग, पोहणे यांसारखा व्यायाम मात्र जरूर करा. त्याने वजनही कमी होते. वजन उंचीच्या तक्त्यानुसार जरी कमी झाले नाही तरी रक्तदाब मात्र नक्कीच कमी होतो.

स्वल्पविराम, पूर्णविरामांचे महत्त्व

आपण लिहिताना स्वल्पविराम, पूर्णविराम, उद्‌गारवाचक चिन्हे यांचा योग्य

वापर करतो. मात्र भराभर बोलताना त्या विरामांना खाऊन टाकतो. तसे न करता शांतपणे, हळूहळू बोलण्यानेही रक्तदाब कमी होण्यास मदत होते.

☺☺

शेवटी थोडी गंमत. "तुमच्या पतिराजांना संपूर्ण शांतता हवी आहे. या झोपेच्या गोळ्या घ्या." त्यावर कर्कशाबाई विचारतात, "केव्हा देऊ त्यांना या गोळ्या?" त्यावर डॉक्टर शांतपणे म्हणतात, "या गोळ्या त्यांच्यासाठी नाही तुमच्यासाठी आहेत."

☺☺

◆

१२. लसीकरण (IMMUNISATION)

नेहमीच होणाऱ्या पल्स पोलिओ मोहिमेमुळे लसीकरण हा विषय लोकांना माहीत झाला आहे. मीडियाच्या विविध फायद्यांपैकी हा एक नक्कीच आहे. एकापासून दुसऱ्याला असे जे सांसर्गिक रोग होतात व पसरतात, अशा रोगांपासून बचाव करण्यासाठी लस टोचून घेणे म्हणजेच लसीकरण फार उपयोगी आहे. विशिष्ट जंतू लसीकरणातून शरीरात सोडले, की शरीरास त्या रोगाविरुद्ध झगडण्याची शक्ती निर्माण होते. म्हणूनच शरीर त्या जंतूंविरुद्ध लढाई करून तो रोग होऊ देणार नाही. तसेच जनसमूहात त्याचा प्रसार रोखता येईल हे लसीकरणामागचे उद्दिष्ट आहे. देवी (Small Pox) हे त्याचे महत्त्व पटवणारे ढळढळीत उदाहरण आहे. यशस्वी लसीकरणामुळे १९७६ सालापासून देवीचे निर्मूलन झाले आहे.

शुद्ध पाणीपुरवठा, वैयक्तिक व सार्वजनिक स्वच्छतेबद्दल जागरूकता, सांडपाण्याची व्यवस्था, माश्यांचा उपद्रव या महत्त्वाच्या गोष्टींवर ताबा व त्याचबरोबर लसीकरण करून पाश्चिमात्य जगाने सांसर्गिक रोगांवर बऱ्याच अंशी यश मिळविले आहे. केवळ लसीकरण केले की, सर्व संपले असे मात्र नाही. स्वच्छता ही महत्त्वाचीच आहे. या लसीकरणालाच इम्युनायझेशन, व्हॅक्सिनेशन (Immunisation, Vaccination) अशीही नावे आहेत.

ते तत्त्वची वेगळे...

शरीराला एखाद्या रोगाच्या जंतूंविरुद्ध लढायची ताकद व सवय असली पाहिजे. म्हणजे कधी त्या जंतूंनी हल्ला केला तरी शरीर त्यांचा पाडाव करू शकते. गोवराच्या विषाणूंचे उदाहरण घेऊन हे समजावून घेऊ या. गोवराचे विषाणू शरीरात गेले की, शरीरातील संरक्षण व्यवस्था त्याची नोंद घेते. मग त्या विषाणूंविरुद्ध, शरीरातील शक्तिशाली द्रव्यांचा (प्रथिने-प्रोटिन्स) वापर करून एक मुकाबला करू शकणारे द्रव्य बनवते. (त्यालाच प्रतिरोधक प्रतिबंधक तत्त्व (Antibodies) असे म्हणतात.) ही शक्तिशाली द्रव्ये (म्हणजेच प्रतिरोधके) त्या विषाणूंचा पाडाव करून रोगावर ताबा मिळवतात अथवा पुढे कधीही त्या रोगाने हल्ला केला, तर त्याच्याशी

लढा देऊन, तो रोग परतवून लावण्याची शक्ती या लसीकरणाने येते. रोग होऊ नये म्हणून केलेला उपाय फार बरा. नाहीतर रोग झाल्यावर तो आटोक्यात आणण्यासाठी केलेले उपचार त्रासदायकच असतात.

लुटुपुटुची लढाई

अग्निशामक दलाचे जवान आग विझवण्याचा, लोकांना आगीतून वाचवण्याचा सराव राहावा यासाठी जशी 'खोट्या' आगीची प्रात्यक्षिके करतात तसेच काहीसे लसीकरणात करतात. ज्या विशिष्ट जंतूंमुळे रोग होतो ते जंतू त्यांचा विषारीपणा कमी करून शरीरात सोडले अथवा त्यांची निरुपद्रवी 'डमी' करून शरीरात सोडली तरी शरीरात मात्र जंतुसंसर्ग झाल्यासारख्या हालचाली घडून त्या रोगाविरुद्धची प्रतिरोधके (Antibodies) तयार होतात. या लुटुपुटुच्या लढाईमुळे रोग न होताही प्रतिरोधके मात्र तयार होतात आणि कधी रोगाने हल्ला केलाच तर झुंज देण्यासाठी, चटकन तयार असतात.

जोर लगाके हैया...

काही रोगांच्या विरुद्धची ही प्रतिरोधके आयुष्यभर शरीरात राहून त्या रोगांवर जय मिळवतात. गोवराची लस हे त्याचे उदाहरण आहे. काही रोगांत मात्र लसीकरणानंतरही काही वर्षांनी त्या प्रतिरोधकाची शरीरातील मात्रा कमी होऊ लागते. अशा वेळी त्या रोगाविरुद्धची लस परत दिल्यास संरक्षण सिद्धता पहिल्यासारखी होऊ शकते. धनुर्वात, पोलिओ, घटसर्प, विषमज्वर यांच्या लसी विशिष्ट अंतरांनी पुन्हा पुन्हा देऊन हे काम केले जाते. त्या डोसला बूस्टर डोस (Booster Dose) म्हणतात.

शिशुपालनातील टप्पा

ज्यांचा 'शी' व 'शू' या दोन्ही क्रियांवर अजून ताबा आलेला नाही, त्याला 'शिशू' म्हणावे ही लहान बाळाची सुटसुटीत सोपी व्याख्या आहे! शिशुपालनात त्याचे योग्य वेळी लसीकरण करणे व त्याची संरक्षण सिद्धता वाढवणे हा महत्त्वाचा टप्पा आहे. त्यामुळे योग्य वेळी लसी देऊन मुळातच तो रोग होणे टाळता येते. लसीकरण केवळ बालकातच लागते असे नसून मोठ्या माणसांतही धनुर्वात, टॉयफॉइड यांच्याविरुद्धच्या लसी वापरतात.

लसीकरणाचा सर्वसामान्य तक्ता

वय	लस
जन्मानंतर लगेच	बी.सी.जी. + पोलिओ
६व्या आठवड्याला	ट्रीपल + पोलिओ
१०व्या आठवड्याला	ट्रीपल + पोलिओ
१४व्या आठवड्याला	ट्रीपल + पोलिओ
९व्या महिन्याला	मिझल्स (गोवर) + पोलिओ

१५व्या महिन्याला	एम. एम. आर.
१८व्या महिन्याला	ट्रीपल + पोलिओ (बूस्टर १)
५व्या वर्षाला	ट्रीपल + पोलिओ (बूस्टर २)
१०व्या वर्षाला	टी. टी.
१६व्या वर्षाला	टी. टी.

लसीकरणाचा मार्ग

सहसा ज्या मार्गाने जंतुसंसर्ग होतो तोच मार्ग प्रतिबंधक लसीसाठी जास्त चांगला असतो. पोलिओ रोग दूषित पाण्याद्वारे पोटातून होत असतो, त्यामुळेच त्याची लस तोंडाद्वारे देणे सयुक्तिक ठरते. बऱ्याच लसी मात्र पोटातून दिल्याने निष्क्रिय होत असल्याने त्या इंजेक्शनद्वारे द्याव्या लागतात. पोलिओ व टॉयफॉइड या दोन रोगांविरुद्धच्याच लसी तोंडाद्वारेही देता येतात.

याशिवाय गर्भारपणी टी.टी. (धनुर्वात)चे दोन डोस ४ ते ६ आठवड्यांच्या अंतराने देतात. कावीळ, टॉयफॉइड, मेंदूज्वर यांच्याही लसी उपलब्ध आहेत. लेखासोबत दिलेल्या तक्त्यात सोईनुसार काही किरकोळ बदल करता येतात.

समज-गैरसमज

बहुतेक लसी ठिकठिकाणी अल्प किमतीत वा फुकटही उपलब्ध आहेत. लस दिल्यानंतर त्याचे रेकॉर्ड सांभाळून ठेवावे. काही पालक इंजेक्शन देण्याबाबत मुलांपेक्षा अधिक घाबरलेले असतात. लहान मुलांना इंजेक्शन दुखणारच नाही, असे खोटेच सांगू नये, कारण सुई म्हटल्यावर ती थोडीतरी दुखणारच असते. समजणाऱ्या मुलाला आता तुला थोडेसे दुखणार आहे हे आधी सांगितलेले चांगले असते. किरकोळ सर्दी, खोकला असताना लसीकरण करता येते. पावसाळ्यात पोलिओची शक्यता जास्त असल्याने पोलिओचे डोस पोटात प्रथम एक-दोन देऊन मग ट्रीपलची लस सुरू करता येते. गोवराची लस पावसाळा संपल्यानंतरही देता येते, कारण त्या काळात गोवर जवळजवळ नसतोच. बी.सी.जी. लस (क्षयप्रतिबंधक) जन्मापासून ३ महिन्यांपर्यंत केव्हाही देता येते.

उसने अवसान

अशा लसीकरणाने शरीर स्वत: प्रतिरोधके निर्माण करून रोग प्रतिबंध करीत असते. ही झाली ऑर्डरप्रमाणे तयार झालेली शक्ती. मात्र बाळ लहान असताना त्याला आईच्या दुधातून 'रेडिमेड' प्रतिरोधके काही महिने मिळत असतात. हे झाले उसने अवसान. त्याच पद्धतीने जेव्हा रोगसंसर्ग जबरदस्त असतो, अशा वेळी लसीकरण करून शरीर स्वत:ची प्रतिरोधके बनवेल एवढा वेळ नसतो. अशा वेळी तयार प्रतिरोधकांचे लसीकरण करता येते, त्याला पॅसिव्ह इम्युनायझेशन (Passive Immunisation) असे म्हणतात.

☺☺

शेवटी थोडी गंमत. एका मोठ्या कॉलनीत एक डॉक्टर व्यवसाय करीत होते. येथील सगळे रहिवासी त्यांचेच उपचार घ्यायचे. गणपतरावांच्या मुलाला गोवर हा सांसर्गिक रोग होतो. तो बरा झाल्यावर डॉक्टर गणपतरावांकडे बिल पाठवतात. ते बघून गणपतराव म्हणतात, ''का हो एवढे बिल कसे?'' त्यावर डॉक्टर म्हणतात, ''हे विसरू नका, मी तुमच्या मुलाला ६ वेळा घरी तपासायला आलो होतो.'' त्यावर गणपतराव उत्तरतात, ''पण डॉक्टर, हेही विसरू नका की, त्याच्या गोवराचा त्याने कॉलनीतील कमीत कमी १० जणांना प्रसाद (लागण) दिला आहे!''

☺☺

◆

१३. नपुंसकत्व (IMPOTENCE)

पुरुषाच्या इंद्रियात शरीरसंबंध ठेवण्याइतपत ताठरता येत नसेल, अथवा येऊन ती टिकत नसेल, तर त्या अवस्थेला 'नपुंसकत्व' म्हणतात. या ठिकाणी वंध्यत्व व नपुंसकत्व यांतील फरक लक्षात घेणे जरुरीचे आहे. वंध्यत्व असलेल्या माणसात पूर्ण पुरुषत्व असू शकते. पण त्याच्याकडे गर्भनिर्मिती करण्यास आवश्यक अशा शुक्रजंतूमध्ये दोष असतो. याच्या उलट नपुंसकत्व माणसात पुरेसे सक्षम शुक्रजंतू असूनही शरीरसंबंधाअभावी त्यांचे स्त्रीशरीरापर्यंत वहन होऊ शकत नाही. इंद्रियाला पुरेसा ताठरपणा न येणे या खास पुरुषी रोगासारखा रोग स्त्रियांत आढळत नाही. त्यांच्या बाबतीत हा रोग संबंधाबद्दल स्वारस्य नसणे वा संबंधात सुखप्राप्ती न होणे या स्वरूपात असू शकतो.

सागराला ज्याप्रमाणे भरती-ओहोटी असते त्याप्रमाणेच प्रत्येक माणसाला जीवनात काही वेळापुरती संबंध अक्षमतेची ओहोटी येऊ शकते. पण ओहोटीनंतर भरती येते हा निसर्गनियम आहे म्हणून त्या व्यक्तीने जगबुडी झाल्यासारखा आततायी विचार मनात आणू नये. अर्थात अशा तात्पुरत्या प्रसंगी जर नवराबायको समजूतदारपणे वागले नाहीत, तर मात्र ताण वाढून नपुंसकत्व आजार जुनाट होऊ शकतो.

'सहज' प्रवृत्ती

इंद्रियाचा ताठरपणा हा मूलतः त्याच्याकडे होणाऱ्या रक्तपुरवठ्यावरच अवलंबून असतो. भावना उद्दीपित झाल्यानंतर तिकडचा रक्तप्रवाह वाढल्याने तिथल्या कार्पोरा कॅव्हर्नोसा या गुबगुबीत स्नायूंमध्ये फुगीरपणा व ताठरपणा येतो. यामुळे इंद्रियांकडून रक्त परत नेणाऱ्या निलांवर दाब पडून रक्त तेथेच थांबून हा ताठरपणा टिकून राहतो. असे होणे ही 'सहज' प्रवृत्ती मानता येईल. येथे सहज या शब्दाचा अर्थ खरोखरच जन्मापासून असाच आहे. कारण अगदी कुकुल्या बाळापासून वृद्धावस्थेपर्यंत इंद्रीय ताठर होत असते. त्यामागे दरवेळी विषयासक्ती असतेच असे नाही.

वरील वर्णन वाचून ताठरपणा केवळ शारीरिक घडामोड वाटेल; पण तसे

नसून त्याच्यात मानसिकतेची गुंतागुंत असते. मनाची योग्य अवस्था केवळ लैंगिक विचार करून न होता 'तसे' वाटण्याने भावना उद्दीपित होऊन त्याला शरीराने साथ दिल्यास संभोगक्षमता निर्माण होते.

कारणे शारीरिक व मानसिकही!

पूर्वी नपुंसकत्वाबद्दल शंभरातील नव्वद वेळा दोष पुरुषाच्या मानसिकतेवर, मेंदूवर केला जायचा. याबद्दल एक वाक्य प्रसिद्ध आहे. Sex does not lie between two thighs but lies between two ears. अर्थात, सेक्स दोन मांड्यांच्या मध्ये नाही, तर दोन कानांच्या मधल्या भागात म्हणजे मेंदू वा मनात असतो. डॉ. मास्टर्स व डॉ. जॉन्सन या जोडीने केलेल्या संशोधनानुसार ५० टक्के मानसिक कारणाबरोबरच ५० टक्के शारीरिक दोषही संभवतो. सकाळी लघवी लागलेली असताना, काही शृंगारिक प्रसंग बघताना, वाचताना, स्वप्नावस्थेमध्ये, हस्तमैथुनाने वा इतर वेळी केव्हाही इंद्रियात ताठरपणा येत असेल, परंतु संबंधाचे वेळी मात्र येत नसेल, तर मात्र दोष शारीरिक असण्यापेक्षा मानसिक असू शकतो.

नैसर्गिक 'कट आउट'

दिवसभर खूप शारीरिक कष्ट केल्यास थकवा येऊन ताण, तणाव, चिंता, संशय, नजीकच्या काळात घडलेली दुःखद घटना यांमुळे शरीर तात्पुरते साथ देत नाही. मात्र ती कारणे दूर झाल्यानंतर शरीर व मन दोन्ही ताजेतवाने होऊन पुनश्च सबंध ठेवता येतात. पुन्हा संबंध प्रस्थापित होण्यासाठी मनातले गैरसमज दूर करा व पुढील सोपे उपाय अमलात आणा.

पण लक्षात कोण घेतो?

एका संबंधानंतर काही काळ पुरुषात शैथिल्य निर्माण होत असते. हा काळ तासापासून काही दिवसांपर्यंत वयानुरूप असू शकतो. पिवळ्या शृंगारकथांच्या पुस्तकातील पुरुषांची साहसी वर्णने वाचून, अतिरेकी कल्पनांचा पगडा मनावर बसून 'तसे' करू न शकणारे आपण पुरुषच नाही, असे खूळ काहींच्या डोक्यात शिरते. विशी-पंचविशीत हुकमी एक्क्यासारख्या घडणाऱ्या गोष्टीस, पन्नाशीत वेळ लागू शकतो हे लक्षात घ्यावे. तसेच एखादे वेळी आलेल्या असामर्थ्याचा विचार पुढच्या वेळी करत राहिल्यास क्षमतेवर त्याचा परिणाम होत असतो.

इकडे आड, तिकडे विहीर

वाढत्या वयाबरोबर विशेषतः मधुमेह, रक्तदाब, लठ्ठपणा, वाढीव कोलेस्टेरॉल या विकारांमुळे शरीरातील सर्वच रक्तवाहिन्या आकुंचित होत असतात. हृदयाकडील रक्तपुरवठा कमी झाल्याने असे अंजायनासारखे हृदयविकार होतात. तसेच इंद्रियाकडे रक्तपुरवठा कमी झाल्याने त्याचा ताठरपणा कमी होतो. या दोषांवर ताबा मिळवल्यास फायदा होतो. त्याच वेळी या रोगासाठी वापरल्या जाणाऱ्या काही औषधांमुळे

इच्छाशक्तीच कमी होते. सर्पगंधा, मेथिलडोपा, डेप्सोनिल, कामपोझ, सिमेटीडीनसारखी औषधे याला जबाबदार असू शकतात. डॉक्टरांच्या सल्ल्याने त्यात योग्य फेरफार करता येतो. हे रोग होऊच न देणे सगळ्यात उत्तम.

नशा करी दुर्दशा...

मद्याने इच्छाशक्ती वाढल्यासारखी वाटते. कारण मद्याने काही सामाजिक बंधने शिथिल होतात, पण त्याने संभोगाच्या 'कार्यशक्तीवर' मात्र विपरीत परिणाम होत असतो. अतिधूम्रपानानेही इंद्रियाकडील रक्तवाहिन्या आकुंचित होतात. भांग, गांजा, अफू सेवन करणाऱ्यांची इच्छाशक्तीच कमी होत जाते.

पहिलवानकी जास्त नको!

जास्त जेवल्यानंतर पचनासाठी रक्तपुरवठा पोटाकडे वळवला जात असल्याने तसेच संबंधाआधी अतिव्यायाम केला असल्यास शरीरातील इतर स्नायूंकडे रक्तप्रवाह वाढल्याने 'योग्य स्नायूस' पुरेसा रक्तपुरवठा होत नाही. मात्र उत्तम शारीरिक स्वास्थ्य ही आवश्यक गोष्ट असल्याने त्यासाठी दिवसभरात इतर वेळी व्यायाम करणे ही गोष्ट आवश्यकच समजावी.

घोडा का अडला, भाकरी का करपली, पान का सडले...

या गोष्टींना जसे त्यांचा योग्य वापर केला नाही हे उत्तर आहे, तोच प्रकार संबंधाबद्दल आहे. धार्मिक वा वैद्यकीय गैरसमजुतींनी संबंध हा त्याज्य आहे, असे काही जण मानतात. विशेषत: चाळिशीनंतर त्याची गरज नाही या खुळचट कल्पनांनी वा इतर काही कारणांनी संबंध टाळत गेल्यास पुढे-पुढे संभोग अक्षमता निर्माण होऊ शकते. अर्थात निसर्गानेच स्वप्नावस्थेसारखे इतरही पर्याय ठेवल्याने सहसा तसे होत नाही.

पण रतीबही नको...

संबंध नको याच्या उलट टोक म्हणजे काही जण जेवण, झोप, अंघोळ यांसारखा संबंधही रोजच्या रोजच करायची गोष्ट मानतात. जरी संबंध किती वेळा करावा याचा काही नियम नसला तरी तारुण्यातला बहर ओसरल्यानंतर ३ दिवसांतून एक वेळा ते ३० दिवसांतून एक वेळ यांमधील कुठलीही एक वेळ 'नॉर्मलच' समजावी.

एक नूर आदमी, दस नूर कपडा

या रोगातील ५० टक्के मानसिक बैठकीमुळे, जाहिरातीमधील औषधांचे आकर्षक पॅकिंग, रंगीत कॅप्सूल, सोनेरी वा रुपेरी वर्ख, उमद्या घोड्याचे चित्र व घोड्याचा दमदारपणा मनात ठसल्याने तसेच जाहिरातीतील नाट्यमय भाषेमुळे मनोबल वाढून अपेक्षित परिणाम साधतो. अशा वेळी त्या औषधात काय काय घातलेले असते याला फारसे महत्त्व नसते. मात्र गैरसमजुती नसल्यास या औषधांची

आवश्यकता भासणार नाही. खरेतर समजूतदार, मदतगार साथीदार हे सर्वोत्तम 'वाजीकारक' (सेक्स टॉनिक– Sex tonic) असते.

डॉक्टरांचीच तपासणी करा

सांगता येत नाही व सहनही होत नाही अशा अवघड अवस्थेमुळे पुरुष या रोगासाठी आपल्या नेहमीच्या डॉक्टरकडे न जाता जाहिरात देणाऱ्या डॉक्टरांकडेच जातो. मात्र असे करण्याआधी या डॉक्टरांच्या शैक्षणिक पदव्या, अनुभव यांची तपासणी करावी. कारण केवळ 'धंदा' या केवळ एकमेव उद्देशाने चालवलेले हे दवाखाने रुग्णाची अवस्था बद से बदतर करू शकतात. अशा अर्धवट निमहकीम डॉक्टरांच्या वाटेला जाऊच नये. त्यापेक्षा चांगल्या डॉक्टरांचा सल्ला घेण्यात भीडमुरवत वा लाजलज्जा बाळगू नये. मुळात या विषयाचे पूर्ण ज्ञान न घेता, केवळ ऐकीव गोष्टींनी खचून जाणे आणि मनाची गैरसमजूत करून घेणे, हे घातक होय. त्यापेक्षा सरळ डॉक्टरांकडे सुस्पष्ट बोलून सल्ला घेणे हितकारक होय.

☺☺

शेवटी थोडी गंमत. एका रुग्णाचा सर्व इतिहास ऐकून, तपासून त्याला प्रिस्क्रीप्शन देता देता डॉक्टर म्हणतात, ''बघ रे बाबा, हे औषध तुला बरोबर लागू पडते का सांग, कारण मलाही तसाच त्रास आहे.''

☺☺

◆

१४. काविळीचं दुखणं! (INFECTIVE HEPATITS)

शरीराची त्वचा, विशेषतः डोळ्यातील पांढरा भाग पिवळसर होणाऱ्या रोगास 'कावीळ' असे म्हणतात. खरेतर कावीळ हे त्वचेस पिवळेपणा आला हे दाखवणारे लक्षण आहे. परंतु दूषित पाण्यातील विषाणू संसर्गामुळे होणाऱ्या रोगात कावीळ हे लक्षणच प्रामुख्याने दिसत असल्याने त्या रोगासच 'कावीळ' हे नाव पडले आहे. यालाच जॉंडिस – Jaundice (इंग्लिश), पिलीया (हिंदी), कमळी (गुजराथी), कामला (संस्कृत) अशीही नावे आहेत.

पाण्यात मिसळलेले सांडपाणी

कावीळ झालेल्या रुग्णाच्या शौचावाटे याचे विषाणू बाहेर पडत असतात. अशा लोकांच्या वैयक्तिक अस्वच्छतेमुळे म्हणजेच नखे न कापणे, पिण्याच्या पाण्यात हात घालणे यांमुळे या रोगाचा प्रसार इतरत्र होऊ शकतो. तसेच पिण्याच्या पाण्याच्या नळाशेजारीच ड्रेनेज पाइप असल्याने अचानकपणे वा निष्काळजीपणामुळे सांडपाणी, वापरायच्या पाण्यात मिसळू शकते. न शिजवलेल्या वा खराब पाण्याने धुतलेल्या अन्नपदार्थांतूनही याचा प्रसार होतो. असे विषाणू शरीरामध्ये यकृताला (Liver) सूज आणतात. यामुळे रक्तातील 'बिलीरुबिन' हे पिवळे द्रव्य वेगळे होण्याचे काम मंदावते. हे वाढीव बिलीरुबिन डोळ्यांत, लघवीत, त्वचेत पिवळेपणा आणते. काविळीचा विषाणू तोंडाद्वारे शरीरात प्रवेश करू शकतो. याव्यतिरिक्त एक वेगळा काविळीचा विषाणू रुग्णास वापरलेल्या सुया, सिरिंज यांचे पूर्ण निर्जंतुकीकरण न करता वापरल्याने अथवा त्या व्यक्तीशी शरीरसंबंधासारखा, जवळचा संबंध आल्याने होऊ शकते. याला हेपॅटायटिस बी (Hepatitis B) म्हणतात. दुर्दैवाने असे 'बी'बाधित काही रुग्ण काहीही लक्षण न दाखवता समाजात वावरत असतात. मात्र अशा लोकांची ऑस्ट्रेलिया अँटीजन (Au Antigen) ही रक्त तपासणी मात्र दोष दाखवू शकते. यासाठीच रक्त देण्यापूर्वी देणगीदार व्यक्तीची ही तपासणी अवश्य केली जाते. आताच्या नवीन नियमानुसार आयुष्यात केव्हाही कावीळ झालेली व्यक्ती रक्तदानास अपात्र ठरते. कावीळ करणारे अनेक विषाणू माहिती

आहेत. त्यावरून त्या काविळीला A, B, C, D, E अशी उपनावे दिली आहेत.

डोळ्यात वाच माझ्या...

सुरुवातीस काही दिवस अंग दुखणे, बारीक ताप अशी लक्षणे असतात. या बरोबरच कमालीचा थकवा, मळमळ, पोटात उजव्या बाजूस दुखणे ही लक्षणेही दिसतात. अन्नावरची वासना उडते. एवढेच नव्हे, तर काही जणांत अन्नच बघायला नकोसे वाटणे हे लक्षण दिसते. अशा लोकांत केवळ खाद्यपदार्थांचा उल्लेख केला वा लांबून फोडणीचा वास आला तरी मळमळ वा उलटी होणे असे होते. याबरोबरच दिसणारे एक प्रमुख व रुग्णास स्वत:ला पाहता येणारे लक्षण म्हणजे लघवी नारंगी रंगाची होणे. वरील लक्षणे असताना भरपूर पाणी पिऊनही जर प्रत्येक वेळची लघवी हळदीच्या काढ्यासारखी पिवळी जर्द वा दूध न घातलेल्या कॉफीसारखी दिसत असेल, तर कावीळ संभवते. डोळे पिवळे होण्याआधी हे लक्षण दिसते. शरीरातील बिलीरुबिनचे प्रमाण २-३ ग्रॅमपर्यंत वाढल्यानंतर डोळ्यातील पांढऱ्या भागात पिवळी छटा दिसू लागते. बऱ्याच वेळा काविळीचे निदान डॉक्टरांकडे जाण्यापूर्वी जवळचे नातेवाईक, मित्रमैत्रिणी डोळ्यांतील पिवळेपणामुळे करत असतात.

वाईटात चांगले

नेहमीच धूम्रपान करणाऱ्या व्यक्तीत कावीळ होताना आढळणारे एक विशिष्ट लक्षण म्हणजे त्यांना धूम्रपानाने एक कडवट चव येऊन खूप मळमळ वाढते. हे लक्षण इतके तीव्र असते की, ते लोक धूम्रपान सोडतात. (दुर्दैवाने हे लक्षण कायमसाठी टिकत नाही. तसे झाले असते तर सिगारेट कायमची तरी सुटली असती.)

विषाणू संसर्गाशिवाय शरीरात बिलीरुबिनचे प्रमाण इतर काही कारणांनीही वाढू शकते. त्यालाही कावीळ असेच म्हणतात. उदा. नवजात बालकाची कावीळ पित्ताशयातील खड्यामुळे, क्षयविरोधी औषधामुळे होऊ शकते. अर्थात आपल्याकडे विषाणूंमुळे होणारी कावीळच जास्त आढळते व गोवर-कांजिण्यांसारखीच ती एकदा झाल्यानंतर परत परत होत नसते. म्हणून परत कावीळ झाल्यास यकृताच्या, रक्ताच्या तपासण्या करून त्याचे नेमके कारण शोधणे आवश्यक ठरते. गर्भारपणात होणारी कावीळ धोकादायक ठरू शकते. त्यासाठी त्वरित डॉक्टरी सल्ला आवश्यक ठरतो.

'काळीजा'ची काळजी

यकृताला 'काळीज' असेही म्हणतात. चांगली प्रतिकारशक्ती असलेल्या मुला-माणसांतही विषाणू कावीळ आपोआप बरी होणे हा नियमच समजावा. यकृताची सूज कमी होऊन भूक लागणे, थकवा कमी होणे ही सुचिन्हे दिसू लागतात. डोळ्याचा पिंगेपणा हे लक्षण मात्र दोन महिन्यांपर्यंत दिसू शकते, त्याला

विशेष महत्त्व नसते. संपूर्ण विश्रांती व अशक्तपणा जावा यासाठी साखरेचा भरपूर पुरवठा हे 'काळीजाच्या काळजीतले' प्रमुख तत्त्व आहे. रुग्णास स्वत:ला थकवा वाटत असेपर्यंतच विश्रांती आवश्यक असते. त्यानंतर तो त्याची लहानसहान कामे, सुमारे ८-१५ दिवसांनंतर जरूर करू शकतो. दररोजचे जेवण घ्यायला बंदी नाही. तेलकट व तुपकट पदार्थांनी मळमळ वाढते म्हणून त्यांचा वापर कमी ठेवावा. पोळी, भाजी, भात, ताक, वरण हे नेहमीचे पदार्थ घ्यायला हरकत नाही. उकडलेले बटाटे, रताळी, सर्व फळे यांच्यातूनही साखर मिळते. आपली नेहमीची साखर व दसपट किमतीची ग्लुकोज साखर यांमध्ये शरीराच्या दृष्टीने फारसा काहीही फरक नसतो. उलट ग्लुकोजने मळमळ वाढू शकते. यासाठी आपली नेहमीचीच साखर वापरणे सयुक्तिक व किफायतशीर असते. सकाळच्या वेळी जाम, ब्रेड, साखर पेरलेली फळे, साय काढलेले दूध इ. जेवढे जाईल तेवढे खावे. त्यामुळे नंतर दिवसभरात जरी खाण्याची इच्छा झाली नाही तरी आवश्यक उष्मांकांची बेगमी होते. मद्यपानावर निदान सहा महिने बंदी आवश्यक ठरते.

लिव्ह फॉर लिव्हर

यकृताला लिव्हर (Liver) असाही शब्द आहे. ज्याप्रमाणे ए फॉर ॲपल (A for Apple) त्याप्रमाणे लिव्ह फॉर लिव्हर लक्षात ठेवल्यास त्याच्या रोगांपासून प्रतिबंध करता येईल. विलायती साहेब सार्वजनिक स्वच्छतेबाबत जेवढा आग्रही असतो तेवढा रोज अंघोळ करणे यांसारख्या वैयक्तिक स्वच्छतेबद्दल नसतो, असे 'पु.लं.'नी म्हटले आहे. आपण मात्र सार्वजनिक स्वच्छतेबद्दल उदासीन असतो. उघडी फळे, खराब पाण्याचा अन्नात वापर, सांडपाण्याची योग्य प्रकारे विल्हेवाट न करणे यावर मात करायला हवी. तसेच शौचास गेल्यानंतर हात साबणाने स्वच्छ धुणेही आवश्यक.

एड्ससारखा (AIDS) हेपॅटायटिस बी (Hepatitis B) चा विषाणू हा रक्त, लाळ, शरीरातील इतर स्राव यांद्वारे पसरत असल्यामुळे निर्जंतुक सुया, सिरिंजचा वापर, रक्तदानापूर्वी रक्ताची ऑस्ट्रेलिया अँटीजन चाचणी आवश्यक ठरतात. तसेच दाढीचा रेझर एकमेकांचा न वापरणे योग्य. एड्सचा विषाणू तरी लवकर मरतो, पण या काविळीचा जंतू वाळलेल्या रक्तातही राहू शकत असल्याने तो आणखीनच धोकादायक ठरू शकतो. याचा प्रसार शरीरसंबंधातूनही होतो. सुदैवाने या काविळीवर एंजेरिक्स बी नावाची लस उपलब्ध आहे तिचे तीन डोस विशिष्ट काळात घेतल्यास त्या रोगापासून पूर्ण संरक्षण मिळते.

गैरसमज

१) *काविळीत तेल, तूप पूर्ण वर्ज्य करावे.* – खरेतर खूप तेलकट पदार्थांनी मळमळ वाढते म्हणून नको. परंतु कमी तेलावर टाकलेली भाजी चालते. बिनतेलाच्या

पदार्थांना बिलकूल चव नसते. आधीच अन्न नकोसे वाटणाऱ्या माणसात त्या बेचवीमुळे बिलकूल अन्न जात नाही. म्हणून कमी प्रमाणात तेल चालते.

२) *कावीळ झालेल्या माणसास सर्व पिवळे दिसते.* – खरेतर कावीळ झालेला माणूसच विशेषत: त्याचे डोळे इतरांना पिवळे दिसतात.

३) *कावीळ पोटात उतरली, रक्तात उतरली!* – खरेतर कावीळ सगळीकडे एकाच वेळी असते. बिलीरुबिनचे प्रमाण सगळीकडे सारखेच असते.

४) *कावीळ उतरण्यासाठी मांत्रिकाने हात धुतल्यास पाणी पिवळे होते.* –खरेतर आम्ल लावलेल्या हातावर चुन्याच्या निवळीचे पाणी टाकल्यास रंग पिवळा होण्याच्या 'हात' चलाखीचा हा 'हातखंडा' प्रयोग असतो.

५) *कावीळ झालेल्यास सलाइन आवश्यक असते.* – खरेतर तोंडाने अन्नपाणी जात असल्यास सलाइन आवश्यक नसते.

६) *गळ्यात घातलेली माळ जशी कावीळ उतरेल तशी लांबत जाते.* – खरेतर धागा व फुले सुकल्याने अशी माळ खुंटीवर टांगून ठेवल्यासही लांबेल.

७) *लोकप्रिय व सुप्रसिद्ध आयुर्वेदिक औषधे कावीळ हमखास बरी करतात.* – या औषधांना विशिष्ट स्थान आहे, पण त्यांचा वापर केवळ डॉक्टरी सल्ल्यानेच करणे योग्य आहे.

कावीळ जरी बऱ्याच वेळा आपोआप बरी होणारी असली, तरी डॉक्टरी तपासण्या, जरूर वाटल्यास वेळोवेळी रक्ततपासणी, सोनोग्राफी इ. तपासण्या आवश्यक असतात.

कित्येक लोक कावीळ झाल्यानंतर मांत्रिकाकडे जातात वा गावठी औषधोपचार करणाऱ्या अडाणी वैदूंकडे जातात. नंतर कावीळ वाढली की, डॉक्टरांकडे धावपळ करतात. आधी अशा मंत्र-तंत्र व जडीबुटींच्या उपचारात वेळ फुकट घालवल्यामुळे, काही वेळा काविळीचे दुखणे विकोपाला जाऊन रोगी दगावल्याची उदाहरणे आहेत. त्यासाठी आधीच डॉक्टरांचा सल्ला, योग्य औषधोपचार व पथ्यपाणी करावे.

☺☺

शेवटी थोडी गंमत. डॉक्टर व त्यांची पत्नी मेनरोडवर फिरत असताना एका स्मार्ट रंगरंगोटी केलेल्या बाईने त्यांना 'हाय' म्हटले. थोडे पुढे गेल्यावर पत्नीने त्यांना विचारले, ''काय हो कोण होती ती रंभा?'' त्यावर डॉक्टर आठवत म्हणाले, ''ती, ती ना... अशीच व्यवसायातली ओळख.'' त्यावर पत्नी छद्मीपणाने म्हणाली, ''कोणाच्या, तुमच्या का तिच्या!''

☺☺

■

१५. वंध्यत्व (INFERTILITY)

लग्नानंतर कुठलीही गर्भनिरोधक साधने न वापरता सुमारे १ वर्षभरातही जर 'दिवस राहिले' नाहीत म्हणजेच गर्भधारणा झाली नाही, तर त्याला वंध्यत्व म्हणता येईल. अर्थात असे जोडपे सातत्याने जवळ राहत असून त्यांचा शारीरिक संबंध वरचेवर येत असणे हेही आवश्यक असते. १०० पैकी सुमारे १० जोडप्यांना असा वंध्यत्वाचा अनुभव येऊ शकतो.

गर्भधारणा होण्यासाठी पुंबीजाचे (शुक्रजंतू) स्त्री-बीजाशी मीलन होऊन त्या फलित बीजाचे गर्भाशयात मार्गक्रमण होऊन, तेथेच त्याची पूर्ण वाढ होईपर्यंत स्थापन होणे हा घटनाक्रम अपेक्षित आहे. असा सुस्थापित गर्भ सुमारे ९ महिन्यांपर्यंत मातेच्या उदरात राहतो. या क्रमात कुठेही गडबड झाल्यास एकतर गर्भच राहत नाही अथवा राहिला तरी वरचेवर गर्भपात होत राहतो. या दोन्ही गोष्टींना वंध्यत्व असेच म्हणतात.

दोघांचा वाटा समसमान

वंध्यत्वाच्या कारणांचा शोध घेता १०० जोडप्यांत सुमारे ३३ वेळा दोष पुरुषात, तेवढ्याच वेळा स्त्रीत व उरलेल्या ३३ वेळा दोघांच्यातही असू शकतो. उरलेल्या १ टक्का जोडप्यात काहीही दोष नसताना जशी देवाची मर्जी (ईश्वरेच्छा बलीयसी) म्हणून काही काळ थांबावे लागते.

पुरुषामध्ये शुक्रजंतूंची संख्या अतिशय कमी असणे हे कारण जास्त प्रमाणात आढळते. त्याशिवाय अपुऱ्या वाढीचे 'धावपटू' नसलेले शुक्रजंतू असणे, त्यांच्या शारीरिक रचनेत वैगुण्य असणे, गुप्तरोग अथवा गालगुंडामुळे शुक्रजंतुवाहक नलिकेत अडथळा असणे इ. कारणे असू शकतात.

स्त्रियांमध्ये दर महिन्यास स्त्री-बीजाची निर्मिती होत असते. त्याचे वहन होण्यासाठी स्त्री-बीजवाहिनी नलिका असते. या नलिकेतील दोष हे स्त्रियांमध्ये आढळणारे प्रमुख कारण असते. त्याचबरोबर स्त्री-बीजाची उत्पत्तीच न होणे, गर्भाशयात गाठ, सूज असणे, शुक्रजंतूंना मारक असे स्राव योनीत असणे इ. इतर कारणेही संभवतात.

स्त्री-बीज व शुक्रजंतू या दोन्हींची वाढ आत पाझरणाऱ्या (अंतर्स्रावी) ग्रंथींच्या नियमनाखाली असल्यामुळे त्यांच्यातील हार्मोन्सच्या कमतरतेमुळेही दोष असू शकतो. यांपैकी एक वा जास्त कारणेही एकाच वेळी असू शकतात.

लेखाच्या सुरुवातीसच सांगितल्याप्रमाणे शंभरातील सुमारे ९० जोडप्यांना काहीच अडचण येत नाही. उरलेल्या वरील कारणांचा शोध घेईपर्यंत, डॉक्टरांकडे जाईपर्यंत पुढील साध्यासुध्या उपायांचा अवलंब केल्यास 'फळाची' म्हणजे गर्भधारणेची अपेक्षा धरता येईल.

दादा कोंडकेंचा आदर्श ठेवा

पुरुषांनी वृषणाजवळ घट्ट चड्ड्या वापरण्याने, वृषण शरीराच्या खूप जवळ राहिल्याने त्यातील उष्णता वाढून तेथील शुक्रजंतू निर्मितीचे काम मंदावते. वृषणाचे तापमान शरीरापेक्षा कमी राहावे यासाठीच जन्मापर्यंत पोटात असणाऱ्या वृषणाच्या गोट्या निसर्गत:च नंतर खाली पोकळीत उतरत असतात. भट्टीजवळ काम करणे, व्हेरिकोसिल, हायड्रोसिलसारख्या वृषण भागात होणाऱ्या रोगांनी तेथे गरमपणा (तापमान) वाढणे ही कारणे असतात. दादा कोंडके टाइप ढगळ शॉर्ट्स वापरणे चांगले. अंघोळीच्या वेळी फार गरम पाणी न घेता कोमट वा गार पाणी वापरावे. वृषण भागास ५-१० मिनिटे साध्या पाण्याचा टब बाथही फायदेशीर ठरतो. हायड्रोसिलसारख्या रोगावर मात्र शस्त्रक्रिया हाच उपचार असतो.

धूम्रपान, मद्यपान यांची संगत नको रे 'बाप्या' व बाईसुद्धा

तंबाखूमधील निकोटीन, मद्य, कॉफीमधील कॅफीन, गांजा, ब्राउन शुगरसारखी नशिली ड्रग्ज, तसेच अल्सरसारख्या रोगात वापरली जाणारी सिमेटीडीनसारखी औषधी ड्रग्ज यांनीही शुक्रजंतूंच्या व स्त्री-बीजांच्या उत्पत्तीवर परिणाम होऊ शकतो. फ्लूसारख्या आजारानंतर २-३ महिन्यांपर्यंत शुक्रजंतू तात्पुरते कमी होऊ शकतात. तसेच रोजच्या रोजच संबंध ठेवल्यानेही शुक्रजंतूंची वाढ नीट न झाल्यामुळे असे अपुरी वाढ झालेले शुक्रजंतू गर्भधारणेस निरुपयोगी ठरतात. शरीरसंबंध किती वेळा या संबंधात जरी काही नियम नसला, तरी आठवड्यातून २-३ वेळा हा नियम (नॉर्मल) समजावा.

योग्य काळाचा निर्णय, कालनिर्णयवर सोपवा

स्त्रीची पाळी (ती दर २८ दिवसांनी येत असल्यामुळे तिला मासिक पाळी म्हणतात.) नियमित येत असल्यास, अपेक्षित पाळीच्या दिवसाच्या सुमारे १४ दिवस आधी स्त्री-बीज अंडकोषातून मोकळे होऊन गर्भधारणेस उपलब्ध असते. त्या काळी म्हणजे अलीकडे पलीकडे दोन दिवस संबंध राहिल्यास गर्भधारणेची शक्यता अधिक असते. स्त्री-बीज सुटण्याचा काळ कॅलेंडर बघून तसेच स्त्री शरीराचे तापमान नियमित मोजूनही ठेवता येते. स्त्री-बीज सुटण्याच्या दिवसापासून पाळी येईपर्यंत

शरीराचे तापमान अर्धा ते १ डिग्री वाढलेले राहते. संबंधानंतर १५-२० मिनिटे स्त्रीने तसेच पडून राहण्याने शुक्रजंतूची त्यांच्या ध्येयाकडील मार्गक्रमणा सुकर होते. म्हणजेच ते गर्भ निर्माण करण्याचे काम सहज करू शकतात.

धीरापोटी फळे गोमटी

लग्न झाल्यानंतर, नवरा बायको 'एकत्र' राहायला लागल्यानंतर कमीत कमी १-२ वर्षांचा कालावधी गेल्यानंतरच दिवस न राहिल्यास विचार करावा. केवळ सासू म्हणते आहे, बरोबरच लग्न झालेल्या इतरांना दिवस राहिले, ही कारणे मनात आणू नयेत. मुलीचे लग्नाचे वय जरी १८ वर्षे असेल (जे कायद्यानेही आवश्यक आहे) तरी तिचे स्त्री-बीज नियमितपणे तयार होण्यासाठी अजून २-३ वर्षेदेखील काही जणींत लागू शकतात. म्हणून अगदी लवकर लग्न झालेल्या मुलीने तिच्या स्वत:साठी (व भारताच्या लोकसंख्येसाठी) काही काळ धीर धरणे चांगले. मात्र लग्नाचे वेळी वय ३०-३५ वर्षे असलेल्या स्त्रीने ३-४ महिन्यांपेक्षा अधिक वाट न पाहता डॉक्टरी सल्ला घ्यावा.

मध्यम मार्ग चांगला

शरीर खूप स्थूल असणे वा अगदी बारीक असणे या दोन्ही गोष्टी गर्भधारणेस प्रतिकूल आहेत. वय, उंची, लिंग यांच्या तक्त्यानुसार आपले अपेक्षित वजन आहे की नाही बघावे. क्षय, रक्त कमी असणे, कुपोषण, जननसंस्थेतील शारीरिक विकृती अशा इतर कारणांनीही वंध्यत्व असू शकते.

स्त्रीदाक्षिण्य दाखवू नका

इतर वेळी पुरुष श्रेष्ठत्वाची मनोवृत्ती ठेवणारे वंध्यत्व तपासणीबाबत मात्र नको तेथे स्त्रीदाक्षिण्य दाखवून प्रथम स्त्रीस सर्व तपासण्या करायला लावतात. वंध्यत्वाच्या उपचारात जोडप्याने डॉक्टरांकडे जाऊन सल्लामसलत करणे चांगले असते. केवळ काही चर्चा, सांगोपांग ऊहापोह यानेही गैरसमज दूर होतात. काही जोडप्यांच्या बाबतीत तर केवळ डॉक्टरांकडे जाऊन आलो व उपचार चालू आहेत या कल्पनेनेही मनमोकळेपणा येऊन वंध्यत्व दूर होऊ शकते. जर काही तपासण्या करायच्या झाल्यास लेडिज फर्स्ट नव्हे तर जेन्ट्स फर्स्ट या तत्त्वाने वीर्याची तपासणी करावी. कारण स्त्रियांच्या तपासण्यांपेक्षा ही तपासणी साधी सोपी व कमी खर्चाची असते. सोनोग्राफी, हार्मोन्सच्या रक्ततपासण्या, लॅप्रोस्कोपी, टेस्ट ट्यूब बेबी या शोधांमुळे वंध्यत्वावर बऱ्याच प्रमाणात मात करता येते. तरीदेखील या तपासण्यांमध्ये धाव कुठपर्यंत घ्यायची की दत्तकाचा विचार करावयाचा ही गोष्ट त्या जोडप्यानेच ठरवायची आहे.

☺☺

शेवटी थोडी गंमत. सहा वर्षांचे आनंद व अमित गप्पा मारत असतात. आनंद म्हणतो, "अरे तुला माहिती आहे का बाळ व्हायला माणूस आवश्यकच असतो." तिथून जाणारी आनंदची आई चपापून ते पुढे काय बोलताहेत ते ऐकू लागते. अमित विचारतो, "माणूस आवश्यक असतो?" त्यावर आनंद निष्पापपणे म्हणतो, "अरे सर्व बिलं वगैरे भरायला माणूस लागतोच की!"

☺☺

◆

१६. निद्रानाश (INSOMNIA)

रात्रभर या कुशीवरून त्या कुशीवर तळमळत होतो, पण डोळ्याला डोळा म्हणून काही लागला नाही ही एक अवस्था, तर काही केल्या सुरुवातीस १-२ तास झोपच लागत नाही. मध्येमध्ये सारखी जाग येते किंवा पहाटे ३ वाजताच जाग येते व सकाळी ६ पर्यंत नुसताच लोळत राहतो, या अवस्थेपर्यंत अनेक प्रकारे लोक निद्रानाशाची व्यथा वर्णन करत असतात.

जसा प्रत्येकाचा आहार इतकाच असावा, लैंगिक संबंध आठवड्यातून इतके वेळा यावा या बाबतीत जसे काही मापदंड (स्टँडर्ड) नाही तसेच झोपेबाबतही आहे. निरोगी व्यक्तीत झोपेचे प्रमाण सुमारे ६ ते ९ तासांपर्यंत असू शकते. एकाच व्यक्तीत वयानुसार, काळानुसार त्यात कमी-जास्त बदल होऊ शकतो. तुम्हाला सहज झोप लागते की नाही व उठल्यावर काही वेळातच तुम्ही ताजेतवाने होता की नाही, या दोन्ही प्रश्नांची उत्तरे होकारार्थी असतील तर तुम्हाला मिळणारी झोप पुरेशी आहे असे अनुमान काढता येईल. मग भले ती झोप ४ तासच का असेना.

झोपेच्या केवळ वेळेचा (क्वान्टिटी) विचार न करता उत्तम लागते का (क्वालिटी) याचाही विचार हवा. पंडित नेहरू केवळ ४ तास झोपत असत व ती त्यांना पुरेशी होत असल्याचे आपण ऐकून आहोतच. दुसरे दिवशी प्रवास, महत्त्वाच्या भेटीगाठी, परीक्षा अशा काही कारणांनी झोप उडाल्याचा अनुभव सगळ्यांनाच असतो. दिवसभर मानसिक ताण, चिंता, वाईट घटना घडल्यास त्यानेही झोप जाते. याबरोबरच दातदुखी, पोटदुखी, दमा, खोकला, खाज, काही औषधांमुळे, चहा-कॉफी अतिप्रमाणात घेण्याने, आजूबाजूला शांतता नसणे इ. कारणांनीही झोप दूर जाते.

झोपेच्या अवस्था

रात्री झोपलेला माणूस केवळ एकच झोप काढून उठत नसतो, तर त्या 'एकाच' झोपेत ४-५ 'झोपांची' आवर्तने करीत असतो. सुरुवातीस अर्धा तासपर्यंत सावध झोप असते. त्यानंतर सुमारे १ तासात ती झोप गाढ झोपेपर्यंत जाऊन परत सावध झोपेकडे येते. त्यानंतर १५ मिनिटांपर्यंत जागृतावस्थेजवळची 'साखरझोप'

असते. या साखरझोप अवस्थेतच स्वप्ने पडतात. असे एका झोपेचे एक ते दीड तासाचे आवर्तन असते. संपूर्ण रात्रीत अशा ४-५ 'झोपा' होत असतात. पहाटेकडे साखरझोपेची अवस्था अधिक वेळ असल्यामुळे स्वप्ने अधिक पडतात व ती लक्षातही अधिक राहतात.

झोप ही नैसर्गिकरीत्या, दिवसामागून येणाऱ्या रात्रीसारखी पुन्हा पुन्हा येणारी शरीराची अवस्था असली, तरी ती बऱ्याच वेळा अभ्यासात्म्य असते. एखादी गोष्ट परत परत करण्याने शिकता येते तसेच झोपेचेही आहे. अंथरुणावर पडून 'एक पल जैसे एक जुग बिता' अशी अवस्था असेल तर स्वप्ननगरीची 'एक्स्प्रेस' ट्रेन पकडण्यासाठी पुढील उपचारांपैकी एक वा सगळेही करून बघा.

बांधिलकी घड्याळाशी!

दिवसा डुलक्या येऊन कामात व्यत्यय येऊ नये असे वाटत असल्यास तुमच्या शरीराचे घड्याळ (बॉडी क्लॉक) विशिष्ट वेळांना लावून घ्या. रात्री झोपायची व सकाळी उठायची वेळ यात फार मोठे बदल करू नका. सवयीने ते साध्य होईल. रात्री फारच जागरण झाले, तरी उठण्याची वेळ बदलू नका. फारच जागरण झाले असल्यास जेवढा वेळ जागरण झाले आहे त्याचा निम्मा वेळ, दुसऱ्या दिवशी दुपारच्या जेवणा 'आधी' झोप घ्या. जेवणानंतर शक्यतो नको. सामाजिक बांधिलकी कोणाशीही असली तरी घड्याळाशी बांधिलकी सोडू नका.

एका दिवसाचे दोन दिवस करा

मांजरासारख्या प्राण्यात २४ तासांत झोपेच्या ४-६ वेळा असतात. त्यामुळे मांजर बरेचदा थोडा थोडा वेळ झोपत असते. यालाच मांजराची डुलकी (Cat Nap) म्हणतात. माणसाची ही अवस्था सहसा २४ तासाला एक असते. विन्स्टन चर्चिलसारखी काही माणसे मात्र दुपारची जरा वेळ झोप घेऊन दुपारनंतर परत जणू दुसरा दिवस सुरू झाला आहे असे वाटून ताजेतवाने होत असतात. अशा लोकांनी त्यांचा झोपेचा कोटा विभागून वापरायला हरकत नाही.

ऐसपैस बैस, पण बिछान्यावर नको

अंथरुणाचा उपयोग झोप व (सगळ्यांना माहिती असलेल्या) आनुषंगिक कामासाठीच करा. खाणे, वाचन, अभ्यास तेथे करू नका. अगदी पेंग यायला लागल्यावरच बिछान्यावर आडवे पडा. १५-२० मिनिटांत झोप न लागल्यास तसेच लोळत न पडता उठून बसून काही वाचा. हे वाचन बिछान्यात नव्हे, तर बाजूस खुर्चीवर बसून करावे. यासाठी भगवद्गीतेवरील टीका वा अध्यात्मावरील लिखाण असे 'जड' काहीतरी वाचण्याने परत डोळे मिटायला लागतात. मगच बिछान्यात पडावे. असे परत परत करावे लागले तरी हरकत नाही. झोप केव्हाही लागली तरी सकाळी उठण्याची वेळ मात्र टळू देऊ नका.

नेपथ्य, वेशभूषा, प्रकाश योजना व पार्श्वसंगीतही योग्य हवे

झोपेचे 'नाटक' चांगले पार पडण्यासाठी, ते योग्य वेळी चालू होणे जसे आवश्यक आहे तसेच त्याची बाकी अंगेही सांभाळावी. गादी फार जाड वा पातळ नसावी. फार गारवा वा उकाडाही नको. भिंतींचे व चादरींचे रंगही डोळ्याला आल्हाददायक असे निळसर, पांढरे वा गुलाबी असावेत. अंगात सैलसर सुती कपडे ठेवावे. काही जणांना थोडासा उजेडही सहन होत नाही, त्यांनी खिडक्यांना पडदे लावावेत. खोलीत दुसरे कोणी वाचत असल्यास डोळ्यावर गांधारीसारखी पट्टी लावावी, पण पूर्ण चेहऱ्यावर पांघरूण घेऊन झोपू नये. आपल्या आटोक्याबाहेरील आवाजावर नियंत्रण ठेवण्यासाठी आपणच कानात कापसाचे बोळे घालणे हा मार्ग सोपा आहे. काही वेळा मंद शांत पार्श्वसंगीत झोप आणण्यास मदत करते. शिवकुमारची संतुर वा ऑल इंडिया रेडिओची रात्री लागणारी जुनी गाणी योग्य वातावरण निर्माण करू शकतात. नेहमीच आवाजाची सवय असणाऱ्यांना मात्र नीरव शांततेत झोप लागत नाही. (आठवा, पुष्पक या मूकचित्रपटात कमल हसन त्याच्या गल्लीतले चित्रविचित्र आवाज, पार्श्वसंगीत म्हणून टेपवर लावतो व शांतपणे झोपी जातो.)

नशा नेई निद्रानाशाकडे...

चहा, कॉफी, धूम्रपान यांमुळे मेंदू खोटा खोटा उत्तेजित झाल्यासारखा वाटतो, पण त्याचा दुष्परिणाम म्हणजे झोप दूरदूर पळते. निद्रानाशग्रस्त लोकांनी तरी या वस्तू संध्याकाळी ४ नंतर घेऊ नयेत. मद्य थोडे वा अधिक घेतल्यासही सुरुवातीस झोप लागते, पण नंतरची झोप गाढ अवस्थेतील नसल्यामुळे सकाळी ताजेतवाने वाटत नाही. शिवाय ती सुरुवातीची झोप लागण्यासाठीही मद्याचा वाढता डोस लागण्याची भीतीही असतेच. वयस्कर लोकांनी रात्री चहा-कॉफी घेतल्यास त्यांना वरचेवर बाथरूमला जावे लागल्यानेही त्यांची झोपमोड होऊ शकते. ते टाळा.

'पोटभर' हवा प्या

काही वेळा नुसते दीर्घ श्वसन करून शरीर ढिले सोडल्यासही शरीरातील मज्जासंस्थेवर अपेक्षित परिणाम होऊन झोप लागते. त्यासाठी बिछान्यावर पडल्यापडल्या फक्त आपल्या श्वासाकडे लक्ष द्या. नाकाने श्वास घेत, केवळ छाती भरून न घेता तो खोलवर पोट फुगेपर्यंत घ्यावा. तसाच हळूहळू तो सोडावा. असे संथपणे करत असताना पायाच्या अंगठ्यापासून एक एक स्नायू सैल (शिथिल) करण्याचा प्रयत्न करा. प्रथम अंगठा, नंतर घोटा, नंतर पोटरी, नंतर मांडी असे हळूहळू डोक्यापर्यंत सर्व अंग ढिले सोडायचा प्रयत्न करा. शक्यता आहे की, खांद्यापर्यंत येतायेताच तुम्ही गाढ झोपलेले असाल.

चालून येणे हा चाळिशीनंतरचा उत्तम व्यायाम आहे. त्याने स्नायू थकून ढिले

(शिथिल) होतात. तसेच व्यायामाने शरीराचे तापमान सुरुवातीस वाढते व नंतर कमी होत असताना झोप येते. तोच परिणाम गरम पाण्याच्या अंघोळीनेही साधता येतो. मात्र झोपण्यापूर्वी अंघोळ न करता संध्याकाळीच करावी. झोपण्याआधी १ ग्लास दूध (गरम वा गार) २ चमचे साखर घालून घेण्याचा पूर्वापार इलाज आता आधुनिक शास्त्राद्वारेही पुनश्च सुस्थापित झाला आहे. दुधात असणारे ट्रिप्टोफॅन नावाचे द्रव्य निद्राजनक आहे. अनेकांना लैंगिक संबंधानंतर छान झोप लागते. एखादा विचार मनात घुसल्यास त्याने अस्वस्थता येऊन झोप न लागणे हा अनुभव केव्हातरी कधीतरी येतच असतो. अशा वेळी डॉक्टरी सल्ल्यानुसार संग्रही ठेवल्यापैकी एखादी झोपेची गोळी घेणे फारसे अहितकारक नसते.

☺☺

शेवटी थोडी गंमत. एक वयस्कर बाई, त्यांचा आजार बरा झाल्यानंतर डॉक्टरांना भेटायला येतात. कृतज्ञता व्यक्त करून त्या डॉक्टरांना म्हणतात, ''डॉक्टर मी तुमच्यासाठी घरी विणलेली पर्स आणली आहे.'' त्यावर आपल्या बिलाचे काय याबाबत साशंक असलेले डॉक्टर रोखठोकपणे सांगतात, ''हे बघा ती पर्स वगैरे ठीक आहे, पण माझे बिल रु. २००० आहे.'' त्यावर शांतपणे ''ठीक आहे,'' असे म्हणून त्या आजीबाई तीच पर्स उघडून त्यातील ३००० रुपये काढून घेऊन फक्त २००० रुपये त्यात ठेवून डॉक्टरांना पर्स देतात.

☺☺

◆

१७. श्वेतप्रदर (LEUCORRHOEA)

अंगावरून पांढरे जाणे याला संस्कृतमध्ये 'श्वेतप्रदर' असा शब्द आहे. प्रदर म्हणजे वाहणे. यालाच बोलीभाषेत पदर असे म्हणतात. इंग्रजीमध्ये त्याला 'व्हाइट डिस्चार्ज', 'ल्युकोऱ्हिआ' (White Discharge, Leucorrhoea) म्हणतात. धुपणी हा शब्दही या रोगाला वापरतात. या स्रावाचा रंग जास्त करून पांढरट असल्यामुळे श्वेतप्रदर, तर पाळीच्या वा इतर वेळी लाल स्राव जातो, त्याला रक्तप्रदर अशी संज्ञा आहे.

डोळ्याचे मामुली चिपडणे, तोंडात लाळ येणे, नाक ओलसर असणे या गोष्टी जितक्या नैसर्गिक आहेत तसेच पाळीच्या अलीकडे वा पलीकडे किंचित पांढरट स्राव होणे सामान्यच मानावे. त्या काळी गर्भाशयमुखाजवळील ग्रंथी अधिक स्राव सोडत असल्यामुळे ते लक्षण दिसते. या स्रावाचे वैशिष्ट्य म्हणजे त्याला वास नसतो व त्याचा आतील कपड्यांवर (अंतर्वस्त्रावर) विशेष डाग पडत नाही. मुली वयात येताना, गर्भारपणात असा स्राव होत असतो. बीजनिर्मिती, तसेच शरीरसंबंधावेळी उत्तेजना येऊनही मामुली स्राव येतो. स्त्रीचे शिक्षण, सामाजिक स्थिती व स्वच्छतेच्या कल्पना यांवरून या लक्षणाची तीव्रता कमी-जास्त जाणवते. याचा अर्थ एक प्रकारचाच, एकसारखाच स्राव वेगवेगळ्या स्त्रियांमध्ये कमी-अधिक लक्षणे दाखवतो.

वरील कारणांशिवाय गर्भाशयाच्या मुखावरील जखम (यालाच चांदी पडणे म्हणतात.), जंतू (Bactaria), बुरशी (Yeast, Candida, Fungus), एकपेशीय जीव ट्रायकोमोनल (Trichomonal) यामुळेही प्रदर होतो. योनीत काही शल्य (Foreign Body) गेल्यास, तेथे काही गाठ, मग ती साधी असो वा कर्करोगाची, धुपणी हे लक्षण दिसते. गर्भाशय व अवतीभोवतीच्या अवयवांचे विकार यांमध्ये स्राव वाढतात. ट्रायकोमोनल या जीवाणूमुळे होणाऱ्या धुपणीत स्राव हिरवट, पिवळसर, फेसकट असतो. त्याला दुर्गंधी अधिक असते. योनीभोवती स्राव हे लक्षणही असते. यीस्टमुळे (Yeast) होणारा बुरशीजन्य योनिदाह सर्वाधिक प्रमाणात

पाहावयास मिळतो. ही बुरशी केवळ योनीलाच नव्हे तर तोंडालाही बाधा करू शकते. या रोगात योनीला व अवतीभोवती खाज, दह्यासारखा चिकट घट्ट स्राव, तो भाग लाल होणे, त्याला कपड्याचा स्पर्श सहन न होणे ही लक्षणे असतात. वरच्यावर मोरीवर जाण्याची इच्छा होणे व त्या वेळी जळजळ असे लक्षणही असू शकते. बुरशीवरूनच एखाद्या गोष्टीस 'बुरा येणे' शब्द वापरत असावेत.

बुरशी करते सरशी

बुरशी ही सगळीकडेच असते, ती सर्वांच्या गुदद्वारात व स्त्रियांच्या योनीतही सुखाने नांदत असते. योनीमध्ये बुरशीबरोबर काही जंतूही असतात. लॅक्टिक ॲसिड बॅसिलस (Lactic Acid Bacillus) या जंतूमुळे तेथील आम्लता योग्य प्रमाणात ठेवली जाते. म्हणजे तेथे एक सामूहिक सहजीवनच वसलेले असते. मात्र काही कारणांनी तेथील समतोल बिघडल्यास बुरशी तेथे सरशी करून उपद्रव करू शकते. जंतूविरोधी औषधे (Antibiotics) वापरल्यास मधुमेह, गर्भारपण, गर्भनिरोधक गोळ्या, अपुरी विश्रांती, कुपोषण या कारणांनीदेखील बुरशी तेथे रोग करते. असा त्रास झाल्यास डॉक्टर काही औषधे देतीलच त्याबरोबर पुढील काळजी उपयोगी पडेल.

निरोध करू नका विरोध

काही वेळा शरीरसंबंधामुळे पुरुषांकडून हा रोग होतो. पुरुषांना या बुरशीमुळे काहीही लक्षण नसले, तरी स्त्रियांमध्ये ते रोग देऊ शकतात. स्त्रीवरील उपचार चालू असताना नवऱ्याचेही उपचार करणे आवश्यक ठरते. त्याबरोबर निरोध वापरल्याने बुरशी (व गुप्तरोग, एड्स इ. इतर रोगही) परत परत होत नाही.

अंतर्वस्त्रे घट्ट असल्यास विशेष करून सिंथेटिक वस्त्रांनी तेथील तापमान वाढून घाम अधिक येतो. त्या वस्त्रांमध्ये तो जिरत नाही व वाळतही नाही. असे दमट, गरम, अंधारे वातावरण म्हणजे बुरशीच्या वाढीला आमंत्रणच असते. (आठवा, पावसाळ्याच्या दिवसात दुर्लक्षित राहिलेला एखादा कपडा अथवा ब्रेड) सुती अंतर्वस्त्रे वापरणे व शक्य असल्यास रात्रीच्या वेळी 'बर्थ-डे सूट'मध्ये झोपणे फायदेशीर ठरते. सुती कपडेही सैलसर, हवा खेळवणारे हवे.

धोबीकामाचे शिक्षण घ्या

कपडे धुताना शर्ट जसा कॉलर व कफपाशी (बाहीपाशी) जास्त साफ करावा लागतो. तसेच आतील कपडे लिंगाच्या अवतीभोवती येणाऱ्या भागात ब्रशने अधिक घासावीत. ती ब्लिचिंग पावडरच्या मिश्रणात २४ तास बुडवून मग धुवावीत. धुतानाही भरपूर स्वच्छ पाण्यात खंगाळून, खळबळून काढावीत, जेणेकरून त्यात सफाईची पावडर (डिटर्जंट) नावालाही राहणार नाही. कपडे वाळल्यानंतर त्यावर इस्त्री फिरवावी. यामुळे बुरशी बऱ्याच प्रमाणात मरून आटोक्यात येईल.

जंत जंतूंना त्याची जागा दाखवा

निसर्गविधीसाठी गेल्यानंतर शौचाची जागा साफ करताना हात मागून पुढे घेतल्यास गुदद्वाराकडील बुरशी योनीकडे पसरण्याची शक्यता असते. त्याकरिता हाताची दिशा पुढून मागे ठेवावी. धुतल्यानंतर ती जागा स्वच्छ टॉवेलने टिपून कोरडी करावी. गार पाण्यात बसून टब बाथ घेतल्याने व हाताने तो भाग स्वच्छ करण्यानेही बुरशी धुतली जाते. आहारात साखरेचे प्रमाण मर्यादित ठेवा. व्यायामाने शरीराची प्रतिकारशक्ती वाढवा. खोकला व अन्य कारणांसाठी अँटिबायोटिक्स घेत असताना हा त्रास सुरू झाल्यास डॉक्टरांना त्याची कल्पना द्या म्हणजे ते औषधात काही बदल करू शकतील. गुदद्वाराशी खाज असल्यास सूत्रकृमी या जंतांची शक्यता असते. त्यासाठी जंतांची गोळी उपयोगी ठरते.

☺☺

शेवटी थोडी गंमत. मॅटर्निटी हॉस्पिटलच्या वेटिंग हॉलमध्ये एक 'वेटिंग' नवरा येरझाऱ्या घालत असतो. एक दुसरा माणूस त्याला धीराच्या सुरात म्हणतो, "काही काळजी करू नका. सर्व व्यवस्थित होईल. माझ्या बायकोला गेल्याच आठवड्यात तिळं झालं. तिन्ही मुलं. आणि गमतीची गोष्ट म्हणजे डिलिव्हरीआधी ती 'तीन शिलेदार' हे पुस्तक वाचत होती." हे ऐकल्यावर तो वाट बघत असलेला नवरा अजूनच हडबडून म्हणतो, "अहो, येथे येण्याआधी माझी बायको तर 'चारचौघी' नाटक वाचत होती."

☺☺

◆

१८. उवा-लिखांची लागण! (LICE)

शाळेत जाणारी १० वर्षांची लीना अभ्यासाला बसलेली असताना (वा इतर वेळीही) जर डोके खाजवत बसत असेल, तर ती काही आठवण्याचा प्रयत्न करीत असण्यापेक्षाही उवा-लिखांच्या त्रासाने त्रस्त नाही ना याचा शोध घ्यावा!

कितीही स्वच्छता पाळली तरी डोक्यात उवा-लिखा यांचा प्रसाद मिळणे फारसे अवघड नसते. यांचा संसर्ग केवळ डोक्यातच होतो असे नाही तर जिथे जिथे जास्त केस आहेत अशा ठिकाणीही होऊ शकतो. मोठ्या माणसांत डोक्याबरोबर काख, जांघ वा अन्य केसाळ भागातही लिखा प्रादुर्भाव करू शकतात. डोक्याव्यतिरिक्त असा त्रास होण्यामागे मात्र अस्वच्छ राहणी हे कारण असते. डोळ्याच्या पापणीच्या, भुवयांच्या केसातही झालेला संसर्ग आमच्या पाहण्यात आला आहे.

डोक्यावरची ऊ (डोक्यावरची असे मुद्दाम म्हणण्याचे कारण एवढेच की, जांघ भागात व इतर शरीरावर आक्रमण करणाऱ्या उवा वेगवेगळ्या प्रकारच्या असतात.) सहसा डोक्याच्या मागच्या, मानेच्या वरील भागात आढळतात. वर्गात, वसतिगृहात, आश्रमशाळात वा जिथे बसण्या-राहण्याची सोय दाटीवाटीने केलेली असते अशा ठिकाणी डोक्याला डोकी लागल्याने वाद तर रंगतातच, त्याचबरोबर ऊ एका डोक्यावरून दुसऱ्या डोक्यावर जाते. बस, सिनेमा वा नाट्यगृहातील काही तासांच्याच बैठकीत, खुर्च्यांमधून ढेकूण कपड्यात व उवा डोक्यात प्रवेश करू शकतात. अंगावर सापडणाऱ्या लिखा या आतील कपड्यांच्या (अंतर्वस्त्राच्या) शिवणीत शिरतात व त्यांच्या अदलाबदलीत दुसऱ्याच्या शरीरावर जाऊ शकतात. म्हणूनच कुणाचेही अंतर्वस्त्र वापरू नये. जांघ भागात सापडणारी ऊ जास्तीकरून लैंगिक संबंधामुळे दुसऱ्या शरीरावर जाऊ शकते.

तुमचे डोके सजीव का निर्जीव

डोक्यात थोडी जरी खाज येत असेल, मानेत लहान-मोठ्या गाठी (ओळंबा) लागत असतील, (हल्ली गाठ म्हटली की लोकांना क्षय, कर्करोग, एड्स अशा रोगांची शंका प्रथम येते. पण लिखांसारख्या रोगानेही गाठी येऊ शकतात.)

डोक्यावरील त्वचेत पू झाला इत्यादी लक्षणे असल्यास त्याचे कारण उवा-लिखांचा प्रादुर्भाव हे असू शकते. अंगावर, जांघेत खाज येत असेल, त्वचेवर रक्ताचे बारीक डाग दिसत असतील, तर त्या रोगाचे मूळ कारण उवा-लिखा असू शकतात. बारकाईने पाहिल्यास केसांना लटकलेली त्यांची बारीक अंडी दिसू शकतात. त्यामुळेच डोक्यात थोडीफार खाज आल्यास, आपले डोके स-जीव (उवा-लिखांसह) झाले की काय याचा शोध घ्यावा.

मुलीला 'बॉय' बनवा

आपण स्वत:, मुले-मुली अथवा अन्य कोणालाही याचा त्रास होऊ शकतो. पण मुलींच्या लांब केसांमुळे या रोगाचे प्रमाण त्यांच्यात जास्त आढळते. झोपडपट्टीच्या बाहेर एखादी बाई/मुलगी केस मोकळे सोडून बसली आहे व दुसरी तिच्या केसातून शोधून शोधून काहीतरी काढते आहे हे दृश्य नेहमी दिसते. (पूर्वीच्या काळी वर्तमानपत्रातील जाहिरातीत, मुलीच्या केसात माकड उवा शोधते आहे, त्याऐवजी उना/लिना वापरा असे पाहिल्याचे आठवते.) तसाच शोध आपणही घ्यावा. केस विंचरायला बारीक दातांची फणी (कंगवा नको) अधिक चांगली. बाजारात मिळणारी मेडीकर, लाइसिल, उना अशा पद्धतीची लावायची औषधे त्यांच्या पॅकवरील सूचनांप्रमाणे वापरल्यास नक्कीच फायदेशीर ठरतात. लांब केस उपचारात अडचणीचे ठरतात. खाजवून जखमा झालेल्या असल्यास मुलींचा 'बॉयकट' करावा. म्हणजे औषधे आतपर्यंत व केसांमध्ये पोहोचून लवकर आराम देतात.

एकसे दो भले

घरात एखाद्याला जरी त्रास झाला तरी इतरांनाही खाज येत नाही हे आवर्जून बघावे. कारण ऊ एका दिवसात १० अंडी घालत असल्यामुळे त्यांचा प्रसार झपाट्याने होतो. औषध लावण्याचा उपचार एकाच दिवशी, घरातील सगळ्यांनी केल्यास ऊ-मुक्ती कार्यक्रम अधिक यशस्वी होईल. शाळेत बाकावर शेजारी बसणाऱ्या मुलींच्या आईलाही असाच शोध घेऊन उपचार करावयास सांगावा.

'ढुंढते रह जाओगे'

मुलीच्या संपर्कात येणाऱ्या, धुता येण्यासारख्या वस्तू उदा, स्कार्फ, टोपी, चादरी, उश्यांच्या खोळी इ. गरम पाण्यात धुऊन नंतर त्यावर गरम इस्त्री फिरवल्याने त्यातील उवा नष्ट होतील. वापरते कंगवे, फणी, केसांचे ब्रश गरम पाण्यात (उकळत्या नको) १० मिनिटांपर्यंत बुडवून ठेवून नंतर जुन्या टूथब्रशने साफ करून मग वापरात आणावेत. मुलींच्या संपर्कात येणाऱ्या पण धुता येणार नाहीत अशा वस्तू (बाहुली, खेळ इ.) प्लॅस्टिक पिशवीत घट्ट गाठ मारून बंद करून ठेवाव्यात. लिखा शरीरापासून दूर झाल्यावर २४ तासांत मरतात. पण त्यांची अंडी ८-१० दिवसांत उबून त्यातून परत लिखा तयार होतात. यासाठी अशा वस्तू प्लॅस्टिक

पिशवीत १४ दिवसांपर्यंत ठेवल्यास त्यातील उवा व त्यांची अंडी हमखासच नष्ट होतील. आजकाल व्हॅक्यूम क्लीनरने अशी वस्तू स्वच्छ करणेही उपयुक्त ठरते.

उसनवारी नको

डोक्याचे स्कार्फ, उपरणी, टोपी, कंगवे, अंतर्वस्त्रे यांची उसनवारी करू नये. म्हणजेच त्या दुसऱ्या कुणाच्याही तात्पुरत्या वा नेहमी वापरू नयेत. आपण लहान मुलांना त्यांच्या खाऊत वा इतर गोष्टीतही इतरांना सहभागी करून घ्यावे, अशी शिकवण देत असतो. पण स्कार्फ, कंगवा, रुमाल, टोपी याबाबतीत मात्र ते कटाक्षाने टाळण्याची शिकवणही तेवढीच आवश्यक आहे. औषध लावल्यानंतरही पुढे १०-१२ दिवस केसावर, विशेषत: कानामागील केसावर बारीक लक्ष ठेवून त्यांच्या मुळाशी असलेली अंडी विंचरून काढा. औषधाचा परत वापर आठवड्याच्या आतमध्ये डॉक्टरी सल्ल्याशिवाय करू नये. तसेच भुवईत, दोन वर्षांच्या आतील मुलात, गर्भारपणात उवांचा संसर्ग झाल्यास त्याचा उपचार डॉक्टरी सल्ल्यानेच करावा.

☺☺

शेवटी थोडी गंमत. पाचवीत शिकणाऱ्या लीनाच्या डोक्यात उवा होतात. तिच्या केसांना उवानाशक औषध लावून झाल्यानंतर तिची आई म्हणते, ''वर्गात तुझ्याशेजारी बसणाऱ्या 'मनेका'लाही असाच उपचार करायला सांग.'' त्यावर लीना म्हणते, ''अगं आई ते कसे शक्य आहे? तिची आई तर 'मुक्या प्राण्यांवर दया करा' संघटनेची अध्यक्ष आहे.''

☺☺

◆

१९. हिवताप (MALARIA)

हिवतापाला 'मलेरिया' हा शब्द आपल्या इतका अंगवळणी पडला की, दोन्ही शब्द जणू आपल्याच भाषेतील आहेत असे वाटते. मलेरिया (Malaria) शब्द माल-एरिया (Mal Aria – वाईट वातावरण) या इटालियन शब्दापासून बनला आहे. रोमन साम्राज्याला कित्येक शतकापूर्वीच साचलेली डबकी व या रोगाचा संबंध माहीत होता असे वाटते. म्हणूनच त्यांनी मलेरिया हे नाव या रोगाला दिले. तसेच हिवताप या नावातही थंडी वाजून ताप भरणे हे रोगाचे यथार्थ वर्णन चपखल बसते.

एक मच्छर आदमी को... मलेरिया देता है

नुकतीच जन्मशताब्दी साजरी केलेल्या रोनाल्ड रॉस या ब्रिटिश डॉक्टरने भारतीय सेनेत असताना पहिल्यांदा डास-माणूस-डास या चक्रातून हिवताप होतो हे १९०५ साली दाखवले. त्याचा हा शोध भारतातच लागला व त्याबद्दल त्याला नोबेल पारितोषिकही मिळाले होते. डास विशेषत: ॲनाफिलिस जातीची मादी जेव्हा मलेरिया झालेल्या माणसास चावते व त्याचे रक्त पिते त्या वेळी त्या रक्ताबरोबरच हिवतापाचे प्लास्मोडियम हे जंतू त्या मादीच्या शरीरात प्रवेश करतात. परत ती मादी दुसऱ्या निरोगी माणसाला चावते तेव्हा चाव्याबरोबरच ते जंतू त्या माणसाच्या शरीरात प्रवेश करून रोगनिर्मिती करतात. हा रोग संसर्गजन्य रोगांसारखा केवळ जवळ जाण्याने होत नाही. डास चावल्यानेच त्याचा प्रसार होतो.

भुताटकीचा खेळ!

प्लास्मोडियम जंतू रक्तात गेल्यानंतर तो लाल रक्तपेशींमध्ये राहतो. त्यांच्यामधील रक्तरंजक (हिमोग्लोबिन) खाऊन अनेक पटींनी वाढतो. सुमारे १०-१२ दिवसांनी लक्षणे दिसू लागतात. रक्तपेशीतील जंतूंची संख्या वाढून त्या फुटल्यामुळे अचानक थडाथडा थंडी वाजायला लागते. अशा वेळी घरात असतील-नसतील तेवढी पांघरुणे, गाद्या अंगावर घ्याव्यात असे त्या व्यक्तीला वाटते. त्या वेळी डोके दुखते, जरा वेळाने खूप ताप भरतो (खरेतर त्या जंतूंशी मुकाबला करण्यासाठीच निसर्गत:च शरीराचे तापमान वाढवले जात असते.) नंतर काही वेळाने काही गोळी न घेतादेखील

खूप घाम येऊन ताप उतरतो. प्लास्मोडियमच्या कुठल्या जातीचा संसर्ग झाला आहे यावर थंडीताप, दिवसाआड वा दोन दिवसाआड येऊ शकतो. मधल्या काळात रुग्ण पूर्ण व्यवस्थित असू शकतो. अशा अचानक, पण तीव्रपणे उद्‌भवणाऱ्या लक्षणांमुळे हा भुताटकीचा खेळ वाटू शकतो. जुन्या जमान्यात चिनी लोकांत तर हा रोग तीन दैत्यांमुळे होतो अशी समजूत होती. पहिला दैत्य घण मारून डोकेदुखी, दुसरा पाणी टाकून थंडी व तिसरा भट्टीत बसवून ताप आणतो अशी कल्पना होती.

पाणथरीची सूज

वरील लक्षणांशिवाय मळमळ, उलट्या, भूक न लागणे ही लक्षणे दिसू शकतात. रक्तपेशींचा नाश झाल्यामुळे रक्ताची कमतरता (रक्तक्षय – ॲनिमिया) होऊन अशक्तपणा व त्याच्यामुळे दम लागणे अशी लक्षणे दिसतात. प्लीहा (पाणथरी) वाढल्यामुळे ती पोटात गाठीसारखी हातास लागू शकते. थंडीतापाला मलेरियाखेरीज अन्य कारणेही संभवतात. त्याचे निराकरण करण्यासाठी बोटास सुई टोचून रक्तनमुना तपासणी ही साधी सोपी पद्धत आहे. विशेषत: तापाचा बहर असतानाच ती तपासणी केल्यास त्यात हिवतापाचे जंतू दिसण्याची शक्यता अधिक असते. निदानासाठी व कुठल्या जंतूंमुळे हा रोग आहे हेही रक्तनमुना तपासणीने कळू शकते. फालसिपेरम जातीचा हिवताप अधिक धोकादायक असतो.

कडू कोयनेल करी काम!

'मलेरियाचा ताप असू शकेल, तर क्लोरोक्विन घेऊन टाका' अशा अर्थाची वाक्ये पोस्टकार्डावर छापलेली वा एस.टी. बसवर रंगवलेली आपण पाहिलेली आहेत. आरोग्यरक्षकही दारोदारी जाऊन तापाचा रुग्ण आहे का विचारून, असल्यास रक्तनमुना घेऊन, क्लोरोक्विनचा वापर करतातच. त्याचा १० गोळ्यांचा कोर्स मोठ्या माणसासाठी वापरतात. त्यांपैकी ४ गोळ्या सुरुवातीस एकदम काही खाण्यानंतर घ्याव्यात. कडूपणासाठी प्रसिद्ध असलेली कोयनेल (क्विनाइन)ची गोळी पूर्वीपासूनच वापरात आहे.

रोग झालेल्या व्यक्तीस औषधोपचार व त्याचा प्रसार थांबवण्यासाठी डासांची पैदास होऊ न देणे महत्त्वाचे ठरते. अंधारी जागा, दमट व गरम हवामान, साचलेले पाणी या गोष्टी डासांच्या उत्पत्तीस लाभदायक ठरतात. पुढील गोष्टींनी ते टाळता येते.

घर तिघांचे (व ६००० फूट उंचीवर) हवे!

एक मूल असणे हे कुटुंब कल्याणाच्या कार्यक्रमास उपकारक आहे. थोडक्यात कुटुंबात माणसे कमी, तेवढी दाटीवाटी कमी व राहायला मोकळी जागा, त्यामुळे स्वच्छता ठेवणेही सोपे जाते. तसेच समुद्रसपाटीपासून ६००० फुटांवरील थंड हवामान ॲनाफिलीस डासाच्या उत्पत्तीस मारक असते. आपले घर समुद्रसपाटीपासून

किती उंच आहे, हे पाहण्याचा खटाटोप तर आपण करू शकत नाही, पण परिसर स्वच्छ राहील याची काळजी तर नक्कीच घेता येते व जिथे आपण राहू त्या घरात व अवतीभोवती स्वच्छता ठेवता येते.

मासे पाळा

डासांच्या अळ्या नष्ट करण्यासाठी साठलेल्या पाण्यात गप्पी मासे सोडावेत. साठवणीचे पाणी, शेतातील पाणी जेथे जेथे शक्य आहे तेथे गप्पी माशांची शेती करता येईल. काही ठिकाणी पाण्यावर डिझेलसारखे तेल, पॅरीस ग्रीनसारखे विषारी द्रव फवारल्याने त्याचा पातळ थर पाण्यावर तयार होतो व त्यामुळे डासाच्या अळ्या मरतात. डी.डी.टी., बी.एस.सी. यांसारख्या औषध फवारणीमुळेही डास मरतात. एकदा फवारणी केल्यावर ते औषध भिंतीवर ४-६ महिने राहते. घरातील प्रत्येक भिंत, गोठे अडचणीच्या जागा येथे ही फवारणी आवश्यक ठरते.

समझोता निसर्गाशी

डासनिर्मिती पूर्णपणे थांबवणे शक्य नाही व ते निसर्गाच्याही विरुद्ध ठरेल. यासाठी डास चावू नयेत अशी योजना वैयक्तिक पातळीवर करता येईल. दारे, खिडक्यांना जाळ्याबंद चौकटी, गुडनाइटसारखी डासरोधक उपकरणे, ओडोमॉससारखी मलमे, कासव छाप, कडुनिंबाचा पाला जाळणे असे उपाय करता येतील. याशिवाय मच्छरदाणी वापरणे, विशेषकरून ती औषधी द्रव्यात बुडवून वाळवून वापरण्याने डास तर चावणार नाहीतच, पण मच्छरदाणीजवळ येणारे डासही औषधामुळे मरून जातील. हा मार्ग सोपा, कमी खर्चाचा ठरावा.

☺☺

शेवटी थोडी गंमत. चक्रम बाळू रात्री गादी घालून मच्छरदाणी लावतो, पण झोपतो मात्र मच्छरदाणीच्या बाहेर लांबवर. ते बघून आई विचारते, "असे का रे बाळू?" त्यावर बाळू समजावणीच्या सुरात म्हणतो, "अगं आई, सगळे डास फसून मच्छरदाणीच्या भोवतीच फिरत राहतील, त्यामुळे इकडे मला एकही डास चावणार नाही."

☺☺

◆

१००. वीर्यनाशाचा न्यूनगंड/हस्तमैथुन

(MASTURBATION)

संध्याकाळचे क्लिनिक बंद होण्याची वेळ होत आली होती. नंबर लावलेल्या रुग्णांपैकी विनय हा मुलगा (नाव काल्पनिक) त्याचा नंबर येऊनदेखील, ''मी डॉक्टरांना सर्वांत शेवटी भेटीन'' असे म्हणून बसून राहिला होता. अगदी शेवटी तो १७-१८ वर्षांचा उंचापुरा, पण पडलेला चेहरा असलेला मुलगा तपासणीसाठी आला. कंबरदुखी, थकवा, दम लागणे, डोळ्याभोवती काळेपणा, अभ्यासात लक्ष न लागणे अशा त्याच्या विसंगत तक्रारी होत्या. त्याच्याशी अधिक बातचीत केल्यानंतर, तपासणी केल्यानंतर तो हस्तमैथुनाच्या न्यूनगंडाने पछाडलेला आहे हे लक्षात आले! कारण तक्रारी जितक्या वैविध्यपूर्ण असतात, तितका रोग शारीरिक असण्यापेक्षा मानसिक असण्याची शक्यता वाढते.

पुरुषांमध्ये इंद्रियाशी (व स्त्रियांमध्ये योनिभागाशी) घर्षण करून सुखसंवेदना निर्माण करण्याच्या क्रियेला 'हस्तमैथुन' असे म्हणतात. तर पुरुषांत झोपेमध्ये काही स्वप्ने पडल्यानंतर इंद्रियातून वीर्य बाहेर पडण्याच्या अवस्थेला 'स्वप्नावस्था' म्हणतात.

तहानभुकेसारखीच लैंगिक इच्छा तशी तर जन्मापासूनच असते. अर्थात त्या वेळी ती सुप्तावस्थेत असते. पाळण्यातील लहान मुले-मुलीही त्यांच्या गुप्तांगाला हाताळत असतात व त्यात त्यांना एक प्रकारचे सुख मिळत असते. कुमारवयातून तारुण्यात पदार्पण करत असताना मात्र लैंगिक इच्छा प्रबळ होत असतात. लैंगिक ग्रंथी त्याचे स्राव सोडू लागल्यामुळे शरीरात व मनातही बदल होत असतात. मुला-मुलींमध्ये परस्परांबद्दल आकर्षण व कुतूहल असते. हे वय १३-१४ वर्षांचे वा १७-१८ वर्षांपर्यंत उशिराही असू शकते. पूर्वीच्या काळी लग्न लहान वयातच होत असल्यामुळे लैंगिक इच्छेला स्त्री-पुरुष संबंधाचा मार्ग उपलब्ध असायचा. आता मात्र शिक्षण, करिअर, लग्नासाठी स्त्री-पुरुषांच्या विशिष्ट वयाची अट यांमुळे लग्ने उशिरा होऊ लागली. स्त्री-पुरुष संबंधाचा नार्ग उपलब्ध न झालेल्या भावनांना वाट मिळण्यासाठी

स्वप्नावस्था/हस्तमैथुन हे दुय्यम (सेकंड बेस्ट) पर्याय म्हणता येतील.

तीन पाळ्यांची फॅक्टरी

तारुण्यात पदार्पण केल्यानंतर वृषणग्रंथीमध्ये वीर्य उत्पत्ती होऊ लागते. ही सतत २४ तास चालणारी प्रक्रिया आहे. (मलमूत्र बनण्याची प्रक्रियाही तशीच सतत चालू असते.) ज्याप्रमाणे एखादा ग्लास पाण्याने पूर्ण भरल्यावर त्याच्यात अधिक पाणी टाकल्यास ते उतू जाते, त्याचप्रमाणे जननेंद्रिय भागातील वीर्य साठण्याची मर्यादा संपल्यानंतर ते, स्त्रीसंबंध अथवा हस्तमैथुन वा स्वप्नावस्था या तीनपैकी एका राजमार्गाने बाहेर पडत असते. त्यात गैर काही नाही. हे पूर्ण नैसर्गिक आहे.

स्वप्न 'दोष' नव्हे, स्वप्नावस्था...

हस्तमैथुनास 'मास्टरबेशन' (Masturbation) असा इंग्रजी शब्द आहे. स्वप्नावस्थेसच स्वप्नदोष, नाइट फॉल, वेट ड्रीम्स (Night Fall, Wet Dreams) असे पर्यायी शब्द आहेत. त्यांपैकी स्वप्न'दोष' हा शब्द टाळला पाहिजे. 'दोष' या शब्दामुळे त्या अवस्थेबद्दल चुकीचा संस्कार तरुण मुलांवर होऊ शकतो. मलमूत्र हे जसे शरीरात रोखून ठेवण्याने काही फायदा नाही, तसेच वीर्य हे कुठल्या ना कुठल्या मार्गाने बाहेर पडण्यासाठीच बनलेले आहे, ही माहिती त्या मुलांना हवी. वीर्यात फक्त काही प्रमाणात शुक्रजंतू असतात व उरलेला बराच भाग जननेंद्रिय संबंधित ग्रंथींचे स्राव असतात.

सब घोडे बारा टक्के...

मानवाच्या लैंगिक आचाराबद्दलचे मूलभूत संशोधन करणाऱ्या डॉ. अल्फ्रेड किनसे यांच्या मते ९५ टक्के स्त्री-पुरुष त्यांच्या आयुष्यात कधी ना कधी कोणत्या ना कोणत्या स्वरूपात हस्तमैथुन करीत असतात व उरलेले नाकबूल करणारे ५ टक्के लोक खोटारडे असतात. मुलांमध्ये याचे प्रमाण मुलींपेक्षा खूपच अधिक असते. एकतर मुलांमध्ये इच्छा प्रबळ होण्याचा काळ लवकर असतो व सुखसंवेदना इंद्रियापाशीच केंद्रिभूत असल्याने त्याचा शोध त्याला लवकर लागतो. मुलींमध्ये भावना प्रबळ होण्याचा काळही उशिरा येतो तसेच सुखसंवेदना नेणारे बिंदू केवळ योनीपाशीच नसून सर्व शरीरभर पसरलेले असतात. मुलींची लग्नेही त्या मानाने लवकर होत असतात.

तोही एक शरीरधर्म

तरुणांच्या प्रबळ लैंगिक इच्छेवरून असे म्हटले जाते की, जगातील सर्वांत आद्य व्यवसाय (वेश्या) नसत्या तर स्त्रीवर्गाला मोकळेपणाने हिंडता आले नसते. त्याच्यापुढे जाऊन असे म्हणता येईल की, हस्तमैथुन/स्वप्नावस्थेचे पर्यायी राजमार्ग उपलब्ध नसते तर विवाहपूर्व संबंध, कुमारीमाता, गुप्तरोग व एड्स यांचे प्रमाण कितीतरी वाढले असते. ज्याप्रमाणे आहार, व्यायाम, निद्रा यांचे प्रमाण व्यक्तीनुसार

बदलते तसेच मैथुन वा हस्तमैथुन वा स्वप्नावस्थेचेही आहे. आठवड्यातून २-३ वेळा वा अधिक पासून ४-६ महिन्यांतून एक वेळ असे कितीही असू शकते. लग्नाआधी (व लग्नानंतरही पती-पत्नी काही कारणांनी दुरावल्यास) हस्तमैथुन वा स्वप्नावस्थेने वीर्य बाहेर पडत असते.

योग्य माहिती हाच उपचार

चुकीची ऐकीव माहिती, वीर्यनाश म्हणजे मृत्यू, लैंगिक गोष्टींबद्दल बोलणे म्हणजे पाप इ. गैरसमजुतींमुळे मुलांवर नकळत चुकीचे संस्कार होत असतात. त्या वयात घडणाऱ्या या नैसर्गिक गोष्टींचे दडपण त्या मुलांच्या मनावर येऊन त्यातून एक न्यूनगंड निर्माण होतो. न्यूनगंड म्हणजे आपल्यात ही कमतरता आहे याची सतत वाटणारी भीती. ही भीती शारीरिक नसून, मनानेच ठरवून टाकलेली भीती असते. त्या न्यूनगंडामुळे अनेक खोटे शारीरिक आजार निर्माण होऊ शकतात. आयुष्यात पुढे नपुंसकत्व येईल, वंध्यत्व येईल, क्षयरोग होईल, असे अनेक चुकीचे समज या न्यूनगंडामुळे होऊ शकतात. तारुण्यपिटिका येणे, डोळ्याभोवती काळेपणा, गालफडे बसणे, पाठदुखी इ. लक्षणांचे खापर चुकीने वीर्यनाशावर फोडले जाते. हा गैरसमज दूर करणे हाच खरा उपचार आहे. याचा गैरफायदा घेऊन वैदू/हकीम जाहिरातबाजी करून रुग्ण नसलेल्या तरुणांना मनाने कमकुवत करून लुटतात.

अर्थात एककलमी कार्यक्रमही नकोच!

लैंगिक इच्छा प्रबळ झाल्यास, समाजाने मान्य केलेला लग्नानंतरचा स्त्रीसंबंध हाच राजमार्ग आहे. मात्र काही जणांत हस्तमैथुन हा एक खेळ होऊन बसतो. अंघोळीला गेल्यानंतर, शौचाला गेल्यानंतर, एकांतात बसल्यावर, कंटाळवाणे वाटत असल्यास, उगाचच चाळा म्हणून, रतीब घातल्यासारखी करण्याची गोष्ट! असे हस्तमैथुन करणे हे नैराश्य दर्शवते. अर्थात यानेदेखील शारीरिक दोष निर्माण होत नाहीत, पण अशा व्यक्तीने मैदानी खेळात, छंदात मन रमवणे फायद्याचे ठरते. नैराश्यावर डॉक्टरी सल्ला उपयोगी ठरतो.

आपल्याकडे लैंगिक बाबतीत चर्चा करणे, अभ्यासपूर्वक माहिती करून घेणे हे पाप, कमीपणाचे वा लाजलज्जेचे समजले जाते, हेच मुळात चूक आहे. खरेतर मुले-मुली वयात आली की, हे शारीरिक बदल त्यांना समजावून दिले पाहिजेत. म्हणजे बरेच जण अशा खोट्या भीतीच्या आहारी जाऊन गैरसमजुतीचे शिकार होणे वाचतील. तसेच गैरसवयींच्या अतिरेकातूनही वाचतील. म्हणून लैंगिक शिक्षण महत्त्वाचे आहे.

☺☺

शेवटी थोडी गंमत. काही दिवस ज्याच्यावर उपचार चालू होते असा पेशंट म्हणाला, ''डॉक्टर, माझे बिल किती झाले, सांगा ना.'' खरेतर हा प्रश्न ऐकायला प्रत्येक डॉक्टर उत्सुक असतो. पण त्याचे 'पुणेरी' डॉक्टर त्याला म्हणतात, ''बाबा रे, तू बरा होतो आहेस हे खरे; पण तो आकडा ऐकण्याइतकी तुझी तब्येत स्ट्राँग झालेली नाही.''

☺☺

◆

१०१. गोवर व गालगुंड (MEASLES AND MUMPS)

प्रतिबंधक लसींमुळे टाळता येण्यासारखे, लहान मुलांमधील जे रोग आहेत त्यामध्ये पोलिओ, धनुर्वात, डांग्या खोकला, क्षय यांबरोबरच गोवर (Measles) गालगुंड (Mumps) हे दोन रोगही आहेत. यांपैकी दोन्ही लसींचा अंतर्भाव आंतरराष्ट्रीय लसीकरण कार्यक्रमात केलेला आहे. त्या विनाशुल्क वा अल्प किमतीस उपलब्ध असूनही अनेक मुलांना त्या न दिल्याने अशा मुलांत गोवराचा उद्रेक मार्च-एप्रिल वा सप्टेंबर-ऑक्टोबर महिन्यात पाहण्यात येतो.

गोवर झालेल्या मुलाशी बालवाडीत, शेजारी-पाजारी, उद्यानात संपर्क आल्यानंतर सुमारे १० ते १४ दिवसांत लक्षणे दिसू लागतात. सुरुवात केवळ सर्दीपडशाने होते. वाहणारे नाक, लाल डोळे, घशात खवखव, कोरडा खोकला यांबरोबरच ताप हे लक्षण असते. ताप अगदी थोडा वा १०३-१०४ फॅ. पर्यंतही जाऊ शकतो. डोळ्याच्या आतील श्लेष्मल त्वचेचा दाह झाल्यामुळे उजेड सहन न होणे हेही लक्षण दिसते.

वरील लक्षणे असल्यास डॉक्टरांकडे जाण्याआधीही, घरातील आजीबाई अनुभवाने गोवराचा अंदाज बांधू शकतात. अर्थात त्यांच्या मते हा विषाणूजन्य आजार नसून कुठल्यातरी देवीचा/मातेचा कोप असतो व त्याच्यावर काहीही उपचार नसतो, अशी अडाणी गैरसमजूत असते. त्यांचे मत हे अर्धसत्य असते. म्हणजेच हा देवीचा कोप असतो हे खोटे आहे; पण त्याच्यावर हमखास उपचार नाही हा भाग खरा.

रवाळ पुरळ!

सर्दीपडशाची लक्षणे ४ दिवस टिकल्यानंतर प्रथम तोंडावर, मानेवर लाल पुरळ उमटल्यासारखे दिसते. अजून दोन दिवसांत ते पूर्ण अंगावर पसरते. मात्र हातापायावर कमी असते. पुरळ पूर्ण उमटल्यानंतर मात्र ताप कमी होतो. या पुरळाला खाज नसते. ते सुमारे ५-७ दिवस राहून मग मावळते. मावळताना त्यापासून बारीक रवाळ भुगा निघतो.

वाऱ्याला उभे राहू नका

सर्दीपडशाची लक्षणे दिसायला लागल्यापासून अंगावर पुरळ उमटल्यानंतर पुढे ५ दिवसांपर्यंत त्याचा संसर्ग इतर मुलांना होऊ शकतो. त्यासाठी अशा मुलाला इतरांपासून दूर ठेवणे श्रेयस्कर. त्याचप्रमाणे गोवर झालेल्या मुलाची प्रतिकारशक्ती कमी झालेली असल्यामुळे, इतरांत वावरण्याने त्यांना असलेली जंतुदोषाची बाधा अशा मुलांना त्वरित होऊ शकते. रुग्णाच्या शिंक वा खोकण्याद्वारा हवेमार्फत याचा प्रसार होत असल्याने त्याच्या वाऱ्यालाही उभे न राहणे चांगले, पण कित्येक वेळा जागेअभावी ते शक्य नसते.

प्रतिबंधन हा हुकमाचा एक्का

गोवराचा खास उपचार नसल्यामुळे त्यापासून बचाव करणे हाच उपचार खास ठरतो. मूल ९ महिन्यांचे झाल्यावर इंजेक्शनद्वारे त्याची लस देतात. तसेच १५व्या महिन्यात एम.एम.आर. लस देण्याने त्यातील गोवर लसीमुळे प्रतिबंधक शक्ती अजून वाढण्यास मदत होते. गोवरापेक्षा त्यानंतर होणारे कान, छातीचे रोग हे अधिक त्रासदायक ठरू शकतात. ते होऊ नयेत व गोवरही सुसह्य व्हावा यासाठी पुढील काळजी घ्यावी.

पडदे लावलेल्या खोलीत विश्रांती घ्यावी. जेवणखाण पुरेसे गेल्याने प्रतिकारशक्ती वाढते. त्यासाठी जेवढे जाईल तेवढे, नेहमीचे सवयीचे जेवण घेऊ द्यावे. तापात पाणी भरपूर जावे यासाठी सूप, कढण, सरबत जेवढे अधिक जाईल तेवढे चांगले. ताप तात्पुरता कमी होण्यासाठी पॅरासिटामॉलची गोळी अथवा पातळ औषध वयानुसार, बाटलीवरील सूचनेनुसार वापरावयास हरकत नाही. कोरड्या खोकल्यासाठी तोंडात ज्येष्ठमध, खडीसाखर, पेपरमिंटची गोळी चघळावी. डोळे चिकटत असल्यास ते कोमट पाण्यात कापूस बुडवून वरचेवर पुसावेत. यासाठी कापूस डोळ्याच्या नाकाकडील बाजूने बाहेरील बाजूस पुसण्याची दक्षता घ्यावी.

गालगुंड

प्रतिबंधनाने टाळता येण्यासारखा हा आणखी एक रोग आहे. त्याला मम्प्स, गालफुगी अशीही नावे आहेत. या विषाणूमुळे कानाच्या पुढील बाजूस असणाऱ्या पॅरॉटीड या लाळ निर्माण करणाऱ्या ग्रंथीस सूज येते.

गोबरे गोबरे गाल

गालगुंड झालेल्या मुलाशी संपर्क झाल्यानंतर सुमारे २ ते ३ आठवड्यांत लक्षणे दिसतात. सुरुवातीस थोडासा ताप, अंगदुखी, डोकेदुखी होऊन १-२ दिवसात गालावर, कानाच्या पुढील बाजूस सूज दिसते. ती केवळ एका बाजूला वा

दोन्ही बाजूसही येऊ शकते. त्याच वेळी तापही थोडासा वाढतो. गालात, विशेषत: चावताना दुखणे हेही लक्षण असते. ती सूज आठवडाभर राहते. लक्षणांच्या सुरुवातीपासून गालावरची सूज कमी होईपर्यंत त्याचा संसर्ग इतरांना होऊ शकतो. अर्थात हा रोग गोवराइतका संसर्गजन्य वा त्रासदायक नसतो. रुग्णाच्या ताटवाटी, टॉवेल, उशी इ. प्रत्यक्ष वापराच्या वस्तू अलग ठेवणे चांगले. लस देऊन रोग टाळणे हे तत्त्व महत्त्वाचे. त्यातूनही रोग झाल्यास वेदनेसाठी पॅरासिटामॉल/ॲस्पिरिन यांचा वापर करता येतो. जेवणावर तशी बंदी काही नाही, पण चावण्यास कडक पदार्थांने त्रास होतो. त्यामुळे ते टाळा. तसेच आंबट, खारट पदार्थांनी (उदा. लोणची, फळे) दुखणे वाढते ते टाळा. लाळेचे प्रमाण कमी असल्यास अन्न सरबरीत पातळ करून घ्यावे. तोंडाची स्वच्छता ठेवण्यासाठी दर तासा-दोन तासांनी स्वच्छ पाण्याच्या गुळण्या महत्त्वाच्या ठरतात.

लहानपणी लस घेतल्याने अथवा गालफुगी होऊन गेल्यावर त्यापासून आयुष्यभर पुन्हा गालफुगी होत नाही. मोठेपणी होणारी गालफुगी त्याच्याबरोबरच वृषणाला येणाऱ्या सूजेची उपाधी आणू शकते. म्हणून व्हायचीच असेल तर गालफुगी लहानपणीच होऊन गेलेली चांगली.

☺☺

शेवटी थोडी गंमत. बाळू आज पोटदुखीमुळे हैराण झालेला दिसत होता. त्याने आईला विचारले, ''मम्मी, ॲन ॲपल ए डे किप्स डॉक्टर अवे, हे खरे असते का गं?''

''अरे ती फक्त लाक्षणिक म्हण आहे.''

''तसे असेल तर आज खरोखरीच डॉक्टरांकडे जावे लागेल. कारण सकाळपासून १० डॉक्टरांना दूर ठेवायचा उद्योग मी केला आहे.''

☺☺

◆

१०२. रजोनिवृत्तीचा काळ (MENOPAUSE)

मुलींना वयाच्या ११ वर्षे ते १५ वर्षांदरम्यान केव्हाही मासिक पाळी सुरू होते. यालाच काही जण बाजूला बसणे वा शिवायचे नाही असे म्हणतात. कालांतराने ही स्त्री थोडी मोठी झाल्यावर म्हणजे वयाच्या ४३ वर्षे ते ५१ वर्षांच्या दरम्यान ही पाळी बंद होते. (संस्कृतमध्ये पाळी सुरू होणे याला 'रजोदर्शन' तर पाळी बंद होणे याला 'रजोनिवृत्ती' म्हणतात.) पाळी सुरू झाल्यापासून ते बंद होण्यापर्यंतच्या काळात बीजांड कोशातून दर महिन्यास एक स्त्री-बीज उत्पन्न होत असते. त्यामुळे या काळात गर्भधारणा शक्य असते. रजोनिवृत्ती (यालाच Menopause म्हणतात) नंतर मात्र गर्भधारणा म्हणजेच संतती होत नाही.

पाळी थांबण्याची घटना सहसा अचानक न घडता त्या आधी पाळी लवकर येणे, रक्तस्राव कमी-जास्त होणे, पुढे ६-६ महिन्यांपर्यंत न येणे, अशी लक्षणे दिसतात. त्यामुळे पाळी बंद होण्याची क्रिया (मेनोपॉझच्या या घटना) ६ महिने ते ३ वर्षांपर्यंत घडत राहते. याचे महत्त्वाचे कारण म्हणजे स्त्री-बीजातून निर्माण होणाऱ्या इस्ट्रोजन या हार्मोनचे (संप्रेरकाचे) प्रमाण कमी कमी होऊ लागते. मेंदूतील पिट्युटरी या ग्रंथी इस्ट्रोजनचे प्रमाण वाढवण्यासाठी एका संप्रेरकाची निर्मिती अधिक प्रमाणात करू लागते. या सर्व घडामोडींमुळे शरीरक्रियांवर परिणाम होऊन काही लक्षणे दिसतात. परत सर्व स्थिरस्थावर होऊन घडी नीट बसेपर्यंतच्या या काळासच 'रजोनिवृत्तीचा काळ' म्हणतात. पाळीतील बदलाबरोबरच अचानक गरम वाटण्याच्या लाटा आल्यासारखे वाटून घाम येणे, नंतर लगेच थंडी वाजणे, नैराश्य येणे, चिडचिड होणे, लैंगिक संबंधाबद्दल इच्छा कमी होणे, गुप्त भागात खाज येणे, शुष्कता वाटणे, सांधेदुखी, डोकेदुखी, निद्रानाश, छातीत धडधडणे ही लक्षणे असतात. याबरोबरच हाडे ठिसूळ झाल्याने हृदयरोग, मूत्रमार्गाचे आजार होऊन त्यामुळे ही काही लक्षणे दिसतात.

आजकाल पाळी येण्याचे (रजोदर्शनाचे) वय थोडेसे अलीकडे सरकले असून नवव्या-दहाव्या वर्षीही त्याची सुरुवात झाल्याचे बघण्यात येते. मात्र रजोनिवृत्तीच्या

पन्नाशीच्या आसपासच्या वयावर मात्र परिणाम झाल्याचे जाणवत नाही. पुरुषांच्या बाबतीत त्यांच्या वीर्यातील शुक्रजंतूंचे प्रमाण पूर्वीपेक्षा कमी होत असल्याचे सध्याच्या युगात आढळते आहे.

सुरुवातीस पाळी लवकर म्हणजे १५-२० दिवसांनीही येते. पण रक्तस्राव मात्र नेहमीप्रमाणेच राहतो. नंतर पाळी उशिराने म्हणजे २ ते ६ महिन्यांपर्यंत उशिराने येऊ लागते. या काळातच एकदम गरम लाटा आल्यासारखा त्रास होत असतो. अंगावर जाण्याचे प्रमाण अगदी कमी, वा खूप जास्त असे काहीही असू शकते. असे होता होता पाळी अचानक थांबूही शकते. याच वयात रक्तदाब, मधुमेह, कर्करोग इ. इतर रोगही शरीरात बळावू शकत असल्याने, हा सर्व पाळी जाण्याचाच त्रास आहे, असे समजून गाफील राहू नये. एवढेच काय तर त्या काळात पुढे ढकलली गेलेली पाळी मेनोपॉझमुळेच आहे असे समजणाऱ्या, संतती नियमनासाठी 'रामभरोसे' पद्धतीचा अवलंब करणाऱ्या जोडप्यात गर्भ राहिल्याच्या घटनाही पाहण्यात येतात!

रजोनिवृत्ती हा काही रोग नाही तर ती एक सामान्य शरीरक्रिया आहे. सुमारे २५ टक्के स्त्रियांना या वेळी काहीच त्रास जाणवत नाही. सुमारे ५० टक्क्यांना थोडा त्रास तर उरलेल्या २५ टक्के स्त्रियात तो जास्त आढळतो.

लाटा टाळा

गरम लाटा येण्याच्या लक्षणात स्त्रीत अचानक मान, चेहरा वा छातीपासून गरम (उष्णता) सर्व शरीरभर पसरते आहे असे वाटते. चेहरा लाल होतो. काही जणींत खूप घामही येतो. असा ॲटॅक १५ सेकंदांपासून २-३ मिनिटांपर्यंत राहतो. असे दिवसभरात, रात्री अनेक वेळा घडू शकते. या लाटा टाळण्यासाठी मसालेदार पदार्थ, चहा, कॉफी यांचा उपयोग कमी करा. जेवण थोडे थोडे व विभागून घ्या. पाणी वरचेवर व जास्त प्या. जागरणे टाळा. सिंथेटिक कपडे टाळा. सुती कपड्याने शरीराभोवती हवा चांगली खेळती राहिल्याने गरमपणा कमी होतो.

शरीराचे बिम्स, कॉलम्स मजबूत करा

आर.सी.सी. (R.C.C.) कामात सिमेंटचे जे महत्त्व आहे तसेच काम शरीरातील हाडांत कॅल्शियमचे आहे. इस्ट्रोजन कमतरतेमुळे हाडातील कॅल्शियम कमी होऊन हाडे ठिसूळ होतात. त्यामुळे फ्रॅक्चर वा कंबरदुखीसारख्या घटना घडू शकतात. आहारात कॅल्शियम वाढवल्यास असा त्रास कमी होतो. हिरव्या पालेभाज्या (मेथी, पालक इ.) साय काढलेले दूध, चीज यांमध्ये कॅल्शियम भरपूर असते त्यांचा वापर करावा.

पी.टी. उषाकडून 'पी.टी.' घ्या!

चालणे, सर्व सांधे हलवणे, योगासने, दीर्घ श्वसन, सायकल चालवणे यांसारखे व्यायाम करावेत. पी.टी. उषाप्रमाणे धावणे जमले नाही तरी तिच्या

नावातली पी.टी. (शाळेतले सामूहिक व्यायाम प्रकार) जरूर करावी. या व्यायामांनी शरीर स्वास्थ्य तर वाढतेच, पण दीर्घ श्वसनासारख्या व्यायामांनी छाती-पोटामधील द्विभाजक पडदा खालपर्यंत खेचला जाऊन मानसिक ताणही कमी होण्यास मदत होते. व्यायामाने हाडेही मजबूत होतात. तसेच मानसिकदृष्ट्या स्वस्थ असलेली स्त्री हे बदल अधिक सहजपणे सहन करू शकते. या वयातच तिला नवरा व इतर कुटुंबीयांकडून सहानुभूती व मानसिक आधाराची गरज असते.

तुमच्यावर उपचार चालू आहे

पाळी थांबणे (मेनोपॉझ) ही नैसर्गिक क्रिया असल्याने त्याच्याबद्दल योग्य व आवश्यक माहिती मिळाल्याने त्याबद्दलचे गैरसमज, शंका दूर होतात. तोही एक मानसिक उपचारच आहे. त्यामुळे हा लेख वाचणाऱ्या त्या वयाच्या स्त्रियांवर त्याचा उपचार चालूच झाला आहे, असे समजायला हरकत नाही. याशिवाय शरीरातील कमी झालेल्या हार्मोन्ससाठी त्यांना बाहेरून हार्मोन्स देणे (H.R.T.), मलमूत्र विसर्जन करणाऱ्या भागांचे (गुदयोनी भागाचे) व्यायाम, योनीचा कोरडेपणा वा खाज कमी करण्यासाठी काही मलमे, निद्रानाश, नैराश्य, हृदयविकार इ. लक्षणांसाठी त्यांची तपासणी व योग्य डॉक्टरी सल्ला हे सारे ताबडतोबीने करणे फार जरुरीचे आहे. अशा गोंधळलेल्या वेळी शंका-कुशंका, गैरसमजुती दूर करून घेण्यासाठी, पाळी बंद होण्याचा त्रास सहन करणाऱ्या स्त्रीने व तिच्या घरातील लोकांनी, त्यापासून आराम कसा मिळेल हे पाहिले पाहिजे. त्यासाठी काय प्रकारचा त्रास आहे याबद्दल विचार करणे, डॉक्टरांचा सल्ला घेणे महत्त्वाचे आहे. मुंबई व मोठ्या शहरांमध्ये आजकाल या 'पाळी बंद होण्याच्या' वेळची पूर्ण माहिती देण्यासाठी व उपचार सुचवण्यासाठी मेनोपॉझ सोसायट्या स्थापन झाल्या आहेत.

☺☺

शेवटी 'नीम हकीम खतरे जान' म्हणजेच अर्धवट माहिती धोकादायक या वाक्यावरून थोडी गंमत. एक हायपोकॉन्ड्रियाक (ज्यांना आपल्याला कुठलातरी आजार झाला आहे असा सतत भास असतो.) बाई रविवारी सकाळी आपल्या डॉक्टरांना उत्तेजित आवाजात फोन करतात, ''डॉक्टर मला जो त्रास होतोय त्याचे निदान आताच झाले. माझा सर्व त्रास मेनोपॉझचाच आहे.'' त्यावर डॉक्टर छद्मीपणे म्हणतात, ''मला माहिती आहे मॅडम! आजच्या वृत्तपत्रात मीही तो लेख वाचला आहे!''

☺☺

◆

१०३. गरोदरपणातली मळमळ

(MORNING SICKNESS)

पाळी चुकून काही दिवसच वर झाल्याचे तारखेच्या गफलतीमुळे जरी लक्षात आले नाही, तरी कसेसेच वाटणे, मळमळ, वांत्या, चक्कर इ. लक्षणांमुळे त्याची जाणीव होऊ शकते. पाळी चुकल्यानंतर पहिल्या महिन्यातच ही लक्षणे दिसू लागतात व गरोदरपणाच्या सुरुवातीच्या ३-४ महिन्यांपर्यंत राहू शकतात. ही लक्षणे सहसा सकाळच्या वेळी अधिक प्रमाणात आढळतात. म्हणूनच इंग्रजीमध्ये याला 'मॉर्निंग सिकनेस' (Morning Sickness) असे सार्थ नाव आहे. अर्थात तो त्रास केवळ सकाळीच होईल असे नाही, तर ज्या ज्या वेळी ती स्त्री उपाशी असेल, थकलेली असेल त्या वेळीही होऊ शकतो. त्या काळात विशिष्ट वासांनीदेखील असा त्रास होऊ शकतो.

गाभुळलेली चिंच, बोरे वा आंबट खाणाऱ्या तसेच बेसीनकडे वांतीसाठी धावणाऱ्या नवविवाहित तरुणीकडे इतर वडीलधारी माणसे काय गडबड आहे, अशा नजरेने पाहत असतात. नेहमीपेक्षा वेगळे खाण्याची इच्छा होणे हेही लक्षण त्यात दिसू शकते. गरोदर स्त्रियांपैकी सुमारे ८० टक्के स्त्रियांना असा त्रास कमी-अधिक प्रमाणात होत असतो. विशेषत: पहिल्या खेपेस तो अधिक असतो. हार्मोन्सचे (संप्रेरकांचे) त्यातही इस्ट्रोजनचे सुरुवातीच्या काळात वाढलेले प्रमाण हे लक्षणांमागील प्रमुख कारण असते. (गर्भनिरोधक गोळ्या घेणाऱ्या स्त्रियांना या संप्रेरकाने होणाऱ्या मळमळीची कल्पना असते.) असा त्रास होणाऱ्या स्त्रियांबाबत एक चांगली गोष्ट अशी की, त्यांच्या शरीरात, गरोदरपणास आवश्यक असलेली संप्रेरके पुरेशा प्रमाणात निर्माण होत आहेत, असे अनुमान काढता येते. एका पाहणीत असे आढळले आहे की, 'तो' त्रास होणाऱ्या स्त्रियात आपोआप होणारा गर्भपात वा अपुऱ्या दिवसांचे मूल जन्माला येण्याच्या घटना कमी होतात!

मळमळ जास्त होते, त्याचा संबंध पोटात मुलगा/मुलगी असण्याशी लावणे

चुकीचे असते. तसेच पाळी चुकण्याबरोबरच लघवी पिवळी होत नाही ना, आग होत नाही ना या गोष्टींकडेही लक्ष ठेवावे. मळमळ हे लक्षण काही इतर रोगांतही दिसते. त्याचप्रमाणे इतर काही कारणांनी पाळी पुढे ढकलली गेल्यास मळमळ हे व इतर लक्षणे निर्माण होऊ शकतात. या त्रासासाठी गोळ्या/औषधांचा वापर डॉक्टरी सल्ल्याशिवाय नको. पहिल्या तीन महिन्यांच्या काळात जेवढी कमीत कमी औषधे पोटात जातील तेवढे गर्भाच्या दृष्टीने चांगले असते. ४० वर्षांपूर्वी थॅलीडोमाइड या औषधाच्या वापराने अनेक बालके हातापायांचे अपंगत्व घेऊनच जन्माला आली. एवढेच नव्हे, तर त्याचा दुष्परिणाम त्यांच्या पुढील पिढीतही दिसत असल्याचे नुकतेच एका टीव्ही कार्यक्रमात दाखवले गेले.

काही स्त्रियांच्या पोटात मात्र काहीच टिकत नाही. (येथे वाक्याचा सरळ 'वैद्यकीय' अर्थ आम्हास अभिप्रेत आहे!) अशा वेळी मात्र त्यांना नसेद्वारे ग्लुकोज सलाइन द्यावे लागते.

व्यक्ती तितक्या प्रकृती

मला याने बरे वाटले, तूही तसे कर असा सरधोपट सल्ला या त्रासाबाबत उपयोगी पडेलच असे नाही. कोणाला कशाने बरे वाटेल हे सांगता येत नाही. त्यामुळे पुढे दिलेले सर्व वा ऐकलेले दुसरेही उपाय (जोपर्यंत ते अघोरी नाहीत व औषधाशिवाय आहेत) करून बघायला हरकत नाही.

डबे धुंडाळा

लहान मुलासारखे जाता-येता डब्यात हात घालून थोडे थोडे, पण वरचेवर खात जा. त्यामुळे जठरातील आम्ल उदासीन होऊन मळमळ कमी होते. तव्यावरची कुरकुरीत गरम पोळी, टोस्ट, बिस्किटे, खाकरा, लाह्या, पोहे, फुटाणे, खारे दाणे, फळांच्या फोडी इ. जाता-येता खावे. खरेतर तुम्हाला जो पदार्थ आवडेल, पचेल तो खाण्यास काहीच हरकत नाही. फक्त तेलकट, तुपकट, तळलेले पदार्थ टाळावेत.

साखरझोपेतच साखरेचे खा

असा त्रास सकाळी झोपेतून उठताना जास्त होत असल्यामुळे पहाटेच जाग आल्यानंतर पारोशा तोंडानेच उश्याजवळ ठेवलेली ३-४ बिस्किटे खाऊन परत झोप काढावी. या खाण्याव्यतिरिक्त जेवढे जेवण जाईल तेही घ्यावेच. वांती झाली तरी घेतच राहावे. कारण वांतीमध्ये सर्व न पडता थोडेफार तरी पोटात राहतेच व तेवढेही अन्न तुमचे (व पोटातील बाळाचेही) पोषण करण्यास उपयोगी ठरते.

पुढील चाल चालण्याची

मानसिक ताणानेही हे त्रास वाढतात. या मळमळविरोधी गेममध्ये पुढली चाल खरोखरच चालण्याची आहे. त्याच्यामुळे मनावरील ताण कमी होतात. रोज किमान १५ मिनिटे चालण्यास सुरुवात करून हळूहळू ४५ मिनिटांपर्यंत कालावधी

वाढवावा. हा उपाय आठवड्यातून निदान ५ वेळा तरी करावा. खरेतर पहिल्या काही महिन्यांतच नव्हे, तर पूर्ण गरोदरपणीही हा उपाय चालूच ठेवावा. आवडेल तसे अगदी थंड वा कढत पाणी (कोमट नको) वरचेवर पोटात घेण्याने शरीराची आर्द्रता योग्य राहते.

☺☺

शेवटी गरोदरपणाबद्दलची थोडी गंमत. बाईंना तपासून झाल्यावर डॉक्टर म्हणतात, "मिसेस कुलकर्णी! तुमच्यासाठी चांगली बातमी आहे." त्यावर बाई म्हणतात, "डॉक्टर, मी मिसेस नाही मिस कुलकर्णी आहे." डॉक्टर म्हणतात, "अरेरे! मग तीच बातमी तुमच्यासाठी वाईट आहे."

☺☺

◆

१०४. बस लागणे (MOTION SICKNESS)

गाडी लागण्याची प्रवृत्ती असलेल्या व्यक्तीत, केवळ काही मैलांच्या प्रवासातदेखील चक्कर, मळमळ, गार घाम व शेवटी आपण काय खाल्लंय हे सहप्रवाशांना दाखवणे (म्हणजेच उलटी) ही लक्षणे दिसू शकतात!

असे केवळ कार, बस प्रवासातच नव्हे तर विमान, बोट या प्रवासातही होऊ शकते. किंबहुना सर्वप्रथम हा त्रास सागरी प्रवासात जाणवल्यामुळे त्यात होणाऱ्या मळमळ या लक्षणाला 'नॉशिया' (Nausea) हा शब्द, नाउस (Naus – समुद्रसंबंधित) या शब्दापासून झाला असावा. वाहनाच्या गतीमुळे, धक्क्यामुळे, उसळणाऱ्या लाटांमुळे, हेलकाव्यांमुळे शरीरस्थितीत सततच थोडाफार बदल होत असतो. या परिस्थितीबद्दलची माहिती अंतर्कर्णातील एक यंत्र (Labyrynth) मेंदूपर्यंत पाठवून, शरीरस्थिती योग्य ठेवण्यास मदत करत असते. त्याचबरोबर गतीबद्दलचे नजरेने टिपलेले संदेश, नाकाने हुंगलेले वास, कानामार्फत पोचलेले आवाज इत्यादी ज्ञानेंद्रियांतर्फे पाठवलेले संदेशही मेंदूपर्यंत पोचत असतात. या सर्व संदेशांचा योग्य मेळ न बसल्यास चक्कर, गार घाम, त्वचा फिकट होणे, मळमळ वाटणे अशी लक्षणे होतात. अशी अवस्था चालूच राहिल्यास पुढे उलटीही होते. प्रवासाबरोबरच डिझनी लँड, एस्सेल वर्ल्ड, जत्रा इ. ठिकाणी चालणाऱ्या मेरी गो राउंड वा अधिक रोमांचकारी (?) असणाऱ्या राइड्समध्येही असे होऊ शकते. साध्या झोपाळ्यावरही असे होऊ शकते.

दोन वर्षांच्या आतील मुले व वयस्कर लोकात असा त्रास कमी आढळण्याचे कारण त्यांच्या अंतर्कर्णाच्या रचनेमध्ये असते. मुली, स्त्रिया, स्थूल व्यक्ती यांच्यात हा त्रास अधिक प्रमाणात आढळतो. असा त्रास काही जणातच होतो याचे थोडेफार कारण त्यांच्या मानसिकतेत असू शकते. अशा लोकांना केवळ स्थिर वाहनात वा बोटीत बसल्या बसल्याही त्रास सुरू होतो. गाडी लागणाऱ्या लोकात आशेचा एक किरण असा की, वाढत्या वयाबरोबर वा सतत प्रवास करीत राहिल्यास पुढेपुढे हा त्रास आपोआप कमी होत जातो. अर्थात तोपर्यंत पुढील उपायांचा उपाय करता येईल.

झुकझुक गाडी छान, धुरांच्या रेषा व पळती झाडे मात्र ताण

सीटवर बसल्यानंतर सर्व शरीर ढिले ठेवून डोके मात्र मागे टेकवून, जेवढे स्थिर ठेवता येईल तेवढे चांगले. यासाठी पुशबॅक चेअर व ॲडजेस्टेबल हेडरेस्ट उपयोगी पडते. हायवेवर असताना नजर जवळच्या रस्त्यांवर वा भरधाव जाणाऱ्या आजूबाजूच्या वाहनांवर न ठेवता दूर क्षितिजावर वा स्थिर भासणाऱ्या आकाशावर ठेवल्यास डोळ्यातून मेंदूकडे जाणारे उत्तेजक संदेश कमी होऊन बरे वाटते. डिझेल, धुराचा वास, काचा बंद असल्यास निर्माण होणारे कुबट वासही त्रासदायक ठरतात. अशा वेळी खिडक्या उघड्या ठेवून थंड हवा खेळवणे चांगले. म्हणूनच झुकझुक झुकझुक आगीन गाडी असली तरी धुरांच्या रेघा व पळती झाडे नसणे अशा लोकांसाठी अधिक श्रेयस्कर ठरते. बसपेक्षा रेल्वेत त्रास कमी होतो.

एकाला लागली चट...

प्रवासापूर्वी आता आपल्याला हा त्रास होणार असे मनात येत राहिल्यास तो त्रास अधिक होतो म्हणून तो विचार टाळा. गाडीत दुसऱ्या कोणाला असा त्रास झालेला बघूनदेखील त्याची बाधा इतरांना होऊ शकते याचा विशेष अनुभव शाळांच्या सहलींमध्ये येतो. सहप्रवाशांपैकी कोणाला असा त्रास होत असल्यास त्याच्या पाठीवर धीराचा हात फिरवणे तर दूरच, पण त्याच्याकडे बघूदेखील नये!

रातराणी अधिक उपयोगी

रात्रीच्या प्रवासात अंधारामुळे बाहेरील हालचाली कमी दिसल्यामुळे त्रास कमी होतो. त्यासाठी रातराणीतून प्रवास करावा. गाडी चालू असताना बारीक अक्षरातले वाचन टाळावे. पुढच्या भागातील सीट्सवर धक्के कमी बसत असल्यामुळे गाडी लागणाऱ्या तसेच मणक्यांचे आजार असणाऱ्यांनाही त्या अधिक चांगल्या. प्रवासाच्या आदले दिवशी जागरण टाळा.

मध्यममार्ग बरा

अगदी उपाशीपोटी वा तुडुंब भरलेले पोट घेऊन प्रवास हे दोन्ही त्रासदायक ठरू शकतात. अगदी सकाळीच लवकर प्रवासाला निघायचे असले, तरी २-३ बिस्किटे, टोस्ट्स वा खाकऱ्यासारखे सुके पदार्थ खाऊन निघणे चांगले. मात्र भरपेट जेवण विशेष करून अरबट, चरबट तेलकट पदार्थ नक्कीच नकोत. धूम्रपान नको. बोटीत, विमान प्रवासात मोफत मिळते म्हणून मद्य घेणाऱ्यांना नेहमी त्रास होत नसेल, तरी असा त्रास होऊ शकतो. एक पाहणी अशी आहे की, गाडी लागणारे स्वत: ड्रायव्हिंगला बसले तर मात्र त्यांना तसा त्रास होत नाही.

सुपारीच्या खांडांचे व्यसन चालेल...

सुपारी, आवळकाठी चघळण्याने तोंडातील लाळ सुकते, त्यामुळेही त्रास कमी होतो. वरील सर्व उपायांबरोबरच गाडी लागू नये यावरच्या पूर्वापार चालत आलेल्या

गोळ्याही उपयोगी पडतातच. ॲव्होमिन, मार्झिनसारखी एक गोळी प्रवासापूर्वी तासभर आधी घ्यावी. लांबचा प्रवास असल्यास ही गोळी दर ६ तासांनी परत घेता येते. या गोळीचा एक विपरीत परिणाम म्हणजे तिने गुंगी, सुस्ती येते. त्यामुळे ड्रायव्हिंग करणाऱ्यांनी ती घेऊ नये. अर्थात आजकाल आता गुंगी न आणता मळमळ कमी करणाऱ्या गोळ्या डॉक्टरी सल्ल्याने उपलब्ध आहेत. एवढे करूनही प्रवासी-सामानात वरच्यावर एखादी प्लास्टिक पिशवी ठेवल्यास उलटी झाल्यास तिचा उपयोग केल्याने इतरांना त्याचा उपसर्ग कमीत कमी होतो.

☺☺

शेवटी थोडी गंमत. जनगणना करणारे अधिकारी एका घरात जातात. ६ मुले पाहून त्यांना जरा आश्चर्यच वाटते. आणखीन एक तान्हुले कडेवर असते. ते बघून फॉर्म चाळत ते म्हणतात, ''बाई, तुम्ही तर नवरा ६ वर्षांपूर्वीच वारल्याचे लिहिले आहे.'' त्यावर ती बाई शांतपणे म्हणते, ''ते वारल्याचे लिहिले आहे. मी वारल्याचे नाही.''

☺☺

◆

१०५. तोंड येण्याची खोड (MOUTH ULCERS)

पोटात जबरदस्त भूक लागलेली आहे, समोर चवीढवीचे अन्नपदार्थ मांडून ठेवलेले आहेत, पण तोंडात व्रण झाल्यामुळे त्यांचा आस्वाद तुम्हाला घेता येत नसेल तर, थांबा! काळजी करू नका. कारण ज्यांच्या बाबतीत कधी ना कधी असे घडले आहे वा घडत आहे असे, दर शंभरातील वीस जण तुमच्या सोबतीत आहेत हे लक्षात घ्या. दु:ख अशा प्रकारे जरी वाटले गेले, तरी ते उगाचच कमी झाल्यासारखे वाटते, खरे ना?

काही विषाणू संसर्गामुळे तोंड येते, घाईघाईने खाताना (व खोटे बोलतानाही) जीभ चावली गेल्यास, कडक सुपारी खाताना टोचल्यास, पानात चुना जास्त झाल्यास तोंड पोळणे, तंबाखू, गुटखा खाण्याने, अतिविचाराने वा नैराश्याने ओठ चावायची सवय असल्यास, फारच गरम दूध, चहा प्यायला गेल्यास इत्यादी कारणांनी येणारे तोंड हे तात्पुरते असते. सहसा ते कारण दूर झाले की, आलेले तोंड निघून जाते. (बरे होते.) तंबाखू-गुटखा खाण्याची सवय असलेल्यांनी वा कुठलेही आलेले तोंड तीन आठवड्यात बरे न झाल्यास मात्र डॉक्टरी सल्ला घ्यावा हे बरे.

वर वर्णन केलेल्या तोंड येण्याशिवाय काही जणांत मात्र तोंड येण्याची खोडच असते. वरील प्रकारे काही कारण घडून वा कारण न घडताही तोंडात प्रथम पुळी होते. नंतर ती पुळी फुटून तेथे व्रण (जखम) होतो. त्या व्रणात तीव्र वेदना व आग असते. ते व्रण गोलाकार वा लंब गोल असतात. त्यांचा मध्यभाग पिवळट पांढरा असतो व कडा मात्र लाल असतात. जीभ, ओठ, टाळू, गालाच्या आतील बाजूस, जिभेखाली असे कुठेही ते येऊ शकतात. केवळ एखादाच व्रण वा टोळीने एकाच वेळी ४-५ही असू शकतात. काही उपायांनी वा काही न करतानाही, त्रास देऊन ते ७ ते १४ दिवसांत मावळतात. काही जणांत ते क्वचित येतात, तर दुसरे टोक म्हणजे काही जणांत एक मावळायच्या आत त्यांचा दुसरा बार येतो.

खोड खोडण्याची खासियत

असे व्रण २० वर्षे ते ४० वर्षे या वयोगटात जास्त असतात. पुढे वय वाढले की, त्यांचे प्रमाण आपोआपच कमी होते. पुरुषांपेक्षा स्त्रियांमध्ये, विशेषत: पाळी येण्याच्या वेळी त्यांचे प्रमाण जास्त आढळते. शारीरिक ताण (धावपळ, जागरणे) तसेच मानसिक ताण (परीक्षा, नवीन जॉब, निराशा) या वेळीही त्यांचे प्रमाण वाढते. इंग्रजीमध्ये त्याला 'ॲपथोस स्टोमॅटिटीस' (Apthous Stomatitis) असे नाव आहे. ॲपथोसचा अर्थ आग लावणे असा आहे व ते किती यथार्थ आहे हे त्या रुग्णास त्या व्रणात सतत जाणवत राहते. अर्थात काही जणांचेच असे तोंड का येते याचे गूढ अजून उलगडलेले नाही. आनुवंशिकता हे एक कारण संभवते, पण त्याचा उपाय तुमच्या हातात नाही. ही खोड अगदी पूर्ण खोडून काढता जरी आली नाही, तरी ही सुसह्य होण्यासाठी पुढील उपचार एकापाठोपाठ एक करून पहा. त्यातील तुम्हाला योग्य कुठला हेही अनुभवाने तुम्हीच ठरवा.

माखनचोर कन्हैयाचा धावा करा

तोंड आल्याच्या अगदी सुरुवातीच्या अवस्थेत रोज १ वाटी गोड दही खाणे फायदेशीर ठरते. बहुधा दह्यातील लॅक्टोबॅसिलस हे उपकारक ठरत असावे. 'ब' जीवनसत्त्वे काही जणांत उपयोगी पडतात. त्याचबरोबर फॉलिक ॲसिड, 'क' जीवनसत्त्वे यांच्या कमतरतेमुळेही असे घडू शकते. हे घटक असलेली गोळी सुरुवातीस घेतल्यास उपयोगी पडते.

फिटकरी (तुरटी) करी 'फिट'

तोंडातले व्रण असताना वेदनेमुळे दात घासणेही अवघड होऊन बसते. त्याऐवजी निरनिराळ्या गुळण्यांचा वापर करावा. त्यामुळे दातात अडकलेले अन्नकण बाहेर निघतात. त्याबरोबरच बॅक्टेरियाही निघून जातात व व्रणातील वेदना कमी होण्यास मदत होते. गुळण्यांसाठी साधे पिण्याचे पाणी वापरले तरी चालते. साध्या पाण्याच्या गुळण्या वरचेवर म्हणजे अगदी दर तासाला केल्या तरी चांगल्या. याशिवाय हायड्रोजन पेरॉक्साइड हे एक भाग अधिक पाणी तीन भाग असे एकत्र करून वापरता येते. हे औषध दुकानात चिठ्ठीशिवाय उपलब्ध असते. खायचा सोडा, मीठ, फिटकरी (तुरटी), बिनदुधाचा काळा चहा यांपैकी एकाने खळखळून केलेल्या गुळण्याही प्रभावी ठरतात. या सर्व वस्तू सहजी घरात उपलब्ध असतात. त्यातील ॲस्ट्रिंजन्ट तत्त्वामुळे व्रणातील वेदना कमी होतात.

डेन्टिस्ट व केमिस्ट दोघांनाही भेटा

काही दात धारदार झाले असल्यास त्याचा चावा बसून तसेच दातावर वा भोवती बुरा साचला असल्यास तोंड अस्वच्छ झाल्यामुळे असे व्रण व्हायची शक्यता असते. दंततज्ज्ञास भेट देऊन त्यावर उपचार करून घ्यावा. तसेच दात घासण्यासाठी

सॉफ्ट ब्रशचा वापर करावा. केमिस्टकडेच उपलब्ध असलेल्या ग्लिसरीनयुक्त मलमाचा थर त्या जखमेवर दिल्यासही वेदना कमी होतात.

गाडीवाले गाडी धीरे हाक रे!

वरील काळजी घेऊनही वारंवार तोंड येणे ही काही जणात प्रवृत्तीच होऊन बसते. त्या लोकांनी कोणत्या मानसिक वा शारीरिक कारणांनी असा ॲटॅक येतो याचा शोध घ्यावा. जीवनरथाची दौड द्रुतगती मार्गावर चालू असल्यास त्याचा वेग कमी करावा. याशिवाय काही ॲंटिबायोटिक वा स्टिरॉइड्स औषधांच्या गुळण्या केल्यास तो ॲटॅक आटोक्यात आणू शकतात. ज्याप्रमाणे दम्याचा वारंवार ॲटॅक येणाऱ्या लोकांना डॉक्टर काही औषधे लिहून देऊन जरुरीप्रमाणे घ्यावयास सांगतात, तसेच वारंवार तोंड येणाऱ्या लोकांनी अशा गुळण्यांचा उपयोग करावयास हरकत नाही. एक मात्र खरे की, हा रोग त्रास देणारा असला तरी जीवघेणा नसतो हा दिलासा मनी धरावा. त्याचे व्रण दोन आठवड्यांत हमखास भरतातच. तीन आठवड्यांपर्यंत न भरणाऱ्या जखमांबाबत डॉक्टरी सल्ला आवश्यक ठरतो.

☺☺

शेवटी थोडी गंमत. शास्त्राच्या तासाला शिक्षक बाळूला विचारतात, "HNO_3 म्हणजे काय?" त्यावर उत्तर माहिती असण्याचा अभिनय करत बाळू म्हणतो, "सर, सर ते अगदी जिभेवर आहे पण बाहेर येत नाहीये." त्यावर शिक्षक खवचटपणे म्हणतात, "अरे त्याला लवकर बाहेर काढ, नाहीतर त्या नायट्रिक ॲसिडने तुझे तोंड पोळेल."

☺☺

◆

१०६. ऱ्हस्वदृष्टी (MYOPIA)

वर्गात बसल्यानंतर फळ्यावर शिक्षक लिहीत असतील ते वाचता न आल्यामुळे अभ्यासात मागे पडणाऱ्या किंवा शेजारी बसलेल्या मुलाच्या वहीत बघून लिहिणाऱ्या मुलाच्या 'दूरदृष्टी'बद्दल नक्कीच संशय यावा. अशा मुलात लांबवरच्या गोष्टींवरून येणाऱ्या किरणांची प्रतिमा बरोबर पडद्यावर न पडता थोडीशी पुढील बाजूस पडत असते. त्यामुळे पडद्यावर त्याचे दृश्य धूसर दिसते. मात्र जवळच्या गोष्टीवरून येणारे किरण मात्र बरोबर पडद्यावर पडल्यामुळे त्या गोष्टींची प्रतिमा सुस्पष्ट पडून ती गोष्ट व्यवस्थित दिसते. यालाच ऱ्हस्वदृष्टी असणे वा दूरदृष्टिदोष अशी नावे आहेत. इंग्रजीमध्ये 'मायोपिया' (Myopia) वा 'निअरसाइटनेस' (Nearsightness) म्हणतात. या रोगाचे मुख्य कारण म्हणजे अशा व्यक्तीत डोळ्यांच्या गोलकाचा आकार जरुरीपेक्षा जास्त लांबट, सहसा जन्मत:च असतो. एका घरातील अनेकांना असा दोष असण्याची शक्यता असते. या रोगाउलट जर डोळ्याचा गोल जरुरीपेक्षा जास्त उभट असेल, तरी दूरदृष्टी वा ऱ्हस्वदृष्टिदोष निर्माण होत असतो.

क्या मेरा क्या तेरा, एक सारखाच कॅमेरा

उत्क्रांतीमध्ये डोळ्याच्या रचनेत अनुकूल असे बदल घडत गेले. काही कीटकांमध्ये जवळचे व लांबचे पाहण्यासाठी वेगवेगळे डोळे असतात. माणसात मात्र दोन डोळ्यांची एकच जोडी ऑटोमॅटिक कॅमेऱ्यासारखी असते. जवळचे वा लांबचे बघण्यासाठी स्नायू विशिष्ट हालचाली करून त्या गोष्टीचे फोकसिंग बरोबर डोळ्यातील पडद्यावर (Retina) करत असतात. दोन डोळ्यात दिसणाऱ्या दोन प्रतिमांचे मेंदूत एकत्रीकरण होऊन केवळ एकच दृश्य दिसते. मानवास ही देणगी नसती, तर आपण कायमचे 'राम और श्याम', 'सीता और गीता' असे जुळ्याचे चित्रपट पाहत असल्यासारखे या जगात वावरलो असतो. तसेच वस्तूच्या लांबी, रुंदी, खोलीची जाण देणारी त्रिमिती दृष्टी केवळ मानवालाच आहे. अशी दृष्टी अशा प्राण्यांना आहे ज्यांचे दोन्ही डोळे समोरून दिसतात. उदा. माणूस, कुत्रा, मांजर, घुबड व ससाणा.

घोडा, बैल अशा प्राण्यांचे डोळे बाजूला असल्याने त्यांना त्रिमिती दृष्टी कमी प्रमाणात असते. जन्मापासून वयाच्या ३ महिन्यांपर्यंत मात्र अशी दृष्टी नसल्यामुळे त्या वयाची काही मुले तिरळी पाहू लागतात.

घार हिंडते आकाशी...

बाकीच्या प्राण्यात पक्ष्यांची दृष्टी अतिशय तीक्ष्ण असते. घार जरी आकाशात उंच उडत असली, तरी तिची बारीक नजर तिच्या पिलांवर असते हे जनाबाईंनाही माहिती होते. तसेच जमिनीवर मरून पडलेले भक्ष्य वासाने नव्हे, तर चक्षू ज्ञानेंद्रियाने पाहूनच लांबवरची गिधाडे त्याच्याभोवती जमू लागतात.

संशय का मनी घ्यावा

दूरदृष्टिदोष असलेल्या मुलामुलींमध्ये वयाच्या ५-६ वर्षांपर्यंत हा दोष सहसा लक्षात येत नाही. फळ्यावरचे अस्पष्ट दिसते, वस्तू पाहताना तो मुलगा डोळ्याच्या खूप जवळ धरत असेल (त्याला एक साधा नियम म्हणजे त्या मुलाच्या हाताच्या बोटापासून ते कोपराइतक्या अंतरापर्यंत धरलेली वस्तू त्याला स्पष्ट दिसायला हवी.) खेळताना वा चालताना अडथळे नीट न दिसल्यामुळे वरचेवर पडत असल्यास मध्येच तिरळा पाहत असेल, तर त्या दोषाचे निराकरण करून घ्यावे. काही मुले त्यांच्या भिडस्त स्वभावामुळे त्यांना जसे दिसते, ते धूसर असले तरी तसेच सगळ्यांना दिसत असेल असे समजतात. असे दोष शाळांमधील वैद्यकीय तपासणीत लक्षात येतात. काही मुले त्या दोषामुळे मैदानी, बाहेरचे खेळ टाळून वाचन, हातात धरून खेळायचे खेळ यात रममाण होतात. ती घरकोंबडी होतात व दुर्लक्षित राहिल्यास त्यांच्यात एकलकोंडेपणाचा न्यूनगंडही निर्माण होऊ शकतो.

दूरदर्शीचे अनुयायी व्हा!

दूरदृष्टिदोष जाण्यासाठी म्हणजे दूरदर्शी होण्यासाठी योग्य मार्ग म्हणजे डोळ्यांची तपासणी करून योग्य नंबरचा अंतर्गोल काचेचा चश्मा बनवणे हा आहे. चश्म्याऐवजी कॉन्टॅक्ट लेन्सेसही वापरता येतात. या भिंगामुळे दूरवरून येणाऱ्या किरणांची प्रतिमा बरोबर पडद्यावरच फोकस होते व स्पष्ट दिसू लागते. चश्मा सतत वापरायचा की काही वेळा, याचा निर्णय दोष कितपत आहे त्याप्रमाणे डॉक्टर घेऊ शकतात. लहान मुलांतही चश्मा वापरल्याने त्यांना स्पष्ट दिसू लागते.

नेत्रपटलावर चिरे मारून नंबर कमी करण्याची शस्त्रक्रिया (Radial Keratotomy) मुख्यतः चश्मा घालवण्यासाठीच शोधली गेली. त्याच्यात साध्या सुरीऐवजी हिऱ्याची सुरी व आता लेसर किरणांनी ती शस्त्रक्रिया होत असल्यामुळे बरीच सुरक्षित झाली आहे. तथापि चश्मा नको असल्यास आधुनिक सॉफ्ट कॉन्टॅक्ट लेन्सेस चांगला पर्याय ठरावा.

☺☺

शेवटी थोडी गंमत. एक डॉक्टर गणपतरावांना डोळ्यांच्या बाबतीत, आहारातील गाजराचे महत्त्व सांगत असतात. त्यांना गाजर व चांगले डोळे यांचा संबंध कसा हे पटत नसते. गणपतराव डॉक्टरांना म्हणतात, ''डॉक्टर गाजराचे महत्त्व पटेल असे एकतरी उदाहरण दाखवा ना.'' त्यावर डॉक्टर मिस्कीलतेने म्हणतात, ''गणपतराव सशाने कधी चश्मा लावल्याचे तुम्ही पाहिले आहे का?''

☺☺

◆

१०७. अवघडलेली मान/स्पाँडिलोसिस/मानदुखी

(NECK PAIN)

रात्री नेहमीची उशी मिळाली नाही व झोपण्याची जागाही बदललेली होती अथवा राज्य परिवहन महामंडळाच्या बसमध्ये अगदी शेवटच्या सीटवर बसून कच्च्या रस्त्यावर प्रवास केला अथवा दूरचित्रवाणी संचाच्या बरोबर समोर न बसता कोपऱ्यात बसून मान वेळावून बराच वेळ क्रिकेट मॅच पाहिली, रात्री जागून ड्रॉइंगबोर्ड अथवा कॉम्प्यूटरवर काम केले, अशी वेगवेगळी कारणे घडली तरी त्या सगळ्यांची निष्पत्ती एकच प्रकारे तुमची मान अवघडण्यात होऊ शकते. मानेच्या स्नायूंवर अवाजवी ताण बराच वेळपर्यंत आल्यास असे घडू शकते. अशा वेळी मानेच्या हालचाली करताना दुखते, त्याचबरोबर खांदे, बाहू यांमध्येही दुखू शकते.

आपले वय तीस-पस्तीस वर्षांवर असेल, तर हा अनुभव तुम्हाला पूर्वीच आला असेल वा वरीलप्रमाणे कारणे घडल्यास येऊ शकेल. पण त्याची विशेष काळजी करू नका. कारण असे दुखणे सहसा ३-४ दिवसांत बरे होते. मात्र असे वरचेवर घडत असल्यास मणक्याच्या झिजेमुळे (सर्व्हायकल स्पाँडिलोसिस) वा संधिवातामुळे असे होत नाही ना, याची शंका काढावी. तसेच मानदुखीबरोबरच तीव्र डोकेदुखी, ताप, उलट्या ही लक्षणे अन्य गंभीर आजार दर्शवितात. काही वेळा मानसिक ताणामुळेही मानदुखी बळावू शकते. डॉक्टरांकडे जाईपर्यंत पुढील उपचार सुखदायी ठरतील. मात्र वेदना तीव्र असताना पुढे सांगितलेले व्यायामांचे उपचार करू नयेत.

थंडीनंतर उन्हाळा

सुरुवातीस काही तासात बर्फाचा शेक उपयोगी ठरतो. यासाठी बर्फाचा खडा अथवा चुरा रुमालात घेऊन त्याचा दुखऱ्या जागी शेक द्यावा. त्याने त्या भागात बधिरता येते व सूज वाढत नाही.

सुरुवातीस असा गार शेक दिल्यानंतर दुसऱ्या दिवशी मात्र गरम शेक द्यावा. त्यासाठी गरम पाण्यात बुडवलेली रुमालाची घडी, गरम पाण्याची बाटली वा रबरी

बॅग, गरम पाण्याची अंघोळ वा इन्फ्रारेड किरणांचा दिवा यांपैकी जे शक्य असेल ते वापरावे. १५-२० मिनिटे एका वेळी असा दिवसातून ३-४ वेळा शेक घ्यावा.

मिठी मिठीसी चुभन

वेदनाशामक मलमांपैकी हाताशी उपलब्ध असलेले वा ज्याची जाहिरात आवडते त्यांपैकी कोणतेही मलम घेऊन त्याचा हलक्या हाताने वापर करावा. कोणतेही असे म्हणण्याचे कारण एवढेच की, त्यामध्ये डावे-उजवे करण्यासारखे फार काही नसते. या मलमांमुळे त्वचेकडील रक्तप्रवाह वाढून तेथे दाह निर्माण होऊन एक मिठीसी चुभन होऊ लागते. या वरवरच्या दुःखामुळे की काय कोण जाणे, पण खोलवरचे स्नायूंमधील दुखणे कमी वाटू लागते. या मलमांचा आणखी एक फायदा असा की, रुग्णास काहीतरी उपचार चालू झाला आहे याचे मानसिक समाधान असते. मलम उपलब्ध नसल्यास केवळ प्रेमळ व्यक्तीने फक्त हाताने केलेले हलके मालीशही सुखदायी ठरते. पॅरासिटामॉल वा अॅस्प्रो, अॅनासिनसारख्या गोळ्याही दर ६ तासांनी याप्रमाणे १-२ दिवस घेता येतात.

डॉक्टर व सैनिक दोघेही तारक

मागे बघणे, आजूबाजूला मान वळवून बघणे अशा काळात अवघड असते. त्या वेळी गोल फिरणारी, डॉक्टरांच्या खुर्चीसारखी खुर्ची वापरल्यास मानेवर अनावश्यक ताण पडत नाही किंवा मागे पाहायचे झाल्यास सैनिकांसारखे 'अबाउट टर्न' करून पाहावे. बसतानाही पाठीस विशेषतः कमरेच्या भागात आधार द्यावा. टॉवेलची घडी वा लहानी उशी कमरेच्या बरोबर मागे राहील अशी ठेवता येते. त्याने मणके योग्य स्थितीत राहतात व त्यांना आधारही मिळतो.

तुमच्या खांद्यावर तुमचेच ओझे...

तुमचे डोके व त्यातील मेंदू यांचे वजन सुमारे ४ किलो असते. सतत बसून राहण्याने, खाली बघून वाचणे, लिहिणे यांमुळे त्या वजनाचा ताण मानेच्या स्नायूंवर येतो. तास-दीड तास सतत बैठे काम केल्यानंतर तुमच्या कामाच्या खोलीत एक लहानशी चक्कर मारावी. त्या खोलीची वरून खाली, आजूबाजूला मान वळवून पाहणी करावी. उभे राहण्याने मान सरळ ठेवण्याने त्याचे वजन सर्व शरीरावर पसरले जाते. खोलीची पाहणी केल्याने मानेच्या सर्व स्नायूंना व्यायाम मिळून ते ताजेतवाने होतात. खांदे पुढे-मागे गोल फिरविण्याचा व्यायाम दर तासाला १०-१० वेळा करावा.

ज्याच्या त्याचा प्रश्न

काही लोक २-३ वा अधिकही उश्यांची चवड डोक्याखाली घेऊन झोपतात त्यामुळे स्नायूंवर ताण येतो. उताणे झोपताना चादरीच्या घडीइतकी अथवा पातळ उशी घ्यावी. कुशीवर झोपताना मात्र खांदा व डोके यांचा मेळ योग्य राहावा यासाठी

थोडी जाड उशी घ्यावी. उशीच्या बाबतीत सरधोपट नियम सांगायचा झाल्यास ज्याच्या त्याच्या मनगटाइतकीच जाड उशी त्या व्यक्तीस योग्य समजावी. पालथे, पोटावर मात्र कधीच झोपू नये. त्याने मणक्यांवर ताण येतो. कुशीवर झोपतानाही गुडघे दुमडून छातीशी घेऊन तसेच हनुवटी छातीशी घेऊन झोपणे इष्ट.

अपमानाला 'अप' मान हेच उत्तर

अपमान झालेली, मानसिक ताण असलेली व्यक्ती नकळत मान खाली घालून वावरत असते. त्यामुळेही मानदुखी सुरू होते. त्यालाही उत्तर म्हणजे ताठ कण्याने व मान उंच, सरळ ठेवून वावरणे हेच आहे. मान दुखू नये वा बरी होत आलेली मान लवकर दुरुस्त व्हावी यासाठी मानेचे व्यायाम उपयुक्त ठरतात. दिवसाची सुरुवात सर्व शरीराने 'वॉर्मअप' करून म्हणजेच सर्व शरीर सर्व सांध्यांत हळूहळू हलवूनच करावी. मानेसाठी डोके वर्तुळाकार फिरवणे, खांदे वर-खाली करणे, दहा दिशांना डोके व डोळे फिरवणे या प्रकारचे वॉर्मअप उपयुक्त ठरतात.

☺☺

शेवटी थोडी गंमत.

"शेवटी एकदाची मी माझ्या मुलाची नखे कुरतडायची सवय घालवून टाकली."

"खरे की काय? कसे काय केलेस?"

"मी त्याचे सर्व दातच पाडून टाकले."

☺☺

◆

१०८. लठ्ठपणा (OBESITY)

केस गळणे व पिकणे, लैंगिक दुर्बलता, दमा, पांढरे डाग यांसारख्या रोगांवरील औषधांच्या जाहिरातींबरोबरीने आता स्थूलता वा वजन जास्त असण्याच्या समस्येवरील जाहिरातीही आढळून येतात. याचे कारण म्हणजे या सर्व रोगांवर छातीठोकपणे सांगता येण्यासारखे हमखास औषध डॉक्टरांकडे नाही. त्याला डॉक्टर्स योग्य आहारविहार सुचवतात. त्यामुळे सध्याच्या धावपळीच्या जमान्यात केवळ औषधाने – 'चुटकी बजाके' बरे करणाऱ्या भूलभुलैय्या जाहिरातींना लोक चटकन बळी पडतात.

खा व लठ्ठ व्हा

रोजच्या रोज होणारी हालचाल, चलनवलन, कष्टाची कामे यांसाठी शरीरास ऊर्जेची (इंधनाची) जरुरी असते. एवढेच काय, आपण विश्रांती घेत असलो तरी शरीराची ऊब कायम ठेवण्यासाठी तसेच श्वसन, पचन, रक्ताभिसरण या नकळत चालणाऱ्या गोष्टींसाठीही ऊर्जा लागत असते. शरीराची झीज भरून काढण्यासाठी व वाढीसाठीही ऊर्जा आवश्यक असते. ही ऊर्जा आपल्याला अन्नातूनच मिळत असते. वजन, उंची, लिंग, वय, कामाचे स्वरूप यांवरून अन्नाची गरज बदलत असली, तरी पूर्ण वाढ झालेल्या सर्वसाधारण स्त्री-पुरुषास रोज अनुक्रमे २००० ते २५०० उष्मांक (कॅलरीज) देणाऱ्या अन्नाची आवश्यकता असते. या गरजेपेक्षा जास्त अन्न घेतल्यास ते चरबीत रूपांतरित होऊन शरीरावर साठू लागते. अशी चरबी शरीरावर दिसायला लागली की, त्याला स्थौल्य, लठ्ठपणा (Obesity) असे म्हणतात. हसा व लठ्ठ व्हा या म्हणीपेक्षा खा व लठ्ठ व्हा, हे वाक्य योग्य परस्पर संबंध दाखवते. केवळ एक टक्का लोकांत हार्मोन्समुळे येणारा लठ्ठपणा सोडल्यास ९९ टक्के लोकांत याचे कारण अतिरिक्त खादाडी व व्यायामाचा अभाव हेच असते.

घी देखा लेकिन...

स्त्रियांमध्ये गर्भारपण व पुरुषांमध्ये व्यायामाने स्नायूंची पुष्टी होऊन त्यांचा

आकार वाढणे, ही दोन वजन वाढण्याची रास्त कारणे आहेत. या कारणाशिवाय वजन वाढणे हे स्थौल्याचे पहिले लक्षण असते. जडपणा, गरम वाटणे, जास्त घाम येणे, याशिवाय वाढीव वजनाचे शरीरावर दुष्परिणाम होऊन त्यामुळेही काही लक्षणे निर्माण होतात. चालताना, जिना चढताना दम लागणे, गुडघेदुखी, वाढीव रक्तदाब, मधुमेह, लकवा, किडनी व पित्ताशयाचे विकार, वंध्यत्व यांबरोबरच इतरांना (व आरशासमोर स्वत:लाही) खुपणारा बेढबपणा ही लक्षणे दिसतात. वजन कमी केल्यास रक्तदाब, मधुमेह इ. आटोक्यात येतात तसेच वंध्यत्वही दूर होऊ शकते.

'स्थूलमानाने' स्थूलपणा कसा ओळखाल?

भारतीय स्त्री-पुरुषांच्या वय, उंची, बांधा यांवरून अपेक्षित वजनाची कोष्टके उपलब्ध आहेत. त्याच्यापेक्षा १५ टक्के वा अधिक वजन असल्यास आपल्यास स्थूलत्व आहे, असे स्थूलमानाने म्हणता येईल. तसेच आपल्या हाताचा अंगठा व त्याच्याजवळील बोट यांनी दंडाच्या आतील बाजूस चिमटा काढल्यास त्यात एक इंचापेक्षा अधिक चरबी पकडली जाऊ नये. शरीराची वाढ २५-३० वर्षाला पुरी होत असल्याने त्या हिशोबाने सांगायचे झाल्यास वयाच्या तिशीत असणारे वजन आयुष्यभर असावे.

'पोट' भाडेकरू चरबी!

स्त्रियांमध्ये अतिरिक्त चरबी खांदे, छाती, नितंब, ओटीपोट, मांड्या या ठिकाणी साठते, तर पुरुषांमध्ये कंबर, खांदे व विशेषकरून पोटाभोवती साठते. पोटावरची चरबी पोटभाडेकरूप्रमाणेच चिवट असते. तुम्ही काही करा, पण ती ढिम्म हलत नाही. पोटाची रेखा व आयुष्यरेखा यांचे एकमेकांशी व्यस्त प्रमाण असते. पोटाचा घेर जास्त असेल तर तुमच्या हातावरची आयुष्यरेखा पुसट होईल हे सांगायला हस्तसामुद्रिक आवश्यक नसतो.

केवळ उपोषणाने म. गांधींनी ब्रिटिश सरकार हलवले; पण त्याने चरबी हलेल ही शक्यता कमी. कारण नुसत्या उपासाने प्रथम शरीरातील ग्लायकोजन (ही चरबी नाही) व पाणी ऊर्जेसाठी वापरले गेल्याने तात्पुरते वजन कमी झाल्यासारखे वाटते. आमरण उपोषण करणाऱ्या व्यक्तीतही प्रथम ग्लायकोजन, पाणी आटून नंतर प्रथिने व चरबी अर्धवट जळून ऊर्जा निर्माण होऊ लागते. ही धोकादायक स्थिती असते. अशा वेळी शरीरात ॲसिटोन निर्माण होऊन ते लघवीतून बाहेर पडते. आपण पेपरमध्ये वाचतो की, उपोषणास बसलेल्या व्यक्तीची प्रकृती खालावल्यामुळे त्या व्यक्तीस तिच्या इच्छेविरुद्ध इस्पितळात दाखल करून नसेद्वारे बळेच ग्लुकोज दिले. त्या व्यक्तीच्या लघवीतील ॲसिटोन रोज तपासून असा निर्णय सरकारी डॉक्टर घेऊ शकतात. केवळ उपास हा वजन घटवण्याचा मार्ग नव्हेच.

तुटीचा जेवणसंकल्प अर्थात वजाबाकीचे उदरभरण!

प्रत्येक व्यक्तीस दिवसाला किती उष्मांक अन्नातून मिळावेत? त्या व्यक्तीच्या अपेक्षित वजनाच्या प्रत्येक किलोमागे ३० उष्मांक हवे, असे सर्वसाधारणपणे म्हणता येईल. म्हणजेच ५० किलो वजनास १५०० उष्मांक हवेत. (अर्थात मेहनतीचे काम करणाऱ्यास त्यापेक्षा अधिक लागतील.) जेवण पूर्ण बंद न करता फक्त १००० ते १२०० उष्मांक पुरवणारे अन्न घेऊन तेथे तूट निर्माण करायची व त्याच वेळी व्यायाम करून त्यासाठी आवश्यक उष्मांक चरबीच्या गंगाजळीतून खर्च करायचे हे वजन घटवण्यामागचे प्रमुख सूत्र आहे. आपल्या रोजच्या अन्नपदार्थांत किती उष्मांक आहेत, याची कोष्टकेही उपलब्ध आहेत.

जे जे चविष्ट ते ते अनिष्ट

एखादा पदार्थ शपथ घेऊन सोडण्याचा अतिरेकीपणाही करू नये, कारण ती शपथ तुटायची शक्यता अधिक असते. दर १५ दिवसाला सुमारे १ किलो वजन घटवण्याचे सहजसाध्य ध्येय ठेवावे. जे जे जिभेला चांगले लागते ते सहसा वजन वाढवणारे असते. ते पदार्थ कमी घ्या.

व्यायामाचा अभ्यास

एखादी गोष्ट परत परत करणे याला अभ्यास म्हणतात. तसा व्यायामाचा अभ्यास करावा. थोड्याने सुरुवात करून दर आठवड्यास त्यात वाढ करावी. १ तास चालण्याने २५० तर १ तास सायकल चालवण्याने ३५० उष्मांक खर्ची पडतात. तसेच पोहणे, धावणे, पायऱ्या चढणे, उतरणे, नाचणे, कुठलाही खेळ खेळणे यामध्येही चरबी जळत असते. अर्धा किलो चरबीमध्ये ३५०० उष्मांक असतात. म्हणजे रोजच्या आहारात २५० उष्मांक कमी घेऊन रोज १ तास चालून २५० उष्मांक खर्च केल्यास आठवड्यात अर्धा किलो चरबी घटू शकते.

श्रीमंती सकाळी, गरिबी संध्याकाळी...

आखलेला व ठरवलेला आहार कमीत कमी ३ वेळांत विभागून घ्यावा. सकाळचा नाश्ता श्रीमंतासारखा करावा. दुपारचे अन्न मध्यमवर्गीयांसारखे व संध्याकाळी (रात्री उशिरा नको) गरिबासारखे म्हणजे हलके व कमी खावे. सकाळी खाल्लेले अन्न दिवसभरात केलेल्या हालचाली व कामामध्ये वापरले जाते व त्यामुळे ते चरबीरूपाने साठण्याची शक्यता कमी होते.

बकाबका खाण्याने बकासूर...

१ चमचा श्रीखंडही वाडगाभर श्रीखंडाइतकेच गोड असते. घास तोंडात फिरवून, घोळून, चावून खाण्याने तोंडातील रसनेंद्रियामार्फत त्याचे ज्ञान मेंदूत होत असते त्याला तृप्ती म्हणतात. मात्र या क्रियेला थोडा वेळ लागतो. बकाबका खाण्याने मेंदूत तृप्ती मिळायच्या आतच ती व्यक्ती गरजेपेक्षा अधिक खाऊन

टाकते. तोंडातील घास संपेपर्यंत पुढील घासाला हातही लावू नये. जेवताना लहान ताटली घेऊन त्यात वाढून घेतल्यास ताट खूप भरलेले वाटूनही मानसिक समाधान मिळते. खाताना वाचणे, वादविवाद करणे, टीव्ही पाहणे या गोष्टी टाळा. त्याने मन नकळत उत्तेजित होऊन जास्त खाल्ले जाते.

सर्व अन्नपदार्थांत बऱ्याच प्रमाणात पाणी असते. भूक लागल्याची भावना झाल्यास कदाचित ती तहानेमुळेही असण्याची शक्यता असते. अशा वेळी ग्लास-दोन ग्लास पाणी प्यायल्यास अन्नाची वखवख कमी होते. रोज कमीत कमी ८-१० ग्लास पाण्याचे रेशन पोटाला लावावे. भुकेच्या वेळी सफरचंद, मोसंबी, गाजर, टोमॅटो, काकडी, मुळा यांसारखे काहीतरी चावून खावे. तसेच अन्न तळण्याऐवजी उकडून, भाजून घेतल्यास त्यातील उष्मांक कमी होतात. निर्लेपसारख्या तव्यावर अन्न शिजवण्याने तेल, तूप कमी वापरता येते.

काही जणांत मात्र भूक मारणारी औषधे, शस्त्रक्रियेने चरबी काढणे, आतड्याची बायपास शस्त्रक्रिया, दातांना तार लावून तोंडच बंद करणे, मानसोपचार इत्यादींची आवश्यकता पडते. यासाठी डॉक्टरी मार्गदर्शन आवश्यक ठरते.

☺☺

शेवटी थोडी गंमत. एक अतिविशाल मराठी महिला परदेश प्रवासाला गेल्यावर त्यांना तेथे एक वजन काटा दिसतो. त्याचे वैशिष्ट्य म्हणजे काट्यावर उभे राहिल्यावर ते वजन कार्डावर न येता आवाजाने हवे असलेल्या भाषेत यायचे. ती महिला उत्साहाने त्यावर उभी राहते त्या वेळी काट्यातून आवाज येतो, "कृपया, एका वेळी एकच व्यक्ती."

☺☺

◆

१०९. गुडघेदुखी (OSTEOARTHRITS)

शरीरात एकूण १८७ सांधे आहेत. यांपैकी गुडघ्याच्या सांध्याचा वांधा झालेला अधिक प्रमाणात आढळतो. त्याचे कारण त्या सांध्याच्या गुंतागुंतीच्या रचनेत तर आहेच, शिवाय त्याच्या विविध हालचालीही आहे. चालताना तो पुढे-पुढे असल्याने अनवधानाने मारही जास्त लागतो.

या गुडघेदुखीची आकडेवारी काढली, तेव्हा त्यात असे लक्षात आले की, चाळिशीनंतर दहा जणांतील तीन जणांना अधूनमधून तर साठीनंतर दहातील पाच जणांना गुडघेदुखी झालेली असते. अस्थिभंग, रुमाटॉइड, कुर्च्या तुटणे, वाटी सरकणे, गुडघी (गुडघ्याचा जंतुसांसर्गिक आजार), झिजेचा संधिवात (OSTEOARTHRITS) ही कारणे असतात. सुरुवातीला हा त्रास डाव्या वा उजव्या किंवा एकाच बाजूस असतो.

प्रत्येक हालचालीत गुडघ्यास धक्का लागण्याची शक्यता, वयानुसार होणारी झीज, वजन वाढणे या सर्वांचा एकत्रित परिणाम गुडघेदुखीत होऊ शकतो. हाडे एकमेकांवर घासत राहिल्याने त्यांचा गुळगुळीतपणा कमी होऊन ती खडबडीत होतात. त्याशिवाय हाडावर हाड घासल्यामुळे सांध्यात बारीक पूड निर्माण होते. ती पूड शोषून घेण्यासाठी सांध्यातील तेलाची अधिक निर्मिती होते. त्यामुळे गुडघ्यास सूज येते. त्यालाच गुडघ्यात पाणी झाले असे म्हणतात.

कळते, पण 'वळत' नाही

सुरुवातीस फक्त श्रम झाले, ऊठ-बस झाली, चाल पडली, वजन उचलावे लागले की, गुडघा दुखणे हे लक्षण असते. गुडघ्याच्या अवतीभोवती वेदना, मांडी घालून वा उकिडवे बसण्याने कळ लागणे, संडासमधून उठताना हात पाइपला धरून वा जमिनीवर टेकून उठायला लागणे, सकाळी झोपेतून उठताना गुडघा अवघडलेला वाटून नंतर हालचाल वा अंघोळीनंतर बरे वाटणे इ. लक्षणे दिसतात. यापुढील अवस्थेत चालताना वा उभे राहतानाही अवघडल्यासारखे वाटणे, सूज येणे ही लक्षणे दिसतात. कळते, पण दुखण्यामुळे 'वळत' नाही, अशीच अवस्था होते.

बाम करी थोडे काम

तात्पुरत्या वेदना कमी करण्यासाठी ॲस्पिरिन वा त्यासारखी इतर औषधे उत्तम आहेत. अर्थात काही जणांत या औषधांनी जठराचा दाह होऊ शकतो, म्हणून त्यांचा उपयोग जेवणानंतर व डॉक्टरी सल्ल्यानुसार करणे चांगले. नाहीतर भीक नको, पण कुत्रा आवर अशी अवस्था होऊ शकते. वेदनाशामक मलम, लिनीमेंट्स, बाम यांपैकी कुठलेही मलम आपल्या हातानेच हलके हलके चोळून लावल्यास बरे वाटते.

गुडघ्यासाठी 'गुड' व 'घी' दोन्ही नको

भल्यामोठ्या ट्रकला छोट्या मारुती गाडीचे टायर्स बसवले तर त्या टायर्सचे जे हाल होतील, तेच हाल वजन वाढलेल्या व्यक्तीच्या गुडघ्याचे होतील. आपल्या वाढलेल्या वजनाच्या तिप्पट ताण उभे राहताना वा चालताना गुडघ्यावर येतो. तुमच्या वय, उंची, लिंगानुसार अपेक्षित वजन असावे. वजन कमी करण्यासाठी गुड (गूळ) व घी (तूप) व तत्सम गोड व तेलाचे पदार्थ आहारात कमी करणे आवश्यक ठरते.

द्राक्षाच्या बागेला मांडवाचा आधार

द्राक्षाचा वेल नाजूक असतो म्हणून त्याला भरभक्कम लोखंडी अँगल्सचा मांडव लावतात, तर झेंड्याचा खांब सरळ उभा राहावा यासाठी त्याला दोर व तारांनी ताणून जमिनीत आधार देतात. तोच प्रकार गुडघा नीट ठेवण्यासाठी करावा लागतो. गुडघ्याच्या भोवतालचे स्नायू, लिगॅमेंट्स मजबूत केल्याने गुडघ्याचा भार ते बऱ्याच प्रमाणात घेऊ शकतात. व्यायामाने ताकदवान झालेले स्नायू गुडघ्याची योग्य स्थिती ठेवतात. तसेच त्याच्यावरील ताण कमी करून वेदना कमी करू शकतात. उताणे झोपून पाय सरळ लांब ठेवून, गुडघ्याखाली लहानशी गुंडाळलेली चादरीची घडी ठेवून, ती घडी गुडघ्याने १००-२०० वेळा दाबणे हा एक सोपा व्यायाम आहे. हाच व्यायाम पाय लांब ठेवून बसल्या अवस्थेतही करता येतो. तसेच पालथे झोपून घोट्यास ३ किलोपर्यंत वजन बांधून पाय पाठीमागच्या बाजूने वळवून मांड्यांवरती आणणे, असे १० वेळा करणे हा दुसरा व्यायाम आहे. या दोन्ही व्यायामांनी गुडघ्याच्या पुढील व मागील बाजूचे स्नायू मजबूत होतात.

शॉक ॲब्सॉर्बर बसवा

आपण चालतो, धावतो, त्या प्रत्येक वेळी पाय जमिनीवर आदळत असतो. त्याचा धक्का नडगीवाटे गुडघ्यावर पडत असतो. जॉगिंग, धावणे, बॅडमिंटनचा खेळ यांसाठी काँक्रीटसारखा कडक पृष्ठभाग नको, तर भुसभुशीत माती, हिरवळ, जॉगिंग ट्रॅक वा लवचीक असलेला लाकडी पृष्ठभाग उत्तम.

नेहमीसाठी स्पोर्ट्स शूज वापरल्यास त्यांचे तळ जाड व स्पंजासारखे असल्याने

पाय आपटण्याचे धक्के तेथेच काही प्रमाणात शोषले जातात. नी कॅप (गुडघ्याचा मोजा) तात्पुरती वापरल्यास फायदेशीर ठरू शकते. पण तिचा खरा उपयोग तुमचा गुडघा दुखतो आहे, याची आठवण देण्यासाठीच असतो. तिच्या सतत वापराने भोवतालच्या स्नायूंना दुर्बलता येऊ शकते.

किस्सा खुर्सी का

गुडघे दुखत असताना धावणे, चढणे, वजन उचलणे, मांडी घालणे टाळा. बसण्यासाठी व सकाळच्या नैसर्गिक गरजेसाठी म्हणजेच शौचासाठी अनुक्रमे खुर्ची व कमोडचा वापर उपयोगी पडतो. सपाटीला थोडेफार चालायला हरकत नाही. पण 'गुडघ्याला काम करायला लावून मोकळा करतो' असा अतिरेकी विचार टाळा. शेक गरम वा थंड; ज्याला जसा साहवेल तसा वापरायला हरकत नाही; पण सूज असल्याचा संशय असल्यास गरम शेक नको.

शेवटी दंड व भेद

वरच्या युक्त्यांनी गुडघेदुखी आटोक्यात न आल्यास हातात आधारासाठी दंड (काठी) उपयोगी पडतो. काठी तिसरा पाय म्हणून जमिनीला टेकवून दुखऱ्या गुडघ्यावरील वजन कमी करता येते. यासाठी काठी दुखऱ्या गुडघ्याच्या विरुद्ध हातात (म्हणजेच उजवा गुडघा दुखत असल्यास डाव्या हातात) धरावी. याशिवाय गुडघ्यात इंजेक्शन देणे, गुडघ्याचा भेद (शस्त्रक्रिया) वा आता कोणत्याही शहरात उपलब्ध असलेली सांधा बदलून कृत्रिम सांधा टाकण्यासाठी शस्त्रक्रिया हे शेवटचे पर्याय आहेत.

☺☺

शेवटी थोडी गंमत. दुखरा उजवा गुडघा चेपतच गणपतराव डॉक्टरांच्या तपासणी कक्षात शिरतात. त्यांना तपासून डॉक्टर म्हणतात, "विशेष काही नाही. वाढत्या वयामुळेच उजवा गुडघा दुखतो आहे." त्यांचे उत्तर न पटल्यामुळे गणपतराव म्हणतात, "तसे असेल तर न दुखणाऱ्या माझ्या डाव्या गुडघ्याचे वय तुम्ही सांगू शकाल?"

☺☺

◆

११०. धडधडणारी छाती (PALPITATION)

'धडकने लगता है मेरा दिल तेरे नामसे' ते 'धकधक करने लगा'पर्यंत अनेक गाण्यांतून छातीतील धडधडीचे वर्णन आहे. त्या तारुण्यातील धडधडीबरोबरच मुलाखतीस जाताना, काही साहसी कृत्ये करण्यापूर्वी जाणवणारी धडधड थोड्याफार प्रमाणात प्रत्येकाने अनुभवलेली असते. बाह्यत: काही कारण नसताना आकस्मिक सुरू होणारी, छातीत डाव्या बाजूस जाणवणारी धडधड सुरू झाली की, त्या व्यक्तीस प्रथम एक गोष्ट लक्षात येते, ती म्हणजे त्याला हृदय असल्याची!

सामान्यपणे हृदयाचे स्पंदन (ठोके) ७०-८० प्रति मिनिटास या गतीने होते. ते आपल्याला जाणवत नाहीत. मात्र तेच ठोके १२०-१५० वा २०० पर्यंत वाढू शकतात. तेव्हा मात्र ते ठोके धडधड म्हणून जाणवतात. असे काही मिनिटांपासून काही तासांपर्यंतही होऊ शकते. त्या वेळी मळमळ, घाम, किंचित चक्कर असे वाटू शकते. यामुळे आपली वेळ भरली, ॲटॅक आला असे वाटते. पण असे होताना सहसा छाती दुखणे हे लक्षण नसते. हार्ट ॲटॅकमध्ये मात्र बहुतेक वेळा छाती दुखणे हे लक्षण प्रामुख्याने असते.

वाढलेले ठोके, सहसा करीत नाहीत धोके!

तरुण ते मध्यम वयापर्यंत असे घडल्यास, त्या व्यक्तीस पूर्वीपासून हृदयासंबंधी काही आजार (उदा. वाढीव रक्तदाब) नसेल तर, बऱ्याच वेळा ते निरुपद्रवी असते. आपले हृदय जरी छातीच्या पिंजऱ्यात बंद असले, तरी आजूबाजूस घडणाऱ्या घटनांची जाण त्याला ज्ञानेंद्रियांमार्फत होत असते. त्यामुळेच थरकाप घडणारी घटना घडल्यास नियमित पडणारा हृदयाचा एखादा ठोका चुकतो, त्यानंतर पडणाऱ्या ठोक्यात जास्त रक्त फेकले गेल्यामुळे छातीत धस्स झाल्यासारखे वाटते. काही जणात हृद्गती वाढून ही धडधड बराच वेळेपर्यंत राहते. या शरीरधर्माचा उपयोग पोलीस 'लाय डिटेक्टर' तपासणीत करतात. 'बायो फीड बॅक' उपचार पद्धतीतही याच तत्त्वाचा उपयोग केलेला असतो. असे ठोके काही वेळापर्यंत ३-४ पटीने वाढूनही हृदयावर दूरगामी दुष्परिणाम होत नाहीत.

द्रुत त्रितालापेक्षा एकताल बरा...

हृदयाची गती नियमित ठेवण्याचे काम त्याचे स्वत:चे स्नायू, मेंदूपासून निघणारी व्हेगस नर्व्ह, ॲड्रिनलिन नावाचा हार्मोन इ. सर्व एकमेकांशी तालबद्ध राहून करत असतात. यांपैकी कोणी बेताल झाले तर धडकी भरवणारी धडधड चालू होते. असे वरचेवर होत राहिल्यास किमान एक वार डॉक्टरी तपासणी करावी मात्र धडकन वाढल्यास ती कमी होण्यासाठी व ती पुन:पुन्हा होऊ नये यासाठी पुढील मार्ग पकडावे.

मनगटावरले घड्याळ काढून टाका

टाइप ए व्यक्तिमत्त्वाचे लोक स्वभावाने महत्त्वाकांक्षी, थोड्या वेळात जास्तीत जास्त काम करणारे, एकाच वेळी अनेक कामे करणारे, टापटिपीने हे करीन व तेही करीन अशा वृत्तीचे, वेळेचे काटेकोर बंधन पाळणारे असतात. असे आग्रही स्वभावाचे लोक वेळेत काम न झाल्यास बेचैन होतात. त्यांनी घड्याळाशी बांधिलकी सोडावी. आयुष्य दमादमाने घेण्यास शिकावे. ताण वाढवणाऱ्या नवीन जबाबदाऱ्या घेऊ नयेत.

चहा-कॉफी 'उद्या' घेईन

काही दुकानांवर 'आज नगद, कल उधार' अशी पाटी असते. त्या वचनाप्रमाणे उधारीचा 'उद्या' कधीच येत नाही. चहा, कॉफी आवश्यक तेवढीच घ्यावी. त्याचा कोणी आग्रह केल्यास त्याला नाराज न करता 'उद्या' घेईन म्हणून सांगावे. सर्दी, दम्यावरची औषधे, कॅफीनयुक्त औषधांनी धडधड होणे असे होते. ती टाळावीत अथवा त्यांचा उपयोग डॉक्टरी सल्ल्याने करावा. कॉफीने धडधड वाढण्याचा अनुभव अनेकांना येतो.

अभी नही, कभी नही

दारू व तंबाखू कुठल्याही रूपात, जसे विडी, सिगारेट, तपकीर, जर्दा, गुटखा इत्यादी घेण्याने हा त्रास होऊ शकतो. पोटास तडस लागेपर्यंत जेवल्यास छातीवर ताण येऊनही हा त्रास होतो.

थंड थंड करी, काम उदंड

थंड थंड पाण्याची अंघोळ धडधड कमी करू शकते. ती करू न शकल्यास निदान पातेलेभर गार पाण्यात नाकतोंड बंद करून चेहरा २-३ सेकंद बुडवल्यासही फायदा होतो. आडवे पडलेले असताना, झोपेतून उठताना एकदम झपकन उभे राहू नका. काही जणांना तसे करण्याने धडधड सुरू होते. ती टाळण्यासाठी उठताना प्रथम कुशीवर वळा, नंतर बिछान्यावर १-२ मिनिटे बसून मग उभे रहा.

'व्हेगाबॉन्ड व्हेगसला' काबूत आणा

मेंदूतून निघणारी व्हेगस नर्व्ह (ती व्हेगाबॉन्ड व्यक्तीसारखी शरीरास दूरवर कुठेही जाते म्हणून तिला व्हेगस नाव पडले आहे.) हृदय स्पंदनावर नियंत्रण करते.

धडधडीचा अॅटॅक आल्यानंतर खुर्चीत बसून खोलवर हवा नाकाने घेऊन, शौचाच्या जागी कुंथल्याप्रमाणे करावे. या दोन्ही प्रकारांनी व्हेगस नर्व्हवर ताबा मिळविता येतो.

कॅल्शियमची कोंडी करा

या विकारावरील उपचारात डॉक्टर्स, कॅल्शियम क्षार पेशीमध्ये शिरणार नाही अशी औषधे वापरतात म्हणून मुळात आहारातील कॅल्शियमच कमी करावे. त्याच्या उलट मँगनीज, मॅग्नेशियम व पोटॅशियम हे क्षार वाढवावेत. ते क्षार, पालेभाज्या, फळे, बेदाणे, केळी, बटाटे, सोयाबीन, पावटे यांमध्ये भरपूर असतात.

खेळासाठी खेळ, जिंकण्यासाठी नाही

मैदानी खेळ खेळण्याचा व्यायाम हृदयाचा 'टोन' वाढवतो, पण त्या खेळात शर्यत नसावी. गेम जिंकायचाच अशा जिद्दीने खेळताना श्रमाबरोबरच ईर्षेमुळे मानसिक ताण येऊन धडधड होऊ शकते. असा त्रास होणाऱ्या व्यक्तीने 'एकट्यानेच' पोहणे वा धावण्यासारखा व्यायाम करावा.

'मानसिक वय' वाढवा

दाराआड लपून घरात शिरणाऱ्या व्यक्तीला 'भो' म्हणून दचकावण्याचा खेळ लहान मुलांपुरताच सीमित ठेवावा. काही मोठ्या व्यक्तींत अशा दचकण्याने धडधडीचा त्रास सुरू होतो. अशा वेळीही शांत बसून दीर्घ व खोलवर श्वसन केल्याने मन व हृदय दोघांनाही शांतता व बल मिळते.

हृदय संरक्षणाला व्यायाम मंत्र घ्यावा

विश्रांती घेत असताना सामान्यपणे हृदय दर मिनिटास ८० ठोके या वेगाने दौडत असते. धावण्यासारखा व्यायाम केल्याने त्याची गती मिनिटाला १६०-१८० ठोक्यांपर्यंत वाढवता येते. असा व्यायाम वरचेवर करण्याने हृदयाला एक प्रकारचे ट्रेनिंग मिळते. त्यामुळे विश्रांतीकाली ८० गतीने धडधडणारे हृदय त्याची सामान्य गतीही ६०-७० पर्यंत खाली आणू शकते. मात्र असा जोरकस व्यायाम करण्याआधी निदान मध्यमवयीन व्यक्तीने तरी डॉक्टरी सल्ला घ्यावा.

☺☺

शेवटी व्यायामाने हृदयगती काही काळ तरी १६० पर्यंत न्यावी, या वैद्यकीय सल्ल्यावरून, एक अमेरिकन गंमत. एक ढेरपोट्या अमेरिकन टीव्हीसमोर बसून चिप्स व कॉफी घेता घेता बायकोला म्हणतो, "डार्लिंग, आज २० कप कॉफी प्यायल्यामुळे माझ्या छातीत इतकी धडधड होते आहे की, आता मला वेगळ्या व्यायामाची गरजच नाहीये."

☺☺

◆

१११. घामाची दुर्गंधी (PERSPIRATION ODOUR)

नुकत्याच प्रसिद्ध झालेल्या एका अभ्यासाच्या अहवालानुसार स्त्री-पुरुषांच्या एकमेकांच्या आकर्षणामागे एक गंध कारणीभूत असतो. असाच गंध प्राण्यांमध्येही असतो. मात्र आकर्षण वाढविणाऱ्या गंधाशिवाय तिटकारा आणणारा, नकोसा वाटणारा गंध दूर कसा करावा याचा शोध या लेखात घेऊ या.

वास मारणारे निवासी बॅक्टेरिया

मुळात घाम जेव्हा येतो तेव्हा तो जवळजवळ गंधरहितच असतो. मात्र काखेत, जांघेत असणाऱ्या घर्मग्रंथीतून येणाऱ्या घामात एक सेंद्रिय (Organic) द्रव्य असते. आपल्या शरीरावर नेहमीच अनेक प्रकारचे जंतू (Bactaria) सुखेनैव नांदत असतात. असे निवासी जंतू त्या सेंद्रिय पदार्थाला कुजवून घाण वास निर्माण करतात. या घामग्रंथी मानसिक ताणामुळे उत्तेजित होत असतात. भीतीने गाळण उडाल्याने, शृंगारिक उत्तेजनाचा सतत विचार करणे यांमुळे काखा व जांघा ओल्या होतात. हवामानातील गरम-थंडपणाशी त्यांचा फारसा संबंध नसतो. अशा वास करणाऱ्या ग्रंथी, व्यक्ती वयात येईपासून ते वृद्धत्व सुरू होण्यापर्यंतच कार्यरत असतात. त्यामुळे बालके व म्हातारी माणसे या वासविरहित असतात.

'घर्म' बंधातली ठेव ही!

वरील ग्रंथीशिवाय शरीराचे तापमान नियमित ठेवणाऱ्या घर्मग्रंथी सर्व शरीरभर पसरलेल्या असतात. त्यांच्या स्रावात सेंद्रिय द्रव्य नसल्यामुळे त्यांच्यापासून वास येत नाही. मात्र घाम पुसला न गेल्यास तो आजूबाजूच्या अस्वच्छतेमुळे, कपड्यांमुळे दुर्गंधी करू शकतो. एवढेच काय असा घाम पायात चिखल्या, शरीराच्या वळकट्यांमध्ये बुरशी निर्माण करू शकतो. या ग्रंथी व्यायामामुळे, आजूबाजूचे तापमान वाढल्यास उत्तेजित होऊन घर्मग्रंथीतील ठेव म्हणजेच घाम बाहेर सोडून शरीराचे तापमान योग्य ठेवण्यास मदत करतात. चला तर तुम्हाला व आजूबाजूच्या वातावरणालाही सुगंधित करू या.

केवळ डागडुजी नको

टीव्हीवरील जाहिरातीत केवळ एक विशिष्ट पावडर वापरून घामाच्या दुर्गंधीपासून सुटका होते असे दाखवतात. त्यातील सत्य हे साबणाच्या जाहिरातीप्रमाणे कपडे चमकदार स्वच्छ होण्याइतपतच सत्य आहे. केवळ सुवासिक पावडर वापरणे ही वरवरची डागडुजी आहे. किमान रोज एक वेळा अंघोळ, उन्हाळ्याच्या दिवसात वा जास्त घाम येणाऱ्यांनी दोन वा अधिक वेळाही करणे चांगले. काखा, जांघा व पाय ही वास निर्मितीची प्रमुख केंद्रे असतात. भरपूर स्वच्छ पाणी व साबू यांनी अंघोळ केल्याने तेथील बॅक्टेरिया धुतले जातात. अंघोळीनंतर तो भाग पुसून कोरडे ठेवण्याची काळजी घ्या. मग त्यावर सुगंधी पावडर वापरा.

'घ' घामाचा व घमघमाटाचा...

बाहेरचे कपडे परीट घडीचे मात्र अंतर्वस्त्रे व मोजे मात्र ४-४ दिवस तेच यांमुळे कपड्यात घाम राहून दुर्गंधी येते. काखा व जांघा यांतील केस असण्यामागे लैंगिक संबंधाच्या वेळी उत्तेजन मिळणे व स्त्री-बीजवाहिनीकडे जाणारे जंतू रोखणे हे उद्देश असले तरी वेळोवेळी ते कापणे आवश्यक ठरते. घट्ट बसणारी अंतर्वस्त्रे, निदान रात्री काढून टाकावीत. घामट झालेले बूट वाऱ्यावर वाळण्यासाठी ठेवावेत. सँडल्ससारखी हवा खेळवणारी पादत्राणे अधिक चांगली. वजन जास्त असल्याने त्रास अधिक होतो त्यासाठी वजन घटवणे फायदेशीर ठरते. खाण्यातील मासे, लसूण, जिरे, गरम मसाले काही प्रमाणात घामावाटे बाहेर पडतात त्याचा वापर कमी करा.

सुगंधी कट्टा

घाम कमी करणारी पोटात वापरायची औषधे उपलब्ध आहेत, पण त्यांचा दुष्परिणाम असल्यामुळे ती वापरू नयेत. लोशन, क्रीम, स्प्रे, पावडर स्टिक्स इ. उपलब्ध आहेत. त्यांच्या वापराने घर्मग्रंथींची तोंडे बंद होऊन घाम बाहेर पडण्याचे प्रमाण कमी होते. वास कमी करणाऱ्या औषधांमुळे घामाचे प्रमाण कमी होत नाही, पण वास करणारे जंतू त्यामुळे मरतात. याशिवाय त्यांना स्वत:चा सुगंध असल्यामुळे ते दुहेरी काम करतात. फिनॉल असलेले साबण, दिवाळीतील उटणे या वर्गात मोडतात.

सोडा धरा

खायचा सोडा (बेकिंग पावडर) २ ते ४ चमचे अंघोळीच्या बादलीभर पाण्यात टाकून त्याने अंघोळ करावी. अंग कोरडे करून काखा, जांघा येथे अंगाला लावायच्या पावडरमध्येही सोडा एकत्र करून ती पावडर तेथे लावावी. सोड्यामुळे जंतूही मरतात व काही प्रमाणात घामही शोषला जातो.

व्यायाम, कष्ट, श्रमाने येणारा घाम हा खरेतर एक्रीन (Eccrine) ग्रंथीतून येणाऱ्या स्रावामुळे असतो. त्याला वासनिर्मिती क्षमता नसते. त्यासाठी स्वच्छ

अंघोळ व स्वच्छ वस्त्रे यांचा वापर पुरेसा ठरतो. मात्र जाहिराती पाहून असा 'स्वच्छ' घाम येणारा माणूसही आपल्या घामाला वास येतो की काय, असा संभ्रम पडून उगाचच बाह्य प्रसाधनांच्या मागे लागू शकतो.

☺☺

शेवटी मन सुगंधित करणारी थोडी गंमत... ही एका मोठ्या पंचतारांकित हॉस्पिटलमधली गोष्ट आहे. शिकाऊ डॉक्टर मुख्य डॉक्टरांना म्हणतात, ''सर, त्या ३० नंबरच्या पेशंटला सर्व औषधे देऊन पाहिली, पण त्याला घामच येत नाही व त्यामुळे त्याचा ताप खाली येत नाहीये.'' त्यावर डॉक्टर थंडपणे म्हणतात, ''बघा शेवटचा उपाय म्हणून त्याला आजपर्यंतचा हॉस्पिटलच्या बिलाचा आकडा सांगा.''

☺☺

◆

११२. टाचदुखी (PLANTAR PAIN)

सकाळी जाग आलीये, निसर्गाने कॉलही दिलेला आहे. पण उठून पाऊल टेकवताच देवाची आळवणी करणारा माणूस देवभक्त असण्यापेक्षा टाचदुखीने पीडित असण्याची शक्यता अधिक असते. केव्हाही विश्रांती मिळाली (म्हणजे पायावर भार पडला नाही) व त्यानंतर चालू लागल्यावर पहिली काही पावले दुखणे हे लक्षण असते. तसेच चालत राहिल्यास दुखणे कमी होते वा तसेच राहते. सहसा असा त्रास एकाच टाचेला होतो. असे दुखणे पुढे-पुढे विश्रांती घेत असतानाही सुरू होते.

मोठ्या पायी छोटा बूट

टाचदुखीमागे अनेक कारणे असू शकतात. कॅल्केनियस या हाडाचे फ्रॅक्चर, ॲकिलीस या स्नायूबंधाची दुखापत, सतत पायाची आदळआपट (या कारणामुळे त्याला 'पोलीस मॅन्स हिल' म्हणतात.) खूप चालीने स्नायूंच्या जाळीवर पडणारा ताण, आनुवंशिकतेने पावले सपाट असणे, अनवाणी बराच काळ कडक पृष्ठभागावर चालणे यांबरोबरच पायापेक्षा लहान आकाराचे बूट वापरणे ही कारणे संभवतात.

उपटसुंभ सुळे देतात शूळ

तळव्याच्या सर्व स्नायूंच्या खाली या स्नायूंपासूनच बनलेली आधार देणारी एक जाळीसारखी गादी असते. तिला प्लँटर फॅशिया (Plantar Fascia) म्हणतात. त्या जाळीला सूज येणे ही टाचदुखीमागील महत्त्वाची घडामोड असते. तसेच हाडांपासून निघणारे उपटसुंभ सुळे (Bony spur) हेही कारण असू शकते. स्नायू एका नायलॉन दोरीसारख्या बंधनाने हाडात गुंफलेले असतात. काही कारणांनी त्या ठिकाणी दाह झाल्यास नंतर तेथील जखम भरताना तेथे कॅल्शियम जाऊन बसते. त्यामुळे तेथे हाडांचे अयाचित उपटसुंभ सुळे तयार होतात. असे सुळे शरीरात कोठेही असू शकतात. पण टाचेवर ते अधिक आढळतात. एक्स रेमध्ये ते दिसतात. टाचदुखी, खांदादुखी अशी लक्षणे असल्यास मधुमेहाची शंका फेडावी. तसेच संधिवातामध्येही इतर सांध्याबरोबर टाचा दुखू शकतात.

खबरदार, जर 'टाच' मारूनी...

जॉगिंगसारखा व्यायाम, कडक पृष्ठभागावर चालणे, धावणे या गोष्टी टाळाव्यात. अनवाणी चालू नका, त्याने तळव्याच्या जाळीवर ताण येतो. चपलाही नकोत त्यापेक्षा बूट चांगले. जागतिक उदारीकरणानंतर भारतातही सहजी उपलब्ध असलेले (व अर्थातच महागडेही) स्पोर्ट्स शूज अधिक उपयोगी ठरतात. साध्या बुटातही आतल्या बाजूने, पण टाचेच्या दिशेला अर्धा इंच जाड रबरी जीभ बसवून घ्यावी. दुखऱ्या जागी मधोमध भोक असलेले पॅड (खेळण्याच्या रबरी रिंगसारखा आकार असलेले) बुटात ठेवल्यास सुळ्यामुळे पडणारा ताण कमी होतो. काही दिवसांनी तेथे दाह कमी झाल्यानंतर सुळा तसाच राहिला तरी वेदना नाहीशा होतात.

बादलीत गरम पाणी घेऊन १०-१५ मिनिटे पाय बुडवून शेक द्यावा. तसेच पायाला वरचेवर मालीश करावे. दुखऱ्या भागावर प्रथम हळुवार नंतर सहन होईल इतपत जोराने हाताच्या अंगठ्याने चोळावे. शेक व मालीश यांमुळे तेथील रक्तप्रवाह वाढून दाह कमी होण्यास मदत होते.

या व्यायामावर 'शतदा' प्रेम करावे

तळपायांची बोटे ताण देऊन टाचेकडे आतील बाजूस वळवण्याचा व्यायाम शतदा म्हणजेच अधिक वेळा करावा. तसेच जमिनीवर रिबन, कापडाची पट्टी पसरवून तिच्यावर उभे राहून ती बोटांच्या साहाय्याने तळपायाखाली गोळा करण्याची क्रिया करावी. कागदाचे कपटे जमिनीवर पसरवून ते बोटांच्या चिमटीत पकडावेत. या व्यायामांनी तळव्यातील स्नायू बळकट होऊन स्नायूंच्या जाळीवरील ताण कमी होऊन बरे वाटते.

याशिवाय वेदनाशामक गोळ्या, मलमे, टाचेमध्ये द्यायचे स्टिरॉइडचे इंजेक्शन, क्वचितच करावी लागणारी सुळक्यावरील शस्त्रक्रिया हे इलाज वैद्यकीय सल्ल्यानुसार उपलब्ध आहेत.

☺☺

शेवटी थोडी गंमत. बायकोमुळे हैराण झालेला एक नवरा काही कारणामुळे बायकोला डॉक्टरांकडे घेऊन गेल्यावर म्हणतो, "डॉक्टर जराशी संधी मिळताच ही मला वात आणते. हिला 'संधिवाता'वरचे औषधही देता का?"

☺☺

◆

११३. दातावरील किटण (PLAQUE)

पांढरे स्वच्छ मोत्यासारखे दात केवळ विश्वसुंदरीचेच असावेत असे नाही. सगळ्यांचेच तसे असायला हरकत नाही! पण ते होण्याच्या अडथळ्याच्या शर्यतीत पहिला मोठा अडथळा असतो दातावर व त्याच्या आजूबाजूला जमणारे पिवळसर पांढरट किटण. आपले तोंड म्हणजे अनेक जंतूंचे (बॅक्टेरिया) निवासस्थान असते. खाण्यातील अन्नपदार्थांचे कण तोंडात राहिल्यास हे जंतू त्यावर गुजराण करून एक पारदर्शी किटण (Plaque – प्लाक) बनवतात.

असा प्लाक वा पारदर्शी किटण वेळच्या वेळी काढणे आवश्यक असते. स्वच्छ गुळण्या व नियमित ब्रश यांनी तो निघतो. मात्र सांदीकोपऱ्यात (जिथे ब्रश पोचत नाही) वा हिरड्यांवरही तो लपून राहतो. असा प्लाक दोन दिवसांत लाळेतील कॅल्शियम वापरून सुमारे ५० टक्के टणक होतो. तर १०-१२ दिवसांत पूर्ण टणक होऊन त्याचे कडक किटण तयार होते. असे किटण दातांच्या व हिरड्यांच्या संगमावर चिकटून बसते. या कडक किटणाला 'टार्टर' म्हणतात. त्यांच्या कडीकपारीत तोंडातल्या बॅक्टेरियांना लपायला अधिकच चांगली जागा मिळते. ते किटण व त्यांच्या आश्रयाने राहणारे किटाणू (बॅक्टेरिया) हिरड्यांवर आक्रमण, आघात करून त्यांचे रोग करतात. या बॅक्टेरियापासून निघणारे ॲसिड दातात कीड निर्माण करतो. असे किटण म्हणजे जणू जहाजाच्या, बोटीच्या तळाशी जमणाऱ्या शेवाळ्याप्रमाणे असते.

दात पिवळट, बुरा आल्यासारखे इतरांना (व आपल्या आरशात) दिसणे हे पहिले लक्षण आहे. हिरड्या भुसभुशीत झाल्याने त्यातून रक्त येणे, पू येणे, तोंडात दुर्गंधी, दातांची कीड, दातदुखी इ. लक्षणे निर्माण होतात. या सर्व घडामोडींचे कार्टून रूपाने चित्रीकरण टीव्हीवरील टूथपेस्टच्या जाहिरातीत पाहावयास मिळते. प्लाकच्या अवस्थेतील किटण आपण ब्रशच्या वा पुढील उपचारांच्या साहाय्याने काढू शकतो.

मात्र एकदा टार्टररूपी किटण तयार झाल्यानंतर ते काढायला दंतवैद्यांची मदत

घ्यावी लागते. चला तर विश्वसुंदरीचे दात डोळ्यासमोर आणा आणि प्लाकचा नायनाट कसा करायचा ते पाहू या. मात्र त्याच वेळी आधीपासूनच जमलेल्या टार्टरची गच्छंती करण्यासाठी दंतवैद्याची अपॉइंटमेंटही घेऊन टाका.

टूथब्रशची तलवार करा

प्लाकचा पर्दाफाश करण्यासाठी प्रथम ब्रशरूपी तलवार घ्या. सॉफ्ट प्रकारचा, तोंडात सगळीकडे पोचू शकणारा लहान 'डोक्याचा', नायलॉनची टोके गोलाकार असलेला ब्रश चांगला. ब्रशचे आयुष्य ३-४ महिन्यांचेच असते. (त्यानंतर त्याचा उपयोग दात घासण्यासाठी नाही, तर कंगवे साफ करण्यासाठी सिंकचे कोपरे साफ करण्यासाठी होतो.)

केवळ दाखवायचेच नाहीत, तर खायचे दातही...

लेखणीच्या फटकाऱ्याने काही जण इतरांना नेस्तनाबूद करतात. प्लाकची ती हालत करण्यासाठी ब्रशही पेन पकडल्यासारखा बोटात पकडावा. दात, हिरड्यांच्या संगमापाशी ब्रशचा ४५ डिग्रीचा कोन साधावा. वरच्या दातासाठी वरून खाली व खालच्या दातांसाठी खालून वर असे ब्रशचे फटकारे मारावेत. फार दाबून ब्रश चालवल्यास दातावरचे आवरण (एनॅमल) निघून जाऊन आतील डेन्टीन उघडे पडते. ते अधिकच धोकादायक. दातांचा पुढून दिसणाऱ्या भागाबरोबरच पाठीकडचा भागही ब्रशने घासावा. ब्रश करण्यासाठी कमीत कमी ४-५ मिनिटे वेळ द्यावा.

रात्र वैऱ्याची असते

ज्याप्रमाणे कंगव्यात अडकलेली घाण काढण्यासाठी त्याच्यावर ब्रश आडवा फिरवल्यास घाण निघणार नाही. तोच प्रकार दातांमधील किटणाबाबत खरा आहे. टूथब्रश उभा फिरवावा. २४ तासांतून कमीत कमी २ वेळा ब्रश करणे आवश्यक असते. केवळ एका वेळीच ब्रश करणे शक्य असल्यास ती वेळ रात्रीची असावी. कारण रात्री जेवणानंतर जमू लागलेल्या प्लाकला ८ तास निर्वेध मिळतात. तसेच रात्री लाळही कमी सुटल्याने ती प्लाकला प्रतिबंध करू शकत नाही.

फ्लॉस एकदम फर्स्टक्लास

डेंटल फ्लॉस नावाचा बारीक शिलाईच्या धाग्यासारखा दोरा उपलब्ध आहे. तो सुमारे १८ इंच लांब घेऊन दोन्ही हातांच्या मधल्या बोटांना गुंडाळून घ्यावा. दोऱ्याचा मधला भाग बोटांनी दोन दातांच्या मधल्या पोकळीत हिरडीपर्यंत न्यावा. त्याच्यामुळे सांदीकोपऱ्यातील अन्नकण, बुरा साफ होतो. हेच काम कुठल्याही बारीक, पण मजबूत शिलाईच्या दोऱ्यानेही करता येते, त्यासाठी डेन्टल फ्लॉसच घेणे आवश्यक नाही.

दात आहे पण...

'पेस्ट नाही' हे कारण दात न घासण्यासाठी पुरेसे नाही. १ कप पाणी,

त्याच्यात चिमूटभर मीठ व १ चमचा खायचा सोडा यांचे द्रावण बनवून त्याच्यात वरचेवर ब्रश बुडवून दात घासावेत. फ्लुरॉइडयुक्त पेस्ट प्लाक प्रतिबंधास उपयुक्त ठरते.

दाती, तृण नव्हे, पान धरावे

डोळ्यात घाण गेली वा चिकटपणा आला तर आपण प्रथम काय करतो? आठवते? प्रथम भरपूर पाण्याने डोळा धुतो. तेच काम दातांच्या बाबतीत करावे. प्रत्येक जेवणानंतर ब्रश करणे शक्य नसल्यास साधे पाणी तोंडात घेऊन त्याने खळखळून व खुळखुळूनही गुळण्या कराव्यात. यामुळे पाणी सर्वदूर शिरून अन्नकण, प्लाक व पालेभाज्यांचे तंतू बाहेर काढले जातात. गुळण्यासाठी पाण्याशिवाय लिस्टरीन वा हायड्रोजन पेरॉक्साइडचे रसायनही वापरता येते. मात्र ते योग्य प्रमाणात मिसळून वापरावे. नागवेलीचे (विड्याचे) पान, त्याच्यात काहीही न घालता, नुसते चावून जेवणानंतर खाल्ल्यास त्याने तोंडात स्वादही चांगला येतो व सफाईही होते.

☺☺

शेवटी थोडी गंमत. नाटकाची तिकिटे फाडणारा बुकिंग क्लार्क डेंटिस्टकडे जातो. डॉक्टर विचारतात, ''कुठला दात दुखतो आहे.'' त्यावर तो उत्तरतो, ''मध्यावरून तिसरा, पुढची रांग, बाल्कनी.''

☺☺

◆

११४. विषबाधा (POISONING)

रस्त्यावरील अपघाताने मृत्युमुखी पडण्याबरोबरच विषबाधेमुळे (मग ते अजाणतेपणे अचानक असो वा आत्महत्या करण्याच्या उद्देशाने असो) मृत्यू आल्याच्या बातम्या नैसर्गिक मृत्यूपेक्षा अधिक वाचायला/ऐकायला मिळतात. विष तोंडावाटे पोटात जाऊन, नाकावाटे श्वासमार्गात जाऊन वा त्वचेवाटे रक्तात प्रवेश करून शरीरावर परिणाम दाखवू शकते. सुरुवातीस तोंडात, घशात, पोटात जळजळ, आग, दुखणे अशी लक्षणे दिसतात. बघणाऱ्या व्यक्तीकडून अथवा विषबाधा झालेल्या व्यक्तीकडूनच विष पोटात गेल्याचा इतिहास मिळू शकतो. जवळच विषाची कुपी, अर्धवट भरलेली वा रिकामी सापडू शकते. वांत्या, जुलाब, भ्रम होणे, ग्लानी येणे, श्वासोच्छ्वासास त्रास होणे, तोंडाभोवती भाजल्यासारखे दिसते. लाळ गळणे व शेवटी बेशुद्धी अशी लक्षणे असू शकतात. या सर्व लक्षणांची तीव्रता विषबाधा कशामुळे, किती प्रमाणात व कोणत्या मार्गाने झाली आहे यांवर अवलंबून असते. काही विषांनी केवळ खूप नशा येणे, झोप येणे, आकडी येणे असेही होऊ शकते.

ए भाई, जरा देखके चलो

काही मिनिटांपूर्वी अथवा तासांपूर्वी व्यवस्थित असलेल्या व्यक्तीत अचानक वरीलपैकी लक्षणे दिसू लागल्यास विषबाधेची शंका घ्यावी. विशेषत: लहान मुलांमध्ये विषबाधेचे प्रमाण अधिक आढळते. आपल्या नकळत आपण २५-३० विषबाधा करू शकणाऱ्या गोष्टींमध्ये वावरत असतो. फरश्या, संडास साफ करायची रसायने, केरोसिन, पेट्रोल, फर्निचर पॉलिश, उंदीर-झुरळ मारायच्या खडूसारख्या कांड्या वा गोळ्या, कीटकनाशक गोळ्या, धान्यात वापरल्या जाणाऱ्या पाऱ्याच्या गोळ्या, ढेकूण, पिसवा मारणारे टिक-ट्वेन्टी, डायझोन, शेतात वापरली जाणारी तणनाशके, कपडे धुण्यात वापरली जाणारी ब्लिच, धत्तुरा, जयपालसारख्या वनस्पती, स्वयंपाकासाठी जळणारा गॅस, अर्धवट जळणामुळे निर्माण होणारा कार्बन मोनॉक्साइड इत्यादी सर्व विषबाधा करू शकतात. याशिवाय हातभट्टीच्या दारूत फ्रेंच पॉलिश मिसळणे, अफू-गांजा हे अमली पदार्थ आहेतच. प्राण्यांच्या चावण्यामुळे तसेच

अन्नातून होणाऱ्या विषबाधेबद्दल आपण आधीच्या लेखात बघितलेच आहे.

एकाचे औषध 'दुसऱ्याचे विष!'

एखाद्यासाठी डॉक्टरांनी तपासणी करून सुचवलेले औषध दुसऱ्या व्यक्तीसाठी विष असू शकते. तसेच प्रमाणापेक्षा अधिक मात्रा पोटात गेल्यास औषधे इंगा दाखवू शकतात, म्हणजेच त्रास देऊ शकतात. नैराश्यासाठी वा झोपेसाठी वापरल्या जाणाऱ्या गोळ्यांचा दुरुपयोग अधिक प्रमाणात होतो. यासाठीच डॉक्टरांच्या सल्ल्याशिवाय आपल्या मनानेच अशी औषधे घेणे धोकादायक आहे.

लहान मुले अंगावरचे दूध पीत असेपर्यंत (म्हणजे सुमारे सुरुवातीच्या ९ महिन्यांपर्यंत) त्यांना वरच्या पाण्याची आवश्यकता नसते. कारण ऋतुमानाप्रमाणेच आईच्या दुधातून त्याला पुरेसे पाणी मिळत असते. त्यानंतर मात्र बाळाला वरचेवर पाणी जरूर द्यावे. रांगणारी मुले तहानलेली असताना हाताला लागेल ते पिण्याचा धोका असतो. रॉकेल वा अन्य द्रवपदार्थ पिण्याच्या दुर्घटना बऱ्याच घडतात. सहज प्रवृत्तीने एक-दीड वर्षापर्यंतचे मूल जे हाताला लागेल ते प्रथम तोंडात घालत असते. तसेच भुकेले मूलही काहीही खाऊ शकते. यासाठी विषबाधा करू शकणारी रसायने, औषधे मुलांपासून दूर, शक्यतो कुलपाच्या कपाटात ठेवावीत. मात्र पिण्याचे पाणी, खाण्याचे पदार्थ त्यांना स्वत:ला घेता येतील असे ठेवावेत.

केमिस्टकडून शिका!

जो डबा ज्या वस्तूसाठी असतो त्यातच ती वस्तू ठेवणे चांगले. हिंगाच्या रिकाम्या डबीत उंदराच्या गोळ्या, सरबताच्या बाटलीत फिनेल ठेवणे अशा गोष्टी म्हणजे विषबाधेला निमंत्रणच असते. केमिस्ट जसे औषध देण्याआधी त्यावरील नाव, मुदतीची तारीख वाचतो तसेच दरवेळी औषध घेताना-देताना करावे. म्हणजे खोकल्याची उबळ आली म्हणून अंधारात खोकल्याच्या औषधाऐवजी भलेतच रसायन पोटात गेल्याची घटना घडणार नाही. बाटलीतून औषध ओतताना त्याचे लेबल वरच्या बाजूस ठेवल्यास लेबलवर औषध ओघळून, ते खराब होण्याची शक्यता कमी होते. गोड औषधे वा कोणतीही औषधे मुलांपासून दूर ठेवावीत.

गोट्याला गिरीभ्रमणाला पाठवा पण...

ट्रीपसाठी रानावनात पाठवणे साहसी वृत्तीसाठी आवश्यक आहे. पण कुठलेही फळ चांगले दिसते म्हणून चाखून बघण्याचा मोह टाळावा. जंगलातील अनेक वनस्पतीत खाज आणण्यापासून आकडी आणण्यासारखे धोके उद्‌भवू शकतात. तसेच नैराश्य आलेल्या व्यक्तींवर त्यांच्या नकळत लक्ष ठेवणे आवश्यक असते. अशा व्यक्तींना मनोबल देणे याबरोबरच ते स्वत:स इजा करत नाहीत ना हेही पाहावे लागते.

तत्परता महत्त्वाची

विषबाधा झाल्याचे लक्षण आल्यानंतर तत्परता महत्त्वाची असते. विष शरीरात पसरण्याआधी ते बाहेर काढणे व भिनलेल्या विषावर उपचार हे त्याच्या मागचे सूत्र आहे. डॉक्टरांना निरोप व पोलिसांना माहिती या गोष्टीही बरोबरीने करता येतात. रुग्णास इस्पितळात नेण्यासाठी वाहनसोयही ताबडतोबीने करावी.

एबीसी – ABC गिरवा

ए – (A - AIR WAY) श्वासमार्ग मोकळा

बी – (B - BREATHING) श्वसन

सी – (C- CIRCULATION) रक्ताभिसरण

या तीन मूलभूत गोष्टी ठीकठाक आहेत की नाही पाहावे. श्वासमार्ग मोकळा ठेवण्यासाठी रुग्णास मान एका बाजूस वळवून पालथे झोपवावे. श्वसन चालू नसल्यास कृत्रिम श्वसन द्यावे लागते. रक्ताभिसरण नाडी चाचपून पाहिल्यास समजू शकते. ह्रदयाला बाहेरच्या बाजूने मालीश करून त्याला गती देता येते.

आत गेलेले बाहेर काढा

रुग्ण बेशुद्ध नसल्यास अथवा त्याला आकडी येत नसल्यास त्याला २ ग्लास पाणी अथवा दूध पाजावे. (पाच वर्षांखालील मुलांना १ ग्लास) यामुळे विषाची तीव्रता, दाहकता कमी होण्यास मदत होते. शिवाय उलटी सहजतेने होण्यास मदत होते. वांती करवण्यासाठी जिभेच्या मागच्या बाजूला बोटांनी दाबावे अथवा गुदगुल्या कराव्यात. वांतीतून बाहेर पडलेला द्रवपदार्थ डॉक्टरांना दाखवण्यासाठी जपून ठेवावा. त्याच्या वासाने विषबाधा कशाची आहे व कितपत विष बाहेर पडले याचा अंदाज करता येतो. (पूर्वी उलटी करण्यासाठी मीठ-पाणी, सोडा-पाणी वापरत, पण आता वापरत नाहीत.) वांती करवताना रुग्णास खुर्चीत बसवून डोके गुडघ्यापर्यंत खाली घ्यावे. मात्र रुग्णाने अ‍ॅसिड, अल्कली, पेट्रोलजन्य पदार्थ घेतले असल्यास वांती करवू नये. नाहीतर ते पदार्थ फुफ्फुसात जाऊन न्यूमोनिया होऊ शकतो.

दुर्दैवाने बऱ्याच विषांना हमखास असा उतारा उपलब्ध नाही. विषबाधेवरील उपचार हे लक्षणानुरूपच असतात. काही विषांच्या बाटल्यांवर त्याचा उताराही नमूद केलेला असतो. टँकरमधून विषारी पदार्थ नेताना, त्याच्यावर मोठ्या अक्षरात उतारा लिहिलेला असतो. रुग्णास डॉक्टरकडे नेताना विषाची बाटली अवश्य बरोबर न्यावी. रुग्ण बेशुद्ध असल्यास त्याला सुसज्ज इस्पितळात नेणे श्रेयस्कर असते.

☺☺

शेवटी थोडी गंमत. मेडिकल कॉलेजमध्ये प्रोफेसर शेवटच्या वर्षाच्या विद्यार्थ्यांना शिकवत असतात. मध्येच एका विद्यार्थ्याला विचारतात, ''टिकट्वेन्टी विषावरच्या

उताऱ्याचा डोस किती?'' विद्यार्थी '५ ग्रॅम' असे उत्तर देतो. ५ मिनिटांनी तोच विद्यार्थी स्वत:ची चूक सुधरवून म्हणतो, ''नाही सर, २ ग्रॅमच.'' त्यावर प्रोफेसर म्हणतात, ''सॉरी डॉक्टर, तुमचा पेशंट तर ५ मिनिटांपूर्वीच गतप्राण झाला आहे.''

☺☺

◆

११५. घामोळे (PRICKLY HEAT)

उन्हाळ्याच्या दिवसांत बॅडमिंटनसारखा इनडोअर खेळ खेळताना मजा आली. खूप घामही आला. पण नंतर त्याचबरोबर शरीरावर ठिकठिकाणी लालसर पुरळ आले व तेथे चुणचुणल्यासारखे वाटू लागल्यास घामोळे आल्याची शक्यता असते. उष्णता व आर्द्रता यांच्या अतिरेकाने, घाम येणाऱ्या ग्रंथीची तोंडे बुजली गेल्यामुळे त्या ग्रंथीतील घाम त्वचेबाहेर पडू शकत नाही. अशा वेळी तो घाम ग्रंथी फोडून आडवा त्वचेच्या थरातच पसरतो. त्यामुळे त्वचेच्या थरातच टाचणीच्या डोक्याएवढ्या फुगवट्यांचे जे पुरळ येते त्यालाच घामोळे असे म्हणतात. खाज व आग ही प्रमुख लक्षणे त्यात दिसतात. इंग्रजीत त्याला 'हीट रॅश', 'प्रिकली हीट' अशी नावे आहेत. त्या पुरळात जणू कोणी टाचणीने टोचल्यासारखी संवेदना होत असल्यामुळे त्याला 'प्रिकली' असे सार्थ नाव आहे.

जिथे कातडी एकमेकाला चिकटलेली असते तिथे घामोळे यायची शक्यता अधिक असते. उदा. मान, काख, कोपर तसेच छाती, कंबर, पाठीवर वा अन्यत्रही येऊ शकते. घामोळ्यांवर वापरल्या जाणाऱ्या पावडरीच्या जाहिरातीत जरी (पाठीवर काटेरी झाड खुपत असलेली) स्त्रीच दाखवत असली तरी लहान मुले, पुरुष यांचीही या रोगापासून सुटका नसते.

शरीराचे तापमान नियंत्रित ठेवण्याच्या योजनेत वाढलेले तापमान कमी करण्यासाठी घाम येतो. असा घाम बाहेरच्या हवेमुळे वाळून तेथे थंडावा निर्माण करत असतो. मात्र अंगावर जास्त कपडे घातले, स्नोसारखी प्रसाधने चोपडून ठेवली, तर या क्रियेत बाधा येऊन घामोळे तयार होतात. एवढेच काय जखमेवर पट्टी बांधून दीर्घ काळपर्यंत ठेवल्यास त्याखाली, मोडलेल्या हाडासाठी घातलेल्या प्लास्टरखालीदेखील घामोळे येऊ शकते.

म. गांधींचा आदर्श

आपल्याकडील हवामानास बंद गळ्याचे घट्ट व अंगभर कपडे न वापरता लज्जा रक्षणास अत्यावश्यक कपडे तेही सुती ढिलेढाले असावेत. ॲक्रिलिक,

पॉलिस्टर वा लहान मुलांसाठी प्लास्टिक अस्तर असलेले लंगोट, घाम आहे तेथेच ठेवून त्रास निर्माण करू शकतात. खूप थंडी असल्याशिवाय तान्ह्या बाळांनाही खूप कपड्यात गुंडाळून ठेवू नये. एकतर त्या बिचाऱ्यांना उकडते आहे हे सांगता येत नाही व त्यांच्या घामग्रंथींची वाढ पूर्ण झालेली नसल्याने त्यांना घामोळी अधिक जलद येऊ शकतात.

थंडे थंडे पानी से नहाना चाहिए

वरचेवर अंघोळ करून नंतर अंग टॉवलने टिपावे. पुसण्यापेक्षा टिपणे अधिक चांगले. अंघोळीच्या पाण्यात बादलीत ३ चमचे खाण्याचा सोडा टाकल्यास फायदा होतो. लहान मुलांना अशा पण कोमट पाण्यात बसवून टब बाथ दिल्यास आग व खाज कमी येते. अंघोळ शक्य नसल्यास पुरळावर अशा पाण्यात बुडवलेल्या रुमालाचा लपेटा द्यावा.

किर्लोस्कर, गरवारे व गार वारे

घामोळ्यांच्या मुळाशी घाम येणे हे कारण असते. ते कारण दूर केल्यास आलेली घामोळी बसू लागतात व नवीन तयार होत नाहीत. शक्य असेल त्यांनी किर्लोस्कर (वा अन्यही) बनवत असलेल्या वातानुकूलित यंत्राच्या खोलीत राहावे. काचांना गरवारे बनवत असलेली सूर्याची उष्णता परतवणारी फिल्म बसवून घ्यावी. या महागड्या उपायांशिवाय समोरासमोरील खिडक्या उघड्या ठेवल्यासही 'गार वारे' वाहून घामाचे प्रमाण कमी होईल.

कॅलामिनची करामत

झिंक ऑक्साइड असलेले कॅलामिन लोशन वरचेवर लावल्याने पुरळातील आग व खाज कमी होते. खूपच खाज असल्यास बोटांच्या मऊ भागाने हळुवार खाजवावे. नखे लागल्यास मात्र तिथे जखम होऊन जंतुसंसर्ग पू होण्याची शक्यता असते. घाम जिरवण्यासाठी पावडरचा वापर मुक्त हस्ते करावा. कुठलीही विशिष्ट पावडर अधिक उपयोगी असते असे नाही. उपलब्ध असलेली कुठलीही टाल्कम, फेस पावडर वापरता येते. खाज न थांबल्यास डॉक्टर काही ॲंटि हिस्टामिन गोळ्यांचा वापर सुचवतील.

☺☺

शेवटी थोडी गंमत. रडतराऊ बाळूला त्याचे उत्साही काका विचारतात, "काय बाळासाहेब या दिवाळीच्या सुट्टीचा काय प्रोग्राम आहे." त्यावर निराशावादी बाळू उत्तरतो, "अजून काही सांगता येत नाही. मे महिन्याच्या सुट्टीत तरी कांजिण्या व गालगुंड झाली होती."

☺☺

◆

११६. प्रोस्टेट ग्रंथीचे दुखणे (PROSTATE)

खास पुरुषी आणि म्हणूनच लैंगिक भेदभाव करणारा आजार म्हणून ज्याचे वर्णन करता येईल असा हा रोग आहे. याचे कारण म्हणजे मूत्राशयाच्या खालील बाजूस व मूत्रमार्गाच्या सभोवती बसलेली 'प्रोस्टेट' ही ग्रंथी स्त्रियात नसतेच. म्हणूनच प्रोस्टेटला 'पुरुषक्षेत्र' असे नामाभिधानही करता येईल. संस्कृतमध्ये तिला 'पुरःस्थ ग्रंथी' म्हणतात. ज्याला वीर्य वा धातू म्हटले जाते त्या स्त्रावात शुक्रजंतू तर असतातच, पण प्रोस्टेट ग्रंथींचे स्त्रावही असतात. या स्त्रावामुळे शुक्रजंतूंचे पोषण, त्यांची गती वाढवण्याचे काम होते.

'डॅम' करी डॅमेज

अक्रोडाच्या आकाराची ही ग्रंथी जन्मतः वजनाने काही ग्रॅम्सच असते. वयात येताना तिचे वजन सुमारे २० ग्रॅम असते. प्रोस्टेटसंबंधीचा हा लेख जरी पुस्तकात लेखांच्या शतकानंतर आला असला तरी बऱ्याच जणांना त्याचा त्रास त्यांच्या वयाच्या अर्धशताब्दी (पन्नाशी) पासून सुरू होतो. त्या वयापासून ग्रंथीचा आकार वाढत जाऊन तो मध्यम संत्र्याइतका मोठा होऊ शकतो. वाढलेली ग्रंथी मूत्रमार्गावर डॅम (धरण, बांध) घातल्यासारखी होऊन लघवीच्या मार्गास अडथळा आणते. त्यामुळे सगळा त्रास होतो. लघवीस गेल्यानंतर ती लवकर बाहेर न येणे (विशेषतः सकाळी मूत्राशय पूर्ण भरलेले असताना हा त्रास अधिक होतो) लघवीची धार बारीक होऊन लांबवर न पडता जवळ पडणे, सतत लघवी लागल्याची भावना होणे, रात्री बऱ्याच वेळा उठावे लागल्याने झोप पुरेशी न मिळणे, नकळत थेंब थेंब लघवी होणे, त्यामुळे कपडे खराब होणे इत्यादी लक्षणे त्या ग्रंथीच्या वाढीव आकाराने होऊ शकतात.

दुखणे विरहित 'दुखणे'

लेखाचे नाव जरी प्रोस्टेटचे 'दुखणे' असले तरी या रोगात वेदना सहसा नसतात. लघवी पूर्णपणे अडल्यास मात्र ओटीपोटात तडस लागणे, दुखणे, बेचैनी ही लक्षणे दिसतात. अशा आत्यंतिक अवस्थेत रबरी नळीने डॉक्टरद्वारा लघवी

काढावी लागते. थोडीफार लघवी साठून राहिल्यास त्यात जंतुसंसर्ग सहजतेने होऊन जळजळ, आग व ताप अशी लक्षणे होतात. प्रोस्टेटची सूज शरीराबाहेर कुठूनही दिसत नाही. त्याची सूज डॉक्टर गुदद्वारातून बोट घालून तपासू शकतात.

लक्षणांकडे दुर्लक्ष नको!

लक्षणे निर्माण होतात ती वेळीच लक्ष वेधण्यासाठी. पण ती दुर्लक्षित राहिल्यास पुढे पुढे मूत्राशयाच्या स्नायूंवर ताण येऊन ते जाड होतात. त्यामुळे मूत्राशयाची धारणाशक्ती कमी होते. त्याचा दाब मूत्रवाहिनी नळ्यांवर पडून शेवटी किडनीवर सूज येऊ शकते. त्यांच्यातही जंतुसंसर्ग होऊ शकतो.

दर दहा बाधित पुरुषांपैकी २-३ जणांना शस्त्रक्रिया करावी लागते. इतर ७-८ जणांना प्रोस्टेटचा त्रास कमी होण्यासाठी, तसेच त्या २-३ जणांनाही शस्त्रक्रिया करेपर्यंत पुढील काळजी उपयोगी पडते.

काफी हो गयी 'कॉफी'

कॉफी, थंड पेये, चॉकलेट्स याबरोबरच चहामध्येही कॅफिन असते. कॅफिनमुळे मूत्राशयाच्या झडपेवर ताण येऊन तो बंद होतो. त्यामुळे लघवी अडू शकते. तोच प्रकार मद्यानेही होतो. शिवाय या सर्व गोष्टींनी मूत्र बनण्याचे प्रमाण वाढते, पण बाहेर पडण्याला अडथळा, असा दुहेरी त्रास होऊ शकतो.

मिरी-मसाले तरुणांसाठीच राखीव

मसाल्याचे पदार्थ (विशेषत: काळी मिरी), मिरची यांनी लघवीची आग होते. प्रोस्टेटचा त्रास असणाऱ्यांना असे पदार्थ अधिक तापदायक ठरू शकतात. तसेच सर्दी-पडशाची, पोटदुखीवरची औषधे झडपेवर ताण आणतात. प्रोस्टेटचा त्रास असणाऱ्यांनी अशा दुखण्यावरील औषधे घेण्यापूर्वी डॉक्टरांना त्यांच्या लघवीच्या त्रासाबद्दलची कल्पना द्यावी, म्हणजे डॉक्टर त्या औषधाचा लहान डोस वापरू शकतील.

विवाहसौख्याकडे पाठ फिरवू नका...

आता वय झाले, आता त्याची गरज काय, अशी भावना ठेवू नये. लैंगिक संबंध चालू ठेवल्याने संबंधित अवयव ठाकठीक राहतातच. त्याबरोबरच प्रोस्टेटमध्ये साठलेल्या स्रावांचा निचरा होतो व त्यामुळे मूत्रमार्गावर पडणारा ताणही कमी होतो.

ऋतू ग्रीष्म बरवा

उन्हाळ्याचे दिवस मुतखड्यांचे व थंडीचे दिवस लघवी अडण्याचे असे एका ज्येष्ठ मूत्रविकारतज्ज्ञाचे मत आहे. लघवी थोडीफार अडत असल्यास पुढील उपचार उपयोगी पडतात. मोठ्या घमेल्यात सहन होईल इतपत गरम पाणी घेऊन त्यात बूड, ढुंगणाचा भाग (पार्श्वभाग) बुडवून बसावे. शेवटी उठताना त्या पाण्यातच लघवी करून घ्यावी. त्यानंतर उठून सर्वांगाला गरम पाण्याची अंघोळ करावी. लघवी

लागल्याबरोबर जाऊन यावे. मूत्राशय भरेपर्यंत दुर्लक्ष करू नये. अजून काही सूचना लक्षात ठेवाव्यात. लघवी होत नाही असे वाटल्यास बाथरूममधील नळ जोरात सोडून द्यावा. त्या वाहत्या पाण्याच्या आवाजाने व दृश्यानेही लघवी सुटते. सार्वजनिक मुताऱ्यांत मागे क्यूमध्ये माणसे उभी आहेत या मानसिक दबावानेही लघवी अडू शकते. तसेच लघवी करताना पुरेसा आडोसा, उभ्याने, बसण्याने करण्याची सवय यांतील बदलही अडचणीचे ठरतात. बद्धकोष्ठ झाले असल्यास शौचमार्गात ग्लिसरीनची गोळी (सपोझिटरी) सरकवल्यास शौच व त्याबरोबर लघवीही मोकळी होते.

उतारवयातील लघवीचे सगळेच त्रास प्रोस्टेटच्या वाढीमुळे आहेत असे न मानता डॉक्टरी सल्ला घेऊन जाणून घ्यावे. कदाचित अन्य कारणानेही त्रास असू शकतो आणि ते त्रास प्रोस्टेटमुळे असले तरीही त्याची किमान एकवार डॉक्टरी तपासणी व्हावीच. गुदद्वारामार्गे बोट घालून केलेल्या तपासणीबरोबरच सोनोग्राफीने प्रोस्टेटच्या बांधाआड किती लघवी लपून राहते हे कळते. रक्त तपासणी ती सूज कर्करोगाची नाही ना, हे सांगू शकते. प्रोस्टेटची सूज कमी करणाऱ्या गोळ्या दीर्घ काळपर्यंत घ्याव्या लागतात. शस्त्रक्रियेसाठीही दुर्बिणीद्वारे करण्याचा मार्ग उत्तम आहे.

☺☺

शेवटी थोडी गंमत. एका नामांकित शल्यकुशल पण तोंडाने फटकळ सर्जनला पेशंटच्या उत्पन्नाप्रमाणे फी घ्यायची सवय असते. एका बड्या उद्योगपतीची प्रोस्टेटची शस्त्रक्रिया त्याच्याकडे होते. बिलाचा आकडा पाहिल्यावर मात्र तो उद्योगपतीही चक्रावतो व म्हणतो, "दुसरीकडे एवढे बिल झाले नसते." त्यावर तो सर्जन छद्मीपणे म्हणतो, "खरे आहे, दुसरीकडे बिलही निम्म्याने झाले असते व ते तुम्हाला द्यावे न लागता तुमच्या 'वारसांना' चुकवावे लागले असते."

☺☺

◆

११७. गजकर्ण (RINGWORM)

गोलसर आकाराचे, कडांनी कातडीपासून उचललेले चट्टे, जांघेत वा इतरत्र येतात. तसेच त्यास खाज सुटते. असे असल्यास गजकर्ण या कातडीच्या रोगाची शक्यता असते. मुंबईसारख्या दमट हवामानात राहणाऱ्या निम्म्या लोकांना 'गजकर्ण' जरूर माहीत आहे. कारण त्यांना वा इतर दमट हवामानातील लोकांना कधी ना कधी गजकर्णाच्या त्रासाला तोंड द्यावेच लागते. यालाच 'नायटा' असेही म्हणतात. (हत्तीच्या कानाच्या मागील बाजूसही असा रोग होतो, म्हणूनच त्याचे नाव गजकर्ण पडले.)

'दरमियाँ' ही शत्रूची जात

बुरशीमुळे होणाऱ्या या रोगाची सुरुवात अगदी ठिपक्यापासून होते. सुमारे २-३ आठवड्यांत ते वाढून लहान ते मध्यम आकाराच्या बत्ताशाएवढे होतात. त्याचा रंग कातडीपेक्षा वेगळा असतो. नंतर चट्ट्याच्या मधील भाग निवळल्यासारखा होतो. चट्ट्याच्या कडांची टोके किंचित उचलल्यासारखी दिसतात. या त्याच्या गोल किड्यासारख्या दिसणाऱ्या आकारामुळे त्याला 'रिंग'वर्म असेही नाव आहे. अर्थात याच्यात 'रिंग'चा आकार असतो, पण वर्म (किडा) नसतो. हा रोग प्राण्यातील जंतूंमुळे वा वनस्पतींतील जंतूंमुळे होतो असे नाही. परंतु वनस्पती व प्राणी यांच्या दरम्यान जी बुरशी निर्माण होते, त्यातून हे गजकर्णाचे जंतू येतात. जसे धड पुरुष नाही वा स्त्री नाही त्यांना 'दरमियाँ' म्हणतात, तशी ही बुरशी धड ना प्राणिवर्गात ना वनस्पतिवर्गात मोडते. एका आठवड्यात एकाशेजारी दुसरे, तिसरे वा अधिकही चट्टे उभारू शकतात. या ठिकाणी सहसा खाज हे प्रमुख लक्षण असते. खाजवण्यामुळे ती जागा लाल होणे, पिकणे, पू होणे, ठसठसणे अशी लक्षणे दिसू शकतात.

जिथे जाऊ तिथे राहू

चिखल्या या पायांच्या बेचक्यात होणाऱ्या रिंगवर्म बरोबरीने, जांघेत होणारा रिंगवर्मही खूप प्रमाणात आढळतो. याच डर्माटोफाइट बुरशीमुळे शरीरावर, चेहऱ्यावर तसेच नखे, डोके या ठिकाणीही संसर्ग होऊ शकतो. काही वेळा गजकर्ण व इसब

या दोघांत गफलत होऊ शकते, पण इसब हे काही दिवस नाही, तर अनेक महिने वा वर्षांपासून असते. तर गजकर्ण काही दिवसांपासूनचे असते. गजकर्ण केसात झाल्यास तेथील केस गळतात. काही गजकर्णात सुरुवातीस काहीच लक्षण नसते. केवळ अंघोळीच्या वेळी अथवा इतर वेळी केव्हाही स्वत:च्या शरीराकडे लक्ष देण्यास वेळ मिळाल्यास ते असल्याचे कळते.

बुरशीची लागण जमिनीतून, पाळीव प्राण्यांपासून होतेच, पण सगळ्यात महत्त्वाचे कारण म्हणजे एका व्यक्तीपासून दुसऱ्यास होणारा संसर्ग. बुरशी सामान्यपणे चांगल्या कातडीवर आक्रमण करू शकत नाही. घामट, ओलसर (सांद्र) झालेल्या तसेच नखाने खाजवल्यामुळे त्वचेच्या वरवरच्या आवरणाचा भेद झालेल्या जागी बुरशीस पाय रोवायला संधी व जागा मिळते. अपुऱ्या आहारामुळे झालेले दौर्बल्य, दमट हवामान, शरीरात दुसरा काही गंभीर आजार, अशा बुरशीला अनुकूल परिस्थितीत गजकर्ण झालेल्या व्यक्तीशी अथवा त्याच्या व्यक्तिगत वस्तूंशी संपर्क आल्याने संसर्ग होऊ शकतो. तरणतलाव, सार्वजनिक हमामखाने, थिएटरमधील खुर्च्या, एकमेकांची अंतर्वस्त्रे, कंगवे वापरणे, पाळीव प्राणी यांद्वारे याचा प्रसार होतो.

एका अंघोळीला दोन दोन टॉवेल

रोजची स्वच्छ अंघोळ फार जरूर आहे. त्यामुळे बुरशी पूर्णपणे गेली नाही, तरी तिचा प्रसार मात्र नक्कीच रोखला जातो. अंघोळ खाजही कमी करते. साबण कुठलाही वापरा, पण भरपूर पाण्याने तो शरीरावरून पूर्ण धुतला जाईल याची खबरदारी घ्यावी. शरीर कोरडे करण्यासाठी एक नव्हे, तर दोन टॉवेल वापरावेत. लहान नॅपकीन गजकर्णाचा भाग टिपून कोरडा करण्यासाठी तर मोठा टॉवेल इतर शरीर कोरडा करण्यास वापरावा. त्यामुळे त्याचा शरीरावरील अन्यत्र प्रसार टाळता येतो.

हवीहवीशी हवा

कोरड्या टॉवेलने कोरडी केलेली जागा अधिकच कोरडी करण्यासाठी पंख्याखाली अथवा वर्तमानपत्राने तेथे हवा घालावी. अंघोळीनंतर ताबडतोब कपडे न करता सैलसर वस्त्र गुंडाळून १०-१५ मिनिटे वावरावे. जादा घाम येत असल्यास त्या जागा दिवसातून २-३ वेळा कोरड्या करून त्याजागी घाम शोषणारी पावडर मुक्त हस्ताने वापरावी.

टेरीकॉट करा बायकॉट

आपल्या हवामानाला अर्धी चड्डी, सैलसर बांधलेले धोतर वा हवा खेळवणारी लुंगी उत्तम. त्यामुळे घाम कमीत कमी येतो. त्याच्या उलट जीनसारख्या घट्ट कपड्यांनी केवळ सांदीकोपऱ्यातच नाही, तर शरीरावर कुठेही बुरशीस अनुकूल

जागा व ओलसरपणा तयार होतो. कपडे शक्यतो सुती असावेत. कारण त्याच्या विणीतून हवा खेळती राहून घाम वाळला जातो. अंतर्वस्त्रे रोज कमीत कमी एक वेळा व अंथरापांघरायचे कपडे व टॉवेल वरचेवर गरम पाणी व डिटर्जंट साबूने धुवावेत. धुतलेले कपडे भरपूर पाण्यात खंगाळल्याने त्यातील साबू पूर्ण निघून जातो. पावसाळ्यासारख्या ऋतूत कपडे न वाळल्यामुळे दमट राहतात. अशा वेळी अंतर्वस्त्रांचे, मोज्यांचे अधिक जोड ठेवणे चांगले.

आंधळेपणाने डोळस तपासणी

मध्यम वयात वरचेवर बुरशीचा प्रादुर्भाव होत असल्यास मधुमेहाची शंका फेडावी. वजन कमी करावे. बाजारात अँटिफंगल मलमे ओटीसी (OTC– जाहिरातींनी विकली जाणारी) २-४ दिवस वापरून फायदा होतो की नाही बघावे. मात्र घरात पडलेले आहे म्हणून कुठलेही मलम वापरू नये, कारण त्यापैकी स्टिरॉइडयुक्त मलमाने बुरशीचा प्रतिबंध न होता फैलाव अधिक होऊ शकतो. अँटिफंगल मलमे डॉक्टरी सल्ल्यानुसार वापरताना कमीत कमी ४ आठवडे वापरावीत. मलम लावताना बाधित भागाच्या थोडे आजूबाजूलाही लावावे. गजकर्ण बरा झाला की नाही, याची एक साधी खूण – डोळे मिटून आपलाच हात उपचार झालेल्या भागावर फिरवल्यास तिथली त्वचा सपाट (कडाविरहित) लागल्यास अप्रत्यक्षरीत्या उपचार पूर्ण झाल्याचा पुरावा मिळतो.

☺☺

शेवटी थोडी गंमत. डॉक्टरांना रस्त्यावर त्यांचा एक जुना पेशंट भेटतो. डॉक्टर सहजच त्याला विचारतात, ''काय कसे काय आहात?'' त्यावर पेशंट बिचकतच म्हणतो, ''डॉक्टर याचे उत्तर दिल्यास तुमची फी लागू होईल का हो?''

☺☺

◆

११८. खरूज (SCABIES)

समोरच्या माणसाचे लाल झालेले, पाणी वाहणारे डोळे पाहिले तरी उगाचच आपल्याला डोळ्यात खुपू लागल्याची भावना होतो. तसाच काहीसा प्रकार केवळ खरूज हे नाव ऐकले/वाचले तरी, आपल्या अंगाला उगाचच खाज येऊ लागली असे वाटू लागते! इतके खाज व खरूज या शब्दांचे साहचर्य आपल्या मनात पक्के रुजलेले असते. खरजेलाच 'स्केबीज' असेही नाव आहे. इंचाच्या केवळ ५०व्या भागाइतक्या लहान, डोळ्याला जेमतेम दिसणाऱ्या; पण भिंगाने स्पष्ट दिसणाऱ्या, सारकोप्टोस स्केबाय नावाच्या किड्यामुळे ही खरूज होत असते.

किड्याची सक्रिय क्रीडा

संपर्कात आल्यानंतर हा किडा त्वचा पोखरून वारुळासारखा बोगदा बनवून तेच आपले निवासस्थान बनवतो. तेथेच अंडी घालून आपली प्रजा वाढवत असतो. जणूकाही अंगाला खाजकुयरी (ही एक वनस्पती आहे.) लागली आहे अशी खाज, विशेषत: रात्रीच्या वेळी, हे प्रमुख लक्षण असते. गरम वातावरणात हा किडा सक्रिय होत असल्यामुळे रात्री बिछान्यात अंग गरम झाल्यावर वा शेकोटीजवळ बसल्यास खाज अधिक प्रमाणात येते. खाजवून फार बरे वाटत तर नाहीच, उलट खाजवल्याजागी जखम होऊन ती चिघळून त्यात पू होणे, ताप येणे, ओळंबा येणे अशी लक्षणे दिसतात. सुरुवातीस अर्धा ते एक इंच लांबवर काळ्या मोत्यासारखी वेडीवाकडी रेषा व त्याच्या टोकाला लहानसा फुगवटा हे प्रमुख चिन्ह असते. असे शरीरावर १०-१२ ठिकाणी दिसते. मात्र खाजवले गेल्यामुळे काही दिवसानंतर फोड व पू प्रामुख्याने दिसतात.

'वेबसाइट' पण इंटरनेटवरील नव्हे!

हातावरील वेबसाइट (बोटांच्या बेचक्यामधील जागा) या जागेचे या किड्यांना विशेष आकर्षण असते. तसेच मनगटे, कोपर, मांड्या, बेंबी, स्तनाखाली, गुप्तांग ही त्यांची अन्य वसतिस्थाने असतात. पुरुषांमध्ये इंद्रियावर हमखास ते आक्रमण करतात. मात्र चेहरा, डोके या ठिकाणी सहसा खरूज होत नाही. सुरुवातीस फक्त

वरील भागातच खाज येते. नंतर मात्र ती सर्व शरीरावर येऊ शकते. याचा प्रसार प्रामुख्याने प्रत्यक्ष संपर्कानेच होत असतो. याशिवाय अंथरूण, पांघरूण, टॉवेल, अन्य कपडे यांद्वारेही संसर्ग होऊ शकतो. खाजणारा एखादा पाहुणा २-४ दिवस राहून पूर्ण घरादाराला खरूज देऊ शकतो.

घराणे रागाचे नव्हे, रोगाचे

खरूज सहसा एका व्यक्तीला न होता सर्व कुटुंबाला होते. मुंबईसारख्या औद्योगिक शहरात गर्दी करून एकाच खोलीत अनेक लोक बाडबिस्तरे टाकून राहतात. तेथे एकाला झालेला त्रास इतरांपर्यंत सहजपणे पोचू शकतो. हा किडा शरीराबाहेर कपड्यांच्या शिवणीत तीस दिवसांपर्यंत जिवंत राहू शकतो. सामूहिक ठिकाणी राहणाऱ्या व्यक्तींनी अंघोळ न करणे, वैयक्तिक स्वच्छता न पाळणे यांमुळे त्याचे प्रमाण वाढते. युद्धकाळ, नैसर्गिक आपत्तींच्या वेळी तसेच थंडीच्या दिवसात या रोगाची साथ वाढण्याचे एक कारण, याच काळात लोक अधिक दाटीवाटीने राहण्याची शक्यता असते.

खाजवून खरूज

केवळ खाजवून खरूज होते हे वाक्य तितकेसे खरे नाही. त्यासाठी मुळात किड्याचा संसर्ग आवश्यक असतो, पण खाजवल्याने खरूज वाढते. खाज येते तेव्हा नखाने न खाजवता बोटांच्या मऊ भागाने खाजवावे. खाजवू नका हे सांगणे जितके सोपे आहे, तितकेच वागणे अवघड आहे, म्हणून बोटांच्या मऊ भागाने हलके मालीश करणे हा मध्यम मार्ग आहे.

दोन्ही ठिकाणी हल्ला बोल

या किड्याच्या दोन्ही वसतींवर (कपडे व शरीर) एकाच वेळी हल्ला हे उपचाराचे प्रमुख सूत्र ठरते. गरम पाण्याने धुता येणारे कपडे (सुती) गरम पाण्यानेच धुवावेत. बाकीची अंथरूण-पांघरुणे व इतर कपडे कडक उन्हात वाळत टाकावीत. कृत्रिम धाग्यांच्या कपड्यांवर गरम इस्त्री फिरवावी. या वेळी कपड्यांच्या शिवणीवर विशेष लक्ष द्यावे. शरीरावरील कीड नष्ट करण्यासाठी प्रथम रात्रीच्या वेळी गरम पाण्याने अंघोळ करावी. त्या वेळी मऊ ब्रशने सर्व अंग हलके घासावे. नंतर संपूर्ण अंग पूर्ण कोरडे करून रात्रीच त्यावर किडा मारणारे मलम लावावे. असे मलम औषधाच्या दुकानातून वा डॉक्टरी सल्ल्याने उपलब्ध असते. बेन्झील बेन्झोएट वा गॅमा बॅन्झीनची मलमे मिळतात. हे मलम मानेखाली सर्वांगाला, ज्याप्रमाणे साधू लोक भस्म लावतात त्याप्रमाणे लावावे. लेखात वर सांगितलेल्या किड्यांच्या शरीरावरील वसतिस्थानावर ते अधिक प्रमाणात लावावे. एका व्यक्तीस एका वेळी ५० ग्रॅमची पूर्ण बाटली लागते. असे लावलेले मलम अंगावर २४ ते ३६ तास ठेवून नंतर धुऊन टाकावे. या मलमांचा पुनर्वापर डॉक्टरी सल्ल्याशिवाय करू नये.

हा उपचार एकाच रात्री कुटुंबातील सर्वांनी करणे अगत्याचे असते, नाहीतर मलमाचा वापर न केलेल्या व्यक्तीद्वारे वा त्यांच्या कपड्यांतून पुन्हा बाधा व्हायची शक्यता असते. खाज कमी होण्यास व पू कमी होण्यासाठी गोळ्या डॉक्टरी सल्ल्याने घ्याव्यात.

☺☺

शेवटी हे सोडा, ते सोडा असा उपदेशात्मक सल्ला देणाऱ्या डॉक्टरांबद्दल थोडी गंमत. एक पेशंट तब्येत दाखवायला 'त्या' डॉक्टरांकडे गेला. डॉक्टरांनी विचारले, "तुम्ही सिगारेट ओढता?"

"नाही."

"तुम्ही दारू पिता?"

"नाही."

"जागरणे करता?"

"नाही."

त्यावर डॉक्टर हताशपणे म्हणतात,

"अरे आता सोडण्यासारखे कोणतेच व्यसन तुला नाही, तर मी ठपका तरी कोणावर ठेवू?"

☺☺

◆

११९. उंच मी होणार (SHORT-STATURE)

उंच माणसे कुणावरही चटकन छाप टाकू शकतात. सैनिक, वैमानिक या क्षेत्रांबरोबरच मॉडेलिंग, नाट्य-चित्रसृष्टी अशा व्यवसायातही विशिष्ट उंची आवश्यक ठरते. प्रत्येक व्यक्तीची उंची प्रामुख्याने आनुवंशिकतेवर व थोडीफार सभोवतालच्या परिस्थितीवर अवलंबून असते. सामान्यत: बुटक्या आई-वडिलांची मुले सर्वसामान्य व्यक्तीपेक्षा बुटकी, पण आई-वडिलांपेक्षा उंच निपजतात, तर उंच आई-वडिलांची मुले सामान्य उंचीपेक्षा अधिक उंच होतात.

शरीरातील लांब हाडाच्या वाढीवर उंची अवलंबून असते. त्या हाडांच्या टोकांना हाडवाढीचे केंद्रबिंदू (Epiphysis) असतात. जन्मापासून पाच वर्षांपर्यंत ते हाडांच्या टोकामध्ये तयार होत असतात. ५ ते १२ वर्षांपर्यंत ते वाढू लागतात. १२ ते २१ वर्षांपर्यंत ते हाडांशी जुळून हाडांची वाढ पूर्ण होत असते. 'फिमर' नावाचे मांडीचे हाड हे शरीरातील सर्वांत लांब हाड असते. त्या हाडाच्या चारपट त्या व्यक्तीची उंची असते. मुलांमध्ये उंची २०-२१ वर्षांपर्यंत, तर मुलींमध्ये १७-१८ वर्षांपर्यंत वाढू शकते.

'टू बाय टू'चा नियम

जन्मत: सुमारे ३ किलो वजन व ५० सें.मी. लांबी असलेले बालक ४ वर्षाला १०० सें.मी. उंच व १६-१७ किलोचे असते. या वर्षापर्यंतच्या वाढीसाठी योग्य पोषण आवश्यक असते. नंतरच्या काळात पिट्युटरी ग्रंथीतून निघणारा ग्रोथ हार्मोन व किशोर वयात आल्यानंतर सेक्स हार्मोन्समुळे उंची वाढते. अगदी लहान बाळात उंची कमी असल्याचे सहसा जाणवत नाही. मुलामुलींची त्यांच्या बरोबरीच्या मुला-मुलींबरोबर केवळ अभ्यासाबाबत नव्हे, तर उंचीबाबतही तुलना होते तेव्हा ते जाणवते. वयाच्या ६व्या वर्षापासून पुढे दर वर्षाला २ इंच (५ सें.मी.) उंची व २ किलो वजन वाढ होते असा सरधोपट नियम सांगता येईल. याशिवाय मुलींमध्ये ११ वर्षांच्या व मुलांमध्ये १३ वर्षांच्या सुमारास उंचीवाढीसाठी एक नैसर्गिक उत्तेजना मिळते. त्या २-३ वर्षांत दर वर्षाला ३-४ इंच (७ ते १० सें.मी.) उंची

वाढू शकते.

अंदाज अपना अपना

बाळाची उंची दुसऱ्या वर्षाला जेवढी असते त्याच्या दुपटीने तो मोठा होईल तेव्हा ती असते असा अंदाज बांधता येतो. म्हणजेच २ वर्षाला जर ८० सें.मी. असेल तर १६० सें.मी. उंची मोठेपणापर्यंत अपेक्षित आहे.

'हाड हाड' केल्यास 'हाडे' वाढत नाहीत.

आई-वडील/आजी-आजोबा यांच्या उंचीवरून म्हणजेच आनुवंशिकतेवरून मुलामुलींची उंची ठरत असते. पिट्युटरी ग्रंथीपासून निघणारा ग्रोथ हार्मोन ते काम करत असतो. मात्र मानसिक ताण, नैराश्य, कुढेपणा यांमुळे तो हार्मोन कमी प्रमाणात स्त्रवतो. कौटुंबिक अस्वास्थ्याचा परिणाम हाडांच्या उंचीवर होऊ शकतो.

रेकॉर्ड ठेवा

शरीरातील किडनी, हृदय यांचे जुनाट आजार, खाण्यापिण्याची आबाळ यांमुळेही उंचीवर परिणाम होऊ शकतो. एखाद्याची उंची वाढत नाहीये, असा संशय आल्यास त्याचा कागदोपत्री पुरावा तयार करा. त्या मुलाची दर ३ महिन्यांनी उंची मोजून त्याचे रेकॉर्ड ठेवा. डोक्याची मागची बाजू, खांदे, नितंब व टाचा भिंतीला टेकवून, डोक्यावर पट्टी आडवी ठेवून त्या अवस्थेत त्याला ताठ, पण पाय न उंचवता उभे करून उंची मोजावी. एक वर्षाला २ इंच (५ सें.मी.) उंची वाढत असल्यास ती नॉर्मल समजावी.

केंद्रबिंदूवर लक्ष केंद्रित करा!

हाडांच्या टोकांना हाडवाढीचे केंद्रबिंदू असतात. ते मूळ हाडाशी जोडले गेल्यास उंची वाढणे थांबते. मनगट व कोपरे यांचे एक्स रे काढले असता ते जुळले का नाही हे कळू शकते. अर्थात हे डॉक्टरी मार्गदर्शनानेच करावे.

वयाच्या ११ ते १८ वर्षांपर्यंत केव्हा नैसर्गिक उत्तेजना मिळून झपाट्याने वाढ होईल हे सांगणे अवघड असते. त्याच काळात पुरेसे पोषण व सातत्याने व्यायाम करत राहिल्यास त्या नैसर्गिक वाढीस अधिक जोर मिळू शकतो. सूर्यनमस्कार, ताडासन, वृक्षासन, धावणे, पोहणे, सायकल चालवणे हे व्यायाम त्याला पूरक आहेत. या व्यायामांनी अगदी उंची वाढीस फायदा झाला नाही तरी त्यामुळे स्नायूंचा तोल वाढतो. चालण्या-वागण्यात ताठपणा येतो यामुळे उंची कमी वाटत नाही. आहार सर्वसमावेशक असावा. एखाद्या विशिष्ट पदार्थाने उंची वाढते असा कोणताही आहार नाही.

अमीर खानचे बूट, जया भादुरीच्या चपला

उंची वाढण्यासाठी अजून कुठलेही बिनधोक औषध उपलब्ध नाही. ग्रोथ हार्मोन (ज्याची किंमत कित्येक हजारात जाते.) ॲनाबॉलिक स्टिरॉइड्स (खेळाडू गुणवत्ता

वाढवण्यासाठी वापरतात ते) यांनी १-२ सें.मी. उंची थोडक्या काळात वाढू शकते. पण त्यामुळे हाडांच्या वाढीचे केंद्रबिंदू लवकरच जुळून आल्यामुळे शेवटी होणाऱ्या अपेक्षित उंचीपेक्षा कमीच उंची भरते. त्यांनी मधुमेहही होऊ शकतो. यापेक्षा 'मूर्ती लहान पण कीर्ती महान' असे लालबहादूर शास्त्री, सुनील गावस्कर, सचिन तेंडुलकर, चार्ली चॅप्लिन (आणि हिटलरही) असे आदर्श डोळ्यासमोर ठेवावेत अथवा अमीर खानचे बूट वा 'गुड्डी'च्या उंच टाचांच्या चपला विकत घ्याव्यात.

☺☺

शेवटी थोडी गंमत. कॉफी पिण्यामुळे डोळा गमवावा लागल्याची घटना वैद्यकीय शास्त्राच्या इतिहासात एखादीच असावी. कॉफीतील घटकामुळे तसे घडले नाही, तर त्या व्यक्तीने कॉफी पिताना चमचा कपातच ठेवला आणि डोळा गमावला.

☺☺

◆

१२०. सायनसचा त्रास (SINUSITIS)

एखाद्याचे डोके हलके आहे असे जेव्हा म्हणतात तेव्हा त्यामागील गर्भित अर्थ काही चांगला नसतो. पण निसर्गानेच प्रत्येक डोक्याच्या कवटीच्या हाडात काही पोकळ जागा मुद्दाम योजलेल्या असतात. या पोकळ्यामुळे कवटी, पर्यायाने डोके हलके होत असते. त्या पोकळ्यांनाच 'सायनस' म्हणतात. या सायनसच्या अंतर्भागाला जेव्हा सूज येते व त्यांचा दाह होतो तेव्हा त्याला 'सायनुसायटीस' अथवा सायनसचा त्रास म्हणतात.

नाकाचे जंतरमंतर

नाकाच्या भोवताली या सायनसची रचना केलेली असते. प्रत्येक कवटीत अशा ८ पोकळ्या असतात. हवा फुप्फुसापर्यंत पोचण्याआधी या पोकळ्यांतून, तसेच नाकाच्या 'जंतरमंतर'सारख्या रचनेतून खेळवली जाते. त्यामुळे ती हवा पुरेशी गरम होणे, स्रावाबरोबर मिसळल्यामुळे पुरेशी ओली (आर्द्र) होणे व त्यातील जंतू वा धुलिकण अडवले जाणे ही कार्ये होतात. या सायनसमध्ये हवेला प्रवेश असतो व त्यातील स्राव बाहेर येत असतात, असे नाकात जमलेले स्राव नकळतपणे घशाकडून पोटाकडे पाठवले जाऊन त्यांचा निचरा होत असतो.

अरेरे, अरे ये क्या हुआ!

सर्दी झाल्यास नाकातील अंतर्भागाला सूज येऊन त्याचा दाब सायनसच्या तोंडावरती पडून ती बंद होतात. अशा वेळी हवा व स्राव दोन्ही सायनसमध्ये कोंडली जातात. हवा शोषली गेल्यामुळे तेथे निर्वात पोकळी होऊन वेदना सुरू होतात. तसेच आत साठलेल्या स्रावात जंतुसंसर्ग होऊन तेथे पू निर्माण होऊ शकतो. तो स्राव सायनसच्या आतील भिंतीवर धडका मारून तेथे ही वेदना निर्माण करतो. डोळ्याच्या वरील 'फ्रन्टल सायनस' (Frontal Sinus) व डोळ्याच्या खालील 'मॅक्झिलरी सायनस' (Maxillary Sinus) या पोकळ्यांत त्रास अधिक प्रमाणात आढळतो.

सूर्यावर्तक नाम साजिरे

सुरुवातीस सर्दी होऊन नितळ पाणी वाहते. नंतर सामान्यत: काही दिवसांत बरी होणारी सर्दी तशीच राहून नाक अधिकच चोंदून नाकातून पिवळा, हिरवा शेंबूड येतो. असा शेंबूड नाकाच्या मागील बाजूस घशाकडेही उतरतो. त्याच वेळी ताप, तोंडाची चव बिघडणे, श्वासाला दुर्गंधी येणे अशी लक्षणे दिसतात. सायनसच्या भागात डोके दुखणे हे लक्षण प्रामुख्याने असते. ही डोकेदुखी सकाळी झोपेतून उठल्याबरोबर अधिक असते. सूर्याबरोबर ती वाढते म्हणून याला 'सूर्यावर्तक' असेही म्हणतात. कपाळावर वा गालाच्या हाडाच्या उंचवट्यावर दाबल्यास तेथे अधिक दुखते. सायनसची डोकेदुखी खूप तीव्रही असू शकते. काही जण त्याचे वर्णन घण मारल्यासारखी वेदना म्हणून करतात. डोके पुढे व खाली वाकवल्यास कपाळाला जणूकाही किलोचे वजन लावले आहे असे वाटते. या दुखण्याचे आणखी एक वैशिष्ट्य म्हणजे, आडव्या पडल्या अवस्थेत डोके अधिक दुखते, पण बसल्या अवस्थेत थोडे बरे वाटते.

सायनसची 'नस' पकडण्याचा मार्ग

दात, कान, डोळे यांच्या रोगामुळेही सायनस भागात दुखू शकते. मात्र त्या वेळी त्या त्या अवयवांशी संबंधित आणखी इतर लक्षणेही असतात. यावरून इतर रोगांची शंका फेडता येते. अशा प्रासंगिक होणाऱ्या सायनसचे रूपांतर जुनाट सायनसच्या दुखण्यात होऊ नये यासाठी डॉक्टरी सल्ल्याने सुमारे २ आठवड्यांपर्यंत अँटिबायोटिक औषध घ्यावे लागते, पण त्याच्या सोबतीने पुढीलही उपचार सायनसची 'नस' पकडायला उपयुक्त ठरतील.

नेहमीचा यशस्वी कलावंत

पाणी हा नेहमीचाच यशदायी कलावंत आहे. त्याचा उपयोग वाफारा घेण्यासाठी, गरम पाण्यात बुडवलेल्या कपड्याने चेहऱ्यांवर लपेटा देण्यासाठी, गरम गरम पिण्यासाठी करता येतो. स्थानिक शेकाने स्राव पातळ होतात. तसेच सर्व शरीरातूनच पातळपणाच्या मुबलकतेमुळेही ते वाहून जाण्यास सुकर होतात. नुसते पाणी अथवा फिका चहा, गवती चहा, आल्याचा मसाला चहा हे अधिक उपयोगी पडतात.

'या' कलावंतांना मात्र दूर ठेवा

पाणी हा जसा यशस्वी कलावंत आहे तसेच नेहमीचे अयशस्वी कलावंत म्हणजे दारू, तंबाखू, सिगारेट होत. यांच्यामुळे नाकातील कोरडेपणा वाढतो. तपकिरीसारखी वस्तू तर सायनस अधिकच बंद करू शकते. (सर्दीच्या उपचाराबद्दल एक उपाय गमतीने सांगतात, की सर्दी झाल्यावर बिछान्यावर एक पुस्तक समोर ठेवून मद्यपान करावे 'ते' एका पुस्तकाची 'दोन' पुस्तके दिसू लागेपर्यंत करावे. सकाळपर्यंत सर्दी बरी होते. हे वाक्य फक्त गमतीनेच घ्यावे. याचा सर्दीसाठी काही

उपयोग होत नसतो.)

आचारसंहितेचा भंग करा

निवडणूक जाहीर झाल्यावर जशी आचारसंहिता असते तशाच सभ्य वागण्याच्याही काही संहिता असतात. नाक शिंकरणे त्यामध्ये बसत नाही. सर्दी असताना मात्र एक एक नाकपुडी शिंकरून हलकेच साफ करावी. मात्र दोन्ही नाकपुड्या एकदम साफ करण्याच्या प्रयत्नात सर्दी नाकातून सायनस वा कानाकडे जाऊ शकते.

थोडेसे शिष्ट व्हा!

शिष्ट माणूस अधूनमधून घसा खाकरून आपल्या अस्तित्वाची जाणीव देतो त्याप्रमाणेच वागा. त्याच्यामुळे घशात जमलेल्या स्रावांचा निचरा होतो. गारव्यात शक्यतो जाऊ नका. जायचे झाल्यास नाकावर रुमाल, मफलर बांधावा. आडवे पडल्या अवस्थेत सायनस अधिकच चोंदतात, त्यामुळे शक्यतो उभे अथवा बसते रहा.

वाफेशिवाय डिकंजेस्टंट गोळ्या, तसेच स्प्रे, फवारे यांचा माफक वापर करावा. मात्र त्यांच्या अतिवापराने 'शुष्कता' (कोरडेपणा) येते वा त्याची उलटी क्रिया (रिॲक्शन) म्हणून स्राव अधिकच उफाळून येतात. वेदनेसाठी पॅरासिटामॉलच्या गोळ्या वापरता येतात. आता प्रभावी अँटिबायोटिक्स उपलब्ध असल्यामुळे सायनस पंक्चर करण्याची सहसा जरूर पडत नाही. मात्र जुनाट दुखण्यावर सायनसचा मार्ग रुंदावणारी शस्त्रक्रिया काही वेळा करावी लागते.

☺☺

शेवटी थोडी गंमत. एका पेशंटला डॉक्टर समजावून सांगत असतात. ते म्हणतात, "हे बघ, पहिल्यांदा तुला सर्दी झाली. नंतर ती सर्दी चोंदल्यामुळे सायनस झाले, पण मी काही त्याची फिकीर करत नाही. मी तुला..." त्या वेळी ती 'थिअरी' ऐकून वैतागलेला, डोके धरून बसलेला रुग्ण, डॉक्टरांचे वाक्य अर्धवट तोडून म्हणतो, "डॉक्टर, तुम्हाला सायनसचा त्रास झाला असता तर मीही त्याची फिकीर केली नसती."

☺☺

◆

१२१. कथा घोरणाऱ्या माणसांची (SNORING)

नवरा घोरतो म्हणून बायकोने घटस्फोट मागितल्याच्या 'आयफेल टॉवर' परिसरातील बातम्या फार पूर्वी रंजक वृत्त (व क्षुल्लक कारणावरून पाश्चात्त्य जगतातील घटस्फोटाचे वाढते प्रमाण दाखवणाऱ्या) वाटायच्या. पण वैद्यकाची प्रॅक्टिस करीत असताना घोरणारे व त्यांचे सहकारी यांची दु:खे लक्षात आली. आडवे पडल्यानंतर, विशेषत: उताण्या अवस्थेत झोप लागल्यानंतर, प्रत्येक श्वास आत जाताना व बाहेर पडतानाही जो विशिष्ट आवाज येतो त्याला घोरणे म्हणतात. तसे बघायला गेल्यास झोपल्यानंतर प्रत्येकाचा अगदी मंद लयबद्ध आवाज श्वासोच्छ्वासाबरोबर होणे स्वाभाविक असते. याचे कारण म्हणजे घशातील स्नायू तसेच झोपेमुळे जीभ किंचित सैल होऊन श्वासमार्गात अडथळा करून थोडासा आवाज करत असतात.

कथा कुणाची, व्यथा कुणाला!

मात्र अशा बारीक आवाजापेक्षा जास्त आवाज करून खोलीतील इतरांची झोप बिघडवणारे वा त्यापेक्षाही अधिक आवाज करून बंद दारातून शेजारच्या खोलीत 'खर्ज' पोचवणारे चॅम्पियन्सही आढळतात. एका खोलीत 'असे' एक वा अधिक लोक असल्यास धृपद गायकीप्रमाणे त्यांची जुगलबंदी ऐकायला मिळते. अशा वेळी त्या महाभागांची निद्रानंदी टाळी लागलेली असते. त्यामुळे त्याचा त्यांना गमपस्तावा काहीच नसतो. इतरांना मात्र झोप न मिळण्याची व्यथा जडू शकते. मात्र घोरणाऱ्यांच्या बाबतीत त्यांचा श्वास मध्येच खंडित होण्याची लक्षणे काही वेळा दिसू शकतात. अशा लोकांची झोप मध्येमध्ये खंडित होऊन त्यांना दिवसा सुस्ती व झोपाळूपणा अशी लक्षणे दिसू शकतात.

जागेल तो घोरेल काय?

घोरायला लागणे म्हणजे तुम्हाला गाढ झोप लागली हे समीकरण बरोबर आहे. बुटकी, जाडी, लहान मान असलेली व्यक्ती अधिक घोरते. स्त्रियांपेक्षा पुरुषांमध्ये याचे प्रमाण अधिक आढळते. वयाबरोबर घोरण्याचे प्रमाण वाढते. वृद्धांमधील

सुमारे ६० टक्के पुरुष व ४० टक्के स्त्रिया घोरतात. लहान मुलांच्या नाकाच्या मागील बाजूस असलेल्या ॲडिनॉइड्स ग्रंथी व टॉन्सिल ग्रंथींच्या सुजेमुळे असे घडू शकते. सर्दी-ॲलर्जीमुळे नाक बंद पडल्यासही असे घडते. काही जणांत घशाचे स्नायू मुळातच ढिले असतात. झोपेत ते अधिक सैल होऊन घोरणे सुरू होते. वजन जास्त असण्याबरोबरच झोपेच्या गोळ्या, मद्यपान ही कारणे असू शकतात. काही जण मात्र काही वेळच व फक्त उताणे झोपल्यानंतरच घोरतात. त्यांना केवळ हलवून जागे करून कुशीवर झोपायला सांगितल्यास घोरणे थांबते.

जास्त वजनामुळे नाक, घसा भागात अधिक स्राव जमतात. त्यामुळे श्वासास अडथळा होतो. तसेच त्या व्यक्ती कुशीवर झोपता न आल्यामुळे उताणेच झोपतात व श्वासही तोंडानेच घेत असल्याने घोरणे जास्त होते. वजन कमी करणे हा त्यावरील उपाय आहे. खाण्यातील पथ्याबरोबरच व्यायामही आवश्यक असतो. त्याने स्नायूंचा तोलही वाढतो व नाकाघशातील स्रावही कमी होतात.

झोपेच्या गोळ्या, मद्यपान यांमुळे शरीरातील सर्वच स्नायू ढिले पडतात. विशेषत: घशाकडील अधिक प्रमाणात होतात. धूम्रपानामुळे घशातील खवखव वाढून तिथे अधिक स्राव जमतात. त्या गोष्टी टाळाव्यात.

उशी आणि कुशी

उताणे झोपल्यानंतर आपली स्वत:चीच जीभ जणू पाण्यात चिंब भिजलेल्या कापडाच्या बोळ्याप्रमाणे घशात जाऊ शकते. ते टाळण्यासाठी कुशीवर झोपण्याची सवय करा. नकळत उताणे होऊ नये यासाठी पाठीच्या बाजूला उशा लावता येतात. घोरणाऱ्यांनी डोक्याखाली एक तर एकही उशी घेऊ नये अथवा उश्यांची चळत घेऊन त्यावर कमरेपर्यंतचा भाग तिरका ठेवून झोपावे. हॉस्पिटलमध्ये हृदयरोग्यासाठी असणाऱ्या फाउलर बेडप्रमाणे झोपताना करतात, तशी स्थिती करावी.

वीट आणणाऱ्या घोरणाऱ्यांसाठी 'वीट' उपयोगी!

संपूर्ण कमरेवरील भाग तिरका ठेवून झोप येत नसल्यास कॉटच्या डोक्याकडील भागाच्या दोन्ही पायांखाली १-२ विटा लावल्यास डोक्याकडील भाग उंचावला जातो व घोरणे कमी होते. वरील उपचारांबरोबरच पाश्चात्त्य देशांत काही यंत्रे निघाली आहेत. त्यामुळे तुमचा घोरण्याचा आवाज विशिष्ट डेसिबलच्या वर गेल्यावर ती यंत्रे कानात आवाज करून जागे करतात. तसेच नाकाचा मार्ग खुला राहण्यासाठी नाकात डायलेटर्स घालतात. घशाचे स्नायू फारच ढिले असल्यास पडजीभ व त्याच्या सभोवतालची प्लास्टिक सर्जरी करून तेथील स्नायूंना बळकटी आणता येते. घोरणाऱ्या लोकांचा श्वास थांबून त्यांना धोका होऊ शकतो. अशा लोकांची 'स्लीपस्टडी' करून त्यांनी झोपताना मशीन लावून त्याचा वापर करणे इष्ट ठरते. हे सर्व उपचार करूनही जर घोरणे चालूच राहिले, तर खोलीत झोपणाऱ्या इतरांनी कापसाचे बोळे

स्वत:च्या कानात घालून झोपणे हा पर्याय उरतो!

☺☺

शेवटी थोडी गंमत. स्थूल गणपतराव डॉक्टरांकडे घोरण्यावरच्या सल्ल्यासाठी जातात. डॉक्टर म्हणतात, "गणपतराव, तुमचे वजन कमी करा म्हणजे झोपताना तुमचे तोंड बंद राहील व घोरणे बंद होईल." त्यावर गणपतराव म्हणतात, "तोंड उघडे राहण्याचा व वजनाचा संबंधच काय?" त्यावर डॉक्टर समजावण्याच्या सुरात सांगतात, "अहो वाढीव चरबीमुळे तुमची त्वचा इतकी ताणली, इतकी ताणली गेली आहे की, ज्या ज्या वेळी झोपताना तुमचे डोळे मिटता त्या वेळी आपोआप तुमचे तोंड उघडे पडते..."

☺☺

◆

१२२. टॉन्सिल्स-घसादुखी (TONSILS)

घसा खवखवतो (मराठी), गले मे खिचखिच (हिंदी), गळामा बळे छे (गुजराथी), कंठ पीडयति (संस्कृत), थ्रोट पेन (इंग्रजी) अशा वेगवेगळ्या भाषांतील तक्रारींमागे घसा वा टॉन्सिलमध्ये दाह असण्याचा रोग असू शकतो.

खाणे, पिणे, बोलणे, श्वास घेणे या चार महत्त्वाच्या शरीरक्रिया घशामार्फतच होत असतात. दर मिनिटास अनेक वेळा श्वास घेताना व हवा व त्यामधील धूलिकण, धूर त्या घशातून जात असतात. कढत कॉफी व गार आइसक्रीम या दोन्ही टोकांचे तापमानही तो घसा सहन करत असतो. त्यातून जर तुमचे नाक बंद पडून तुम्ही तोंडानेच हवा घेत असाल, धूम्रपान करीत असाल, वाहनांच्या पाठीमागच्या भागातून बाहेर पडणाऱ्या धुराचाच श्वास घेत असाल, तर तुम्हाला वरचेवर घसादुखी होऊ शकेल. रात्री झोपून सकाळी उठल्यानंतरही घशात किंचित खवखव वाटण्याची तक्रार दुर्मीळ नसते!

गोलकीपर टॉन्सिल

अन्न, पाणी, 'नि' वारा शरीरात शिरण्याचे प्रमुख केंद्र घसा आहे. त्यांच्याबरोबर आत जाणारे धूळ, जंतू अडवण्याचे काम करण्यासाठी घशाच्या अस्तराला चिकटपणा असतो. तो चिकटपणा सतत राहावा यासाठी लाळेची निर्मिती सतत होत असते. त्याशिवाय अडवलेल्या जंतूंचा पाडाव करण्यासाठी लसिका ग्रंथींची गोलाकार बचावफळी निसर्गाने ठेवलेली असते. घशाच्या वर ॲडेनॉइड्स ग्रंथी, जिभेच्या मागील भागावरील उंचवटे, जिभेच्या दोन्ही बाजूंस व कडेला कपारीत बसवल्यासारखी टॉन्सिल ग्रंथींची जोडी इ. सर्व त्या बचावफळीतीलच भाग असतात. घशात पकडलेल्या जंतूंचा नाश करणे, त्याबरोबरच पुढे असा त्रास झाल्यास त्याविरुद्ध प्रतिकार करण्यासाठी शरीरयंत्रणा सज्ज करणे (Immunity) हे कामदेखील टॉन्सिल्स करत असतात. ज्याप्रमाणे हॉकी, फुटबॉलमध्ये गोल होऊ नये यासाठी गोलकीपरची योजना असते तेच काम जंतूंनी शरीरावर 'गोल' (हल्ला) करू नये म्हणून टॉन्सिल्स करत असतात. मात्र काही वेळा हे काम करता करता त्या सुजतात,

पिकतात व ठणकतात.

घरचा डॉक्टर

आरशापुढे बसून टॉर्चचा प्रकाश घशात टाकून पाहिल्यास सर्व घसा व टॉन्सिल्स लाल झाल्या आहेत, असे दिसते. गिळताना घशात दुखणे, १०० अंश फॅ.पर्यंत ताप येणे, सर्व अंग कसकसणे ही लक्षणे घसादुखीत असतात. ही लक्षणे हळूहळू होतात. त्यामागचे महत्त्वाचे कारण म्हणजे जागरणे, अनियमित खानपान, प्रदूषण, शरीराची प्रतिकार शक्ती कमी होणे यांमुळे श्वासमार्गावर ॲटॅक करणारे विषाणू (Virus) असतात. याबरोबरच नाक, डोळे लाल व ओलसर होणे ही लक्षणेही असतात. ही लक्षणे सहसा आपोआपच ५-७ दिवसांत कमी होतात.

सतावणारे स्ट्रेप्टोकोकाय...

विषाणूंशिवाय जंतूंनी (Bactaria) त्यातही स्ट्रेप्टोकोकाय नावाच्या जंतूंमुळे होणारा घसा/टॉन्सिल्सचा दाह मात्र त्याच्या उपद्रवामुळे त्रासदायक ठरू शकतो. यामध्ये घसादुखी तीव्र स्वरूपाची असू शकते. ताप १०० अंश फॅ.पेक्षा अधिक असतो. बोलताना व थुंकी गिळतानाही दुखते. घशात वा टॉन्सिल्सवर दह्यासारख्या रंगाचे पूवाचे ठिपके दिसतात. त्यांचा अवधाणा (ओळंबा) मानेत बाहेरून हाताला लागतो व तोही ठणकतो. अंगावर पुरळ, डोकेदुखी, वांत्या, पोटदुखी अशी इतरत्र दिसणारी लक्षणे व एकूणच खूप आजारी असण्याची भावना असू शकते. या रोगावर योग्य अँटिबायोटिक औषधे पुरेसे दिवस डॉक्टरी सल्ल्याने घेणे आवश्यक ठरते. अन्यथा त्याचा उपद्रव म्हणून पुढेमागे हृदयाच्या झडपेवर परिणाम, किडनीची सूज वा संधिवाताचे दुखणे मागे लागू शकते. कर्करोगासारख्या गंभीर आजारांची सुरुवातही केवळ घसादुखी या लक्षणाने होऊ शकते.

डॉक्टरी सल्ल्याने अँटिबायोटिक औषध घेत असताना व विषाणूमुळे होणारी घसादुखी सुसह्य होण्यासाठी पुढील 'राहत' कार्यक्रमाची अंमलबजावणी करायला हरकत नाही.

वेदना निग्रह

ज्याप्रमाणे अंगदुखी, डोकेदुखी, ताप या तक्रारींवर ॲस्प्रो, ॲनासिन, पॅरासिटामॉल उपयोगी पडते तसेच ते घसा व टॉन्सिल-दुखीवरही उपयोगी पडते. लहान मुलांना ॲस्पिरीन टाळावे. मोठ्या माणसात पॅरासिटामॉल ५०० मिग्रॅ. दर ६ तासांनी वापरता येते.

तोंडचे पाणी पळवू नका, उलट बोलावून आणा!

खडीसाखर, लेमन ड्रॉप्स, अस्मानतारायुक्त पोलो, रोलोसारख्या चघळण्याच्या गोळ्यांमुळे लाळ अधिक प्रमाणात सुटते. त्यामुळे घशात जमलेले टाकाऊ पदार्थ

पुढे ढकलले जातातच त्याबरोबरच घशाच्या अस्तरावर पाणी फिरवल्यासारखे वाटून वेदनाही कमी होतात. औषधीयुक्त, बधिर करणाऱ्या चघळायच्या गोळ्या काही विशेष फायदा करतात असे नाही, पण त्यांची चव आवडणे हा त्यांचा प्लस पॉइंट असू शकतो.

गरम गरम चाय पी ले

शास्त्रीय गाण्याच्या मैफिलीत गायक अधूनमधून गरम गरम पाणी/फिका चहा पितात. त्यांचे अनुकरण करावे. गरम पेय पीत राहावे, त्याने घशाच्या आतील कोरडेपणा कमी होतोच त्याबरोबरच सर्व शरीरातील जलाचे प्रमाण वाढूनही घशातील स्त्राव वाढतात.

आचारसंहिता पाळा!

निवडणुकीच्या प्रचारात कर्णे लावून ओरडू नका, असे आचारसंहिता सांगते. तसेच पक्षाच्या सभेतील नारेबाजी, क्रिकेट मॅचच्या वेळी हुर्यो करणे टाळा. त्याने घशावर ताण येतो. जागरणांनीही घशाला कोरड पडते. दोन्ही कानांत कापसाचे बोळे घालून ठेवल्यास बरे वाटते. यासाठी स्वच्छ कापूस वातीप्रमाणे वळून त्याचे बोळे कानात घट्ट बसतील असे १-२ दिवस ठेवावेत. याबाबतीत प्रत्यक्ष अनुभव हीच खात्री असते.

'या सुट्टीत याचे टॉन्सिल काढून टाका!'

हा सल्ला बऱ्याच वेळा डॉक्टरांकडून न मिळता पेशंट मुलाचे आईवडीलच डॉक्टरांना देतात. टॉन्सिलचे महत्त्व लक्षात घेता हा आग्रह चुकीचाच असतो. वयाच्या ३ ते ७ वर्षे काळात सर्वच मुला-मुलींच्या टॉन्सिल्स मोठ्या असतात. कारण त्या काळीच त्या जास्त कार्यरत असतात. उंची वाढत नाही, टॉन्सिल वाढलेल्या दिसतात, वरचेवर आजारी असतो. सर्दी वरचेवर होते, ही कारणे टॉन्सिल्सचे ऑपरेशन करण्यास पुरेशी नाहीत. टॉन्सिल्समध्ये पू होण्याचे वर्षातून ५ वेळा वा अधिक ॲटॅक येणे, त्यांच्या बाजूला गळू होणे, त्या खूप वाढल्यामुळे श्वासाला व खायला अडथळा होणे ही कारणे असल्यासच डॉक्टर टॉन्सिल्सचे ऑपरेशन करण्याचा सल्ला देतात. उपलब्ध उत्तम ॲंटिबायोटिक व वर दिलेले उपचार यामुळे टॉन्सिल व घसादुखी आटोक्यात येतातच.

☺☺

शेवटी थोडी गंमत. गणपतरावांनी डॉक्टरांच्या घरची बेल वाजवली. त्यांच्या १० वर्षांच्या मुलीने दार उघडले. त्यांनी विचारले, "बाबा कुठे आहेत?" त्यावर ती म्हणाली, "आज ते खूप बिझी आहेत. एक अपेंडिसेक्टमी, एक टॉन्सिलचे, एक लॅप्रॉटॉमी अशी ऑपरेशन्स आहेत."

"अरे वा! फार मोठे मोठे शब्द उच्चारतेस. पण त्यांचा 'अर्थ' तुला माहीत आहे का?"

"अपेंडिक्सचे ऑपरेशन म्हणजे कमीत कमी १०,००० रुपये, टॉन्सिल्स म्हणजे फक्त २०००. पण लॅप्रॉटॉमीचे २०,००० होतील, कारण ती स्त्री रुग्ण फार श्रीमंत आहे."

☺☺

◆

१२३. व्यसन – धूम्रपान आणि तंबाखूचं!
(SMOKING / TOBACCO CHEWING)

पूर्वीच्या काळी प्लेग, कॉलरा, टायफॉइड अशा साथीच्या रोगाने जनसंहार व्हायचा, त्याऐवजी या शतकात व पुढे येऊ घातलेल्या काळातही जनसंहाराची कारणे धूम्रपान व तंबाखूचे व्यसन, एड्स, हिपॅटायटीस बी (एक प्रकारची कावीळ) ही असतील. काही जण इतके भोळसट असतात की, ते म्हणतात आम्ही दारू कधीच घेत नाही फक्त बिअर घेतो. (म्हणजे बिअर दारू नाही असा त्यांचा गोड गैरसमज असतो.) तसेच काही जण म्हणतात आम्ही सिगारेट कधीच ओढत नाही, पण तंबाखू खातो. तंबाखूच्या व्यसनांमध्ये तंबाखू खाणे, चघळणे, तपकीर म्हणून नाकाने ओढणे, मशेरी अथवा पेस्ट रूपाने दाताला, हिरड्यांना लावणे, चुन्याबरोबर चोळून तोंडात धरणे, पानात घालून खाणे, किमाम रूपाने वा सुगंधित करून त्याला १२०, ३०० नंबर देणे, गुटखा, बार, मावा सर्व प्रकार समाविष्ट आहेत. धूम्रपानामध्ये सिगारेट, विडी, हुक्का, गुडगुडी, चिलीम, पाईप वा अन्य कुठल्याही प्रकारे तंबाखू पेटवून त्याचा धूर नाकातोंडाने घेणे अंतर्भूत आहे. शेवटी सर्वांमध्ये मूलतः तंबाखूच असते.

घातक घटक

तंबाखू व त्याचे शरीरावरील दुष्परिणाम या संबंधाबद्दल आता दुमत नाही. कोलंबसला 'अमेरिका' सापडली त्याबरोबरच तेथील रेड इंडियन्स एक वनस्पती (तंबाखू) धूम्रपानाने ओढतात याचाही 'शोध' लागला. हळूहळू त्याचा प्रसार पोर्तुगाल व इंग्लंडमार्फत जगभर झाला. तंबाखूमधील 'निकोटीन' हा घटक सर्व दुष्परिणाम करत असतो. (जीन 'निकोट' या फ्रान्सच्या पोर्तुगालमधील राजदूताने फ्रान्सच्या राणीला डोकेदुखीवरील उतारा म्हणून तंबाखू वनस्पती भेट दिली. त्या 'निकोट'वरून निकोटीन हे नाव पडले आहे.) धूम्रपानामुळे निकोटीनबरोबरच काजळी, कार्बन मोनॉक्साइड व अन्य घातक घटक शरीरात प्रवेश करून रोग निर्माण करतात. निकोटीनमुळे तंबाखूचे तथाकथित 'फायदे' जाणवत असतात. वेदनाशमन, धुंदी

आणणारे, सुखसंवेदना देणे हे निकोटीनमुळेच होत असते. सिगारेटपेक्षा विडी चांगली असा खोटा प्रचार काही संबंधित मंडळी करत असतात. विडीमध्येही निकोटीन, काजळी इ. घातक घटक सिगारेटइतकेच किंबहुना अधिकच प्रमाणात शरीरात जात असतात.

सवयीचे व्यसन का व्यसनांची सवय?

चहा, कॉफी, तंबाखू यांसारख्या गोष्टींबरोबरच आपल्याला, वागण्यातील काही गोष्टींच्याही सवयी लागलेल्या असतात. उदा. झोपायची जागा, जेवायची वेळ इ. त्या गोष्टींवर आपण मनाने अवलंबून असतो. त्या जर मनासारख्या झाल्या नाहीत, तर डोकेदुखी, कंटाळा, कामात लक्ष न लागणे, चिडचिड इ. मुख्यत्वे मानसिक लक्षणे तात्पुरती दिसू शकतात. मात्र गांजा, दारू, अफू, गर्द, अनेक वर्षे नव्हे, तर अनेक दशके केलेले धूम्रपान व तंबाखूची सर्व रूपे या गोष्टींचे मात्र व्यसन (Addiction) लागू शकते. व्यसनामध्ये ती व्यक्ती त्या नशेच्या पदार्थावर केवळ मानसिकदृष्ट्या विसंबते असे नव्हे, तर शारीरिकदृष्ट्याही अवलंबून असते. त्या व्यक्तीच्या शरीरातील चयापचय क्रियांमध्ये ते पदार्थ गुंतले जातात. त्यामुळेच त्यांच्या दीर्घकालीन सेवनानंतर ते तोडले असता त्या व्यक्तीत शारीरिक दुष्परिणाम दिसतात. (असे म्हणतात की, पूर्वी मोरारजीभाईंनी १०० टक्के दारूबंदी केली असती, तरी अशा व्यसनी लोकांसाठी त्यांना ती काही प्रमाणात तरी ढिली करावीच लागली असती.)

कथा कुणाची, व्यथा दुसऱ्याला!

तंबाखू/धूम्रपान यांचा पुढील रोगाशी कार्यकारण संबंध प्रस्थापित झालेला आहे. उच्च रक्तदाब, फुप्फुसाचा दाह, श्वासमार्गाची क्षमता कमी झाल्यामुळे त्यांचे जुनाट रोग, घसादुखी, आवाज बसणे, दंतरोग, कर्करोग (हा केवळ तोंडाचा, घशाचा वा फुप्फुसाचाच नाही तर किडनी, मूत्राशय यांचाही होतो) मुखरोग विशेषत: 'सबम्युकस फायब्रोसिस' (या रोगात पुढे-पुढे तोंड उघडणे अशक्य होत जाते. तंबाखूबरोबर सुपारीची खांडे चघळण्यानेही हा रोग होत असतो.) नंपुसकत्व, पोटाचे अल्सर या त्या माणसाला होणाऱ्या रोगाबरोबरच सिगारेट-विडीमुळे आगी लागणे यांसारख्या सामाजिक आपत्ती, तसेच पान खाऊन थुंकण्यामुळे अस्वच्छतेमुळेही रोगप्रसार होतो. याबरोबरच धूम्रपान करणाऱ्या व्यक्तींनी सोडलेल्या 'सेकंड हँड स्मोक' म्हणजेच धुरामुळे इतरांचे नकळत होणारे स्मोकिंगही वरील रोगास कारणीभूत ठरू शकते.

सकाळी अग्निहोत्राचे आन्हिक

खरेतर सुरुवातीस धूम्रपान, तंबाखू खाणे हे सुखदायक नसते. पण त्यातील निकोटीन हळूहळू आपला असर दाखवायला लागते. १४ ते १५ वर्षे वयात

बंडखोरी म्हणून, आदर्श म्हणून समोर असणारा 'हिरो' गुटखा खातो म्हणून, हिरव्या हिरवळीवर साथीला सुंदरी व तगड्या जवान माणसाच्या एका हातात गोल्फ स्टीक व एका हातात सिगारेट अशा जाहिरातींचा परिणाम, फिल्म, खेळांचे पुरस्कर्ते गुटखा सिगारेट निर्माते यांबरोबरच घरातील जवळचे कुणी धूम्रपान करते, तंबाखू खाते म्हणून सुरू होणारी सवय पुढे व्यसन बनू शकते. डॉक्टरांनीच पित्तावर, दातदुखीवर तंबाखू खायला सांगितली असे सांगणारे महाभागही असतातच. जेवणानंतर पोटात गॅस होतो म्हणून, तसेच सकाळी कोठा साफ व्हावा म्हणून चिमूटभर तंबाखू मळणारे व सकाळी उपाशीपोटीच सिगारेट पेटवणारे 'अग्निहोत्री' कमी नाहीत.

व्यसनातील जातिव्यवस्था

तंबाखू/धूम्रपान करणाऱ्यांतही चातुर्वर्ण्यासारखे भेद असतात. काही जण चाळा म्हणून, काही जण मनावर ताण आल्यानंतर, काही जण निकोटीनमुळे मिळणाऱ्या सुखसंवेदनांसाठी तर चौथ्या प्रकारचे लोक सतत तंबाखूच खात असतात. त्यांच्या तोंडात तंबाखू वा सिगारेट नाही ही अवस्था जवळजवळ नसतेच. या वेगवेगळ्या प्रकारच्या लोकांसाठी तंबाखू सोडण्याचा कार्यक्रम वेगवेगळा असू शकतो. एक घाव अन् दोन तुकडे या पद्धतीने एका क्षणात सोडणे हा एक प्रकार, तर काही जण हळूहळू कमी करून सोडण्याची पद्धत अवलंबू शकतात.

'विल्स' नव्हे, विल पॉवर हवी

धूम्रपान सोडण्यासाठी पक्की 'विल पॉवर' म्हणजे इच्छाशक्ती हवी. सुरुवातीच्या निकोटीन सुटण्याच्या काळात अनेक लक्षणे निर्माण होतील. त्या वेळी 'हे निश्चयाचे बळ' उपयोगी पडेल. तंबाखू, धूम्रपान सोडण्यासाठी पुढील कार्यक्रम राबवता येतील.

सुरुवातीचे काही दिवस तुमच्या तंबाखूच्या सवयीची नोंद करा. सकाळी उठल्यावर, चहानंतर, जेवणानंतर केव्हा ती घेता ते पहा. तुम्हाला सवय तोडायची आहे हे जवळच्या नातेवाईक मित्रमंडळींना आवर्जून सांगा. त्याच काळात तंबाखूमुळे होणाऱ्या दुष्परिणामांची नोंद करा व ती सोडल्यामुळे होणाऱ्या सुखद फायद्याचे चित्र मनासमोर आणा.

मनाचा ब्रेक, उत्तम ब्रेक

हे वाक्य केवळ ड्रायव्हर लोकांसाठीच नाही, तर सगळ्यांनाच लागू आहे. एखादा आवडता दिवस जाहीर करून त्या दिवसापासून सवय पूर्णपणे बंद करा. सुरुवातीच्या काही दिवसांत डोकेदुखी, चिडचिड, झोप न येणे यांसारखी अनेक लक्षणे दिसतील. पहिल्या १-२ आठवड्यात ती अधिक असतात. त्यांचा जोर ४-६ आठवड्यांपर्यंतही राहू शकतो. या काळातच आता परत फिरणे नाही याची आठवण मनाला करून द्यावी लागते. लक्ष इतरत्र वेधण्यासाठी तोंडात बडीशेप,

धनाडाळ चघळणे, गाजर, काकडी खाणे, च्युइंगम तोंडात ठेवणे अशा गोष्टी कराव्यात. तल्लफ आल्यास गार पाण्याची अंघोळ, १-२ कि.मी. चालून येणे, संत्रे, मोसंबीसारखे फळ खाणे या गोष्टी उपयोगी पडतात. लवंगाच्या तेलाचा थेंब जिभेला लावल्यास तंबाखूची आठवण होत नाही असा काहींचा अनुभव आहे. रिकामे हात छळत असतील तर त्या हातात पेन्सील, किल्ली ठेवून ती खेळवत रहा. डोकेदुखी, गॅस इ. लक्षणांसाठी तसेच मनोबल वाढवून मन शांत ठेवण्यासाठी काही औषधे डॉक्टर सुचवू शकतील. दीर्घश्वसन, मन व शरीराला सैल करण्यासाठी समाधी यांसारख्या यौगिक उपचारांची मदत घ्यावी. सुरुवातीस तंबाखू/धूम्रपान सोडल्यामुळे भूक वाढून वजन वाढेल. पण तिकडे फारसे लक्ष देऊ नका. कारण लठ्ठपणामुळे होणारे धोके तंबाखूमुळे होणाऱ्या धोक्यापेक्षा कमी आहेत. सुरुवातीचे ८ आठवडे काढल्यास तुम्ही अर्धी लढाई जिंकली असे समजा. एका प्रोग्राममध्ये सवय सुटली नाही तरी निराश होऊ नका.

दगडापेक्षा वीट मऊ

काही जण मात्र आटोकाट प्रयत्न करूनही ते व्यसन सोडू शकत नाहीत. त्यांनी त्यापासून कमीत कमी दुष्परिणाम व्हावेत म्हणून पुढील काळजी घेतल्यास उपद्रव कमी होऊ शकतात. तंबाखूचे प्रमाण व वेळा कमी करा. ती चुन्यात न मळता पानात खा. तोंडात एकाच जागी न ठेवता वेगवेगळ्या जागी ठेवा. जास्त वेळ तोंडात ठेवू नका. खाऊन झाल्यावर पाण्याने खुळखुळून चूळ भरून तोंड स्वच्छ करा.

फिल्टरवाली लाइट सिगारेट निवडा. दिवसाला २-३ सिगारेटचे बंधन घाला. एका सिगारेटचे कमीत कमी झुरके घ्या. सिगारेट अर्ध्यावर आल्यानंतर विझवून टाकून द्या. कारण शेवटच्या भागात अधिक धोकादायक गोष्टी साठून राहतात. सिगारेट ओढत नसताना तोंडात धरू नका. शक्यतो धूर फुप्फुसापर्यंत खाली खेचू नका. इतरांसमोर, विशेषतः लहान मुलांसमोर धूम्रपान करू नका. याने दोन गोष्टी होतील. एक तर त्यांच्यासमोर वाईट आदर्श (?) राहणार नाही व तुमचा उच्छ्‌वासित धूर त्यांना त्रास देणार नाही.

☺☺

शेवटी थोडी गंमत. सिगारेट व त्याने होणारा कर्करोग या विषयावर पेपरमध्ये आलेले संशोधन एक बाई नवऱ्याला वाचून दाखवत होती. त्यावर तिचा नवरा म्हणाला, "हे बघ, वायफळ बोलू नकोस. मी अगदी मरायच्या दिवसापर्यंत सिगारेट ओढणार." त्यावर वैतागून त्याची बायको म्हणते, "काय हवं ते करा आणि मेल्यानंतरही तुम्ही सिगारेट सोडणार याची काय गॅरंटी?"

☺☺

◆

१२४. सांधा मुरगळणे (SPRAIN)

लचक, धमक, करक, चमक, मुरडणे, उसण, मुडपणे, शीर धरणे या वेगवेगळ्या शब्दांतून शेवटी डॉक्टरांना अर्थबोध होत असतो की, त्या व्यक्तीचा कुठलातरी सांधा मुरगळला आहे! हे लचक काय, धमक काय किंवा काहीही म्हणा, चटदिशी व अचानक घडत असते.

प्रत्येक सांध्याची ताण व वजन सहन करण्याची एक मर्यादा असते. त्या सांध्याच्या भोवती त्याला आधार देणारे, एकमेकांत गुंफलेले व स्नायूपट्टे असतात. त्याला अस्थिबंध म्हणतात. (इंग्रजीत अस्थिबंधाला लिगॅमेंट्स (Ligaments) म्हणतात.) एखाद्या सांध्यावर जेव्हा त्याच्या ताकदीपेक्षा अधिक ताण पडतो, तेव्हा त्याला आधार देणारे भोवतालचे अस्थिबंध तुटतात. अस्थिबंधाच्या तुटण्याबरोबरच स्नायूंचे काही तंतू, केशवाहिन्या यांनाही काही प्रमाणात धक्का लागून त्याही विसकळीत होतात व तुटू-फुटू शकतात. या सर्व घटनांमुळे त्या सांध्याभोवती ताबडतोब सूज येणे, तेथे तीव्र वेदना विशेषत: तो सांधा हलवल्यास अधिक होणे, त्वचेखाली रक्तस्राव झाल्यामुळे तो भाग काळानिळा होणे अशी लक्षणे दिसतात. इंग्रजीत याला 'स्प्रेन' (Sprain) म्हणतात.

सरळमार्गी व्यक्तीचे वाकडे पाऊल

घोट्याचा सांधा, गुडघे, मनगट व बोटांचे लहान सांधे या ठिकाणी मुरगळणे अधिक प्रमाणात होते. खडबडीत, उंचसखल रस्त्यावरून चालताना, रस्त्यावर खाली लक्ष नसल्यास अगदी सरळमार्गी व्यक्तीचे पाऊलही 'वाकडे' पडू शकते. (येथे मध्येच एक गंमत आठवली. पुरुषाचे पाऊल वाकडे पडल्यास त्याला हाडवैद्याकडे जावे लागते, पण स्त्रीला मात्र 'स्त्रीरोगतज्ज्ञा'कडे जावे लागते!) अशा वेळी घोटा आतील वा बाहेरील बाजूला ताणला जातो. त्याच वेळी संपूर्ण शरीराचा भारही त्यावर पडतो व तेथील अस्थिबंधने तुटतात.

बोट लावीन तेथे... दुखते!

मुरगळण्यामध्ये वेदना तीव्र स्वरूपाच्या असतात. काही वेळा तेथे हात लावून

तपासणे अवघड बनते. अशा वेळी तेथे केवळ मुरगळले आहे, की अस्थिभंग आहे, की सांधा सरकला आहे हे सांगणे अवघड असते. एक्स रे काढल्यानंतर नक्की निदान करता येते. अर्थात वरीलपैकी काहीही स्थिती असेल तरी पुढील प्रथमोपचार ताबडतोब सुरू करता येतात.

उद्धट बनो

मुरगळण्यावर औषधाची जाहिरात पाहिली का? त्यात मुरगळलेल्या माणसाचा उद्‌गार लिहिलेला असतो– 'उह, आह, आऊच..!' लगेच अमके तमके मलम 'मलिए, कामपे चलिए...' असे वाक्य असते. खरेतर, लावले औषध नि मुरगळणे बरे झाले, एवढे ते सहजसोपे नसते. ती निव्वळ जाहिरातबाजी असते. या वाक्यापेक्षा काय करावे हे लक्षात घ्या – पूर्ण आराम, बर्फाने शेकणे, दुखरा भाग बांधणे व तो सांधा उंच ठेवणे होय. हे सर्व आता अधिक विस्ताराने समजावून घेऊ या.

आर (R = REST) = रेस्ट
आय (I = ICE) = आइस
सी (C = COMPRESSION) = कॉम्प्रेशन
ई (E = ELEVATION) = एलिव्हेशन

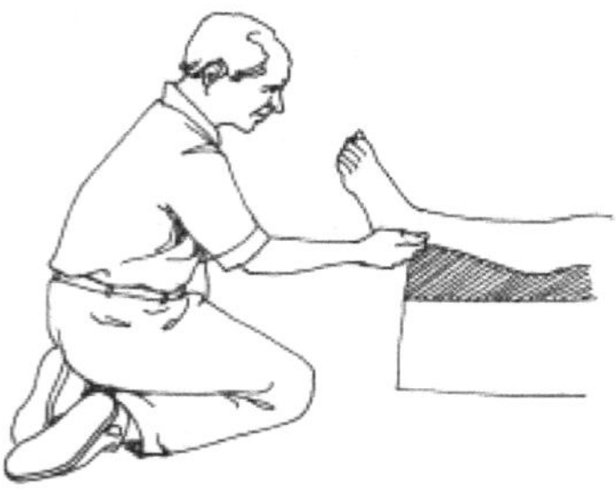

बाधित भाग उचलून उंच ठेवावा.

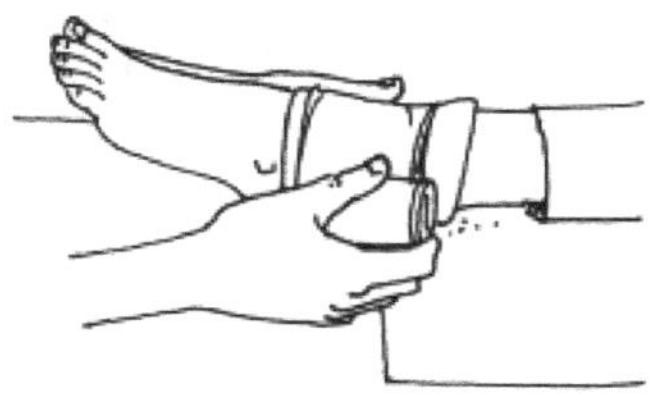

त्याच्यावर दाब देण्यासाठी क्रेप बँडेजचा वापर करावा.

'रेस्ट' (REST) म्हणजे बाधित भागास विश्रांती द्यावी. घोट्यास दुखावा झाल्यास तो घोटा लंगडी खेळताना एक पाय तरंगत ठेवतात तसा धरावा. मनगटास झाल्यास तो हात दुसऱ्या खांद्यावर धरावा. त्यानंतर आइस (ICE – बर्फ) रुमालात घेऊन त्या जागी ताबडतोब व सुमारे २०-३० मिनिटे दाबून ठेवावा. असे दिवसभरात ३-४ वेळा करावे. बर्फाने नसा बधिर होऊन वेदना कमी

होतात व रक्तवाहिन्या आकुंचित झाल्यामुळे सूजही कमी होते. कॉम्प्रेशन (Compression) साठी बाजारात उपलब्ध इलॅस्टिक असलेले क्रेप बँडेज उत्तम. ते बांधताना झाडावर ज्याप्रमाणे वेल चढतो तसे ते खालून वर (म्हणजे हृदयाच्या दिशेला) बांधत न्यावे. क्रेप बँडेजऐवजी साधे बँडेज, उपरणे, रिबिन, ओढणी यांनीही तात्पुरते काम साधते. हे बांधणे फार घट्ट वा अगदी ढिलेही नको. फार घट्ट झाल्यास तेथील रक्ताभिसरणास अडथळा होईल व ढिले झाल्यास अपेक्षित दाब मिळणार नाही. एलिव्हेशन (Elevation) मध्ये बाधित सांधा उंच ठेवणे अपेक्षित आहे. यासाठी झोपल्या अवस्थेत घोट्याखाली दोन उश्या घ्याव्यात व बसल्या अवस्थेत पाय खाली न सोडता समोरच्या टिपॉयवर ठेवून बसा. (अगदी उद्धट माणसासारखे बसा.) गुरुत्वाकर्षणामुळे तेथील रक्त पुन्हा शरीराकडे वळते. असे सुमारे २ दिवस करावे. त्यानंतर मात्र क्रेप बँडेज सोडून त्या जागी गरम व गार पाण्याचा शेक आलटून पालटून ५-५ मिनिटे द्यावा. आपल्याच बोटांनी त्या भागास हृदयाच्या दिशेने हलके मालीश करावे. सूज कमी वाटल्यास वेदना नसल्यास बसल्या बसल्या घोट्यावर वजन न घेता, घोटा सर्व दिशांना हलवण्याचा व्यायाम करा.

अ-अननसाचा

अननसामध्ये ब्रोमलेन नावाचे एन्झाइम असते. त्याच्यामुळे मुका मार व अस्थिबंधाची दुखणी लवकर भरून येतात. त्यासाठी मुरगळल्याबरोबर आधी सांगितलेला राइस (RICE)चा उपचार सुरू करण्याबरोबरच, कोणालातरी कोपऱ्यावरून अननस आणायला पिटाळावे. कंटाळा येईपर्यंत अननस खावे.

उसणीला घाला वेसण

अस्थिबंधाऐवजी मुख्यतः स्नायू ताणले जातात वा तुटतात त्याला उसण (Strain) असा शब्द आहे. भरलेला गॅस सिलिंडर रिकामा समजून अनवधानाने उचलला गेल्यास, प्रवासात मोठी बॅग घाईघाईने उचलली गेल्यास होणारी पाठीची स्थिती डोळ्यांसमोर आणल्यास, उसणीत काय होते ते वेगळे सांगायची गरज नाही. उसणीत उपचार आधी सांगितल्याप्रमाणेच असतात, पण त्यांच्यात गरम शेक लवकर चालू केल्यास अधिक फायदेशीर ठरतो असा अनुभव आहे. कुठलाही सांधा मुरगळूच नये यासाठी मुख्यतः तोल सांभाळणे, उंच-सखल रस्त्यावर पायाला व्यवस्थित बसणारे बूट वापरणे, कुठल्याही खेळाआधी शरीराची हळूहळू हालचाल करून शरीर 'वॉर्मअप' करणे हे आवश्यक ठरते.

☺☺

शेवटी थोडी गंमत. एका रुग्णाची संपूर्ण तपासणी करून, डॉक्टर गप्प बसलेले पाहून रुग्ण दबकतच विचारतो, ''डॉक्टर मला झालंय तरी काय?'' त्यावर डॉक्टर म्हणतात, ''माझे मलाच ठरवता येत नाहीये. पण तुला कोणता आजार 'परवडेल' यावर मी विचार करतो आहे.''

☺☺

◆

१२५. तोतरेपणा (STAMMERING)

आपण बोलतो. एकमेकांशी बोलतो किंवा मनाशी बोलतो. तेव्हा ओठांची हालचाल होते. वेगवेगळे शब्द, स्वर आपण बोलतो. हे बोलणे होताना, किती क्रिया व अवयव त्यात गुंतलेले व गुंफलेले असतात, हालचाल करतात, हे जाणून घेऊ या. मनात विचार येतो. मग मेंदूमधील बोलण्याचे एक केंद्र त्यानुसार आदेश देते. मग आपण शब्द आठवतो. नंतर स्वरयंत्र व श्वसनाचे स्नायू असे दोघे मिळून एक हालचाल करतात, तेव्हा कुठे तो शब्द ओठातून उमटतो. अशी ही साखळी असते. या साखळीत कुठेही अडथळा झाल्यास शब्द अडखळतो. केवळ एखादा शब्द अडखळण्यापासून ते जरा वेळपर्यंत पूर्ण मुका होऊन अपेक्षित शब्द एकदाचा बाहेर पडेपर्यंत जीव घायकुतीला आल्यासारखा वाटतो. या अवस्था तोतरेपणात पाहावयास मिळतात! 'ककक' करून सुरुवात होणे, तोच तोच शब्द परत परत बोलणे, मधला शब्द जरुरीपेक्षा लांबला जाणे वा वाक्यच खाल्ले जाणे, असेही होऊ शकते. तोतरेपणाला इंग्रजीत 'स्टॅमरिंग' (Stammering) व हिंदीत 'तोतला' असे शब्द आहेत.

तेच ते अन् तेच ते!

अडकलेला शब्द बाहेर पडेपर्यंत पापण्यांची वेगाने उघडझाप होणे, नाही नाही म्हणत असल्यासारखे डोके हलणे, ओठ थरथरणे आणि या श्रमाने/ताणाने कपाळावर घामाचे बिंदू जमा होणे अशीही लक्षणे दिसतात. वयाच्या ३-४ वर्षांपर्यंतचे मूल तात्पुरते चाचरते, तोतरे बोबडे बोल बोलते. विशेषकरून मुले गोंधळलेली, खूप उत्तेजित झाली तर असे घडू शकते. त्या वयात मुलांना नवनवीन गोष्टी दिसत असतात, कळत असतात, त्यांच्या कल्पना भन्नाट असतात; पण ते व्यक्त करण्यासाठी पुरेसा शब्दसंग्रह नसतो. 'केव्हा एकदा सांगू' अशा घाईत असलेले मूल त्यामुळे अडखळते वा 'तेच ते अन् तेच ते' परत परत बोलते. जाणीवपूर्वक आपण दुर्लक्ष केल्यास काही महिन्यांतच सर्व ठीकठाक होते. मात्र याच वयात अतिजागरूक पालकांनी अतिचिकित्सकपणा दाखवल्यास त्या मुलाला आपल्यात

दोष असल्याची जाणीव होते. असे सतत घडल्यास दरवेळी बोलण्याआधी तो मुलगा मानसिक दडपणाखाली येतो व सामान्य मुलाचा 'तोतरा' मुलगा बनू शकतो.

'तत पप' होणे...

काहींना असा तोतरेपणा फक्त वरिष्ठांशी बोलतानाच येतो. मुलाखत, तोंडी उत्तरे देणे, साहेबांनी केबिनमध्ये बोलवल्यावर अशा व्यक्ती चाचरत बोलतात. मात्र तीच व्यक्ती इतरांशी वा आरशासमोर अस्खलित बोलू शकते. तोतरेपणाचा संबंध मानसिक ताणाशी असतो. यावरूनच 'भीतीने तत पप होणे', 'जीभ जड पडणे' असे वाक्प्रचार रूढ झाले आहेत. काही जण श्लोक, गाणे, भाषण व्यवस्थित म्हणू शकतात, पण साधे स्वत:चे नाव सांगताना अडखळतात. सर्वसाधारण लोकसंख्येच्या एक टक्का लोकांत हा दोष असतो. पुरुषात याचे प्रमाण स्त्रियांपेक्षा ३-४ पटींनी अधिक असते.

रोगाचे मूळ, मूलपणातच

अनुकरण, आनुवंशिकता, मानसिक ताण, सवय यांनुसार प्रत्येक मुलाचे मोठेपण घडत असते. याशिवाय एखादी गोष्ट लहान मुलावर लादल्यास मूल घाबरते, गोंधळते वा निराश होते. या मानसिक ताणामुळे त्याची जीभ बोलताना चाचरते वा तोतरेपणा येतो. (उदा. जन्मत:च डावखोऱ्या मुलाला उजवाखोर बनवण्याचा प्रयत्न.) मात्र मेंदूत बिघाड असणे, जीभ जाड व मोठी असणे, जिभेचे टोक खाली चिकटलेले असणे या कारणांना आधार नाही. या आजाराचे मूळ लहानपणातच असते. सुमारे ९० टक्के 'तोतरे' वयाच्या ७-८ वर्षांपासूनच तसे असतात. विन्स्टन चर्चिल, शास्त्रज्ञ न्यूटन अशी थोर माणसेही वाचादोष असलेली होती. परंतु त्यांनी योग्य उपचाराने सुधारणा घडवून आणली व ते फर्डे वक्ते झाले. असे सुधारून 'वाचस्पती' होण्यासाठी पुढील उपचार करा.

शांतपणे बोलायला शिका

फटाफट वेगाने बोलताना तोतरेपणा वाढतो. शांतपणे बोलायला शिका. शब्द वा वाक्यांच्या मध्ये थांबायला शिका. वाक्ये लहान करा. वाक्याच्या सुरुवातीस अडखळणाऱ्यांनी सुरुवातीचा स्वर हळू पुटपुटल्यासारखा बोलून स्वरयंत्रास उत्तेजित करावे. नंतर अशा 'तापलेल्या' स्वरयंत्रावर उरलेले वाक्य संपवावे.

अडथळ्यांची शर्यत...

मानसिक ताण आलेला असताना शरीरातील स्नायूही ताणाखाली जाऊन कडक होतात, आक्रसतात. तोच प्रकार स्वरयंत्राच्या दोन पाकळ्यांबाबतही घडतो. अशा वेळी बोलताना माणूस अडखळतो वा तोतरा बोलतो. हे टाळण्यासाठी बोलण्याआधीही सर्व स्नायू शिथिल सोडा. खांदे ढिले खाली पडू द्या. मान मोकळी सोडा. घट्ट बंद केलेले ओठ विलग करून 'पडू' द्या. एक दीर्घ श्वास

सोडा व त्या सोडलेल्या श्वासावरच एखादा शब्द अलगद सोडून द्या. सुरुवातीस प्रत्येक श्वासागणिक एक शब्द बोला. हळूहळू सवयीने त्याचा वेग तुम्हाला जमेल तसा वाढवा.

भित्या 'ओठी' तोतराराक्षस

कोणत्या प्रसंगी आपण अधिक अडखळतो याची नोंद करा. पुढील वेळी अशा प्रसंगी मन व शरीर सैल करा. मन शांत करण्यासाठी नाकाने खोलवर पोट भरेपर्यंत श्वास घेऊन तो तोंडाने हळूहळू व दीर्घ काळापर्यंत सोडा.

लोकासांगे ब्रह्मज्ञान

अडखळणाऱ्या मुलांशी बोलताना आपण स्वत: संथगतीने बोलावे. त्यांनी काही प्रश्न विचारल्यानंतर उत्तर देण्याआधी १-२ सेकंद स्तब्धता पाळून मग उत्तर द्यावे. तो बोलत असताना त्याचे अर्धवट वाक्य तुम्ही पुरे करू नका. त्यालाच पूर्ण करू द्या. संथगतीने बोलण्याचा आदर्श तुम्हीच त्याच्यापुढे निर्माण करायचा आहे. रोजच्या दिवसात कमीत कमी १५-२० मिनिटे अशा सु-संवादासाठी राखून ठेवावी. त्या वेळी टीव्ही पाहणे, पेपर वाचणे, इतर कोणाशी गप्पा मारणे बाजूला ठेवावे व तो वेळ मुलात सुधारणा घडवून आणण्यासाठीच राखून ठेवावा.

...अशाने बोलणेच खुंटते!

अशा मुलांना इतर बाबींत थोडीफार ढील द्यावी. त्यांचे कपडे, त्यांचे दप्तर, त्यांची खोली थोडीफार अस्ताव्यस्त असली तरी त्या बाबतीत फार काटेकोरपणा ठेवू नका. त्यांना सगळ्याच बाबतीत ताण दिल्यास त्यांचे अडखळणे वाढू शकेल. एखादा खेळ वा छंदामध्ये त्यांना आवड निर्माण करून त्यात प्रावीण्य मिळवण्यास उत्तेजन दिल्यासही बोलण्यामध्ये फरक दिसतो.

सरावाने सवय

वरील उपायांची 'प्रॅक्टिस' महत्त्वाची ठरते. एकांतात, मित्राबरोबर वा दुसऱ्या अडखळणाऱ्या व्यक्तीबरोबर ती करता येते. १५ मिनिटे बोलण्याचा रोज ३ वेळा सराव केल्यास ४-६ महिन्यांतच त्या सरावाचे रूपांतर सवयीत होते व ती व्यक्ती व्यवस्थित बोलू लागते. त्यासाठी 'स्पीच थेरपिस्ट'ची मदत उपयोगी ठरू शकते. मानसिक ताणामुळे येणाऱ्या तोतरेपणावर ट्रॅन्क्विलायझर्स वा इंडेरालसारख्या गोळ्या उपयोगी ठरू शकतात.

☺☺

शेवटी, एका वाचकाने पाठवलेली थोडी गंमत. साध्याभोळ्या राधाबाई एकदा तपासणीसाठी डॉक्टरकडे जातात. पूर्वेतिहास जाणून घेताना डॉक्टर विचारतात,

“काहो तुमच्या पोटात कधी दुखले होते का?” त्यावर राधाबाई निरागसपणे म्हणतात, “हो बाई, शेजारच्या कुलकर्ण्यांकडे नवा रंगीत टीव्ही आला, तेव्हा दुखले होते.”

☺☺

◆

१२६. पक्षाघात (STROKE)

निवडणुकीच्या निकालाच्या काळात काही पक्षांना 'पक्षाघात' झालेला दिसत असला, तरी या लेखात माणसाला होणाऱ्या पक्षाघाताविषयी माहिती आहे. यालाच अंगावरून वारे जाणे, अर्धांगवायू, लकवा मारणे, पक्षवात, पॅरॅलिसिस (Paralysis), स्ट्रोक (Stroke) असे शब्द आहेत.

पक्षाघाताचे कारण 'गव्हर्नरच'!

आपल्या सर्व शरीरावर नियंत्रण ठेवणारा 'गव्हर्नर' मेंदू असतो. शरीराची हालचाल घडवणारे हात-पाय, स्पर्शाने शरीरावर जाणीव देणारी ज्ञानेंद्रिये, वस्तू दिसून त्याची जाणीव देणारी ज्ञानेंद्रिये, बोलणे, श्वास सोडणे, पचन वगैरे या सर्व चलनवलनावर मेंदूचा ताबा असतो. त्या त्या क्रियांवर ताबा ठेवणारे वेगवेगळे भाग मेंदूमध्ये असतात. ज्या वेळी मेंदूतील एका विशिष्ट भागातील रक्तपुरवठा खंडित होतो. तेव्हा तो भाग शरीराचा जो अवयव नियंत्रित करत असतो त्या भागात दुर्बलता येते. येथे रचनेच्या दृष्टीने आणखी एक वैचित्र्य असते. शरीराच्या डाव्या भागाचे नियंत्रण मेंदूचा उजवा भाग करीत असतो, तर उजव्याचे नियंत्रण मेंदूचा डावा भाग करतो. उदा. शरीराच्या उजव्या भागावर वारे गेले असल्यास तेथे डाव्या मेंदूचा रक्तपुरवठा खंडित असतो. डाव्या भागातच वाचेचे केंद्रही असल्यामुळे त्या माणसाचे बोलणे बाधित होऊ शकते. मेंदूत किती दोष झाला, यावर शरीरातील किती अवयव निकामी होणार हे अवलंबून असते. डावी अथवा उजवी, एक बाजू हलवता येत नसल्यास त्याला 'पक्षाघात' म्हणतात.

रक्त 'पाणीदार' हवे

सामान्यत: रक्त शरीरात फिरत असताना द्रव स्वरूपात असते. मात्र काही वेळा रक्तात गुठळी निर्माण होते, रक्तवाहिन्यांच्या आतील भागावर चरबीचा थर साचणे, तसेच उच्च रक्तदाब, मधुमेह, लठ्ठपणा, बैठेकाम, धूम्रपान इ. कारणांमुळे मेंदूतील एखाद्या भागात ती गुठळी अडकल्यास त्या पलीकडील भागास रक्तपुरवठा थांबतो. (हीच घटना हृदयात घडल्यास त्याला 'हार्टअॅटॅक' म्हणतात.) याशिवाय मेंदूत

रक्तस्राव (हेमरेज – Haemorrhage) होऊन आजूबाजूच्या पेशींवर दाब येऊन त्यांचे पोषण थांबून त्या निकामी होऊ शकतात. मेंदूला मार लागण्यानेही पक्षाघात होऊ शकतो.

मनाबरोबरच रक्तवाहिन्याही 'निर्मळ' हव्यात!

या सर्व घटना नेहमीच अचानक घडत नसतात. मोठा पक्षाघात होण्याआधी चारपैकी तीन व्यक्तींत त्याची पूर्वसूचना मिळत असते, त्याला डॉक्टरी भाषेत 'ट्रान्सिएंट इश्चॅमिक ॲटॅक' (Transient Ischaemic Attack – TIA) म्हणतात. पक्षाघात होण्यासारखीच लक्षणे काही काळापूर्वी व तात्पुरती त्या व्यक्तीत होऊ जातात. थोडीशी चक्कर, हातापायात ताकद कमी वाटणे, गोंधळल्यासारखे वाटणे, तात्पुरते हस्ताक्षर खराब होणे इ. लक्षणे तात्पुरती होऊन नंतर 'सुधारून'ही जातात म्हणजे बरी होतात. (त्यामुळे ते 'ॲटॅक्स' विसरलेही जातात.) रक्तवाहिन्यांच्या आतील बाजूस चरबीरूपी 'मल' साठण्याची क्रिया, अयोग्य आहारविहार व आचारविचारांमुळे अनेक वर्षांपासून चालूच असते. त्यामुळे असे ॲटॅक्स काही वेळा अचानक खरे; पण अनपेक्षित म्हणता येणार नाहीत.

ओव्हरटेक करून 'टेकओव्हर'

सुरुवातीस हातापायाला मुंग्या येणे, जडपणा येणे, बोलता न येणे, दोन दोन आकृत्या दिसणे, भोवळ येणे, बेशुद्धी, यांबरोबरच शरीराच्या एका बाजूत हातापायात ताकद कमी वाटणे अशी लक्षणे दिसू शकतात. दुर्दैवाने ॲटॅक मोठा असल्यास तो शेवटचा आजारही ठरू शकतो. मात्र याची चांगली बाजू अशी की, दहा जणांत फक्त १-२ जणांनाच ती व्याधी कायमची अधू करते. बाकीच्या व्यक्तीत १-२ महिन्यांतच त्या अधू भागात पुनश्च चैतन्य येऊ लागते. मेंदूचा काही भाग निकामी होत असला, तरी त्याच्या आजूबाजूचा भाग, त्याचे काम टेकओव्हर करायचा प्रयत्न करतो व त्या कामात त्या भागातील रक्तवाहिन्या ओव्हरटेक करून तिथे प्राणवायूयुक्त रक्त पुरवण्याची कामगिरी करत असतात. जेवढे वय तरुण तेवढे ओव्हरटेकने 'टेकओव्हर'चे काम यशस्वी होते!

मनोबल वाढवा

पक्षाघाताची शंका आल्यास ताबडतोब रुग्णास डॉक्टरकडे (अथवा डॉक्टर रुग्णाकडे) नेणे चांगले असते. अशा वेळी गडबड गोंधळ दिसल्यास बाह्यत: बेशुद्ध वाटणाऱ्या, पण कदाचित आजूबाजूच्या परिस्थितीचे भान असणाऱ्या रुग्णाच्या मनावर अनिष्ट परिणाम होऊ शकतो. डॉक्टरांकडे जाईपर्यंत त्याचे श्वसन, नाडी यांवर लक्ष ठेवावे. रुग्ण बेशुद्ध असल्यास त्यास तोंडावाटे काहीही देऊ नये. कृत्रिम दात, लाळ यांनी श्वासात अडथळा होत नाही ना हे पाहावे. डॉक्टरांच्या मदतीनंतर महत्त्वाचे काम फिजिओथेरपिस्टचे असते. हातापायात मुळात दोष नसतो, तर

त्यांच्या हालचालीच्या नियंत्रणात दोष असल्यामुळे, मेंदूचे काम 'टेकओव्हर' होईपर्यंत, हातापायांची हालचाल चालू ठेवण्याचे काम फिजिओथेरपिस्ट करून घेऊ शकतात.

वाढत्या वयाबरोबर पक्षाघाताचा धोका वाढतो. साठी-पासष्टीला तो अधिक प्रमाणात आढळतो. स्त्रियांपेक्षा पुरुषांमध्ये त्याचे प्रमाण अधिक असते.

वाढीव रक्तदाब हे पक्षाघातामागील प्रमुख कारण असते. आपला रक्तदाब वर्षातून कमीत कमी दोन वेळा, निदान चाळिशीनंतर तरी तपासावा. तो वाढलेला असल्यास वजन, आहारविहार, आचारविचारांवर ताबा ठेवून जरूर पडल्यास औषधे घेऊन आटोक्यात आणा. रक्तदाब ताब्यात राहण्याने पक्षाघाताबरोबरच हृदयविकार, किडनीचे रोग यांनाही आपण दूर ठेवतो. मधुमेह, चरबीचे वाढलेले प्रमाण, धूम्रपान यांवरही ताबा हवा.

दिन प्रतिदिन, हवी एक ॲस्पिरिन

स्वस्त व त्याच्या कितीतरी पटींनी मस्त असलेले ॲस्पिरिन रक्ताला 'पाणीदार' ठेवते. त्याच्यात गुठळी होऊ देत नाही. ७५ ते १५० मि. ग्रॅ. ॲस्पिरिन प्रतिदिन खाण्याने ते काम साधते. चाळिशी-पन्नाशीनंतर रक्तदाबासारखे विकार असल्यास कायमस्वरूपी ॲस्पिरिन घेण्याचा सल्ला डॉक्टर देतील.

☺☺

शेवटी थोडी गंमत. ७५ वर्षांचे मिस्कील गणपतराव सीनिअर सिटीझन्सतर्फे आयोजित एका वैद्यकीय शिबिरात जातात. तपासल्यानंतर त्यांची ठणठणीत प्रकृती बघून डॉक्टर त्यांना त्याचे रहस्य विचारतात. तेव्हा गणपतराव म्हणतात, "डॉक्टर ५० वर्षांपूर्वी लग्न झाल्यानंतर आम्हा दोघांत एक करार झाला होता. त्यानुसार जेव्हा मला राग आला असेल त्या वेळी तिने गप्प बसावे व तिला राग आल्यास मी घराबाहेर निघून जावे असे ठरले आणि दीर्घ काळ मोकळ्या हवेत राहण्याचा शरीरावर होणारा फायदा मी तुम्हाला सांगायला नकोच."

☺☺

◆

१२७. मुतखडा (STONE)

दहा मिनिटांपूर्वी मस्त मजेत असणारी, ठणठणीत निरोगी व्यक्ती अचानक कळवळायला लागली आणि तिच्या पोटात, डाव्या वा उजव्या बाजूस खूप दुखायला लागल्यास तिला (खरेतर 'त्याला' म्हणायला हवे, कारण मुतखड्याचे प्रमाण स्त्रियांपेक्षा पुरुषात अधिक असते.) मुतखडा झाला असण्याची शक्यता असते. आधुनिक वैद्यकाचे आद्याचार्य हिप्पोक्रेटिस यांनी त्या दुःखाचे वर्णन 'मुतखड्याइतक्या तीव्र वेदना क्वचितच दुसऱ्या रोगात असतात', असे केले आहे व ते आजही लागू पडते. यालाच मूत्राश्मरी, पथरी, स्टोन, रिनल कोलिक अशीही नावे आहेत. किडनी, मूत्रवाहिनी वा मूत्राशय या तिन्ही ठिकाणच्या खड्यास मुतखडाच म्हणतात. याशिवाय शरीरात अन्यत्रही खडे बनू शकतात. उदा. पित्ताशय.

ना ना नारे, बसवे नारे, झोपवे नारे!

याचे मुख्य लक्षण वेदना असते. मुतखडा मूत्रमार्गात जेव्हा पुढे पुढे सरकतो त्या वेळी होणाऱ्या वेदनांना प्रसूतीच्या कळांची उपमा देता येईल. दुखणे पाठीकडून कमरेच्या एका बाजूने सुरू होऊन नंतर पुढील बाजूस पोटाकडे, नंतर खाली वृषणाकडे वा मांडीच्या आतील बाजूकडे सरकते. याबरोबरच थंडीताप, मळमळ, उलटी, पोटास फुगारा येणे, लघवीस जळजळ, अडल्यासारखी वाटणे, वरचेवर जाण्याची भावना, लाल होणे अशी मूत्रमार्गाशी संबंधित लक्षणेही दिसतात. मुतखडा हलल्यामुळे वा त्याच्यामागे लघवी अडण्यामुळे वेदना अचानक चालू होतात. हालचालींनी त्या वाढतात. अशा वेळी कुठल्याच अवस्थेत बरे वाटत नाही. ना झोपवते, ना बसवते, ना उभे राहवते, ना येरझाऱ्या घालून बरे वाटते. किडनीतील खड्यात वेदना कमी असतात, तर मूत्राशयाच्या खड्याबाबतीत लघवी अडणे अधिक प्रमाणात होते. या दुःखाच्या तीव्रतेनुसार वेदनाशामक औषधे, पोटातून वा इंजेक्शनद्वारे देऊन तात्पुरता आराम मिळतो.

करामत 'कसमा' पट्ट्यातली

गरम हवामानात राहणाऱ्या लोकांत, तेही पुरुषात मुतखडे अधिक होतात.

कळवण, सटाणा, मालेगाव (कसमा) तसेच खानदेशासारख्या भागात व देशभरच्या उष्ण हवामानात आणि जेथे जेथे पाण्यात क्षारांचे प्रमाण अधिक असते तेथे मुतखडे अधिक प्रमाणात आढळतात. पाणी कमी पिणे, घामावाटे पाणी अधिक बाहेर पडून लघवी कमी बनणे, जुलाब होण्याचा जुनाट रोग असणे, कॅल्शियम, युरिक अ‍ॅसिड यांचे आहारात प्रमाण अधिक असणे वा त्यांच्या चयापचयात बिघाड होऊन मूत्रमार्गात ते अतिप्रमाणात उतरणे इ. कारणे संभवतात. लघवीत पाण्यापेक्षा विद्राव्य घटकांचे प्रमाण जास्त होणे हा मुख्य दोष असतो. त्यामुळे मिठागारात जसे पाणी आटून तेथे मिठाचे खडे बनतात तसाच काहीसा प्रकार किडनीच्या जाळ्यात घडतो व तेथे रेतीसारखे बारीक खडे बनतात. अशा वेळेसही लघवी भरपूर झाल्यास ती रेती मूत्रमार्गाद्वारे बाहेर पडते. मात्र लघवी कमी होत राहिल्यास त्या रेतीच्या बारीक कणांवर आणखीन पुटे चढून त्याचा मुतखडा होऊ शकतो.

खडी फोडायची 'शिक्षा आयुष्यभराची'

मुतखड्यामुळे होणाऱ्या वेदनेबरोबरच तेथे जंतुसंसर्ग होऊनही काही लक्षणे दिसतात. सहसा एकदा खडा झाला (व तो पडून गेल्यावरही) त्या शरीरात पुन:पुन्हा मुतखडा होण्याची शक्यता असते. असा दुबार खडा झाल्यास ते शरीर खड्याची खाणच ठरू शकते. त्यामुळे एकदा खडा झाल्यास तो नामशेष करण्याची व पुन्हा होऊ नये याची कायमच, आयुष्यभर काळजी घ्यावी लागते. तसेच हा रोग घराणेशाही दाखवतो. कुटुंबातील एकाला झाल्यास त्याच्या भाऊबंदांना (सुदैवाने स्त्रियांत ते कमी प्रमाणात असते, त्यामुळे बहिणी सुटतात.) हा होण्याची शक्यता अधिक असते.

जातिभेद जाणून घ्या

मुतखड्यामध्येही जाती असतात. मूत्रमार्गातून बाहेर पडणारा खडा 'धरून' त्याची परीक्षा (पृथक्करण) करून त्याची जात ठरवता येते. सुमारे ९० टक्के खडे कॅल्शियम क्षारांचे बनलेले असतात. कॅल्शियमचे ऑक्सलेट्स, फॉस्फेट्स असे उपप्रकार असतात. त्याबरोबरच युरिक अ‍ॅसिड, सिस्टीन प्रकारचे खडेही असतात. खडे गुळगुळीत वा हलव्यासारखे काटेरी असू शकतात. सहसा त्यांची प्रवृत्ती शरीराबाहेर पडण्याची असते. जर लघवी पुरेशी होत असेल, दु:ख, जंतुसंसर्ग फारसा नसेल व खड्याचा आकार लहान असेल तर काही महिन्यांपर्यंत थांबून तो खडा आपोआपच बाहेर पडतो का, याची डॉक्टर वाट पाहतील. मात्र दुखत असताना वाट पाहण्याच्या काळात पुढील उपचार उपयोगी ठरतील.

पाठीला, पोटाला, दुखऱ्या जागी गरम शेक दिल्यास बरे वाटते. यासाठी रबरी पिशवीत गरम पाणी घेणे चांगले. त्यापेक्षा अधिक चांगले म्हणजे मोठ्या घमेल्यात, सहन होईल इतपत गरम पाण्यात बसून टबबाथ घेणे, शेक संपवताना त्याच

पाण्यात लघवी केल्यास लघवीला होणारी जळजळही कमी होते. तसेच दुखत असतानाच्या काळातील लघवी स्वच्छ बाटलीत धरल्यास ती डॉक्टरी सल्ल्याने पृथक्करणासाठी पाठवता येते. त्यात लाल रक्तपेशी व क्षाराचे कण सापडणे मुतखडा दर्शवते.

तुंबलेली मोरी व किडनी

मागच्या वेळी घरची मोरी तुंबल्यावर प्रथम काय केले होते? आठवतंय? त्याच प्रकारे मूत्रवाहिनीत खडा अडकल्यास तो पुढे 'वाहून' जावा यासाठी भरपूर पाणी पिण्याने लघवी जोरात झाल्यास, पाण्याच्या प्रवाहाने तो खडा पुढे ढकलून मूत्राशयात व तेथून बाहेर पडेल अशी आशा करता येते. जोपर्यंत तो खडा बाहेर पडणार नाही, तोपर्यंत असा त्रास अधूनमधून होत राहणार यासाठी डॉक्टरी सल्ल्याने वेदनाशामक गोळी जवळ ठेवावी व जरुरीप्रमाणे तिचा वापर करावा.

तू चीज बडी है मस्त मस्त

पाणी भरपूर प्यायल्याने मूत्रमार्गात लघवीतील पाण्याचे प्रमाण वाढून त्याच्यात क्षार चट्दिशी विरघळतात. त्यामुळे तेथे रेती बनायला अवसर राहत नाही, पण भरपूर पाणी म्हणजे किती? याचे उत्तर आवकपेक्षा जावक किती यावर ठरवावे. तुम्हाला २४ तासांत २ लीटर लघवी होत असल्यास तुम्ही पुरेसे पाणी पीत आहात. दुधाची अर्धा लीटरची, जुनी वापरात नसलेली बाटली रोज ४ वेळा पूर्ण भरपेर्यंत लघवी होणे हे साध्य समजावे. त्यासाठी मध्यम घाम येणाऱ्या व्यक्तीस १२-१४ ग्लास द्रवपदार्थ दिवसभरात घ्यावे लागतील. तसेच लघवी पाण्यासारखी रंगरहित होत असेल, तरी तुम्ही पाणी पुरेशा प्रमाणात घेत असल्याचे अनुमान काढता येते.

'चीझ' नही है मस्त मस्त

वर सांगितल्याप्रमाणे खडे सुमारे ९० टक्के कॅल्शियमचे असतात. त्यासाठी आहारात कॅल्शियमचे प्रमाण कमी करणे चांगले. कोबी, फ्लॉवर, सुकामेवा, सर्व प्रकारचे मासे, दूध व दही, पनीर, खवा, चीझ यांसारखे दुग्धजन्य पदार्थ यांमध्ये कॅल्शियम खूप असते. त्यांचा वापर पूर्ण बंद नाही, पण खूप कमी करा. कॅल्शियमचा ऑक्झलेटशी संयोग होऊन 'जमणारे' खडे सुमारे ६० टक्के असतात. ऑक्झलेट्स पावटे, बीट, द्राक्षे, हिरवी मिरची, आंबाडी, बदाम, काजू, अंजीर, चिकू, चहा व आळूच्या पानात असतात (आठवा, एकदा आळूची भाजी घशाला खाजरी लागत होती त्या वेळी आईने त्यात चिंचेचे पाणी घातले होते त्यामुळे ऑक्झलेट्स विरघळून खाजरेपण कमी झाले होते.) या वस्तू टाळा. युरिक ॲसिड खडे असल्यास अतिप्रथिनयुक्त आहार कलेजी, भेजा, पावटे व कोकसारखी पेये टाळा.

आराम है हराम

अतिआराम केल्याने हाडातले कॅल्शियम रक्तात व पर्यायाने लघवीत उतरत असते. व्यायामाने हाडे मजबूत होतात म्हणजेच त्यातील कॅल्शियम तेथेच शाबूत राहते. मुतखडा टाळण्यासाठी (व इतर फायद्यांसाठीही) 'आराम हराम है' हे तत्त्व ठेवा व अधिकाधिक शारीरिक हालचाल करा.

एक्स रे, सोनोग्राफी, रक्त, लघवी तपासण्या करून मुतखड्याचा आकार, जागा, शरीरावर होणारे त्याचे दुष्परिणाम यांवरून त्याचे उपचार ठरवता येतात. 'लिथोट्रीप्सी' उपचारात सर्जरीशिवाय किडनीच्या बहुतेक सर्व खड्यांवर ध्वनिलहरींचा मारा करून त्यांचा बारीक भुगा करून भरपूर पाणी पिऊन लघवीच्या नैसर्गिक मार्गातून तो बाहेर काढता येतो. त्याला भूलही द्यावी लागत नाही. मूत्राशयातील खडा दुर्बिणीच्या शस्त्रक्रियेने काढता येतो. मुतखडा झाला म्हणजे भरपूर बिअर प्या असा सल्ला देणारे महाभाग असतात. खरेतर कुठलाही पातळ (द्रव) पदार्थ भरपूर घेतल्याने लघवी भरपूर बनण्याचे फायदे मिळतात. अशा वेळी दोन बाटल्या पाणी पिणे अधिक उपयोगी ठरेल.

☺☺

शेवटी थोडी गंमत. सौंदर्याचे आणि अकलेचे व्यस्त प्रमाण असणाऱ्या एका सिनेमा नटीला डॉक्टर सांगतात की, तुम्ही झोपेच्या गोळ्या घेण्याचे सोडा, नाहीतर तुम्हाला त्याचे व्यसन लागू शकेल. त्यावर ती म्हणते "डॉक्टर, काहीतरीच काय बोलताय! त्या झोपेच्या गोळ्या मी गेली वीस वर्षे सातत्याने रोजच्या रोज घेतेय आणि तरी मला तिचे 'व्यसन' नाही."

☺☺

◆

१२८. रांजणवाडी (STYE)

हे कुठल्या देवस्थानाचे, गावाचे नाव नसून, डोळ्याच्या पापण्यांच्या कडेला होणाऱ्या केसतोड्याला 'रांजणवाडी' असे म्हणतात. याला किरपुळी, Stye अशी नावे आहेत. (जर डोळे या आत्म्याच्या/शरीराच्या खिडक्या आहेत असे रूपक मानल्यास 'रांजणवाडी' म्हणजे त्या खिडकीच्या वळचणीला बसलेला अशुभ कावळा म्हणता येईल.)

किरपुळी किरकोळ खरी...

मोठे होईपर्यंत जवळजवळ प्रत्येकालाच या किरपुळीने कधी ना कधी सतावलेले असते. शरीरात अन्यत्र असणाऱ्या केसांप्रमाणेच पापणीचे केसही केशग्रंथीपासून उगवत असतात. मात्र शरीरावर होणाऱ्या इतर केसतोड्यापेक्षा आकाराने लहान असल्यामुळे या पुळीस किर(कोळ)पुळी म्हणत असावेत. लहान असली तरी चेहऱ्यावरच असल्यामुळे समोरच्या व्यक्तीच्या नजरेस ती ताबडतोब खुपते व रुग्णास वेदनेमुळे खुपत राहते. या किरपुळ्यांचेही दोन प्रकार असतात. एकीत पापण्यांच्या कडांमधून निघणारा तेलकट, चिकट स्राव आतल्या आत कोंडला गेल्यामुळे होणारा फुगवटा असतो. यामध्ये वेदना जास्त नसतात. या पुळ्या अनेक महिने राहून आपोआप नाहीशा होतात अथवा शस्त्रक्रिया करून काढाव्या लागतात.

दुसऱ्या प्रकारात केसाच्या मुळापाशी जंतुसंसर्ग होऊन सुरुवातीस साबुदाण्याएवढा, पण लालसर रंगाचा फोड येतो. तो फोड ठणकतो, आकाराने वाढतो, पिकतो, तिथला केस निघून त्यातील पू वाहून जातो व सुमारे ७ दिवसांत तेथील जखम बरी होते. डोळ्याभोवतालचा भाग सैलसर असल्यामुळे तेथे आजूबाजूला सूज, विशेषत: रात्री झोपून सकाळी उठल्यानंतर अधिक राहू शकते. रांजणवाड्यांचे दु:ख कमी होण्यासाठी डॉक्टर काही वेदनाशामक गोळ्या, तसेच जंतुसंसर्ग कमी होण्यासाठी अँटिबायोटिक मलम/गोळ्या देतात. त्याचबरोबर पुढील कार्यवाही केल्यास अधिक फायदा होईल.

शिका शेकायला

एक ग्लास गरम पाण्यात एक चहाचा चमचा भरून इप्सम सॉल्ट टाकावे. या द्रावणात कापूस बुडवून, मिटल्या डोळ्यावर त्याने शेक द्यावा. प्रत्येक वेळी १० मिनिटे असे दिवसातून ४ वेळा असे ३-४ दिवस केल्यास वेदना कमी होतात. शेकाने पुळी बसण्याच्या अवस्थेत असल्यास नाहीशी होते व पिकू घातली असल्यास लवकर पिकून तिला लवकर तोंड मिळून ती वाहून जाण्यास मदत होते. जरी तेलकट स्राव कोंडला गेल्यामुळे झालेली पुळी असेल, तरी त्या पुळीचे तोंड उघडण्यास व सूज कमी होण्यासही शेकाने मदत होते.

प्रेम, खोकला व रांजणवाडी

(वरील उपशीर्षकात काही साम्य शोधायचा प्रयत्न केल्यास काही मिळणार नाही. पण वरील तिन्ही गोष्टी दाबायचा प्रयत्न केल्यास अधिक त्रासदायक ठरू शकतात वा अधिक उफाळून वर येतात.) रांजणवाडी दाबायचा प्रयत्न केल्यास त्यातील थोडाफार पू बाहेर आल्यासारखा वाटतो; पण तेवढाच तो रक्तवाहिन्यांमार्फत इतरत्रही पसरू शकतो आणि डोळ्याच्या जवळच मेंदू हा अतिमहत्त्वाचा अवयव असल्यामुळे जंतुसंसर्ग तेथपर्यंतही पोचू शकतो. अशा वेळी शेक देताना, दाब नको, पण अलगद शेक चालेल.

एकदा लागली चट...

एकदा रांजणवाडी झाली की, ती परत परत व्हायची शक्यता असते. अशा वेळी नवी पुळी दिसल्याबरोबर लगेच शेक चालू करावा. त्यामुळे रक्तपुरवठा वाढतो व स्राव वाहणारी नैसर्गिक रंध्रे मोकळी राहण्यास मदत होते. डोळे चोळण्याची सवय, दृष्टिदोष, डोक्यातील कोंडा, धुळीत-धुरात काम, कुठलाही कसाही अस्वच्छ हात डोळ्याला लावण्याची सवय यांमुळे रांजणवाड्या परत परत होऊ शकतात. तसेच एका किरपुळीमुळे आजूबाजूच्या केसांना संसर्ग होऊन एकाच वेळी २-३ वा अधिक किरपुळ्या एकाच व्यक्तीत दिसतात. मध्यमवयात वरचेवर किरपुळी होत असल्यास मधुमेहाची शंका फेडावी.

☺☺

शेवटी थोडी गंमत. अतिशय श्रीमंत, पण कंजूस वृद्ध गणपतराव एका डॉक्टरांचे पेशंट असतात. बरेच दिवस होऊनही गणपतराव बिल चुकवण्याबाबत काहीच बोलत नाहीत. एकदा तपासून झाल्यावर डॉक्टर त्यांना त्याबाबतीत आठवण करून देतात. त्यावर गणपतराव म्हणतात, "डॉक्टर तुमचे आमचे स्नेहाचे संबंध पाहता यात बिल चुकवण्याचा व्यवहार कशाला? तरीपण माझ्या 'पश्चात' माझ्या मृत्युपत्रात मी तुमच्यासाठी भरपूर तरतूद करून ठेवली आहे." त्यावर क्षणभर

विचार करून डॉक्टर म्हणतात, "असे आहे का! ठीक आहे. मी आता दिलेले प्रिस्क्रीप्शन बघू, मला त्यात काही बदल करावे लागतील."

☺☺

◆

१२९. सौरदाह – सूर्याच्या उष्णतेचा त्रास
(SUNBURN)

उन्हाळ्याच्या दिवसांत दारणा डॅमला ट्रीपला गेलो. दिवसभर उघडेच फिरलो आणि दुसऱ्या दिवशी खांदे, मान, पाठीची त्वचा चुरचुरायला लागली. अशा प्रकारचे वर्णन या दिवसांत ऐकायला मिळते. इतर कुठल्याही भाजण्या-पोळण्याइतकीच दाहकता सूर्यकिरणांत असू शकते. (आठवा, लहानपणी शाळेत असताना बहिर्गोल भिंग उन्हात धरून त्याखालील उष्णतेने आपोआप (?) पेटलेल्या कागदाचा प्रयोग.) सूर्य खरोखरच 'तापदायक' ठरू शकतो. कारण त्याच्यामुळे कातडीची आग, चुरचुर, उलणे यांबरोबरच 'ताप' हे लक्षणही दिसू शकते. सौरदाहास इंग्रजीमध्ये 'सनबर्न' (Sunburn) म्हणतात.

'तानापिहिनिपाजा'ची सरगम

सूर्याला अनेक नावे दिली आहेत. त्यात मित्र हेही एक नाव आहे. मित्र उर्फ सूर्यापासून निघणारी किरणे एकाच लहरींची नसून तो अनेक लहरींनी बनलेला एक समुच्चय असतो. त्यातील काही लहरींमुळे डोळ्याला दिसणे ही क्रिया घडते. यामध्ये 'तानापिहिनिपाजा' (तांबडा, नारंगी, पिवळा, हिरवा, निळा, पारवा, जांभळा) असे सप्तरंग असतात. तांबड्या अलीकडील 'इन्फ्रा रेड' (Infra Red) किरणांनी उष्णता मिळते. याचाच उपयोग करून सौरबंब, सौरचुली बनवलेल्या असतात.

आभाळच फाटले तर...

अतिनील (अल्ट्रा व्हायोलेट – Ultra Violet) वा जांभळ्या पलीकडील प्रकाशकिरण लहरींचे तीन प्रकारचे पट्टे असतात. त्यांपैकी एकामुळे त्वचेच्या थरात असलेले मेलेनीन हे कातडी काळे करणारे रंगद्रव्य वाढते. मधल्या पट्ट्यामुळे त्वचा भाजते, लाल होते व मेलानोसाइट्स या रंगद्रव्य बनवणाऱ्या पेशी उत्तेजित होऊन त्वचा काळपट (Tan) होते. असे वरचेवर झाल्यास त्वचेस सुरकुत्या येणे वा त्वचेचा कर्करोग होणे अशा घटना घडू शकतात. तिसऱ्या पट्ट्यातील लहरी सहसा

वरच्या ओझोन थरामध्ये शोषल्या जातात. वर्तमान कलियुगात ओझोनचा थर नामशेष होऊ लागल्यामुळे (यालाच आभाळ फाटणे म्हणत असावेत का?) या लहरी पृथ्वीतलावर अधिक प्रमाणात येऊन त्यामुळे सूर्याची दाहकता अधिक भासते आहे. गेली अनेक शतके पृथ्वीवरील तापमान वाढते आहे. गेल्या चार-पाचशे वर्षांतला २००५ साल हा उच्चांक होता.

कभी आर, कभी पार

दिसायला हवामान ढगाळ असले तरी दाहक किरणे त्याच्या आरपार येऊ शकतात. तसेच पाणी, वाळू, बर्फ यावरून परावर्तित होणारी किरणे नजरेला व शरीराला त्रासदायक ठरतात. सकाळी १० ते दुपारी ३ पर्यंतचा काळ सर्वांत जास्त धोकादायक असतो. त्वचेबरोबर डोळेही त्यामुळे दिपतात.

समदर्शी तू (न) खरा

उन्हात फिरल्यानंतर प्रथम त्वचा लाल, हुळहुळी (तेथे स्पर्श वा कपडा सहन न होणे) बारीक लाल पुरळ येणे असे होते. जास्त वेळ तिरीप लागल्यास तेथे पाणी भरलेले फोड होतात. यात जंतुसंसर्ग व पू होऊन ते ठसठसणे, तसेच थंडीताप, मळमळ अशी लक्षणे दिसतात. आठवड्यात तेथील त्वचा उलून गळून पडते व तेथे नवी कातडी येऊ लागते. ती इतर ठिकाणांपेक्षा अधिक काळी असते. गोऱ्या कातडीला अधिक त्रास होतो. (त्यामुळे सूर्यास समदर्शी म्हणणे धाडसाचे ठरेल.)

मार्तंड जे तापहीन

भाजलेल्या भागातून घाम येण्याची प्रक्रिया मंदावते. म्हणूनच घामावाटे बाहेर पडणारी शरीरातील उष्णता रोखली जाते व ओलावाही न राहता कातडीला कोरडेपणा येतो. त्यामुळे तेथील उष्णता वाढू शकते. अशा वेळी तेथे कृत्रिमरीत्या पाणी लावल्यास ते वाळण्यासाठी शरीरातील उष्णता वापरली जाऊन थंडावा निर्माण होतो. यासाठी नळाच्या गार पाण्याने ताबडतोब अंघोळ करावी. अंघोळ शक्य नसल्यास त्या भागात गार पाण्यात बुडवलेल्या रुमालाचा लपेटा १० ते १५ मिनिटे असा दिवसातून वरचेवर द्यावा. तसेच एक भाग निरसे दूध + चार भाग पाणी यांच्या मिश्रणातही रुमाल बुडवून त्याचा गार शेक देता येतो. खायचा सोडा पाण्यात टाकून त्याचा लेप तसाच अंगावर वाळवण्याचा पर्यायही आहे. अंघोळीनंतर अंग कोरडे करण्यासाठी मऊ पंचाने टिपावे. खरखरीत टॉवेलने 'पुसून' कोरडे केल्यास त्वचा दुखावू शकते. साबूचा वापर शक्यतो करू नये. एखादे कोल्ड क्रीम/ मॉइश्चराइझिंग क्रीम त्या भागावर ताबडतोब लावावे. त्याने त्वचा शुष्क होत नाही. वेदना कमी करण्यास ॲस्पिरिन, पॅरासिटामॉलच्या गोळ्या वापरता येतात.

शेन वॉर्न, मॅक्डरमॉटप्रमाणे वागा

ऑस्ट्रेलियातील काही भागात कडक उन्हामुळे चेहऱ्यावर होणाऱ्या कॅन्सरचे

प्रमाण अधिक आहे. ते टाळण्यासाठी व सौरदाह टाळण्यासाठी चेहऱ्यावर सनक्रीम, सनशेड मलमाचे लेप लावतात. जत्रेत रंगवलेल्या वाघाच्या तोंडाप्रमाणे क्रिकेट खेळाडू मॅक्डरमॉट, शेन वॉर्न यांचे चेहरे डोळ्यासमोर आणा. ज्यांना उन्हात जाणे सहन होत नाही, त्यांनी उन्हात जाण्याआधी ३० मिनिटे पॅरामिनॉल, डर्मकॅल, सिलोडर्स वा टीव्हीवर दाखवले जाणारे लॅक्मे सनक्रीम लोशन वापरावे. पूर्ण चेहरा, विशेषकरून ओठ, नाक, कान तसेच मानेचा वरचा भाग यावर लावावे. हाताच्या उघड्या भागावरही लावावे. जास्त घाम आल्यास, पाण्याने धुतले गेल्यास ते मलम परत परत लावावे लागते.

चंबळचे डाकू बना

दुचाकीवरून फिरताना वा उन्हात पायी फिरताना डोक्याला टोपी, डोळ्याला गॉगल, तोंडावर, मानेवर, गालावर बांधलेले उपरणे वा दुपट्टा, हातावर मनगटापर्यंत येणारा पूर्ण बाहीचा (फुलस्लीव्हचा) कपडा वा पांढरा ॲप्रन आणि नाकाला धूळ-धुराच्या प्रदूषणापासून वाचवण्यासाठी मास्क असा अवतार एखाद्या चंबळ खोऱ्यातील डाकू वा बँडिट क्वीनची आठवण करून देतो. पण तो उपयोगी ठरतो. जाड विणीच्या कपड्यातून कमीत कमी किरणे त्वचेपर्यंत पोचतात. पांढऱ्या वा फिकट रंगामुळे अधिकाधिक किरणे परावर्तित होऊन कमीत कमी शोषली जातात.

☺☺

शेवटी 'सन' या शब्दावरून थोडी गंमत. काही लोकांना मध्यान्हीचा सन (Sun) तापदायक ठरतो, तर काही दुर्दैवी लोकांना त्यांच्या मध्यम वयात त्यांचा सन (Son) तापदायक ठरतो.

☺☺

◆

१३०. धनुर्वात (TETANUS)

धनुर्वात (टिटॅनस – Tetanus) हा रोग एकदा झाला की, त्याच्यावरील उपचार अतिशय अवघड असतात. त्यामुळेच झाल्यावर उपचार करत बसण्यापेक्षा, त्याला आधीच थोपवून, तो होऊच न देणे फार बरे (Prevention is better than cure) हे या रोगाबाबत अतिशय महत्त्वाचे ठरते. या लेखात हा रोग होऊच नये, यासाठी काय काळजी घ्यायची याचा ऊहापोह केला आहे. कारण एकदा का धनुर्वात झाला की, त्याच्यावरील उपचार केवळ रुग्णालयातच शक्य असतात.

अत्र, तत्र, सर्वत्र

धनुर्वातविरोधी लसीमुळे हा रोग आता बऱ्याच प्रमाणात आटोक्यात आला आहे. धनुर्वाताचे जंतू सर्वत्र असतात. त्यांच्याभोवती बनलेल्या एका कोशात ते सुप्तावस्थेत असतात. माती, धूळ, शेण, शेणखत इत्यादी ठिकाणी ते अधिक प्रमाणात असतात. नवीन जखमेत तर ते शिरकाव करू शकतातच त्याचबरोबर अगोदरच झालेले ओरखडे जखमा, कीटकदंश, प्राण्यांचा चावा, भाजण्या-पोळण्याच्या इजा यांच्याद्वारेही ते शरीरात प्रवेश करू शकतात. विशेषकरून पायावरील जखमा, फुटका वाहणारा कान, पुरेशी काळजी न घेता केलेले घरगुती बाळंतपण व अशास्त्रीय गर्भपात यांमध्ये धनुर्वात होण्याचा धोका जास्त असतो.

नावच 'सार्थ' आहे

कोशात बद्ध असलेले जंतू जखमेतून शरीरात शिरल्यावर सुमारे १० दिवसांनंतर कोशाबाहेर पडून त्यांची हालचाल सुरू करतात. त्यांच्यापासून निघालेले विष नसांवर (Nerves) धावा बोलते. विशेषकरून डोके व मानेच्या नसा अधिक बाधित होतात. त्यामुळे तेथील स्नायू आखडून हनुस्तंभ (Lock Jaw) हे जबडा अडकल्यासारखे लक्षण दिसते. याबरोबरच पाठीचे स्नायू आखडल्यामुळे शरीरास धनुष्यासारखा वाकडेपणा (धनुर्वात) येतो. ही लक्षणे इतकी प्रामुख्याने दिसत असल्यामुळे धनुर्वात, जबडा अडकणे (Lock jaw) ही लक्षणेच त्या रोगाची नावे झाली आहेत. या लक्षणांबरोबरच आकडी येणे, श्वासाचे स्नायू आखडणे अशी लक्षणे दिसू शकतात.

जे का रंजले 'गं'जले

धनुर्वाताचे जंतू प्राणवायूच्या संपर्कात जगू शकत नाहीत. (त्यांना डॉक्टरी भाषेत Anaerobic म्हणतात.) त्यामुळे वरवरच्या जखमा, भळाभळा रक्त वाहणाऱ्या जखमा या ठिकाणी प्राणवायू मुबलक असल्यामुळे ते जंतू वाढण्याची शक्यता कमी असते. मात्र काटा, सुई, टाचणी टोचल्याने झालेल्या खोलवर जखमा, जखमेचे तोंड बारीक, पण आत खोल मोठी जखम, अशा ठिकाणी धनुर्वाताचे जंतू सुखाने नांदू-वाढू शकतात. अशा ठिकाणी रोगाचा धोका वाढतो. धनुर्वात केवळ गंजलेल्या लोखंडामुळेच होतो हा मात्र गैरसमज आहे. खोलवर झालेल्या, धूळ-मातीने लडबडलेल्या, कापडाचे धागे आतपर्यंत गेलेल्या लोखंडाचा स्पर्शही न झालेल्या जखमांतही तो होऊ शकतो.

त्रिगुणी खरी बहुगुणी

जन्मानंतर पहिल्या २-३ महिन्यांत त्रिगुणी (Triple) लसीचा पहिला डोस इंजेक्शनद्वारे देतात. या त्रिगुणी लसीमध्ये धनुर्वाताबरोबरच घटसर्प व डांग्या खोकला या तीन रोगांविरुद्ध प्रतिबंधक शक्ती निर्माण करण्याची क्षमता असते. यानंतर ४-६ आठवड्यांच्या अंतराने त्रिगुणीचे आणखी २ डोस देतात. तीच लस परत दीड वर्षाला व साडेचार वर्षाला देतात. यानंतर दर ५-१० वर्षांनी केवळ धनुर्वाताची लस दिल्याने शरीराची त्या रोगाविरुद्ध प्रतिबंधक शक्ती पुरेशी ठरते.

तभी नही तो अभी

लहानपणी असे व्यवस्थित धनुर्वातविरोधी लसीकरण झालेले नसल्यास आयुष्यात केव्हाही, मध्येही असा लसीकरण कार्यक्रम राबवता येतो. त्यासाठी टिटॅनस टॉक्सॉइडचे (Tetanus Toxoid) (यालाच टीटी (TT) असे संक्षिप्त परिचित नाव आहे) एक इंजेक्शन घेऊन, दुसरे १ महिन्याने व तिसरे त्यानंतर ६ महिन्यांनी घेतल्यास योग्य लसीकरण होते. अशा शरीरात सुमारे ५ ते १० वर्षांपर्यंत त्या रोगाविरुद्ध प्रतिकारशक्ती टिकून राहते. नंतर दर १० वर्षांनी एक टीटी इंजेक्शन घेतल्यास ती शक्ती वाढत राहते. (म्हणूनच त्या डोसांना बूस्टर डोस म्हणतात.) त्या १० वर्षांत जरी त्या व्यक्तीस काही जखम झाली तरी पुनश्च ते धनुर्वाताचे इंजेक्शन घ्यावे लागत नाही. एवढेच नव्हे तर उठसूठ असे इंजेक्शन घेण्याने त्या इंजेक्शनची रिॲक्शन येण्याची शक्यता वाढते. गर्भारपणातही पहिल्या ३ महिन्यांनंतर या लसीचे २ डोस एक महिन्याच्या अंतराने दिल्यास माता व नवजात बालक यांना त्या रोगापासून संरक्षण मिळते.

बेफिकिरी नको

लसीकरण झालेले असले तरी जखम झाल्यास तिची काळजी ही घेतलीच पाहिजे. विशेषतः घराबाहेर उघड्यावर झालेल्या जखमांबाबत जखम ताबडतोब

स्वच्छ व भरपूर गार पाण्याने धुवावी. नंतर साबुपाण्याने धुऊन परत गार पाण्याने धुवावी. (जखमेस पाणी लागल्याने पू होतो हाही मोठा गैरसमजच आहे.) नंतर हाताशी उपलब्ध असलेले अँटिसेप्टीक मलम जखमेवर लावावे. डॉक्टरांकडे जाईपर्यंत रोज जखम पाण्यात हायड्रोजन पेरॉक्साइड (यामध्ये प्राणवायू असतो.) टाकून त्या पाण्याने धूत राहावी. अशा प्रकारे स्वच्छ केलेल्या जखमेत धनुर्वाताचे जंतू टिकण्याची शक्यता नसते. काही खोलवरच्या मोठ्या जखमांबाबत डॉक्टर धनुर्वात लसीबरोबरच रुग्णास तात्पुरते, पण ताबडतोब संरक्षण देणारे हायपेरिम्युन ग्लोब्युलिन (Hyperimmune Globulin) देण्याचा विचार करतील.

☺☺

शेवटी थोडी गंमत. एका बडबड्या बाईचा नवरा तिच्या वटवटीला कंटाळलेला असतो. एक दिवशी अचानक तिची बोलती बंद बघून तो घाईघाईने डॉक्टरांना फोन करतो, "डॉक्टर, काहीतरी भयंकरच घडलं असलं पाहिजे. माझ्या बायकोचा जबडाच उघडत नाहीये. तिची बोलतीच बंद झाली आहे." त्यावर डॉक्टर म्हणतात, "फारसं विशेष वाटत नाही. त्यांची दातखीळ बसली असावी." हे ऐकून घरातील शांतता उपभोगणारा नवरा म्हणतो, "डॉक्टर, असं करा सवडीनं पुढच्या आठवड्यात या बाजूला काही कामानिमित्त आलात तर माझ्या बायकोला तपासून जा."

☺☺

◆

१३१. कोपराचे दुखणे (TENNIS ELBOW)

मनगटापासून वर व खांद्याखालील हाताचा सांधा म्हणजे कोपर हे आपणास माहीतच आहे. त्याच्या भोवतीच्या लवचीक स्नायूंमुळे आपण हात दुमडवून, हाताची हालचाल करू शकतो. या स्नायूंवर अधिक कामामुळे अधिक ताण पडला तर कोपर दुखू लागते. अशा वेळी कोपराच्या सांध्याच्या आत काहीही दोष नसून त्याच्याभोवताली दोष असतो. भोवतालचे कुठले स्नायूबंध दुखताहेत, यावरून त्या दुखण्याला वेगवेगळी नावे आहेत. कोपर आतल्या बाजूने दुखत असल्यास त्याला 'गोल्फर्स एल्बो' तर बाहेरच्या बाजूने दुखत असल्यास 'टेनिस एल्बो' म्हणतात. यांपैकी टेनिस एल्बो हा रोग अधिक प्रमाणात आढळतो. या रोगांच्या नावात गोल्फ, टेनिस असे शब्द असले, तरी त्या खेळांव्यतिरिक्त बॅडमिंटन, स्क्वॅश, बोलिंग (हा खेळ आजकाल मुंबईत लोकप्रिय झाला आहे.) हे खेळ खेळणाऱ्या, एवढेच काय, कुठलाही गेम न खेळणाऱ्या व्यक्तीला हा रोग होऊ शकतो. हातावर, कोपरावर अधिक ताण पडणारे काम पुन्हा पुन्हा करीत राहणाऱ्या व्यक्ती याने बाधित होऊ शकतात. इस्त्री करणारे, कपड्यांना पीळ देणारे, सुतार, हातात ब्रीफकेस घेऊन फिरणारे विक्रेते, घरातच काम करणाऱ्या गृहिणी यांनाही ही व्यथा होऊ शकते.

सांध्याभोवतीचा वांधा

या रोगात सांधा चांगला असतो. परंतु त्याच्याभोवती त्याला आधार देणारे जे स्नायुबंध असतात (ज्यांना टेंडॉन (Tendon), लिगॅमेंट्स (Ligaments) म्हणतात) त्यांना इजा झालेली असते. असे दुखणे कोपरात वा ढोपरात (कोकणात गुडघ्यास 'ढोपर' शब्द वापरतात) वा खांद्यातही होऊ शकते. त्या सांध्याभोवती दुखणे हे प्रमुख लक्षण असते. हातात थोडे फार वजन घेतले, हाताने पिळण्याचे काम केले तरी कोपरात दुखायला लागते. विश्रांती घेताना बरे वाटते; पण थोडाफार वापर केला तरी परत दुखते. हे दुखणे वेळीच आवरले नाही, तर सहजी जुनाट होऊन, त्याचे उपचारही अवघड बनतात. त्यामुळे कोपर वा कुठलाही सांधा ठीक वाटतो आहे; पण त्याच्याभोवती दुखणे असल्यास, पुढील उपचार काही दिवस करून बघायला

हरकत नाही. अर्थात दुखणे जुनाट होण्याआधी डॉक्टरांचा सल्ला घ्यावाच.

लिगॅमेंटवर लावा लिनिमेंट

सुरुवातीस जास्त दुखत असल्याच्या काळात, कोपरास पूर्ण विश्रांती द्यावी. खेळ अथवा त्या कोपरावर ताण येईल असे काम टाळावे. कोपराची कमीत कमी हालचाल होईल असे पाहावे. रुमालात बर्फ घेऊन दुखऱ्या भागावर गार शेक द्यावा. बर्फाने तो भाग बधिर होतो व तेथील सूज कमी होण्यास मदत मिळते. बर्फ एका वेळी १०-१५ मिनिटे (त्याच्यापेक्षा जास्त वेळ वापरू नये) असा दिवसातून ३-४ वेळा लावावा. जाहिरातीमध्ये दाखवले जाणारे वा हाताशी उपलब्ध असणारे, स्वस्तातले स्वस्त मलम वा लिनिमेंट, तेथील लिगॅमेंट/टेन्डॉनवर हलक्या हाताने लावावे. मलमाचे वरील वर्णन करण्याचे कारण एवढेच की, या सर्व बाजारू मलमांमध्ये, डावे-उजवे करण्याजोगा फार फरक नसतो. ती सर्वच स्नायुबंधातील ताण थोडाफार कमी करण्यास मदत करू शकतात.

मऊ मोजे मदतीला

कोपरावर बऱ्यापैकी घट्ट बसणारी इलॅस्टिकयुक्त एलबो कॅप (मोजा) दिवसभर हातावर घालून ठेवल्यास आधार मिळाल्याने बरे वाटते. कातडीच्या रंगांचे मिळणारे हे मोजे तीन आकारात उपलब्ध आहेत. आपल्या कोपरास योग्य असा लहान, मध्यम वा मोठा यांपैकी एक निवडावा. काम करताना दिवसभर मोजा ठेवून रात्री झोपताना मात्र काढून ठेवावा. तसे न केल्यास अथवा मोजा खूप घट्ट बसत असेल तर मनगटाकडील रक्ताभिसरणास अडथळा येऊन तेथे सूज येऊ शकते. मोजा सांध्याच्या घडीपासून पुंगळीसारखा मनगटापर्यंत घालावा.

सुरुवातीच्या काळात विश्रांती घेतली तरी केवळ पूर्ण विश्रांतीने पूर्ण बरा होणारा हा आजार नाही. थोडेफार दुखणे कमी झाल्यावर तेथील स्नायू व स्नायुबंधांना न हलवल्यास त्यांची ताकद खच्ची होऊ शकते. काही व्यायाम प्रकारांनी त्यांना ताण देऊन, त्यांच्यातील ताकद वाढवता येते. दुखऱ्या हाताच्या, सहसा तो उजवा असतो, सर्व बोटात रबरबँड अडकवून तो ताणायचा व सोडायचा, असा व्यायाम करावा. तसेच टेनिस बॉलसारखा कुठलाही रबरी बॉल हातात धरून, लाडू वळताना करतात तशी हालचाल, त्या बॉलवर केल्यास फायदा होतो. सिग्नलजवळ आपली स्कूटर वा कार थांबलेली असताना हाताने ॲक्सिलरेटरची मूठ वा व्हील दाबणे व सोडणे, हा व्यायाम करून टाइमपास करा.

एक से भले दो, दो से भले चार

उजवा हात खांद्यापासून सरळ रेषेत समोर उचलावा. उघडा तळहात जमिनीच्या दिशेने ठेवावा. नंतर मनगट खाली वाकवून बोटे जमिनीची दिशा दाखवतील अशी धरावी. मग डाव्या हाताने उजव्या मनगटावर दाब द्यावा. दाबामुळे कोपराभोवती

ताण जाणवेल असा द्यावा. एका वेळी १५ सेकंद असे ८-१० वेळा करावे. हात बदलून हाच व्यायाम डाव्या हातासही द्यावा. पुढच्या व्यायाम प्रकारात उजवा हात वरीलप्रमाणेच लांब धरावा. मात्र तळहात आकाशाकडे ठेवावा. नंतर डाव्या हाताने उजव्या मनगटावर दाब द्यावा. उजव्या हाताने दाब सहन करीत तो हात, आहे त्या स्थितीतच ठेवायचा प्रयत्न करावा. हात बदलून डाव्या हातावरही तसाच प्रयोग करावा. पुढच्या व्यायाम प्रकारात उजवा हात वरीलप्रमाणेच धरून त्यात डंबेल्स (ते नसल्यास खलबत्त्याच्या जोडीतील बत्ताही चालेल.) पकडावे. नंतर मनगट गोल व खाली-वर करण्याचा व्यायाम २०-२० वेळा करा. डाव्या हातालाही तोच व्यायाम द्या. या सर्व व्यायामांनी कोपराभोवतालच्या स्नायूंना ताण बसून ते मजबूत होण्यास मदत मिळते. वरील व्यायाम डॉक्टर अथवा फिजिओथेरपिस्टच्या मार्गदर्शनाखाली केल्यास फायदा अधिक होईल; अथवा डॉक्टर काही गोळ्या, त्याजागी द्यावयाचे इंजेक्शन आणि क्वचितच लागणारी शस्त्रक्रिया यांचा विचार करू शकतील.

☺☺

शेवटी थोडी गंमत. सर्जिकल वॉर्डमधील पेशंट्स पडल्या पडल्या गप्पा मारीत असतात. नुकतेच ऑपरेशन होऊन शुद्धीवर आलेला पेशंट ते ऐकत असतो. एक म्हणतो, ''हे सर्जन फारच भुलक्कड असतात. एक जण पोटात सुरी विसरला तर एक जण चिमटा.'' तेवढ्यात आताच ऑपरेशन केलेले सर्जन, ''माझी हॅट कोणी पाहिली का?'' असे विचारत येतात आणि ते ऐकून नुकतेच ऑपरेशन झालेला पेशंट पुनश्च मूर्च्छित होतो.

☺☺

◆

१३२. थायरॉइड ग्रंथीचे आजार (THYROID)

इन्शुलिन या अंत:स्रावी (Harmone) घटकाचे प्रमाण कमी झाल्यामुळे जसा मधुमेह होतो, त्याचप्रमाणे थायरॉइड या दुसऱ्या एका अंत:स्रावी ग्रंथीचा स्राव कमी वा अधिक झाल्यामुळे दोन वेगवेगळे रोग होऊ शकतात. दोन्ही रोगांच्या लक्षणात दोन धुव्रांसारखेच अंतर असते. मधुमेहाइतके नाही, तरी थॉयरॉइडचे रोगही बऱ्याच प्रमाणात होतात. स्त्रियांमध्ये याचे प्रमाण पुरुषांपेक्षा पाचपट अधिक आढळते.

निसर्गाचा 'बो'

थायरॉइड (यालाच अवटु ग्रंथी असे संस्कृत नाव आहे) ही गळ्यावर 'बो' लावायच्या जागी असणारी व 'बो' अथवा फुलपाखराच्या आकाराशी साधर्म्य असलेली ग्रंथी आहे. तिच्या स्रावांपैकी 'थायरॉक्झिन' हा प्रमुख आहे. तो शरीर क्रियावर नियंत्रण ठेवण्याचे काम करीत असतो. इंजीनमध्ये पेट्रोल कमी झाल्यावर गाडी जसे गचके खाईल तसाच परिणाम थायरॉक्झिनचे प्रमाण कमी झाल्यास शरीरावर होतो. शरीरवाढीसाठीही या स्रावाची आवश्यकता असते. त्या स्रावाचे प्रमाण कमी-जास्त होणे हे शिरस्थ पिट्युटरी ग्रंथीवरदेखील अवलंबून असते.

मिस्टर गॉयटर, चले जाव

गळ्यात मध्यभागी थायरॉइडच्या जागी दिसणाऱ्या सुजेला 'गॉयटर' असे नाव आहे. यालाच कंठमाळा, गलगंड, गंडमाळा, गिल्हड अशीही नावे आहेत. ही सूज गिळता-खाताना वर-खाली हलते. आहारातील आयोडिनच्या कमतरतेमुळे सहसा गॉयटर होतो. मुली वयात येताना व गर्भारपणातही ते आढळते. क्वचित ग्रंथीचा दाह झाल्यामुळे वा कर्करोग झाल्यामुळेही गॉयटर होऊ शकते. मातीतच आयोडिनचे प्रमाण कमी असेल, तर तिथे वाढलेल्या भाज्या, फळे, वनस्पती यांतही त्याचे प्रमाण कमी होते. तोच आहार घेणाऱ्या व्यक्तीत, आयोडिनची कमतरता गॉयटर रूपाने दिसू शकते. भारतात हिमालय, मराठवाड्यात बीड या भागात गॉयटर आढळतो. कोबी, फ्लॉवर या भाज्यांच्या अतिवापरानेदेखील गॉयटर होते.

नमक देते चमक

आयोडिन अगदी अल्पमात्रेमध्येही मिळत राहिल्यास गॉयटर टाळता येते. त्यासाठी खाण्याचे मीठ आयोडिनयुक्त (आयोडाइझड सॉल्ट) करण्याचे सरकारी धोरण प्रशंसनीय आहे. पालक व दुधातूनही पुरेसे आयोडिन मिळते. समुद्रातूनच मिळणाऱ्या माशांमध्येही आयोडिन भरपूर असते.

लक्षणांची दोन टोके

थायरॉक्झिन या स्रावाचे प्रमाण वाढल्यास छातीत धडधड होणे, खूप भूक लागूनही जुलाब झाल्यामुळे वजन कमी होणे, हातापायाला कंप, घाम येणे, अस्वस्थता, निद्रानाश, गरम हवामान सहन न होणे, गळ्यावर सूज येणे व डोळे बाहेर आल्यासारखे वाटण्याइतकी सूज येणे अशी लक्षणे दिसतात.

याच्या उलट थायरॉक्झिनचे प्रमाण कमी झाल्यामुळे वजन वाढणे (ही अशी अवस्था आहे की, यात पेशंट खातो कमी तरी त्याचे वजन वाढते), थकवा वाटणे, त्वचा रूक्ष होणे, सर्व अंगाला सूज येणे, आवाज घोगरा होणे अशी लक्षणे दिसतात. पेटक्यात गोळे येणे, एकूणच हालचाली व मानसिक विचारात मांद्य येणे म्हणजे हळूहळू व मंदपणे होणे, हेही दिसते. अतिआहाराने चरबी वाढून जाड झालेल्या माणसात व थायरॉक्झिनचे प्रमाण कमी झाल्यामुळे होणाऱ्या जाडेपणात फरक करण्यासाठी एक लक्षण उपयोगी पडते. दुसऱ्यात थंड हवामान सहन होत नाही तर पहिल्यात थंड वातावरण सहन होते एवढेच नव्हे, तर ते हवेहवेसे वाटते. मातेत थायरॉक्झिन कमी असल्यास बालकात बुद्धिमांद्य होऊ शकते म्हणजेच मंदपणा येतो.

थायरॉइड थोपवण्याचे थोडे थांबे

थायरॉइडच्या लक्षणांबरोबरच त्या स्रावाच्या रक्तातील प्रमाणाची तपासणी, क्वचित त्या ग्रंथींची सोनोग्राफी करून रोगाचे निदान करता येते. उपचारामध्ये गोळ्या, रेडिओ ॲक्टिव्ह आयोडिन वा शस्त्रक्रिया करून ग्रंथींचा भाग कापून काढणे असे पर्याय असतात. गोळ्यांचा उपचार केवळ डॉक्टरी सल्ल्याने व त्यांच्या देखरेखीखाली घेणे आवश्यक असते. स्राव कमी होणे ही कायमसाठीची विकृती असल्याने त्या स्रावरूपी गोळ्यांचा पुरवठा आयुष्यभर करावा लागतो. सुदैवाने त्या गोळ्या फार महागड्या नाहीत.

☺☺

शेवटी थोडी गंमत. थायरॉइडची शस्त्रक्रिया मोठी व बरीच महागडी असल्यामुळे आणि ती स्त्रियांत अधिक लागत असल्याने त्याबाबत गमतीने एक वाक्य सांगतात.

स्त्रीपेशंटच्या नवऱ्याला दोन हिऱ्यांच्या हाराचा खर्च करावा लागतो. एक हार स्वत:च्या बायकोच्या गळ्यावरील शस्त्रक्रियेची निशाणी झाकण्यासाठी व एक सर्जनच्या बायकोला घालण्यासाठी.

☺☺

◆

१ ३ ३. कंपने आणि थरथराट (TREMORS)

या लेखाचे नाव वाचून लेख भूकंपासारख्या भौतिकशास्त्रातील आहे किंवा काय असे वाटेल; पण तो आरोग्य शास्त्रावरीलच आहे. ते दृश्य पाहताना माझा थरकाप झाला हे उद्‌गार त्या माणसाची मनाची अवस्था दाखवते. तसेच मनावर परिणाम झाल्यामुळे, शरीरावर होणारा परिणाम व त्याचे रोगात रूपांतरही दाखवते. त्यालाच मनोकायिक (काया म्हणजे शरीर) रोग असे म्हणतात. त्यामुळे मन व शरीर यांचा एकमेकांशी असलेला संबंध ठळकपणे लक्षात येतो. मानसिक अवस्थेचा परिणाम म्हणून शारीरिक लक्षणे/रोग निर्माण होणे, या रोगाशिवाय अल्सर, ब्लडप्रेशर, डोकेदुखी, नुपंसकत्व इत्यादी रोगांतही आढळते. याबरोबरच मेंदू व मज्जासंस्थेचे काही आजार, काही औषधे, क्षारांची कमतरता यांमुळेही स्नायूंमध्ये कंप, थरथर, फडफड, हलणे, उडणे, कपकपी अशी लक्षणे दिसू शकतात. गुजराती वा सिंधी रुग्ण हेच लक्षण 'धुजारी' वा 'डकणी' या शब्दांत सांगेल तर इंग्रजीत याला Tremors म्हणतात.

अंगवळणी पडलेली अंग वळवण्याची सवय

कुठल्याही अवयवात/हातापायात हालचाल व्हायची असेल, तर मेंदूतील केंद्र तशी आज्ञा नसांमार्फत (Nerves) त्या ठिकाणच्या स्नायूंपर्यंत पोचवत असतात. त्यानंतर ती हालचाल होते. या क्रियेत मेंदूतील केंद्र, मज्जासंस्था, डोपामिन, असेटीलकोलिनसारखे संदेशवाहक स्राव, पोटॅशियम, मॅग्नेशियमसारखे क्षार इत्यादी सहभागी असतात. या साखळीत कुठेही बिघाड झाल्यास हालचाल न होणे वा जास्त हालचाल होऊन कंपने, थरथर निर्माण होणे अशी दोन टोके असू शकतात. पार्कीन्सोनिझम, फिट, कोरिया, छोट्या मेंदूचे आजार इत्यादी रोगात मेंदूत दोष असतो. थायरॉइड ग्रंथीचा स्राव वाढल्यास, क्षारांचे प्रमाण कमी झाल्यास हातात कंप निर्माण होऊ शकतो. चहा-कॉफीतील कॅफीनमुळे, दम्यावरील काही औषधांच्या साइड इफेक्टमुळे, मद्याचा अतिरेक झाल्याने, नैराश्यामुळे, अतिश्रमामुळे थरथर होते. हवेत गारवा असेल, तर कापरे भरते (या ठिकाणी कापरे भरवून स्नायूंना

अप्रत्यक्षरीत्या काम करायला लावून शरीराचे तापमान बाहेरील तापमान सहन होण्याइतपत वाढवणे हा निसर्गाचा हेतू असतो.) ताप भरण्यापूर्वी थंडी वाजून हुडहुडी भरणे, दातावर दात आपटणे, थडाथडा उडणे ही लक्षणे मलेरियासारख्या रोगात दिसतात. काही जणांत मानसिक ताण आल्यास तो कमी करण्यासाठी स्नायूंची एखादी विशिष्ट हालचाल करण्याची सवय पडून जाते. याला लकब (TIC) म्हणतात. अशा लोकात खांदे उडवणे, जबड्याची हालचाल करणे, डोळा मारल्यासारखे करणे, घसा साफ केल्यासारखा विचित्र आवाज करणे यांपैकी एखादी वा इतर कुठलीही लकब आढळते. सुरुवातीस ताणाच्या वेळी होणारी लकब नंतर सततच अंगवळणी पडून जाते.

हा खेळ क्षारांचा

डाव्या डोळ्याची पापणी फडफडली म्हणजे कोणी पाहुणे येणार ही समजूत केवळ कविकल्पना म्हणून चांगली आहे. खूप श्रमाचे काम केले, जास्त गोड पदार्थ खाल्ले, तर शरीरातील पोटॅशियम व मॅग्नेशियम या क्षारांचे प्रमाण कमी झाल्यामुळे स्नायू शिथिल होऊन कंपने निर्माण होतात. अशा वेळी फळांचा रस, लिंबू सरबत, शहाळ्याचे पाणी घेतल्यास क्षारांचा पुरेसा पुरवठा होऊन बरे वाटते. चहा, कॉफी जास्त घेतल्यास कॅफीनमुळे होणारा कंप, कॅफीन लघवीवाटे पूर्णपणे शरीराबाहेर पडेपर्यंत म्हणजे काही तासांपर्यंत होतो. मग आपोआप कमी होतो. टेन्शन आल्यामुळे हातातील कपबशीचा खडखडाट होणे हे दृश्य विरळ नाही. अतिविचार, मानसिक ताण, राग येणे, खोटे बोलणे या मानसिक स्थितीचा परिणाम कंप व त्याबरोबरच छातीतील धडधड वाढणे यात होत असतो. कारण दूर झाले म्हणजे आपोआपच बरे वाटते.

एका बाजूस आणि एका बाजूत

कंपवात (Parkinsonism) या वृद्ध माणसात आढळणाऱ्या रोगात सुरुवातीस शरीराच्या एकाच बाजूत (हातात) असणारा कंप नंतर त्याच बाजूच्या पायातही उतरतो. या कंपाचे वैशिष्ट्य म्हणजे ती व्यक्ती विश्रांती घेत असताना तो जास्त असतो व त्या हाताने काही काम करायला लागल्यास तो कंप कमी होतो. या रोगात हालचालीत मंदपणा, स्नायूंमध्ये ताठरपणा ही दुसरी लक्षणेही असतात. हाताने गव्हले वळणे किंवा कापडाचे पोत (टेक्स्चर) पाहताना होणाऱ्या हालचालीप्रमाणे कंप असणे, हे या रोगात दिसते. यावरचा उपचार डॉक्टरी सल्ल्यानेच करता येतो.

हे असेच चालायचे

काही वेळा रात्री झोप लागत आली असताना एखादा हात वा पाय झटकला जातो, आजूबाजूची वस्तूदेखील पडते किंवा आपण कॉटवरून खाली पडलो आहोत, असा भास होऊन सर्व शरीर एकदम आखडले जाते. असा अनुभव अनेक

लोकांना येतो. यामध्ये विशेष अर्थ नसतो. या झटक्यांकडे फारसे गंभीरपणे पाहण्याची गरज नाही. कारण ते तात्पुरते भास असतात.

करामत अंगुरकी बेटीकी

राजकारणात आढळणारी घराणेशाही, काही रोगातही दिसते. शांत बसले असता काही त्रास नाही, पण एखादे काम करायला गेल्यास कंप येणे हे लक्षण काही घराण्यात आढळते. त्याला आनुवंशिकता हे कारण असते. असे लोक चारचौघांच्या नजरेपुढे काही काम करायला लागले, रागावले, मानसिक ताणाखाली असले तर त्यांचा कंप अधिकच वाढतो. अशी व्यक्ती दुसऱ्याच्या कपाळाला गंध लावायला लागल्यास हमखास त्याच्या नाकालाच गंध लावते. गमतीची गोष्ट म्हणजे या व्यक्ती मद्य प्यायल्यास त्यांची कंपने तात्पुरती कमी होतात. अर्थात मद्य घेत राहणे हा काही त्यावरील उपचार नाही. त्यासाठी बीटा ब्लॉकर औषधे काही जणांत उपयोगी पडतात. याशिवाय अतिमद्यपान करणाऱ्या व्यक्तींना त्यांचा नेहमीचा कोटा मिळाला नाही तरी त्यांच्यात कंप हे लक्षण दिसते. मद्यपी लोकांत सकाळी सकाळी कंप असतो. परंतु डॉक्टरांच्या सल्ल्याने औषधे व मानसोपचार घेतल्यास या सवयींवर मात करता येते व व्यसनातून सुटका होते आणि कंप टळतात वा कमी होतात.

सवयीचा गुलाम

मान वेळावणे, खांदे उडवणे, घशाचा आवाज करणे या लकबी वयाच्या ७-८व्या वर्षी दिसतात. त्याकडे कानाडोळा केल्यास बऱ्याच वेळा त्या आपोआप कमी होतात. काही जणांत मात्र त्या मोठेपणीही राहतात. त्यांचे उपचार मात्र सहजसाध्य नसतात.

☺☺

शेवटी थोडी गंमत. "डॉक्टर, माझे हात फार थरथरतात हो." त्यावर डॉक्टर विचारतात, "काय! जास्त पिताबिता की काय?" त्यावर तो रुग्ण हताशपणे म्हणतो, "नाही, बरीचशी सांडूनच जाते."

☺☺

◆

१३४. क्षय (TUBERCULOSIS)

'क्षय' या शब्दाचा उच्चार पूर्वी चारचौघात करणे इतरांना नकोसे आणि त्या रुग्णास कापरे भरवणारे असायचे. कारण त्या रोग्यासाठी ती जणू मृत्युदंडाची शिक्षाच असायची. क्षय होणे म्हणजे झिजत जाणे, हे या रोगात दिसायचे म्हणून क्षय हे नाव मिळाले. तर सर्व रोगांचा राजा म्हणून 'राजयक्ष्मा' हे नाव त्याला मिळाले आहे. चंद्रालाही क्षयरोग झाल्याची कविकल्पना आहे. मायकोबॅक्टेरियम ट्युबरकल या जंतूंमुळे हा रोग होतो, याचा शोध रॉबर्ट कॉक या शास्त्रज्ञाने लावल्यावर त्या रोगास 'ट्युबरक्युलॉसिस' अथवा 'टीबी' असे नाव मिळाले. हिंदीत क्षयाला 'तपेदीक' असे नाव आहे.

क्षय, कर्करोग, कुष्ठरोग इत्यादी रोगांचा चारचौघात उच्चार नकोसा असल्यामुळे डॉक्टर आपापसात बोलताना त्यांचा उच्चार वेगळ्याच सांकेतिक नावांनी करत असतात. B.C.G. लसीकरणामुळे तसेच चांगल्या अँटिबायोटिक्समुळे आटोक्यात आला आहे असे वाटणारा Tb गेल्या शतकाच्या शेवटच्या दशकापासून पुनश्च उफाळून वर येतो आहे. AIDS झालेल्या व्यक्तीत कमी होणाऱ्या प्रतिकारशक्तीमुळे या जंतूंना वस्ती करायला व प्रसार व्हायला जागा मिळते आहे. याबरोबरच दारिद्र्यामुळे कुपोषण होऊन प्रतिकारशक्ती कमी होणे, अस्वच्छता, अपुरी औषधे अपुऱ्या काळापर्यंत घेणे, जंतूंनी आपले रूप बदलून औषधांना दाद न देणे इत्यादी कारणांमुळे क्षयात वाढ होते आहे.

क्षय आनुवंशिक नाही, पण अत्यंत संसर्गजन्य आहे. क्षयी माणसाची थुंकी, खोकला, शिंक यांच्याद्वारे हवेमार्फत याचा प्रसार होऊन तो दुसऱ्या व्यक्तीच्या फुप्फुसांना बाधित करतो. यामुळेच क्षय म्हटला की, फुप्फुसाचा, हे अध्याहृत धरतात. पण क्षय मेंदू, अस्थी, किडनी, लसिकाग्रंथी, आतडी एवढेच नव्हे तर त्वचेलाही होऊ शकतो. केवळ क्षयी रुग्णाचे कपडे, भांडी, वस्तू हाताळल्याने याचा प्रसार होतो ही गैरसमजूत आहे. खोकताना, शिंकताना नाकातोंडासमोर रुमाल ताबडतोब घेणे हा संस्कार व्हायला हवा. त्यामुळे जंतूंचा इतरेजनांपर्यंत होणारा

प्रसार आटोक्यात येईल.

'प्रसाद' मिळाल्याने प्रसार

टीबीच्या जंतूंनी शरीरात प्रवेश केल्यानंतर, जर ते अल्प प्रमाणात असतील व त्या व्यक्तीची प्रतिकारशक्ती चांगली असेल, तर ते जंतू स्वत:भोवती एक प्रकारचा कोश विणून तेथे सुप्तावस्थेत राहतात. तसे ते अनेक वर्षे राहू शकतात. पुढील आयुष्यात कधीही कुपोषण, शारीरिक ताण, मानसिक ताण आल्यास ते जंतू स्वत:भोवतीचा कोश नष्ट करून त्या शरीरात रोगनिर्मिती करतात. भारतासारख्या देशात जवळजवळ प्रत्येकालाच असा जंतूंचा 'प्रसाद' (तो अल्पमात्रेत असल्यामुळे त्याला 'प्रसाद' हा योग्य शब्द आहे.) मिळालेला असतो. पण सगळ्यातच काही त्याची परिणती क्षय होण्यात होत नसते.

घटते वजन, वाढतो ताप

बारीक ताप; विशेषकरून संध्याकाळी वाढणारा, घटणारे वजन, काही आठवड्यांपर्यंत वाटणारा अनुत्साह, रात्रीचा घाम, थकवा, भूक कमी, थुंकीतून रक्त, खोकला अशी क्षयाची प्रमुख लक्षणे असतात. यांपैकी एखादेच अथवा सर्व लक्षणे कमी-अधिक प्रमाणात असू शकतात. हा खोकला नेहमीच्या औषधांना दाद देत नाही. जंतूंचा प्रसार फुप्फुसाच्या दुपदरी आवरणापर्यंत झाल्यास छाती दुखणे, दम लागणे, कोरडा खोकला अशी लक्षणे होतात. यालाच 'प्लूरसी' असे म्हणतात. याशिवाय क्षय लसिका ग्रंथींचा झाल्यास वरील सार्वदेहिक लक्षणांबरोबरच मानेत, काखेत गाठी येणे असे लक्षण दिसते. तसेच इतर अवयव बाधित झाल्यास त्या अवयवांशी संबंधित लक्षणे दिसतात.

क्षयासुरास मारण्यासाठी शंकासुरास जागे ठेवा

रुग्णाची शारीरिक तपासणी करून त्याबरोबरच थुंकी, एक्स रे, त्वचेमध्ये एक औषध इंजेक्शनद्वारे देऊन केलेली तपासणी वा रक्त तपासणी यांद्वारे क्षयरोगाचे निदान केवळ डॉक्टरच करू शकतात. मात्र असा रोग आहे वा असू शकतो अशी डोळस शंकातरी ठेवावी. एकदा निदान पक्के झाल्यानंतर वापरावयाची औषधे योग्य प्रमाणात योग्य काळापर्यंत घेणे आवश्यक असते. काही दिवस औषधे घेतल्यानंतर लक्षणे कमी वा नाहीशी झाली तरी रोग पूर्ण बरा झालेला नसतो. सुप्तावस्थेत असलेल्या जंतूंचा बीमोड करण्यासाठी डॉक्टरी सल्ल्यानुसार ६ ते १८ महिन्यांपर्यंत पूर्ण उपचार चालू ठेवावे लागतात.

लसीकरण व आयुर्विमा दोन्हीला पर्याय नसतात

राष्ट्रीय लसीकरण कार्यक्रमानुसार वेळोवेळी सर्व लसी दिल्या जातात. बी.सी.जी. ही क्षयविरोधी लस मूल जन्मत:च वा पहिल्या काही दिवसात देणे आवश्यक असते. या लसीमुळे क्षयरोगाविरुद्ध संपूर्ण संरक्षण मिळेलच असे नसले, तरी मेंदू,

अस्थी इत्यादी बाधित होणे टळते.

अ'क्षय' कुमार कसे व्हावे

रुग्णाचा आहार चौरस व चारी ठाव असावा. पानाची डावी-उजवी-मधली अशा सर्व बाजूंचा ठाव घेणारा हवा. कोशिंबिरी, उसळी, भाज्या, डाळी, फळे, चपाती, भात व त्याच्यावर तेलतुपाचे स्नेहन असावे. मांसाहार हवाच ही समजूत चुकीची आहे. रोग पूर्ण बरा न होण्यास अपुरा आहार हे कारण नसून अपुरी औषधे अपुरे दिवस घेणे हे असते. 'आता मला बरे वाटते आता औषधांची गरज काय?' असा आततायीपणा करू नका. तो निर्णय डॉक्टरांवर सोपवा. औषध पूर्ण केल्याने तुमचा रोग बरा होतोच. त्याबरोबरच तुमच्या शरीरातून जंतूंचा पूर्णपणे खातमा झाल्यामुळे तुम्हाला तो रोग पुनश्च होणे टळते व तुमच्यापासून इतरांना जंतूंचा प्रसाद मिळत नाही. या वाक्याचा अजून एक अर्थ असा की, नियमित औषधे घेत असलेला रुग्ण वेगळा न राहता, घरी नेहमीच्या वातावरणात राहिला तरी त्यापासून इतरांना धोका नसतो. आरोग्यरक्षकामार्फत राबवल्या जाणाऱ्या 'डॉट' (DOT) या योजनेमुळे उपचार अधिक सुकर झाले आहेत.

☺☺

शेवटी थोडी गंमत. "मी रोज एक तरी सत्कर्म करतोच," बाळू त्याच्या स्काऊटच्या सरांना सांगत असतो. त्यावर सर विचारतात, "आज काय केलेस?" "अहो, आज आमच्याकडे रेचक घ्यायचा दिवस होता आणि घरात फक्त एकाला पुरेल एवढेच एरंडेल तेल होते, मी मोठ्या मनाने ते भावालाच घ्यायला लावले."

☺☺

◆

१३५. टायफॉइड (TYPHOID)

साथीच्या रोगामध्ये भारतात पहिल्या पाचांत नंबर पटकवणाऱ्या पटकी (कॉलरा), कावीळ, क्षय, फ्लू यांबरोबरच टायफॉइडचा नंबर लागतो. यालाच 'मुदतीचा ताप', 'विषमज्वर', 'आंत्रिक ज्वर' अशीही नावे आहेत. (अँटिबायोटिक्सचा शोध लागण्याआधीच्या काळात काही ठरावीक लक्षणांसह हा ताप ३-४ आठवडे राहायचा, म्हणून त्याला 'मुदतीचा ताप' काही वेळा ही मुदत १७, १९, २१ दिवस अशी विषम आकड्यात राहत असल्यामुळे 'विषमज्वर' अशी नावे मिळाली असावीत.) तसेच या रोगात घडामोडी (दोष संप्राप्ती) आतड्यात घडत असल्यामुळे त्याला आतड्याचा – आंत्रिक ज्वर असेही नाव मिळाले. पिसू चावण्यामुळे होणाऱ्या टायफस या रोगासारखी लक्षणे यात दिसत असल्यामुळे त्याला 'टायफॉइड' (टायफससारखा) हे नाव पडले व तेच जास्त प्रचारात आहे. नाव काहीही असले तरी आपल्या देशात त्याच्या प्रादुर्भावामुळे अनेक शाळा-कॉलेजात वा नोकरीवर गैरहजेरीचे प्रमाण वाढून कामाच्या वेळेचे (मॅन अवर्सचे) नुकसान होत आहे.

दूषित पाणी

हा रोग झालेल्या रोग्याच्या निष्काळजीपणामुळे, नखे कापलेली नसल्यास, शौचानंतर साबूपाण्याने हात स्वच्छ न केल्यास, त्या रोगाचे संडास व लघवीद्वारे बाहेर पडणारे जंतू, पिण्याचे पाणी, दूध, अन्न यांत मिसळले जातात व त्याद्वारे या रोगाचा प्रसार होतो. तसेच मासे, अंडी, मटण (पुरेसे शिजवले नसल्यास) त्याद्वारेदेखील या रोगाचा प्रसार होतो. पिण्याच्या पाण्याची लाइन व सांडपाण्याची लाइन यामध्ये काही कच्चे दुवे राहिल्यास पिण्याचे पाणी दूषित होते. उघड्या पदार्थांवर बसणाऱ्या माश्या आधी रोग्याच्या विष्ठेवर बसून आल्यास त्यांच्या पायांद्वारे या रोगाचा संसर्ग होऊ शकतो. याशिवाय या रोगाचे जंतू स्वत:च्या शरीरात बाळगून, स्वत:ला काहीही त्रास न होता, इतरांना 'प्रसाद' देणारा कॅरियरद्वारेही (रोगवाहक व्यक्ती) या रोगाचा प्रसार होतो. अशी व्यक्ती मेस, कँटीन वा स्वयंपाकघरात काम करत असेल, तर अनेकांना त्या रोगाची लागण होऊ शकते. टायफॉइडचे निदान व

उपचार या दोन्हींना डॉक्टरी सल्ल्याशिवाय पर्याय नाही हे जरी खरे असले, तरी आपली एकूणच सार्वजनिक स्वच्छता (?) पाहता हा लेख वाचून तुम्ही अधिक समजूतदार, जागृत 'पेशंट' व्हावे ही अपेक्षा आहे.

तापदायक ताप

अंग दुखून, थकवा वाटून बारीक तापाने सहसा या रोगाची सुरुवात होते. किंचित खोकला, डोकेदुखी अशी लक्षणेही असतात. ४-५ दिवसांनंतर ताप वाढू लागतो. तो १०१ ते १०४ डिग्री फॅ.पर्यंतही जाऊ शकतो. त्याच्या बरोबरीने पोटदुखी, जुलाब वा दुसरे टोक म्हणजे बद्धकोष्ठ अशी लक्षणे दिसतात. ताप संध्याकाळी जास्त असतो. तो चढताना थंडी वाजणे हे लक्षणही असू शकते. अंगावर विशेष करून पोटावर, चेहऱ्यावर पित्तासारखे गुलाबी लालसर पुरळ दिसते. जीभ मध्यभागी पांढरट थर बसल्यासारखी तर कडेला लालसर दिसते. ही सगळी लक्षणे फ्लूचा जोरदार अ‍ॅटॅक आल्यासारखी वाटतात. असा ताप उपचाराअभावी ३-४ आठवड्यांपर्यंतही लांबू शकतो.

सुरुवातीस फ्लूप्रमाणे वाटणारा कुठलाही ताप टायफॉइड तर नाही ना, हा संशय मनी बाळगणे इष्ट ठरते. टायफॉइडवर योग्य इलाज न केल्यास त्याची परिणती आतड्यात व्रण होण्यात व अन्य उपसर्ग होण्यात येऊ शकते. केवळ लक्षणे व डॉक्टरी तपासणी यांवरून टायफॉइडचे निदान पहिल्या आठवड्यात होणे अवघड असते. पहिल्या आठवड्यात निदानासाठी रक्ताचे कल्चर ही महागडी व सहजी उपलब्ध नसलेली तपासणी आहे. दुसऱ्या आठवड्यापासून पुढे 'विडाल टेस्ट'सारखी रक्ततपासणी करता येते. ही टेस्टदेखील संपूर्ण भरवसा ठेवता येईल अशी नसल्यामुळे डॉक्टरांचा अनुभव, अनुमान व इतर रोग नसल्याची खातरजमा हेच रोगनिदानाचे प्रमुख अंग ठरते.

आहे उपचार; पण...

ताप कमी करण्यासाठी कमी मात्रेमध्ये पॅरासिटामॉल वापरता येते. कोमट पाण्याने अंग पुसणे अथवा झटपट केलेली अंघोळही ताप उतरवू शकते. अगदी बिछान्यात नाही, पण घरातल्या घरात विश्रांती घ्यावी. ताजे गोड ताक, शहाळ्याचे पाणी, फळांचा रस, वरणभात, फुलका, बिस्किटे असा हलका आहार घ्यावा. ताप नॉर्मलला आल्यावर नेहमीच्या सवयीचा आहार घ्यायला हरकत नसते. या रोगावर क्लोरामफेनिकॉल, सिप्रोफ्रॉक्सासिन यांसारखी औषधे उपलब्ध आहेत. पण त्यांचा उपयोग 'केवळ डॉक्टरी सल्ल्याने'च करावा. पूर्वी या गोळ्यांच्या गैरवापरामुळे आता काही जंतू या औषधांना दाद देईनासे झाले आहेत. कारण सततच्या वापरामुळे त्या जंतूंवर त्या गोळ्यांचा परिणाम होत नाही. अशा वेळी डॉक्टरांना आणखीन तीव्र व महागडी औषधे वापरावी लागतात. टायफॉइड उलटण्याच्या कारणामध्ये कुपथ्य

वा अपुरी विश्रांती ही कारणे नसतात, तर अपुऱ्या डोसमध्ये अपुरे दिवस औषध घेणे हे प्रमुख कारण असते. या रोगाची औषधे कमीत कमी १०-१४ दिवस घ्यावी लागतात.

या रोगावर प्रतिबंधक लसी उपलब्ध आहेत. इंजेक्शनद्वारे वा तोंडावाटे त्या वापरता येतात. अशा लसीकरणामुळे टायफॉइडपासून ३ ते ५ वर्षांपर्यंत बचाव करता येतो. रोग झाल्यास आता उपचारही चांगले उपलब्ध आहेत. पण हा रोग पैसा आणि सर्वांत महत्त्वाचे म्हणजे वेळ खाणारा आहे.

☺☺

शेवटी थोडी गंमत. एक अतिचिकित्सक व शंकांचे दळण दळणाऱ्या बाई डॉक्टरांकडे येतात. त्यांना विषमज्वर झाल्याचे सांगितल्यावर त्या डॉक्टरांवर शंकांचा भडिमार करतात. त्यांचे पूर्ण समाधान झाल्यावर त्या कन्सल्टिंग रूमच्या बाहेर जातात, पण एक मिनिटात परत येऊन म्हणतात, ''डॉक्टर, एक विचारायचेच राहिले. मी काय खाऊ?'' त्यावर वैतागलेले डॉक्टर म्हणतात, ''बाई, माझा भेजा सोडून काय वाट्टेल ते खा!''

☺☺

◆

१३६. अल्सर (ULCER)

'अल्सर' या शब्दाचा अर्थ व्रण किंवा जखम आहे. खरेतर शरीरातील कुठल्याही जखमेस हा शब्द वापरतात, परंतु सर्वसामान्य लोक अल्सर म्हटला म्हणजे, जठरात किंवा त्याचे पुढील लहान आतड्याच्या सुरुवातीच्या भागात (ड्युओडिनममध्ये) होणारा व्रण असे समजतात. याला 'पेप्टीक अल्सर' असेही म्हणतात. इतर भारतीय भाषांत याला 'क्षत', 'नासूर', 'घाव' म्हणतात. गुजराथी भाषक मात्र त्याला आगळे व्यावहारिक नाव देतात. गुजराथीत त्याला पोटात 'चांदी' पडली आहे असे म्हणतात.

पेशंटचा पेशन्स

पेशन्स या पत्त्याच्या खेळात तुमची चिकाटी, धीर जोखतात त्याचप्रमाणे या अल्सरच्या रोगातही उपचार दीर्घ काळ असल्यामुळे चिकाटी व धीर धरला पाहिजे. आज त्रास होतो, तर काही महिने बरे वाटते, परत त्रास होणे असे चक्र चालू राहते. धूम्रपान, मद्यपान, जेवणाच्या अनियमित वेळा, मानसिक ताण या सर्वमान्य कारणांखेरीज अल्सरची कारणे कोणती, याबद्दल डॉक्टरांमध्येही वेगवेगळी मते आहेत. महत्त्वाकांक्षी मॅनेजरपदाच्या टाइप ए व्यक्तीला होतो, आनुवंशिकतेने होतो, संधिवाताच्या गोळ्यांनी होतो अशी अनेक मते आहेत. एवढेच काय आता सर्व रोगांसाठी जंतूंचा प्रादुर्भाव हे कारण पुढे येत आहे. हार्ट अ‍ॅटॅकच्या मागेही जंतू हेच कारण; तर अल्सर होण्यामागे हेलीकोबॅक्टर पायलोरी हा जंतू कारण असल्याचे संशोधन आहे. पूर्वी पुरुषांमध्ये अल्सर अधिक आढळायचा; आता स्त्रियातही त्याचे प्रमाण वाढत आहे.

आपलेच स्राव आणि आपलेच पोट

कारण कुठलेही असले तरी त्याची परिणती जठराच्या पाचक रसाचे तंत्र बिघडण्यात होते. त्यातील आम्लाचे प्रमाण वाढते. ते आम्ल (अ‍ॅसिड) स्वतःच्याच जठराच्या व ड्युओडिनमच्या आतील थरावर हल्ला करते. तेथे अन्न नसल्यास, ते आम्ल तो भाग जाळायला लागते. सुरुवातीस तो भाग लालसर होतो. कारणे चालूच राहिल्यास तेथे जखम होते. हिस्टॅमिन व मेंदूकडून येणारी व्हेगस नर्व्ह यामुळे आम्लतेचे प्रमाण कमी-जास्त होते.

बेंबीच्या वरील भागातील पोटात जळजळ झाल्याप्रमाणे दुखणे हे सहसा 'अल्सर'चे प्रमुख लक्षण असते. हे लक्षण खाल्ल्याबरोबर अथवा जरा वेळाने निर्माण होते. बेचैन होण्याइतपत दुखू शकते. दुखणे रात्रीच्या वेळी वाढते. मळमळ, उलट्या, ढेकर येणे वा गुबारा धरल्यासारखे वाटणेही होते. वांती वा संडासमध्ये रक्त जाणे हे जखम खोल झाल्याचे दर्शवते. क्वचित काही जणांत मात्र विशेष अशी काही लक्षणे न दिसता अल्सर होऊ शकतो. किरकोळ अपचन, छातीत जळजळ, भूक मंदावणे, पोट जड वाटणे अशी लक्षणे असतात. लोक सरसकट अजीर्ण, ॲसिडिटी, आम्लपित्त झाले असे शब्द वापरत असले तरी त्यामागे अल्सर असू शकतो. यांपैकी काही लक्षणे जठराची हालचाल मंदावल्यामुळे, अन्न तेथे बराच वेळ थबकून राहिल्यामुळेही होऊ शकतात.

ज्याचा त्याचा प्रश्न

अल्सरच्या पथ्यामध्ये पूर्वी सरसकट मिरची, मसाले, तेलकट, आंबट बंद. भरपूर दूध घ्या असा सल्ला असायचा. आता मात्र तसे नाही. ज्या व्यक्तीला ज्या पदार्थांनी त्रास होतो ते पदार्थ त्याने टाळावेत हे उत्तम. काहींना हिरवी मिरची चालते, पण काळी मिरीने त्रास होतो. दुधाने काही जणात आम्लता उफाळते. त्यांनी दूध टाळावे. शेवटी हा ज्याचा त्याचा प्रश्न आहे.

हेहेहे हाहाहा

मन आनंदी ठेवणे हेही खूप महत्त्वाचे आहे. तसेच जीवनाकडे बघण्याचा दृष्टिकोन आशावादी असल्यास ॲसिड (आम्ल) स्रवणे कमी होते. १-२ विनोदांचा खुराक रोज घ्यावा. योगासने, रिलॅक्सेशन, सकाळी निसर्गाच्या सान्निध्यात फिरायला जाणे, कुत्रा-मांजर, मासे पाळून दिवसातील काही काळ त्यांच्याबरोबर घालवणे, महत्त्वाकांक्षी योजना बाजूला ठेवणे यांमुळेही फायदा होतो.

मद्य, धूम्र, चहापानविरहित आयुष्य सुरक्षित

मद्यपान, धूम्रपान चहा-कॉफीतील कॅफीन, ॲस्प्रो, ॲनासिन, सॅरिडॉनसारखी वेदनाशामक औषधे, ब्रुफेनसारखी संधिवातावरील औषधे यांमुळे अल्सर होऊ शकतो वा असल्यास व्रण भरायला वेळ लागतो. वेदनाशामक म्हणून पॅरासिटामॉल या ताप उतरवणाऱ्या गोळीचा वापर अशा लोकांत सुरक्षित ठरतो.

जे अल्सर 'सील' करते ते जेल्युसिल

दूरचित्रवाणीवरील जाहिरातीत दाखवले जाणारे जेल्युसिलसारखे ॲन्टासिड आता कुठेही उपलब्ध (OTC) झाले आहे; म्हणजेच ते डॉक्टरी सल्ल्याशिवाय उपलब्ध आहे. असे अँटासिड २-२ चमचे ४-६ वेळा प्रत्येक खाण्यानंतर घेण्याने तात्पुरते का होईना बरे वाटते. त्रास होणाऱ्या लोकांनी ते संग्रही ठेवलेले चांगले. रात्री झोपताना ते जरूर घ्यावे. त्याने व्रणावर एक प्रकारचे आवरण होते.

थोडे थोडे थोड्या थोड्या वेळाने

दिवसातून दोनच वेळा (खाण्यासाठी) तोंड उघडण्यापेक्षा थोडे थोडे अन्न थोड्या थोड्या वेळाने खाणे चांगले. दिवसभरातील आहाराचे प्रमाण तेवढेच ठेवून अन्न सकाळ-दुपार-संध्याकाळी व रात्री असे ४-५ वेळांत खाणे चांगले. त्यामुळे जठरात सतत थोडे फार अन्न राहिल्याने आम्ल त्याच्या आतील स्तरावर हल्ला करू शकत नाही.

पूर्वीच्या काळी अल्सरसाठी शस्त्रक्रिया खूप प्रमाणात व्हायच्या. आता आम्लाचा स्राव कमी करणारी एच टू (H2) ब्लॉकर्स, प्रोटॉन पंप इनहिबिटर्ससारखी उत्तम औषधे उपलब्ध झाली आहेत. त्यामुळे डॉक्टरांचा सल्ला, औषधोपचार तसेच रोग्याने पाळावयाचे पथ्यपाणी, मन आनंदी ठेवणे यामुळे अल्सर आटोक्यात येणे सहज शक्य झाले आहे.

☺☺

शेवटी थोडी गंमत. एका गर्भवती बाईने एका कपड्याच्या दुकानात तिला 'त्या' अवस्थेत उपयोगी पडेल असा ड्रेस मागवायला सांगितले. नंतर बरेच वेळा आठवण करूनही त्याने काही मागवलाच नाही. शेवटी बाळंत झाल्यावर तिने त्याला निरोप पाठवला, "ड्रेस पाठवू नका. तुमच्या डिलिव्हरीआधीच माझी डिलिव्हरी झाली."

☺☺

◆

१३७. बेशुद्धी (UNCONSCIOUSNESS)

शरीराच्या हालचाली, श्वासोच्छ्वास, रक्ताभिसरण, सभोवारच्या घटनांचा शरीरावर होणारा परिणाम या सर्वांचा कर्ता करविता 'गव्हर्नर' मेंदू असतो. त्याच्या नियंत्रणाखाली असलेली मज्जासंस्था, त्याला या कार्यात मदत करते. मेंदू व मज्जासंस्थेमध्ये काही बिघाड झाल्यास बेशुद्धी येऊ शकते. बेशुद्धीमध्ये (अनकॉन्शसनेस – Unconsciousness) अगदी काहीही केले तरी शुद्ध न येणे या एका टोकाच्या अवस्थेपासून गुंगलेले असणे, आजूबाजूच्या घटनांची जाणीवच न होणे या त्याच्या उतरत्या अवस्था दिसल्या तरी त्या सर्व बेशुद्धीतच मोडतात. संपूर्ण बेशुद्धीला कोमा (Coma) तर ग्लानीच्या छटांना ड्राउझिनेस (Drowsyness), स्टुपोर (Stupor) अशी नावे आहेत. सुरुवातीस केवळ गोंधळला आहे असे वाटणारी व्यक्ती हळूहळू अधिक खराबीच्या म्हणजेच कोमाच्या दिशेने काही वेळात जाऊ शकते.

झोपी गेलेला जागा झाला

वरवर पाहायला गेल्यास गाढ झोपी गेलेला माणूस व बेशुद्ध माणूस यात फरक कळणार नाही. पण झोपलेल्या माणसास हलवून वा अन्य प्रकारे जागे करता येते, हाच दोन्हींत फरक असतो. बेशुद्धीची कारणे अनेक असली, तरी कवटीला इजा होणे (यामध्ये मेंदूतील दाब वाढतो), कुठल्याही कारणाने भोवळ येणे, गुदमरणे, फिट, हृदयविकाराचा झटका (यामध्ये मेंदूकडील शुद्ध रक्तपुरवठा कमी वा खंडित होतो.), विषबाधा, मधुमेह, युरेमिया (या रोगात रक्तात विषाचे प्रमाण अथवा टाकाऊ पदार्थांचे प्रमाण वाढल्याने मेंदूचे कार्य बिघडते.) ही प्रमुख कारणे असतात. भोवळ येणे, फिट यांमध्ये शुद्ध काही वेळापुरती हरपते. पण इतर रोगात ती अवस्था काही तासांपासून काही आठवड्यांपर्यंतही राहते.

परिमाणे बघा, परिणाम ओळखा

बेशुद्धपणाची अवस्था ठरवण्यासाठी रुग्णाच्या डोळ्यांची हालचाल, उघडझाप होणे, हातापायांची हालचाल, बोलणे, नाडी, श्वासगती व आजूबाजूचे भान यांवरून काही मोजमाप म्हणजेच परिमाणे (Standards) ठरवली आहेत. तुझे नाव काय?

काय झाले? अशा प्रश्नांना असंबद्ध अथवा काहीच उत्तर न मिळणे, हाताला चिमटा काढल्यास त्या वेदनेला साद न मिळणे याबरोबरच वरील परिमाणांमध्ये वेगळेपणा जाणवल्यास बेशुद्धी असण्याचे निदान करावे. अशा व्यक्तीजवळ असलेल्या कुणाही सुजाण नागरिकाचे ताबडतोब प्रथमोपचारकात रूपांतर व्हायला हवे.

खोट्या बेशुद्धीची खरी कारणे

काही वेळा काही मानसिक विकारांत वरवर पाहता शुद्ध हरपल्यासारखे वाटते. मात्र अशा रुग्णात दिसलेली बेशुद्धीची लक्षणे विशेष आढळत नाहीत. डोळे किलकिले करणे, कोणी आजूबाजूला नाही, असे वाटल्यास हातपाय हलणे, कूस बदलणे, काही भांडण वा रागवारागवी झाल्याचा इतिहास मिळणे यांवरून 'खोट्या' बेशुद्धीचे निदान करता येते. यालाच 'हिस्टेरिया' असे म्हणतात. पूर्वी स्त्रियांत अधिक आढळत असल्यामुळे हिस्टेरिया (गर्भाशय संबंधित) असे नाव पडले आहे.

शरीराचा 'बिल्ट इन स्टॅबिलाइझर'

मेंदूत तात्पुरता काही दोष निर्माण झाला तरी श्वासोच्छ्वास व रक्ताभिसरण या क्रिया आपोआप चालू राहण्याची क्षमता प्रत्येक व्यक्तीत असते. यामुळे रक्त फुप्फुसात शुद्ध होणे व हृदयरूपी यंत्राद्वारे सर्व शरीरभर फिरवले जाणे या क्रिया बेशुद्धीतही चालू राहतात. मेंदू काम करत नसल्याने प्रथमोपचाराने या क्रिया चालू राहण्यास बेशुद्ध रुग्णास फक्त मदत करायची असते. या क्रिया काही कारणाने तात्पुरत्या खंडित झाल्या, तरी थोड्याफार बाह्य मदतीने त्या पुनश्च चालू होतात. ती मदत करण्यासाठी फक्त ए.बी.सी.डी. (A B C D) ही चार अक्षरे लक्षात ठेवायची आहेत.

ए (A – Air Way) – म्हणजे श्वासमार्ग

बी (B - Breathing) – म्हणजे श्वासोच्छ्वास

सी (C - Circulation) – म्हणजे रक्ताभिसरण

डी (D - Doctor) – म्हणजे डॉक्टर

गमभन छोडो A B C D लिखो

Air Way उर्फ श्वासमार्ग मोकळा राहण्यासाठी उताण्या झोपलेल्या व्यक्तीची हनुवटी कपाळाच्या बाजूकडे हलकेच ओढल्यास मानेतील श्वासनलिका उघडी राहण्यास मदत मिळते. तोंडात लाळ, स्राव, रक्त, इत्यादी काही असल्यास ते साफ करावे. तसेच तोंडात काही वस्तू, कृत्रिम दात इत्यादी असल्यास ते काढून टाकावे. श्वसन (Breathing) चालू आहे की नाही, हे बघण्यासाठी आपला कान रुग्णाच्या तोंडाजवळ नेल्यास अथवा नाकासमोर सूत धरल्यास समजते. श्वसन नसल्यास त्याला कृत्रिम श्वासोच्छ्वास द्यावा लागतो. रक्ताभिसरण (Circulation) पाहण्यासाठी नाडीवर हात ठेवता येतो. छातीवर (अर्थात रुग्णाच्या) पसरट तळहात

ठेवल्यास हृदयाची स्पंदने जाणवतात. नखे, जिभेचे टोक, नाकाचा शेंडा निळसर तर झाला नाही ना हे पाहावे. हृदयक्रिया चालू नसल्यास छातीला मालीश करून ती चालू करता येते. हे ए बी सी (A B C) घटक ५ मिनिटांच्या वर थांबल्यास धोका असतो. त्यामुळे प्रसंगावधान व चपळता हे गुण या ठिकाणी उपयोगी पडतात. हे करीत असताना डॉक्टरला निरोप अथवा रुग्णास डॉक्टरकडे न्यायची सोय ही जबाबदारीदेखील रोग्याच्या निकट असणाऱ्या प्रथमोपचारकाचीच असते.

बिकट परिस्थिती, पालथी स्थिती

बेशुद्ध झालेल्या; पण श्वास व नाडी चालू असलेल्या रुग्णास पालथे झोपवावे. त्याची मान एका बाजूस वळवलेली असावी. पायाखाली उशी द्यावी. यामुळे श्वासमार्ग मोकळा राहतो. तोंडातील लाळादी स्राव बाहेर वाहून जातात व लुळी पडलेली जीभ श्वासमार्गात अडथळा करत नाही. पायाकडील रक्त वाहते राहून बेशुद्धी कमी होण्यास मदत होते. या अवस्थेमध्ये सर्व शरीर ढिले राहून सर्व भागांवर दाबही सम प्रमाणात राहतो. रुग्णाचे कपडे ढिले करावेत. कमरेचा बेल्ट सोडावा. कोंदट वातावरणात असल्यास दारे खिडक्या उघडून हवा खेळती ठेवावी. वातावरण थंड असल्यास अंगावर ब्लँकेट टाकावे. मात्र रुग्णाच्या डोक्यास वा मणक्यास मार लागलेला असल्यास मात्र त्याला बिलकूल हलवू नये.

आपण यांना ओळखलं का?

रुग्णाच्या तोंडाचा वास घ्यावा. मद्याचा वास असल्यास अति दारू प्यायल्याचे अनुमान करता येते. टीकट्वेन्टीसारख्या वासाने विषबाधा झाल्याचे, पेंटरजवळच्या थिनर अथवा नेलपॉलिश रिमूव्हरसारखा वास आल्यास, मधुमेह वाढल्यामुळे असा बेशुद्धीचा अंदाज येतो. रुग्णाजवळ काही आयडेंडिटी कार्ड आहे का पाहावे. सर्वच व्यक्तींनी, निदान लहान मुले, वृद्ध, मधुमेही, फिट येणारे, उच्च रक्तदाब असलेले अशांनी तरी खिशात एक कार्ड ठेवावे. त्यावर स्वत:चे नाव, पत्ता, फोन, जवळच्या मित्राचे, डॉक्टरचे नाव, पत्ता, फोन, काही ॲलर्जी असल्यास, रोग असल्यास त्याची व घेत असलेल्या औषधांची नोंद अशा संकटसमयी उपयोगी पडते.

☺☺

शेवटी थोडी गंमत. ''डॉक्टर, माझ्या नवऱ्याला एक भयानक आजार झाला आहे. मी त्यांना तासन्‌तास काही ना काही सांगत असते, पण त्यांना एक शब्द ऐकू येत नाही.'' त्यावर डॉक्टर शांतपणे म्हणतात, ''तो रोग नाही ती त्यांनी 'कमावलेली' दैवी शक्ती आहे.''

☺☺

◆

१३८. फुगलेल्या शिरा (VARICOSE VEINS)

सायकल दामटून दूरच्या खेड्यावरून दूध आणणाऱ्या गवळ्याच्या पोटरीकडे कधी लक्ष दिले का? कायम उभे राहण्याची ड्युटी करणाऱ्या पोलिसांच्या पायाकडे कधी पाहिले का? दोन्ही गोष्टी आता दुर्मीळ होत आहेत. कारण गवळी आता सायकलऐवजी मोटारसायकलवर येतो, तर पोलिसांच्या शॉर्ट्स जाऊन त्याजागी पँट आली आहे. पण दूर कशाला, आपल्या स्वत:च्या पोटरी, मांडीकडे लक्ष देऊन पाहिले का? तुम्ही स्त्री असल्यास चाळिशीच्या पुढील वयात असल्यास पायावरील त्वचेखाली फुगीर, निळसर वाहिन्यांचे जाळे पसरलेले असण्याची शक्यता पुरुषांपेक्षा दुपटीने जास्त असते. असे दर दोन स्त्रियांमागे एकीला होऊ शकते. पोटरी, गुडघ्याच्या आजूबाजूस, मांडीच्या त्वचेच्या लगेच खाली फुगलेल्या अळ्या पसराव्यात असे दृश्य फुगलेल्या शिरा किंवा वेरीकोज व्हेन्स (Varicose Veins) या व्याधीत असते.

रक्तचक्रातील विषचक्र

सर्व शरीरातील अशुद्ध रक्त हृदयाकडे शुद्धीकरणासाठी नेणाऱ्या शिरांना नीला म्हणतात. पायाकडून हृदयाकडे जाणाऱ्या नीलांना गुरुत्वाकर्षणविरुद्ध काम करावे लागत असल्यामुळे त्यांच्या मदतीसाठी नीलांमध्ये काही इंचाइंचावर झडपा असतात. त्यामुळे अशुद्ध रक्त हृदयाकडे नेले जाते. काही कारणांनी झडपा नाजूक झाल्या, खराब झाल्या, त्यांची आकुंचनशक्ती कमी झाली तर रक्त पायाकडे थबकून राहते. असे रक्त हृदयाकडे जाण्याऐवजी तळपायाकडे जाऊ लागते. त्यामुळे पायातील नीलांवर अतिरिक्त ताण पडून त्या फुगीर होतात. गुदद्वाराकडील नीलांच्या बाबतीत असे घडल्यास त्याला मूळव्याध म्हणतात.

त्रासदायक, पण जीवघेणे नाही

सुरुवातीच्या काळात 'केवळ दिसायला वाईट दिसते' एवढ्यापुरतेच लक्षण असते. नंतर हळूहळू पायाला जडपणा वाटणे, दिवसभर उभे राहायला लागल्यास सूज येणे, वेदना वाढणे असे होते. नंतर सातत्याने घोट्याभोवती सूज राहणे, खाज

येणे, रात्री झोपताना फुगलेल्या शिरा ठसठसल्यासारख्या दुखणे, पोटऱ्यात गोळे येणे अशी लक्षणे दिसतात. वर्षानुवर्षे दुर्लक्षित 'वेरीकोज व्हेन्समध्ये' घोट्याभोवती एखादी नीला फुटून त्यातून रक्तस्राव होणे असे दुष्परिणाम दिसू शकतात.

'पांव भारी होना'

'पांव भारी होना' ही गर्भारपणासाठी वापरली जाणारी शब्दरचना हिंदी सिनेमामुळे घरोघरी पोचली आहे. या अवस्थेतही गर्भवतीला फुगीर शिरांचा त्रास जास्त प्रमाणात होऊन पाय खरोखरच जड होतात. पोटात वाढणाऱ्या गर्भाचा दाब नीलावर पडल्यामुळे वाढीव हार्मोन्सच्या परिणामामुळे तसेच गर्भाशय आणि ओटीपोटाकडे वाढलेला रक्तपुरवठा या तिहेरी कारणांमुळे पायाकडे अशुद्ध रक्त साठून फुगीर शिरांचा त्रास होऊ शकतो. सहसा हा त्रास बाळंतपण उरकले की आपोआपच कमी होतो.

नखरेवाली नाजूक नीला

बराच वेळ नुसतेच उभे राहून काम करणाऱ्या लोकांतही हा त्रास अधिक आढळतो. दंतवैद्य, दुकानातील विक्रेते, पोलीस, पोस्टमन इ. लोक या गटात मोडतात. बद्धकोष्ठ होणाऱ्यांनाही हा त्रास होतो. आनुवंशिकतेमुळे जन्मत:च नीला नाजूक असल्यामुळे असे होऊ शकते. एखाद्या स्त्रीची आई, मावशी, आत्या याने बाधित असेल तर त्या स्त्रीला हा त्रास होण्याची शक्यता अधिक असते. फुगीर शिरांचा त्रास होतो आहे असे वाटत असल्यास अथवा काही त्रास नसेल तरी पुढील काळजी घेण्याने फायदा होतो. कारण तो त्रास होऊ नये याचेही उपचार तेच आहेत.

तंग, तलम, तोकडी तुमान

त्वचेखालील नीलांना बाहेरून आधार दिल्यास त्या अधिक चांगल्या प्रकारे रक्त हृदयाकडे वाहून नेतात. त्यासाठी पायाला तंग बसणारे मोजे, स्टॉकिंग वापरावे. बाजारात ते क्रेप कापडाचे इलॅस्टिकयुक्त मिळतात. पोटरीच्या शिरा फुगीर असतील तर तिथपर्यंत; पण मांडीतही त्रास असेल तर जांघेपर्यंत मोजे घ्यावेत. मात्र कमरेला घट्ट बसणारे पट्टे, कपडे, दुपट्टे टाळा.

उद्धट बनो

एकाच जागी जास्त वेळ बसून राहू नका. पायांची आढी घालून बसू नका. कामानिमित्त, प्रवासानिमित्त बराच वेळ बसून राहावे लागल्यास जेव्हा वेळ मिळेल तेव्हा पाय मोकळे करा. शक्य असेल तेथे उद्धट माणसासारखे बसा. म्हणजेच पाय लोंबते खाली न सोडता समोरच्या खुर्चीवर, टिपॉयवर ठेवून बसा. त्याने पायाकडील नीला रिकाम्या होण्यास मदत मिळते. एकाच जागी बराच वेळ नुसते उभे राहणे टाळा. दर १५-२० मिनिटांनी कदमताल हा व्यायाम अथवा चवड्यांवर उभे राहणे ही कसरत करावी. परेडमध्ये बराच वेळ 'सावधान' या अवस्थेनंतर कदमतालचा

आदेश देण्यामागचा उद्देश तोच असतो.

हटयोगी नको योगी व्हा

वजन घटवा. लठ्ठपणामुळे नीलांवर अधिक ताण पडतो. हटयोग्याप्रमाणे पाण्यावर चालण्याच्या बाता न करता पाण्यात चालण्याचा व्यायाम करा. त्यामुळे पायाच्या नीलांवर चांगला दाब पडून त्यातील रक्त हृदयाकडे फेकले जाण्यास मदत होते. साधे जमिनीवर चालणेदेखील फायदेशीर ठरते. पोटरीच्या स्नायूंचे बल त्यामुळे वाढते. ते पंपासारखे काम करून रक्त वरच्या (उर्ध्व) दिशेला फेकतात. चालताना वर सांगितल्याप्रमाणे मोजे अथवा पूर्वी पोलीस पोटऱ्यांना बांधीत तसे पट्टे बांधावेत.

चवडे ठेवा चवडीवर

सकाळी झोपेतून उठताना आणि दिवसभरात जेव्हा वेळ मिळेल तेव्हा उताणे झोपून दोन्ही पाय भिंतीलगत २ मिनिटे वर ठेवावे. याने रक्त पायाकडे साठून राहणार नाही. अशा अवस्थेतच पायात स्टॉकिंग चढवणे अधिक चांगले असते. संध्याकाळी कामावरून आल्यानंतर अथवा रात्री झोपण्याआधी पायांचे चवडे, घोटे, उश्यांची चवड रचून त्यावर धरावेत. असे एक तास पडून राहावे.

या उपायांनी फायदा न झाल्यास सर्जन या शिरांमध्ये एक इंजेक्शन देऊन त्या नष्ट करतील अथवा शस्त्रक्रियेने काढून टाकतील. अशा काही नीला काढल्या तरी पायातील इतर नीला त्यांचे काम करण्यास सक्षम असतात.

☺☺

शेवटी थोडी गंमत. वजन कमी करण्यासाठी पुढे दिलेला एक व्यायाम सोपा आणि फार उपयोगी पडतो. जेवताना कोणीही दुसऱ्यांदा वाढायला आले की, डोके या खांद्यापासून त्या खांद्यापर्यंत हलवणे हा तो व्यायाम आहे.

☺☺

◆

१३९. चक्कर (VERTIGO)

एखाद्या मोठ्या जत्रेत, एस्सेल वर्ल्ड वा डिझ्नेलँडमधील मोठ्या मेरी गो राउंडमध्ये न बसतादेखील घरच्याघरी गरगरा फिरण्याचा अनुभव घेतला आहे का? बसल्या जागी अथवा या कुशीवरून त्या कुशीवर होताना छतासह घर गोल गोल फिरल्यासारखे वाटते किंवा आपण स्वत:भोवती गोल फिरतो आहोत असे वाटले आहे का? यालाच 'चक्कर येणे' म्हणतात. चालताना पडतोय असे वाटणे, गोंधळल्यासारखे होणे, डोक्यात हल्लकपणा वाटणे, भणभणल्यासारखे वाटणे या चकरेच्याच विविध अवस्था आहेत. भोवळ, घेरी, अंधेरी, घुमरी, डिझिनेस, फेंटिंग, गिडीनेस, व्हर्टिगो असे विविध शब्द त्या अवस्थांना वापरले जातात. अंधेरी येणे या शब्दावरून आठवलेली छोटीशी गंमत. एक माणूस नेहमीच्या ठरावीक लोकल ट्रेनने बोरिवलीहून चर्चगेटला जायचा. तो म्हणायचा, ''काहीही करा, रोज प्रवासात विशिष्ट वेळेला माझ्या डोळ्यांसमोर अंधेरी येतेच!''

ऐकीव गोष्टीतील (मिथकातील) अर्धसत्य

बराच वेळा आडवे पडलेले, झोपलेले असताना अचानक बेल वाजली म्हणून झपकन उठायला गेल्यास किंवा खाली उकिडवे बसून काम करताना चटकन उठायला गेल्यास किंचित गरगरल्यासारखे वाटते. रक्त पायाकडे साठून राहिल्यामुळे मेंदूकडील रक्तपुरवठा तात्पुरता कमी झाल्यामुळे असे होत असते. हे फारसे काळजी करण्यासारखे नसते. चाळिशीनंतर ते अधिक प्रमाणात आढळते. चक्कर येणाऱ्या प्रत्येक माणसाला रक्तदाबाचा विकार असतो हे मिथक आहे. रक्तदाबाचा विकार असणाऱ्या अनेकांना चक्कर माहितीही नसते.

व्हर्टिगो नव्हे वरती गो

कुतुबमिनारसारख्या उंच जागेवरून खाली पाहिल्यास जे होते अथवा दांडीवरून कपडे काढताना मान वर केल्यास होते त्याला भोवळ अथवा डिझिनेस म्हणतात. परत परत व बाह्यत: काही कारणाशिवाय घडू लागल्यास त्याला व्हर्टिगो (Vertigo) म्हणतात. याची तीव्रता खूप असू शकते. प्रथमच असा अनुभव घेणाऱ्या माणसाच्या

बाबतीत त्याच्या काहीही गैरसमजुती होऊ शकतात. आध्यात्मिक बैठक असलेल्या आमच्या एका मित्रास पहाटे असा पहिल्यांदा त्रास झाल्यावर आता खुद्द भगवंत आपल्याला साक्षात्कार देणार असे वाटले, तर एका घाबरट माणसाला तो व्हर्टिगोचा अनुभव म्हणजे प्रत्यक्ष यमदूताने 'वरती गो'ची दिलेली आज्ञाच वाटली. मात्र प्रत्यक्षात केवळ चक्कर येणे हा रोग जीवघेणा वा गंभीर नसतो.

अंतर्कर्णावर परिणाम

कानाच्या आतील बाजूस अंतर्कर्णामध्ये शरीराचा तोल सांभाळणारे, लॅबरिंथ नावाचे नाजूक यंत्र असते. बसताना, झोपताना, उभे असताना, चालताना प्रत्येक स्थितीबद्दलचे ज्ञान ते यंत्र मेंदूकडे पाठवत असते. अंतर्कर्णामध्ये काही दोष, दृष्टिदोष, मेंदूकडे जाणाऱ्या संदेशवहनातील दोष यामुळे चक्कर येते. जायंट व्हिल वा रहाटगाडग्यात सातत्याने बदलणाऱ्या स्थितीबरोबर, अंतर्कर्ण तेवढ्या वेगाने काम करीत नसल्यामुळे तात्पुरते फिरल्यासारखे वाटते. मधुमेह, रक्तक्षय, कानाला मार लागणे, सर्दी, मानेच्या मणक्यांची झीज, वार्धक्यामुळे कानाकडे रक्तपुरवठा कमी होणे, धूम्रपान, मद्यपान, शरीरातील पाण्याचे प्रमाण कमी होणे, ॲस्पिरिनसारखी काही औषधे, उपासतापास, काही अन्न घटकांचे सेवन, काही वास यांबरोबरच कानाच्या नसेच्या कर्करोगातही चक्कर आढळते. एवढेच काय, मानसिक कारणांनी अंत:करण साफ नसल्यास अंतर्कर्णाचे कार्य बिघडून चक्कर येऊ शकते.

धोक्याची घंटा

'मिनिअर्स डिसीज्' या रोगात अंतर्कर्णातील जो द्रवपदार्थ असतो त्याचा दाब वाढत असतो. यामध्ये चक्करेबरोबरच ऐकू कमी येणे, कानात घंटी वाजल्यासारखा आवाज येणे अशी लक्षणे असतात. याचे ॲटॅक वरच्यावर येत राहतात. याशिवाय चक्कर आणि मळमळ, घाम, हातापायाला मुंग्या, छातीत धडधड ही लक्षणे, चक्कर अन्य गंभीर रोगाचे लक्षण असल्याचे दर्शविते.

कारणांचा तोल सांभाळायचा ताळमेळ घाला

केवळ चक्कर हे लक्षण असल्यावर वर दिलेल्यांपैकी काही कारण घडत असल्यास ते कारण दूर केल्याने चक्कर थांबण्यास मदत होते. काही वेळा मात्र खूप शोध घेऊनही दोष सापडत नाही, अशा वेळी डॉक्टर कानाकडील रक्तपुरवठा वाढवणारी, लॅबरिंथ या यंत्रास शांत ठेवणारी काही औषधे देतील. तुमच्या डॉक्टरांकडे तुम्ही जाईपर्यंत पुढील काळजी उपयोगी पडेल.

दूरवर दृष्टिक्षेप

अचानक डोके फिरते आहे, चक्कर वाटते असे वाटल्यास डोके स्थिर ठेवून दूरवरच्या अचल गोष्टीकडे नजर रोखून ठेवा. त्यामुळे मेंदूमधील स्थैर्य रोखणाऱ्या केंद्राकडे योग्य संदेश जाऊन चक्कर लवकर आटोक्यात येईल. खोलीत असल्यास

सर्वांत दूर असलेल्या दाराकडे, खिडकीकडे नजर लावा. प्रवासात असल्यास लांबवरच्या डोंगरराशींकडे पहा.

तरातरा, ताडकन, तेजगतीमधील 'त' तरुणांसाठी

शक्यतो सर्वांनीच, विशेषकरून चाळिशीच्या वरील व्यक्तींनी तरी, झोपेतून ताडकन उठू नये. प्रथम एका कुशीवर वळा, नंतर हाताच्या आधाराने बिछान्याच्या कडेला धरून हातावर भार देऊन बसा. असे काही वेळ बसून मग उभे रहा. यामुळे तीन फायदे होतात. एक म्हणजे कुशीवर वळून उठण्याने मणक्यांवर अनावश्यक ताण पडत नाही. दुसरे मेंदूकडील रक्तपुरवठा कमी होत नाही. तिसरे म्हणजे अंतर्कर्णातील लॅबरिंथला बदलत्या स्थितीचे ज्ञान घेण्यास पुरेसा वेळ मिळून ते नव्या स्थितीत योग्य असे संदेश मेंदूकडे पाठवते. उठण्याआधी पायाची; सायकल चालवण्यासारखी हालचाल केल्यास आणखी चांगले. रस्त्यात कोणी हाक मारल्यासही झपकन मागे न वळता हळू वळून पाहावे.

पुरवठा करा पाण्याचा; अतिरेक झाल्यास मद्याचा

अतिरिक्त मद्यपानामुळे (अशा मद्यपानामध्ये बाटली पूर्ण रिकामी (रिक्त) होत असल्यामुळे त्याला 'अतिरिक्त' म्हणत असावेत.) शरीरातील पाण्याचे प्रमाण कमी होते. त्याचबरोबर मद्याचा कानातील लॅबरिंथवर दुष्परिणाम होऊन दोन्ही कारणांनी चक्कर येते. उन्हाळ्यात वा शारीरिक श्रम अधिक झाल्यास घाम येऊन शरीरातील पाणी कमी झाल्याने चक्कर आल्यासारखे वाटते. अशा वेळी पाणी, फळांचा रस, लिंबूसरबत, शहाळे यांचे सेवन करावे. मद्याचा शरीरातून निचरा झाल्यावर ही चक्कर आपोआप कमी होते. मानेचे काही व्यायाम, पी.टी.सारखी कवायत यांनी लॅबरिंथ व रक्ताभिसरण दोन्हींचे कार्य सुधारून चक्कर कमी होते.

☺☺

शेवटी थोडी गंमत. एका लक्षाधीशाला विचित्र आजार झाला. त्याला सारखी चक्कर व कानात गुणगुणल्याचा आवाज येत होता. मुंबईतील कुठल्याही डॉक्टरांना त्याचे कारण सांगता येईना. अमेरिकेतील डॉक्टरांनी त्याच्या टॉन्सिल्स काढल्या तरी फायदा झाला नाही. जर्मन डॉक्टरांनी त्याला तपासून सांगितलं, "हा असाध्य रोग आहे. तुम्ही फक्त सहा महिने जगणार."

तो लक्षाधीश परत भारतात आला. त्याने ठरवलं की, आता सहा महिनेच राहिले तर मजा करू. त्याने उत्तम गाडी घेतली. महागडे कापड घेऊन मुंबईच्या सर्वांत उंची टेलरकडे सूट शिवायला गेला. शिंप्याने माप घेताना सांगितले, "साहेब तुमची कॉलर १७ इंच असायला हवी ती १५ इंचच आहे."

“हे बघ, माझ्या कॉलरच्या मापात बदल करू नको. मला १५ इंच कॉलर हवी आहे.”

त्यावर शिंपी म्हणाला, “माझं काय? मी १५ इंच कॉलर ठेवतो, पण त्या मापाच्या कॉलरने तुम्हाला चक्कर येईल नि कानात गुणगुणल्यासारखा त्रास होईल.”

☺☺

◆

१४०. जंत (WORMS)

खोकल्याची ढास लागण्यापासून ते रक्त कमी होऊन धाप लागणे, भरपूर खाऊनही शरीराची वाढ न होणे वा ढुंगणाशी (गुदद्वारापाशी) खाज येणे अशी विविधरूपे घेणाऱ्या आजाराचे कारण मात्र एकच म्हणजे जंतांची बाधा असू शकते. पाव इंचापासून १६ इंचांपर्यंत लांब, तर बारीक धाग्यापासून पेन्सीलइतकी जाडी त्यांना असू शकते. दोऱ्यांसारख्या सूत्रकृमी (थ्रेडवर्म), गोल जंत (राउंडवर्म), चपटे जंत (टेपवर्म), आकडेकृमी (हुकवर्म) असे जंतांचे प्रकार असून त्यांची नावे त्यांच्या आकारसाधर्म्यावर ठेवलेली आहेत. भारतात गोल जंत व सूत्रकृमी अधिक आढळतात. याशिवाय नारू, हत्तीरोग (फायलेरियासिस) हे रोगदेखील जंतांमुळेच होतात. पायविहिरी बंद झाल्यामुळे नारू जवळजवळ नष्ट झाला आहे. पण डासांच्या चावण्यामुळे फायलेरिया होऊ शकतो. जंतांना किडा, अळी, केचुआ (हिंदी) किर्म (उर्दू), साया (सिंधी), करम (गुजराथी), क्रिमी, कृमी, Worms (इंग्रजी) अशी पर्यायी नावे आहेत. गोल जंत दिसायला गांडुळासारखे पण पांढरे असतात.

अस्वच्छ हाताची तोंडाशी गाठ

रोजच्या रोज 'हातातोंडाची गाठ' होणे जीवनास आवश्यक आहे. पण हाताची नखे वाढली आहेत, त्यात घाण अडकली आहे, जेवणापूर्वी हात धुतलेले नाहीत अशा कृतींमुळे जंतुप्रसाराला मदत मिळते. जंतांची अंडी मातीत राहतात. विष्ठेची, सांडपाण्याची व्यवस्थित विल्हेवाट लावलेली नसल्यास तसेच खतासाठी मानवी विष्ठेचा वापर केल्यास जंतांचा प्रसार होतो. उगाचच तोंडात बोटे घालायची सवय, नखे कुरतडणे, एकमेकांचे कपडे विशेषत: आतील कपडे (अंतर्वस्त्रे) वापरणे, जमिनीवर पडलेले अन्नपदार्थ खाणे, माती-चिखलाचे बूट माजघरापर्यंत नेणे, अनवाणी फिरणे, शौचानंतर हात न धुणे, एकच अंथरूण, पांघरूण, टॉवेल सर्वांनी वापरणे या कारणांनी जंत एकापासून दुसऱ्या शरीरात प्रवेश करतात.

नौकर हो या मालिक, लीडर हो या पब्लिक

गोल जंत सहसा समाजातील खालच्या वर्गात अधिक आढळतात. तर

सूत्रकृमीसारखे जंत मात्र असा भेदभाव करीत नाहीत. मागचा (पार्श्व) खालील भाग मग तो राजाचा असो वा सैनिकाचा असो तेथे ढुंगणाभोवती (गुदद्वाराभोवती), विशेषकरून रात्रीच्या वेळी खाज येत असल्यास सूत्रकृमीची बाधा असते. अर्थात या सूत्रकृमी शाळकरी मुलांत अधिक असतात. दूषित अन्न-पाण्याद्वारे जंतांची अंडी पोटात गेल्यानंतर लहान आतड्यात उबवली जाऊन तेथे जंताच्या अळ्या बाहेर पडतात. त्या अळ्या पोटात खाल्लेल्या अन्नावर जगतात.

गोल जंत, सूत्रकृमी व आकडेकृमी यांचे जीवनचक्र वेगवेगळे असते. सूत्रकृमी गुदद्वारापाशी जाऊन अंडी घालतात, तर गोल जंत रक्तवाहिन्यांमार्फत फुप्फुसात जाऊन घशापर्यंत जाऊन पुनश्च पोटात येतात. त्यांची अंडी विष्ठेद्वारे बाहेर पडतात. आकडेकृमीसारखा जंत मात्र अनवाणी चालणाऱ्या व्यक्तीच्या पायाच्या त्वचेद्वारे शरीरात प्रवेश करतो. तो आतड्यात आकड्यासारखा अडकून राहून रक्त शोषतो. चपटे जंत गाय वा डुकराचे मांस नीट न शिजवल्यास त्याद्वारे होऊ शकतात. शाकाहारी व्यक्तीस त्याची बाधा होऊ शकत नाही.

देवाची जागा जंतजंतूकडे

नव्या सहस्त्रकातील आधुनिक माणूस आता देवाला घाबरत नाही. पण ती जागा आता जंतजंतूंनी घेतली आहे. माणूस देवापेक्षा जंतूमुळे वा जंतांमुळे होणाऱ्या टीबी, टायफॉइड, एड्स, हिपॅटायटिस (कावीळ) इत्यादी रोगांना अधिक घाबरतो.

ढुंढते रह जाओगे, तो पाओगे

रक्तदाब, मधुमेह हे रोग जसे सुरुवातीस काहीही लक्षण न दाखवता शरीरात असू शकतात. तोच प्रकार जंतांच्या बाबतीत घडू शकतो. थोडेसे जंत असल्यास ते स्वत: अशी काही लक्षणे न दाखवता शरीरात राहू शकतात. संडासमध्ये पुरेसा उजेड असल्यास व त्याकडे लक्ष दिल्यास शौचावाटे बारीक पांढरा धागा वा पेन्सीलइतकाही जाडा जंत दिसणे हेच पहिले लक्षण असू शकते. गोल जंताच्या जीवनक्रमामध्ये तो घशापर्यंत येत असतो. त्यामुळे तो नाकातोंडाद्वारे बाहरे पडतो ही गोष्ट कल्पनाविलास नाही. पोटदुखी, खादाडी करून वजन न वाढणे, जुलाब, खोकला, शौचाच्या व शूच्या जागी खाज, रात्री अंथरुणात लघवी होणे, रक्तक्षय, पित्ताच्या गाठी इत्यादी काहीही लक्षणे जंतांमुळे होऊ शकतात. सार्वजनिक स्वच्छतेबाबतीत आपले मागासलेपण पाहता, खरेतर कुठलेही लक्षण असेल तर त्यामागे जंत हे कारण असू शकते. दुसरा कुठलाही रोग असताना त्याबरोबरीने जंतांची बाधाही असू शकते.

जंताबाबत जनतेचे गैरसमज

चेहऱ्यावर पांढरे डाग येणे, डोळ्याभोवती काळी वर्तुळे असणे, आकडी येणे, रात्री दात खाणे ही लक्षणे जंतामुळे होतात हा मात्र मोठा गैरसमज आहे. साखर

खाणे, दूध पिणे यामुळे जंत होत नाहीत. त्यामुळे पोटात असलेले जंत अधिक वाढू शकतील हे खरे; पण सारखी साखर खाण्याने जंत होतील हे कारण लहान मुलांना सांगायला ठीक आहे.

हम साथ साथ है

गोल जंत एका वेळी डझनांनी पोटात असू शकतात. ते आतड्यातून इकडे तिकडे पसरण्यास धोका करू शकतात. अस्वच्छतेमुळे ते एका व्यक्तीतून दुसऱ्याकडे जातात वा त्याच व्यक्तीत जंताची बाधा परत परत होऊ शकते. नखे बारीक कापणे, खाण्याआधी हात स्वच्छ धुणे, शौचाला जाऊन आल्यानंतर साबूपाण्याने हात धुणे, कच्च्या भाज्या वापरण्याआधी भरपूर स्वच्छ वाहत्या पाण्याने धुणे, जंत झालेल्या व्यक्तीची अंतर्वस्त्रे गरम पाण्यात धुऊन त्यावर इस्त्री फिरवणे, जमिनीवर सांडलेला अन्नपदार्थ नष्ट करणे हे प्रतिबंधक उपाय आहेत. ज्याप्रमाणे खरूज झालेल्या व्यक्तीबरोबरच त्या घरातील सर्वांनीच इलाज करणे आवश्यक असते तीच दक्षता जंताबाबतही घेणे आवश्यक आहे. घरातील इतर लोकांना काही लक्षणे नसली तरी रुग्ण व्यक्तीबरोबरच त्यांनाही जंतगोळी द्यावी. ही गोळी केवळ एक प्रत्येकी घ्यावी लागते. त्याने जंत अर्धमेले होऊन वा मरून शौचाद्वारे बाहेर पडतात. १५ दिवसांनी तो डोस, डॉक्टरी सल्ल्याने परत देता येतो.

☺☺

शेवटी थोडी गंमत. एका मुलास खोकला झाला म्हणून त्याचे वडील डॉक्टरांकडे नेतात. डॉक्टर जंत झाल्याचे निदान करतात व म्हणतात, "आज रात्री एक गोळी देऊन टाका." हा संवाद त्या मुलाच्या घशापर्यंत आलेले बापलेक असलेले जंत ऐकतात. त्यावर बाप जंत मुलाला म्हणतो, "बेटा, आपले रिझर्वेशन झाले आहे. उद्या सकाळच्या पहिल्याच गाडीने आपल्याला येथून जावे लागणार."

☺☺

◆

आजीबाईचा बटवा *(FIRST AID BOX)*

थर्मामीटर, गरम शेकासाठी हॉट वॉटर बॅग अथवा इलेक्ट्रिक पॅड, गार शेकासाठी आइसबॅग, बँड एड, इलेस्टोक्रेप बँडेज, सर्जिकल बँडेजचा सेट (लहान, मध्यम, मोठी), चिकटपट्टी, स्वच्छ कापूस, डेटॉल, बोरोलिन, पेट्रोलियम जेली, पोटॅशियम परमँगनेट, कात्री, सेफ्टी पिन्स, पॅरासिटामॉल (क्रोसिन, मेटासिन), ॲस्पिरिन (डिस्प्रिन, इकोस्प्रिन), स्टराइल ड्रेसिंग गॉझ, कॅलामाइन लोशन.

ॲलर्जी, डायबेटिस, हृद्‌रोग, फीट इ. रोग असल्यास रुग्णाच्या खिशात त्याच्या नाव-पत्त्यासह डॉक्टरांचा नाव-पत्ता, फोन, चालू असलेल्या गोळ्या, ॲलर्जी असल्यास त्याची नोंद असलेले कार्ड जरूर ठेवावे. मेडिक्लेम पॉलिसी असल्यास महागड्या उपचारात थोडाफार आर्थिक मदतीचा दिलासा मिळू शकतो.

◆